AF764776

INSIGHT PUBLICA®

INSIGHT PUBLICA®
Nadakkavu, Kozhikode, Kerala
Tel:0495–4020666
www.insightpublica.com
e-mail: insightpublica@gmail.com
Deshatanathinte Athmaharshangal
(Travelogue Malayalam)
Muraleedharan Puthenpurayil
First Edition: December 2020

ISBN 978-93-90535-49-1

ദേശാടനത്തിന്റെ ആത്മഹർഷങ്ങൾ

മുരളീധരൻ പുത്തൻപുരയിൽ

INSIGHT PUBLICA ®

സമർപ്പണം

ഉപാധികളില്ലാത്ത സ്നേഹം നൽകിയ
എന്റെ അമ്മുക്കുട്ടി അമ്മയ്ക്ക്...

കോഴിക്കോട് ജില്ലയിൽ ഇരിങ്ങണ്ണൂരിൽ ജനനം. അച്ഛൻ നടുക്കണ്ടിയിൽ ഗോപാല കുറുപ്പ്. അമ്മ കിഴപ്പള്ളി അമ്മുക്കുട്ടിഅമ്മ. ജന്തുശാസ്ത്രത്തിൽ എം.എസ്.സി., എം.ഫിൽ. ബിരുദങ്ങൾ. 33 വർഷം നായർ സർവീസ് സൊസൈറ്റിയുടെ വിവിധ കോളേജുകളിൽ അധ്യാപകനായും വകുപ്പ് മേധാവിയായും പ്രവൃത്തിച്ചു. മട്ടന്നൂർ പഴശ്ശി രാജാ എൻ.എസ്.എസ്. കോളേജിൽനിന്നും 2013 ൽ പ്രിൻസിപ്പലായി വിരമിച്ചു. ഇപ്പോൾ പയ്യോളിക്കടുത്ത് കിഴൂരിൽ താമസം. ഭാര്യ ഉഷ സി.കെ. മകൾ ഇന്ദുലക്ഷ്മി.

ഫോൺ 9072043720

ഇ മെയിൽ pmdharan56@yahoo.co.in

മുരളീധരൻ പുത്തൻപുരയിൽ

ഒരു നിമിഷം

ഒരു വരദാനംപോലെ ലഭിച്ച ഈ ജീവിതത്തിൽ അവസരങ്ങളും അനുഭവങ്ങളും ആവോളം വന്നു ചേർന്നു. സ്വാഭാവികമായും കയ്പ്പും മധുരവും സമ്മിശ്രമായ ജീവിത സന്ധികൾ. അവസരങ്ങൾ ഭാഗ്യമായും അനുഭവങ്ങൾ പാഠങ്ങളായും കരുതി അവയെ വേണ്ടവിധം വിനിയോഗിച്ചു എന്നാണ് വിശ്വാസം. ജോലിയുടെ ഭാഗമായും അല്ലാതെയും ധാരാളം യാത്രകൾചെയ്തു. കാഴ്ച്ചകൾ പലതും കണ്ടു. സ്വന്തം നാടിന്റെയും മറ്റു നാടുകളുടെയും സാമൂഹ്യ സാംസ്കാരിക വൈവിധ്യങ്ങൾ കുറച്ചൊക്കെ മനസ്സിലാക്കാൻ കഴിഞ്ഞു. സ്വന്തം ബോധ്യത്തിന്റെ പരിമിതികൾ തിരിച്ചറിഞ്ഞതും അങ്ങിനെയാണ്. അവ കാഴ്ചപ്പാടുകളെ പലരീതിയിലും സ്വാധീനിച്ചിട്ടുമുണ്ട്. യാത്രാനുഭവങ്ങൾ കുറിപ്പുകളായി രേഖപ്പെടുത്താതിരുന്നെങ്കിൽ അചിരേണ എല്ലാം അവ്യക്തചിത്രങ്ങളായി മാറിപ്പോവുമായിരുന്നു.

സത്യത്തിൽ മനസ്സിൽ പതിഞ്ഞ ആദ്യത്തെ യാത്ര അച്ഛനോടോപ്പം ഓർക്കാട്ടേരി ചന്തയിലേക്കുള്ളതാണ്. നാലാം ക്ലാസ്സിൽ പഠിക്കുന്ന കാലം വീട്ടിൽനിന്നും പതിമൂന്ന്കിലോമീറ്റർ ദൂരമുണ്ട് ഓർക്കാട്ടേരിയിലേക്ക്.

അവിടുത്തെ ശിവക്ഷേത്രത്തിലെയും ദേവീക്ഷേത്രത്തിലെയും ഉത്സവത്തോടനുബന്ധിച്ചാണ് മകരമാസത്തിലെ ചന്ത നടക്കാറ്. നാട്ടുചന്തകൾ ഗ്രാമജീവിതത്തിന്റെ ആവേശവും ആകർഷണങ്ങളുമായിരുന്ന കാലം. ഉച്ചയ്ക്ക് ശേഷമുള്ള യാത്രക്ക് രാവിലെതന്നെ ഒരുക്കം തുടങ്ങും. അരമണിക്കൂർ നീളുന്ന ബസ്സ് യാത്രയിൽ ആവേശക്കടലായിരുന്നു ഉള്ളിൽ. ബസ്സിൽ നിന്നും ഇറങ്ങുന്നത് നിലക്കാത്ത ആരവങ്ങളിലേക്കും

ജനസമുദ്രത്തിലേക്കുമായിരിക്കും. അച്ഛന്റെ കൈ മുറുകെ പിടിക്കും. ചന്തയിലെ ഹലുവയും, മലരും പൊരിയും, ഈത്തപ്പഴവും, കായവറുത്തതുമൊക്കെ ഇന്നും ഓർമ്മയിൽ തെളിഞ്ഞുനിൽക്കുന്നു. കൽച്ചട്ടിയും ചീനച്ചട്ടിയും മൺപാത്രങ്ങളും തവിയും ചിരവയും മറ്റു വീട്ടുസാമഗ്രികളുമൊക്കെ നിരന്നിരിക്കുന്ന നീളൻ ചന്തകൾ. വളയും മാലയും ചാന്തും പൊട്ടും മറ്റ് സൗന്ദര്യവർദ്ധക വസ്തുക്കളുടെയും നിര നിരയായ കടകൾ. കൊതിപ്പിക്കുന്ന കളിക്കോപ്പുകളുടെയും ബലൂൺ രൂപങ്ങളുടെയും വർണ്ണ വൈവിധ്യ ലോകം. മരണക്കിണറിലെ മോട്ടോർസൈക്കിളഭ്യാസവും, തിരിയുന്ന വലിയ ചക്രകസേരകളും, ഇന്ദ്രജാലക്കൂടാരങ്ങളും, വന്യതയുടെ ചൂടും ചൂരുമുള്ള മൃഗശാലയുമൊക്കെ അദ്ഭുതത്തോടെ നോക്കി നിന്ന കാലം.

വയൽനിറഞ്ഞുനിൽക്കുന്ന കന്നുകാലിച്ചന്തയും അവിടത്തെ കാലി വിശേഷങ്ങളുടെ പരസ്യം പറയലും ലേലം വിളിയും ഓർമ്മയിലുണ്ട്. റോഡിൽ അണമുറിയാത്ത പുരുഷാരം. അതിനിടയിലൂടെ പതിയെ നീങ്ങുന്ന പഴയ ബസ്സുകൾ.

രാത്രിയാകുമ്പോൾ പെട്രോമാക്സ് വിളക്കുകളുടെ സീൽക്കാരവും പ്രഭാപൂരവും. എല്ലാമെല്ലാം ഒരു മായകാഴ്ചപോലെ.

പിന്നീട് വർഷങ്ങളെത്ര കഴിഞ്ഞു. അച്ഛനും അമ്മയും പോയി. കൂടെപ്പിറപ്പുകളിലൊരാൾ പോയി. അടുത്ത ബന്ധുക്കളിൽ ചിലരും കാണാമറയത്തായി. പുതിയബന്ധങ്ങളും സൗഹൃദങ്ങളും ഉണ്ടായി.

ചില സൗഹൃദങ്ങൾ വഴിപിരിഞ്ഞു. സൗകര്യങ്ങൾകൂടി. കര കവിഞ്ഞും കടൽ കടന്നും നിരവധി യാത്രകൾ ചെയ്തു. അനുഭവങ്ങൾ അറിവും തിരിച്ചറിവുമായി.

ജോലിയിൽനിന്നും വിരമിച്ചപ്പോൾ സമയവും സാഹചര്യവും അനുകൂലമായി. ആരോഗ്യം അനുവദിക്കുന്ന കാലം എത്രയെന്നറിയില്ലല്ലോ. ആസൂത്രിതമായും അല്ലാതെയും ധാരാളം യാത്ര ചെയ്തു. ഈ യാത്രാനുഭവങ്ങൾ പങ്കുവെക്കുകയായിരുന്നു പ്രയാണം ബ്ലോഗിലൂടെ. ഇന്ദുവും അരുണുമായിരുന്നു ബ്ലോഗെന്ന ആശയത്തിന് പിന്നിൽ. ഓർമ്മകൾക്ക് തിളക്കവും മധുരവും കൂട്ടാൻ അത് സഹായിച്ചു. അവ വായിക്കാനും അനുഭവങ്ങൾ പങ്കിടാനും അഭിപ്രായങ്ങൾ പറയാനും ചിലരുണ്ടായി. അത് ആവേശം പകർന്നു. ബ്ലോഗിന് പരിമിതികൾ പലതാണല്ലോ. പാരായണ വിസ്തൃതി പ്രായേണ കുറവാണല്ലോ. അത് ഭേദിക്കാനുള്ള ശ്രമമാണ് ഈ പുസ്തകം.

ലോകം നിശ്ചലമായ കോവിഡ് കാലം ജീവിതത്തിന്റെ മാധുര്യങ്ങളെല്ലാം കവർന്നെടുത്തെങ്കിലും, ബ്ലോഗിനെ പുസ്തകമായി പരിണമിപ്പിക്കാനുള്ള സാവകാശം തന്നു.

ഇന്ത്യൻ യാത്രകളാണ് ഈ പുസ്തകത്തിൽ ഉൾപ്പെടുത്തിയിട്ടുള്ളത്. വിദേശ യാത്രാനുഭവങ്ങൾ 'ഭ്രമസഞ്ചാരങ്ങൾ' എന്ന പേരിൽ മറ്റൊരു പുസ്തകമായി രൂപാന്തരപ്പെടുകയാണ്. കാലപ്രവാഹത്തിൽ ഒരോർമ്മയായി, അടയാളമായി ഈ പുസ്തകങ്ങൾ മാറുമെങ്കിൽ... അങ്ങനെ മോഹിക്കുന്നു. ആഗ്രഹിച്ചതിലേറെ യാത്ര ചെയ്യാൻ സൗകര്യവും സൗഭാഗ്യവും സദയം അനുവദിച്ചു നൽകിയ ശക്തിയെ ആദരവോടെ നമസ്കരിക്കുന്നു. കാഴ്ചയുടെ വൈവിധ്യമാർന്ന വസന്തഭംഗിയും, മനസ്സിനെ വിഭ്രമിപ്പിച്ച വിശാലമായ പ്രകൃതിയുടെ ജൈവിക സൗന്ദര്യവും, സാന്ദ്രമായ അനുഭവങ്ങളും വാക്കുകളിൽ പകർത്താനുള്ള ശ്രമം മനസ്സിന്റെ മറ്റൊരു പിൻവഴിയാത്രയായിരുന്നു.

കെട്ടിലും മട്ടിലും രൂപഭദ്രമായി പുസ്തകത്തെ അണിയിച്ചൊരുക്കിയ ഇൻസൈറ്റ് പബ്ലിക്കയോടും ശ്രീ. സുമേഷിനോടും വലിയ കടപ്പാടുണ്ട്. യാത്രാ ബ്ലോഗിനെ പുസ്തകമാക്കാൻ സ്നേഹപൂർവ്വം പ്രേരിപ്പിച്ച ശ്രീ. എം. പി. ബാലറാം ഉൾപ്പടെയുള്ള സുഹൃത്തുക്കൾക്കും നന്ദി.

യാത്രകളിൽ പരിചയപ്പെട്ട മുഖങ്ങളേറെയാണ്.
അത്പോലെ സമ്പന്നമാണ് സൗഹൃദങ്ങളും അനുഭവങ്ങളും.
എല്ലാം ചേരുന്നതാണല്ലോ യാത്രയുടെ സഫലത.
സഹയാത്രികരെയെല്ലാം സ്നേഹത്തോടെ ഓർക്കുന്നു.
യാത്ര ഒരു ലഹരിയായി മാറ്റിയ സ്വന്തം സഹയാത്രികയെയും.

മുരളീധരൻ

ഉള്ളടക്കം

പിൻവിളികളില്ലാത്ത യാത്ര

ജീവിതത്തിന് ദിശാബോധം നൽകിയത് വിദ്യാഭ്യാസമാണെങ്കിൽ അർത്ഥവും അരങ്ങും നൽകിയത് ജോലിയായിരുന്നു. അതും ആഗ്രഹിച്ച ജോലി. 33 വർഷം നീണ്ടുനിന്ന കോളേജ് അദ്ധ്യാപക ജീവിതം അനുഭവ സമ്പന്നമായിരുന്നു. വാഴൂർ, മഞ്ചേരി, മട്ടന്നൂർ എൻ. എസ്. എസ് കോളേജുകളിൽ അദ്ധ്യാപകനായി ജോലി ചെയ്തു. ആയിരക്കണക്കിന് വിദ്യാർത്ഥികൾക്ക് ജന്തുശാസ്ത്ര വാതായനങ്ങൾ തുറന്നു കൊടുക്കാൻ അവസരമുണ്ടായി. നായർ സർവീസ് സൊസൈറ്റി ഒരു സ്ഥാപിത സംഘ മാനേജ്മെന്റ് ആകയാൽ കേരളത്തിന്റെ തെക്കേ അറ്റം മുതൽ വടക്കേ അറ്റം വരെയുള്ള കോളേജുകളിലെ അധ്യാപകരുമായും അനദ്ധ്യാപകരുമായും വിപുലമായ സൗഹൃദം സ്ഥാപിക്കാനുള്ള അവസരവുമുണ്ടായി.

അവസാനത്തെ നാലു വർഷങ്ങൾ മട്ടന്നൂർ പഴശ്ശി രാജാ എൻ. എസ്. എസ്. കോളേജിൽ പ്രിൻസിപ്പലായി പ്രവർത്തിക്കാനുള്ള നിയോഗവും വന്നു ചേർന്നു. അതും ആവേശത്തോടെ ആഗ്രഹിച്ച ഒരു പദവി. ഉന്നത വിദ്യാഭ്യാസ മേഖലയിൽ മൂന്ന് പതിറ്റാണ്ടോളം പിന്തള്ളപ്പെട്ടുപോയ സ്ഥാപനത്തെ ഉയിരും ഉണർവ്വും നൽകി മികവിന്റെ കേന്ദ്രമാക്കാൻ നാട്ടുകാരായ ഒരു പറ്റം അദ്ധ്യാപകർ ഒത്തുചേർന്നപ്പോൾ സക്രിയമായി അതിന്റെ ഭാഗമാകാൻ ഭാഗ്യം ലഭിച്ചു. പ്രത്യേക പരിഗണനയിൽ പ്രിൻസിപ്പൽ ആയി നിയോഗിക്കപ്പെട്ടപ്പോൾ നിയതമായ ചില ദൗത്യങ്ങൾ മാനേജ്മെന്റ് ഏൽപ്പിച്ചിരുന്നു. അതൊരു പരീക്ഷണഘട്ടമായിരുന്നുവെങ്കിലും ആസ്വദിച്ചുകൊണ്ടുതന്നെയാണ് ജോലി ചെയ്തത്. വ്യത്യസ്ത താല്പര്യങ്ങളുള്ള വിഭാഗങ്ങൾക്കിടയിൽ ഒരു

» മട്ടന്നൂർ കോളേജിന്റെ നാക് അംഗീകാര സാക്ഷ്യപത്രം ബംഗലൂരിലെ ചടങ്ങിൽ ഏറ്റുവാങ്ങുന്നു.

'വാളുമധ്യസ്ഥന്റെ' ഭാഗമാണ് പ്രിൻസിപ്പലിന് വിധിച്ചിട്ടുള്ളത്. അത് ശ്രമകരമായ പണിതന്നെയാണ്. സുഹൃത്തുക്കൾ പെട്ടെന്ന് ശത്രുക്കളാകും. തിരിച്ചും സംഭവിക്കാം. പ്രതീക്ഷിക്കാത്ത തിരിച്ചടികൾ ഉണ്ടാകും. നിരന്തരം സമ്മർദ്ദങ്ങൾ. സമചിത്തത കൈമോശംവന്നുപോകുന്ന അവസരങ്ങൾ. ശാരീരികാധ്വാനവും മാനസികപിരിമുറുക്കവും, ഒറ്റപ്പെട്ടുപോകുന്ന സാഹചര്യവുമാവുമ്പോൾ പിടിച്ചുനിൽക്കാൻ നന്നേ ബുദ്ധിമുട്ടിപ്പോകാം. ചുരുക്കത്തിൽ തീവിഴുങ്ങിപക്ഷികളാണ് പ്രിൻസിപ്പൽമാർ.

പ്രയാസഘട്ടങ്ങളിൽ ആത്മാർത്ഥതയോടെ കൂടെനിന്ന സഹപ്രവർത്തകരേറെയുണ്ട്. സ്നേഹിച്ചവരെയും, ദ്വേഷിച്ചവരെയും എല്ലാവരെയും ചേർത്തുനിർത്തിക്കൊണ്ട് കോളേജിന് നാക്(NAAC) അംഗീകാരം ലഭിക്കാനുള്ള പ്രവർത്തനങ്ങൾക്ക് നേതൃത്വം നൽകാനായത് അഭിമാനത്തിന് വകനൽകുന്നു. ഇന്ത്യയുടെ ഉന്നതവിദ്യാഭ്യാസ ഭൂപടത്തിൽ മട്ടന്നൂർ കോളേജിന്റെ പേര് അടയാളപ്പെടുത്താൻ സാധിച്ചത് ചെറിയ കാര്യമല്ലല്ലോ.

സുദീർഘമായ കോളേജ് ജീവിതത്തിന് അങ്ങനെ 2013 മാർച്ചിൽ തിരശ്ശീല വീണു. ജോലിയിലൂടെ സമാർജ്ജിച്ച സൗഭാഗ്യങ്ങൾക്ക് നന്ദി പറഞ്ഞു പടിയിറങ്ങുമ്പോഴുള്ള ആശ്വാസവും കൃതാർത്ഥതയും വളരെ വലുതായിരുന്നു.

നിസ്സീമമായ സ്വാതന്ത്ര്യം ആഘോഷിക്കാൻ അങ്ങനെയാണ് ഞങ്ങൾ കണ്ണൂരിൽനിന്നും കന്യാകുമാരിവരെയുള്ളൊരു യാത്ര പുറപ്പെട്ടത്.

നിശ്ചിത പദ്ധതികളൊന്നുമില്ല. എത്തിയിടത്തു വിശ്രമിക്കാം. കാഴ്ചകളിൽ ചിലതു ആവർത്തനങ്ങളായിരുന്നു. എങ്കിലും വിരസതയൊന്നും തോന്നിയില്ല. കെട്ടുപാടുകളെല്ലാം വിട്ടുള്ള യാത്രയായിരുന്നല്ലോ. ലക്ഷ്യസ്ഥാനത്തെക്കുറിച്ചുള്ള നിശ്ചയമോ ധൃതിയോ ഒന്നുമില്ലാതെ, തിരിച്ചെത്താനുള്ള ദിവസം നിശ്ചയിക്കാതെ യാത്ര പോകുമ്പോൾ അതൊരു ഒഴുക്കാണ്. അതിന്റെ സുഖമൊന്നു വേറെയാണ്.

വാഹനം സ്വയം ഓടിച്ചുപോകാമെന്ന് തീരുമാനിച്ചു. ഒരു ബദ്ധപ്പാടുമില്ലല്ലോ. മനസ്സ് പരമ ശാന്തമായിരുന്നു. നിശ്ചിത യാത്രാ പദ്ധതിയൊന്നുമില്ലാതിരുന്നതിനാൽ വലിയ തെയ്യാറെടുപ്പുമില്ലായിരുന്നു. നേരെ ഗുരുവായൂരിലേക്ക്. ജീവിതത്തിന്റെ പരീക്ഷണഘട്ടങ്ങളിൽ ദൈവവിശ്വാസം കരുത്തായിരുന്നു. നല്ലതു ചെയ്യുമ്പോഴും തിരിച്ചടികൾ സ്വാഭാവികമാണല്ലോ. അപ്പോൾ പിടിച്ചുനിൽക്കാൻ മനുഷ്യന് പിടിവള്ളികൾ വേണം. പരിഭവങ്ങളും പരിദേവനങ്ങളും സമർപ്പിച്ച് മനസ്സിനെ സമതുലിതാവസ്ഥയിൽ നിർത്താൻ മനീഷികൾ ബുദ്ധിപൂർവം രൂപപ്പെടുത്തിയതാണ് ദൈവസങ്കല്പം.

ഈ അത്ഭുത പ്രപഞ്ചം സൃഷ്ടിച്ചതാരാണ്? നമുക്ക് നിയന്ത്രിക്കാനാവാത്ത പ്രകൃതിയിലെ പ്രതിഭാസങ്ങൾ എങ്ങനെ ഉണ്ടാകുന്നു? ഞാനാരാണ്? എവിടെ നിന്ന് വന്നു? എങ്ങോട്ട് പോകുന്നു? ഈ ചോദ്യങ്ങൾക്കെല്ലാം ഉത്തരം കണ്ടുപിടിക്കാനുള്ള പരിശ്രമം ആദിമ മനുഷ്യ സമൂഹങ്ങൾ പോലും നടത്തിയിരുന്നു. പ്രാചീന ഭാരതത്തിലെ മനീഷികൾ വേദേതിഹാസങ്ങളിലൂടെ ഈ ചോദ്യങ്ങൾക്ക് യുക്തിസഹമായ വിശദീകരണങ്ങൾ അവതരിപ്പിച്ചിരുന്നു. പാശ്ചാത്യനാട്ടുകളിലെ ചിന്തകരൊക്കെ പിൽക്കാലത്ത് ഇവ അംഗീകരിച്ചിട്ടുമുണ്ട്. പ്രപഞ്ചവുമായി ബന്ധപ്പെട്ട ഭാരതീയ വീക്ഷണം ഗ്രഹിക്കാൻ ശ്രമിക്കുന്തോറും നാം കൂടുതൽ കൂടുതൽ വിനീതരായി തീരുന്നു എന്നതാണ് വാസ്തവം. അപ്പോൾ ജീവന്റെ വൈവിധ്യത്തിനു മുന്നിൽ, പ്രപഞ്ച വിസ്മയങ്ങൾക്ക് മുന്നിൽ നാം നമ്രശിരസ്ക്കരായിത്തീരും. അതിശയകരമായ ശാസ്ത്ര സാങ്കേതിക മുന്നേറ്റങ്ങൾക്കിടയിലും പ്രപഞ്ചഗതിയെ നിയന്ത്രിക്കുന്ന ഒരു പ്രപഞ്ചാതീതശക്തിയെ നമുക്ക് തള്ളിക്കളയാനാവില്ല. ഈ വിധമുള്ള പ്രപഞ്ചാതീതശക്തിയെ നാമെന്ത് വിളിക്കും? ദൈവമെന്ന് വിളിക്കാമോ - ആ വിശ്വാസത്തെ ദൈവവിശ്വാസമെന്ന് വിളിക്കാമോ. എങ്ങനെ വിളിച്ചാലും എല്ലാം നിയന്ത്രിക്കുന്ന ഒരു ശക്തി ഈ പ്രപഞ്ചത്തിലുണ്ടെന്ന വിശ്വാസം-അത് പ്രധാനമാണ്.

ആരെയെങ്കിലും എന്തിനെയെങ്കിലും ഭയപ്പെടാനില്ലെങ്കിൽ, ഒന്നിനോടുമൊരു കരുതലില്ലെങ്കിൽ മനുഷ്യനെന്ന 'മഹത്വവൽക്കരിക്കപ്പെട്ട

» NSS ഹെഡ് ഓഫീസ്

മൃഗത്തെ' പിന്നെ പിടിച്ചാൽ കിട്ടില്ല. ആത്മവിശ്വാസം നിലനിർത്താനും വിശ്വാസം പോലെ ഫലപ്രദമായ മറ്റൊരൗഷധവുമില്ല.

എത്രയോ തവണ ഞങ്ങൾ ഗുരുവായൂരിൽ വന്നു പ്രാർത്ഥിച്ചിട്ടുണ്ട്. പ്രാർത്ഥനകൾ പലതും യാഥാർത്ഥ്യമായി. ചിലതു വ്യഥാവില്ലമായി. അതങ്ങിനെയാണല്ലോ. എല്ലാം പൂർണ്ണമനസ്സോടെ സ്വീകരിച്ചിട്ടുണ്ട്.

ഹോട്ടൽ എലൈറ്റിൽ താമസിച്ചു. വൈകുന്നേരവും പിറ്റേന്നു കാലത്തും ഗുരുവായൂരപ്പനെ തൊഴുതു. സൗഭാഗ്യങ്ങൾക്ക് നന്ദിയും ദൗർഭാഗ്യങ്ങൾക്ക് പരിഭവവും പറയേണ്ടതില്ല. അതൊക്കെ ജീവിതത്തിന്റെ സ്വാഭാവിക ചേരുവകൾ. എല്ലാം രുചിച്ചാൽ മാത്രമേ പൂർണ്ണതയുള്ളു.

ഏഴാം തിയ്യതി കാലത്ത് തന്നെ പുറപ്പെട്ടു. ഗുരുവായൂർ ദർശനം കഴിഞ്ഞാൽ എന്നും ചാലക്കുടിയിൽ പോയി രാഘവേട്ടനെ കാണും. ഇത്തവണ അവരൊക്കെ കോയമ്പത്തൂരിലായതിനാൽ ചാലക്കുടി ഇറങ്ങേണ്ടതില്ല. നേരെ എറണാകുളത്തേക്ക് യാത്ര തുടർന്നു. കേരളത്തിന്റെ സാമ്പത്തിക തലസ്ഥാനം. വൈവിധ്യമാർന്ന ഗതാഗത സൗകര്യം തികഞ്ഞ നഗരം. കലൂരിലെ പാർക്ക്സെന്ട്രൽ ഹോട്ടലിൽ മുറിയെടുത്തു. അടുത്തുള്ള ലുലുമാളിലും ഒന്ന് കയറി. വൈകുന്നേരം മറൈൻഡ്രൈവിൽ. വൈദ്യുത ദീപ പ്രഭയിൽ കുളിച്ചുനിൽക്കുന്ന മറൈൻ ഡ്രൈവിൽ വെറുതെ നടന്നു. കാറ്റും കുളിരും ലഹരിയായി.

എട്ടാം തിയ്യതി ആലപ്പുഴ വഴി ചങ്ങനാശ്ശേരിയിലേക്ക് പോകാമെന്നുവെച്ചു. എവിടെയും നിർത്താതെയുള്ള യാത്ര. 12 മണിയോടെ 'അഞ്ചുവിളക്കിന്റെ' നാട്ടിലെത്തി. നേരെ പോയത് എൻ. എസ്. എസ്. ഹെഡ് ഓഫീസിലേക്കാണ്. ഔദ്യോഗികമായി പിരിഞ്ഞതിനുശേഷം ഹെഡ് ഓഫീസിൽ വന്നു ജനറൽ സെക്രട്ടറിയെയും സെൻട്രൽ കമ്മിറ്റി സെക്രട്ടറിയെയും കാണണമെന്നു നേരത്തെ കരുതിയതായിരുന്നു. ഈ യാത്രയിൽ അതും സാധിക്കുന്നു.

നായർ സമുദായത്തിന് മാത്രമല്ല, ഇതര സമുദായങ്ങൾക്കും അഭ്യുന്നതി ഉണ്ടാവണമെന്ന് ആഗ്രഹിച്ച ആചാര്യൻ ശ്രീ. മന്നത്തു പദ്മനാഭന്റെ സ്മരണ നിറഞ്ഞു നിൽക്കുന്ന പെരുന്ന എൻ. എസ്. എസ്. ആസ്ഥാനം. പടികൾ കയറുമ്പോൾ, ലോകപരിചയമൊന്നുമില്ലാത്ത ഒരു ചെറുപ്പക്കാരൻ 1980 ൽ കോളേജദ്ധ്യാപക മുഖാമുഖത്തിന് ഏകനായി ഇവിടെ വന്നത് ഓർമ്മയിൽ തെളിഞ്ഞു. അന്നത്തെ അപരിചിതത്വവും, പരിഭ്രമവും എത്ര വലുതായിരുന്നു. അമ്മ മദ്രാസിലും, അച്ഛൻ നാട്ടിലും രോഗഗ്രസ്ഥരായി കഴിയുകയായിരുന്നു അപ്പോൾ. നിയമനം ലഭിച്ചതിന് ശേഷം ഒറ്റയ്ക്കും സഹപ്രവർത്തകരോടോപ്പവും പിന്നീട് പലപ്പോഴും ചങ്ങനാശ്ശേരിയിൽ വന്നിട്ടുണ്ട്. 2009 ൽ പ്രിൻസിപ്പലായി നിയമിതനായതിനുശേഷം എത്രയോ തവണ ഇവിടെ വന്നു. ഭരണപരവും അക്കാദമികവുമായ കാര്യങ്ങളിൽ ഇവിടെനിന്നു ലഭിച്ച നിർദ്ദേശങ്ങളും സഹായങ്ങളും ശക്തിയും പ്രചോദനവുമായിരുന്നല്ലോ.

ജനറൽ സെക്രട്ടറി സ്നേഹത്തോടെ സൗഹാർദ്ദത്തോടെ സംസാരിച്ചു. ഉഷയെയും മുറിയിലേക്ക് വിളിപ്പിച്ചു. ചെറിയ കുശലാന്വേഷണം. ഉഷ ആദ്യമായി എൻ. എസ്. എസിന്റെ സമാദരണീയനായ ജനൽ സെക്രട്ടറിയെ നേരിൽ കാണുകയായിരുന്നു. യാത്രപറഞ്ഞിറങ്ങുമ്പോൾ സന്തോഷഭരിതമായിരുന്നു മനസ്സ്.

തുടർന്നു സുഹൃത്തുക്കളുടെ വീടുകളിൽ ഹ്രസ്വ സന്ദർശനം. സ്നേഹിക്കുകയും ശാസിക്കുകയും ചെയ്ത പ്രിയപ്പെട്ടവർ. ശിവകുമാർസാറും, രാമചന്ദ്രൻ നായരും, ഗോപനും, നാരായണകുറുപ്പും, അജിത്തും, സുരേഷും, അനിലുമൊക്കെ കുടുംബാംഗങ്ങൾ പോലെയാണെനിക്ക്. രാത്രി എടത്വായിൽ പ്രിയസ്നേഹിതൻ അജിത്തിന്റെ വീട്ടിൽ താമസം.

ഇനി എങ്ങോട്ടുപോകണം?. ആലോചിച്ചപ്പോൾ തോന്നി അടുത്തുള്ള ചക്കുളത്തുകാവിൽ ദർശനമാവാം. മധ്യതിരുവിതാംകൂറിലെ 'സ്ത്രീകളുടെ ശബരിമല'എന്നാണ് ചക്കുളത്ത് കാവിനെ പറയുന്നത്. കാവിലെ വൃശ്ചികത്തിലെ കാർത്തിക പൊങ്കാല പ്രസിദ്ധമാണ്. അന്നപൂർണ്ണേശ്വരിയായ ദേവീ സന്നിധിയിൽ സ്ത്രീകൾ ഇഷ്ട കാര്യസിദ്ധിക്കായി നടത്തുന്ന ആരാധനയാണിത്.

അന്നേ ദിവസം തന്നെയുള്ള കാർത്തികസ്തംഭം സവിശേഷമായ ചടങ്ങാണ്. പൊക്കമുള്ള തൂണിൽ വാഴക്കച്ചി, പഴയ ഓലകൾ, പടക്കം, ദേവിക്ക് ചാർത്തിയ ഒരു വർഷത്തെ ഉടയാടകൾ എന്നിവ പൊതിഞ്ഞുകെട്ടി അതിന്മേൽ നാടിന്റെ സർവ തിന്മകളെയും ആവാഹിക്കുന്നു. അധർമത്തിന്റെയും തിന്മയുടെയും ഭൗതിക പ്രതീകമാണ് ഈ കാർത്തിക സ്തംഭം. അത് കത്തിച്ച് ചാമ്പലാക്കുമ്പോൾ തിന്മയെ

» ചക്കുളത്ത് കാവ് ശ്രീ ഭഗവതി ക്ഷേത്രം

അഗ്നി വിഴങ്ങി നന്മ സ്ഥാപിക്കപ്പെട്ടുന്നു എന്നാണ് വിശ്വാസം.

ചക്കുളത്ത്കാവിലെ നാരീപൂജയും എടുത്തു പറയേണ്ടതാണ്. പ്രശസ്തരായ വനിതകളെ അതിഥികളായി ക്ഷണിച്ച് ആദരിക്കുന്ന ചടങ്ങാണിത്. സ്ത്രീ ശക്തിയെ ആരാധിക്കുന്ന ഒരു ശാക്തേയ പൂജതന്നെയാണിത്.

ഇനി മണ്ണാറശ്ശാലയിലേക്ക് പോകാമെന്ന് തീരുമാനിച്ചു.

ചടങ്ങുകളിലും ആചാരങ്ങളിലും വ്യത്യസ്തത പുലർത്തുന്ന നാഗരാജസ്ഥാനം. വൃക്ഷനിബിഡമായ സർപ്പക്കാവുകൾ. ശിവ സർപ്പവും, മഹാദേവന്റെ കണ്ഠാഭരണമായ വാസുകിയും, നാഗമാതാവായ സർപ്പ യക്ഷിയുമാണ് മുഖ്യപ്രതിഷ്ഠ. ക്ഷേത്രത്തിലെ പ്രധാന പൂജകൾ ചെയ്യുന്നത് മണ്ണാറശ്ശാല ഇല്ലത്തെ തല മുതിർന്ന സ്ത്രീയാണ്. ആദരപൂർവം 'വലിയമ്മ' എന്നാണവരെ വിളിക്കുന്നത്. ക്ഷേത്രത്തിലേക്കുള്ള നടപ്പാതയ്ക്കിരുവശവും മരങ്ങളുടെ ചുവട്ടിലുമായി 3000 നാഗ പ്രതിമകൾ കാണാവുന്നതാണ്. പാമ്പുകളുടെ ആവാസ വ്യവസ്ഥ സംരക്ഷിക്കുന്നതും അവയെ ആരാധിക്കുന്നതും പ്രകൃതിയോടുള്ള ഉദാത്തമായ ഉപചാരം തന്നെയാണ്. സർപ്പക്കാവുകൾ ജൈവ വൈവിധ്യ സങ്കേതങ്ങളാണ്. പാമ്പുകൾ മാത്രമല്ല, ഇങ്ങനെയുള്ള ഇക്കോവ്യൂഹത്തിൽ അനേക ജാതി ചെറു ജീവികളും, ഉഭയ ഉരഗ ജന്തുക്കളും, പക്ഷികളും, സസ്തനികളുമൊക്കെ വന്ന് ചേരും. പരസ്പര പൂരകമായ ഒരു ജൈവ ശൃംഖല അവിടെ രൂപപ്പെട്ടുവരും. വിശ്വാസത്തിന്റെ പേരിൽ അങ്ങനെയൊരു കൂട്ടായ്മ ഉണ്ടാകുന്നതും സഹജീവികളോടുള്ള കരുതലായി അത് വളരുന്നതും ശരിയായ അർത്ഥത്തിൽ ഒരു പ്രകൃത്യുപാസനതന്നെയാണ്.

ഈ ക്ഷേത്രത്തിലെ 'ഉരുളി കമഴ്ത്തൽ' വഴിപാട് ഏറെ പ്രശസ്തമാണ്. കുട്ടികളില്ലാത്ത ദമ്പതിമാർ മണ്ണാറശ്ശാലയിൽ ഉരുളി കമഴ്ത്തി പ്രാർത്ഥിച്ചാൽ സന്താന സൗഭാഗ്യം കൈവരുമെന്നാണ് വിശ്വാസം. വിശ്വാസം ധൈര്യവും ശക്തിയുമാണല്ലോ. കർമ്മ സാക്ഷാത്കാരവഴിയിൽ അവ എന്നും അനിവാര്യവുമാണല്ലോ.

“ആത്മീയത എന്നാൽ മനസ്സിന്റെ സൂക്ഷ്മാംശത്തിലേക്കുള്ള സഞ്ചാരമാണ്. അതിന് ഏത് വഴിയും സ്വീകരിക്കാം. ”

മണ്ണാറശ്ശാല അമ്മയെയും തൊഴുത് ഞങ്ങൾ യാത്ര തുടർന്നു കൊല്ലത്തേക്ക്. അഷ്ടമുടി കായലിന്റെ തീരത്തുള്ള വലിയ പട്ടണം. കേരളത്തിലെ ഏറ്റവും വലിയ രണ്ടാമത്തെ തുറമുഖം. അഷ്ടമുടി കായലും, കൊല്ലം നഗരവും നീണ്ടകര തുറമുഖവും സംസ്ഥാനത്തിന്റെ കശുവണ്ടി സംസ്കരണ വ്യാപാരത്തിനും സമുദ്രോൽപ്പന്ന വ്യവസായങ്ങൾക്കും അവശ്യമായ ഗതാഗത പാതയാണ്. ജലഗതാഗതം ഇന്നും സജീവമായി നിൽക്കുന്ന പ്രദേശമാണ് കൊല്ലം.

കൊല്ലം ആലപ്പുഴ ബോട്ട് സർവീസ് സാധാരണക്കാർക്കും, വിനോദ സഞ്ചാരികൾക്കും ഏറെ പ്രയോജനകരമാണ്. ടൂറിസം വകുപ്പ് പ്രത്യേകമായി സംഘടിപ്പിക്കുന്ന അഷ്ടമുടിക്കായലിലെ ജല യാത്ര വിദേശികൾക്ക് ഏറെ പ്രിയതരമാണ്.

കെ. ടി. ഡി. സി. യുടെ ടാമറിൻഡിൽ മുറി കിട്ടി. ഈ ടാമറിൻഡിനു പക്ഷേ നിലവാരം പോരാ. ചെക്ക് ഇൻ ചെയ്തപ്പോഴേ സംഗതി ബോദ്ധ്യമായി. ധാരാളം സഞ്ചാരികൾ വന്നെത്തുന്ന കൊല്ലം നഗരത്തിലെ കെ ടി ഡി സി ഹോട്ടൽ ഇങ്ങനെയാവാൻ പാടില്ലാത്തതാണ്. ജീവനക്കാരെ അത് ബോധ്യപ്പെടുത്തുകയും ചെയ്തു.

ചുറ്റും അതിവിശാലമായ കായൽ. അനന്തമായി പരന്നുകിടക്കുന്ന നീല ജല രാശി. ഓളങ്ങളുടെ പതിഞ്ഞ താളം. കൃത്യമായ ലക്ഷ്യത്തോടെ പതിയെ പറന്നുപോകുന്ന അസംഖ്യം പറവകൾ. നീർ പറവകളുടെ ശക്തമായ ആവാസ വ്യവസ്ഥയും അഷ്ടമുടിക്കായലിന് സ്വന്തം.

വൈകുന്നേരം നഗരത്തിലെ കാഴ്ചകൾ കണ്ടു. പിന്നെ വിശാലമായ ബീച്ചിലേക്ക്. കൊല്ലത്തെ മഹാത്മാ ഗാന്ധി കടപ്പുറം തിരക്കേറിയതാണ്. കടൽകാറ്റേറ്റ് മതിയാവുമ്പോൾ വിശാലമായ പാർക്കിലേക്ക് നീങ്ങാം. ഉദ്യാനഭംഗി ആസ്വദിക്കാം. നല്ലൊരു കോഫി ആവാം.

കേരളത്തിലെ ഏറ്റവും വലിയ വിളക്ക്മാടമായ തങ്കശ്ശേരി വളരെ അടുത്താണ്. വിളക്ക് മാടത്തിലെ വെളിച്ചം 13 മൈലുകൾക്കപ്പുറത്ത് നിന്നുവരെ കാണാമെന്ന് പറയുന്നു. 135 അടി ഉയരമുള്ള

വിളക്കുമാടത്തിന്റെ ആറാംനിലവരെ എലിവേറ്ററിൽ പോകാം. 30 പടികൾ കൂടി കയറിയാൽ കാഴ്ചത്തട്ടിലെത്താം. ഇത്രയും ഉയരത്തിൽനിന്നും കൊല്ലം നഗരവും, അഷ്ടമുടിക്കായാലും ഒന്ന് കാണണം. അതൊരു അപൂർവ സുന്ദരമായ കാഴ്ചയാണ്.

പിറ്റേന്നു കാലത്ത് ആശ്രമം ശ്രീകൃഷ്ണ സ്വാമി ക്ഷേത്രത്തിൽ തൊഴുതു വർക്കലയിലേക്ക് യാത്ര തുടർന്നു. ശ്രീനാരായണഗുരുദേവന്റെ സമാധി സ്ഥലമായ ശിവഗിരി. ശ്രീനാരായണ ധർമ സംഘത്തിന്റെ ആസ്ഥാനം. പരിപാവനമായ ഈ ഭൂമിയിലേക്ക് ആദ്യമായിട്ടാണ് വരുന്നത്. ഗുരുദേവൻ സ്ഥാപിച്ച പർണശാലയും, ശ്രീശാരദാ മഠവും കണ്ടു. വർഷം തോറും നടക്കുന്ന ശിവഗിരി തീർത്ഥാടനം കേരളീയരുടെ മഹത്തായൊരു ആദ്ധ്യാത്മിക സാംസ്കാരിക കൂട്ടായ്മയാണ്. വർക്കലയിലെ 'പാപനാശം' ബീച്ച് പ്രസിദ്ധമാണ്. ഇവിടെ മുങ്ങിയാൽ പാപങ്ങൾ തീരുമെന്നും മനസ്സും ശരീരവും ശുദ്ധമാകുമെന്നും വിശ്വസിക്കപ്പെടുന്നു. ചിലർക്ക് മുങ്ങിമതിയാവുന്നില്ല. എന്തു ചെയ്യാൻ. വിദേശികളായ ടൂറിസ്റ്റുകളും ഇവിടെ കൂട്ടമായി എത്തുന്നുണ്ട്.

ഇനി യാത്ര തുടരാം തലസ്ഥാനനഗരമായ അനന്തപുരിയിലേക്ക്. ഭരണസിരാകേന്ദ്രം മാത്രമല്ല തിരുവനന്തപുരം, സംസ്ഥാനത്തിന്റെ ഒരു അക്കാഡമിക് 'ഹബ്ബ്' കൂടിയാണ്. നല്ല നടപ്പാതകൾ, പാർക്കുകൾ, വഴിയമ്പലങ്ങൾ, സ്വാദിഷ്ടമായ ഭക്ഷണകേന്ദ്രങ്ങൾ, കടൽത്തീരങ്ങൾ, മഹാക്ഷേത്രങ്ങൾ. ആരെയും ആകർഷിക്കുന്ന ഈ നഗരം. മരങ്ങൾ അതിരിട്ടിരുന്ന റോഡുകൾ പലതും പോയി എന്നതു സങ്കടമായി

» ശിവഗിരി

അവശേഷിക്കുന്നു. തമ്പാനൂരിൽ ടീകെ പാലസിൽ താമസിച്ചു.

വൈകുന്നേരം ഹോട്ടലുകാർ ഏർപ്പാടാക്കിയ നാനോകാറിൽ പട്ടണപ്രദക്ഷിണം. ശ്രീചിത്തിര ആർട് ഗാലറി, സുവോളജിക്കൽ പാർക്, കനകക്കുന്ന് കൊട്ടാരം, സെക്രട്ടേറിയറ്റ്, ശംഖുമുഖം ബീച്ച്. സന്ധ്യക്ക് ആറ്റുകാൽ ദേവിക്ഷേതത്തിലെത്തി തൊഴുതു. ആറ്റുകാൽ പൊങ്കാലയാൽ വിശ്വപ്രസിദ്ധമായ അമ്പലം.

പതിനൊന്നാം തീയതി പ്രഭാതത്തിൽ ശ്രീപദ്മനാഭസ്വാമി ക്ഷേത്ര ത്തിലേക്കാണ് പോയത്. മഹാവിഷ്ണു അനന്തശയനത്തിലാണിവിടെ. ക്ഷേത്രപാലകരും ഭക്തരും ഒരുപോലെ ഗൗരവത്തിന്റെ ആഭരണമ ണിയുന്ന സന്നിധിയിലും പ്രദക്ഷിണ വഴിയിലും. സ്വർണ്ണ നിധിശേഖരം കൊണ്ട് ലോകപ്രശസ്തമാണിന്ന് ഈ ക്ഷേത്രം. അതുകൊണ്ടുതന്നെ സുരക്ഷാ ക്രമീകരണങ്ങൾ കൂടുതലാണിവിടെ.

തിരുവനന്തപുരത്ത് സുഹൃത്തുക്കളേറെയുണ്ട്. പക്ഷേ ആരെയുമറി യിച്ചില്ല. തികച്ചും വ്യക്തിപരമായ ഒതുങ്ങിയ ഒരു യാത്രയായതിനാൽ വിപുലമായ സുഹൃത് സന്ദർശനങ്ങളെല്ലാം വേണ്ടെന്ന് വെച്ചു.

ഇനി പോകാം കന്യാകുമാരിയിലേക്ക്.

പോകുന്നവഴി പദ്മനാഭപുരം കൊട്ടാരത്തിൽ കയറി. തിരുവിതാം കൂർ രാജകുടുംബത്തിന്റെ പഴയ ആസ്ഥാനം വാസ്തുവിദ്യയുടെ ചാരുതയും, രാജപ്രതാപത്തിന്റെ പ്രൗഢ കാഴ്ചകളുംകൊണ്ട് സമൃദ്ധമാണ്. ബിരുദ വിദ്യാർത്ഥികളുമായി ഈവഴി പലപ്പോഴും വന്നിട്ടുണ്ട്. എത്രയോ ബാച്ചുകൾ. സ്നേഹവും കരുതലും നൽകി അവരെ പരിപാലിച്ചു. ജന്തു ശാസ്ത്രത്തിന്റെ വിശാല മേഖലകൾ പരിചയപ്പെടുത്തിക്കൊടുത്തു. അവരൊക്കെ ഇന്നെവിടെയൊക്കെയാണാവോ. ജീവിത ഭൂമികയിൽ എന്തൊക്കെ വേഷങ്ങളിലായിരിക്കും അവരെല്ലാം...

കാലം കഴിയുമ്പോൾ ബന്ധങ്ങൾക്ക് നിറം മങ്ങുന്നു. പരിചയങ്ങൾ ശോഷിക്കുന്നു. എവിടെവെച്ചെങ്കിലും വീണ്ടും ചിലരെയെങ്കിലും കണ്ടു മുട്ടാം. അപ്രതീക്ഷിതമായ അത്തരം സമാഗമങ്ങൾ ജീവിതത്തിന്റെ ലഹരിയാണല്ലോ.

കന്യാകുമാരി ജില്ലയിലെ ചെറിയ മുറുക്കാൻ കടകളിൽപോലും പഴുത്ത വാഴക്കുലകൾ നിരനിരയായി തൂങ്ങി നിൽക്കുന്നത് കാണാം. കൊല്ലത്തിൽ മിക്കവാറും എല്ലാ ദിവസവും വാഴപ്പഴം കിട്ടും. രണ്ട് മഴക്കാ ലങ്ങൾ- ഡിസംബറിലും, ജൂലൈയിലും. പിന്നെ ഓഗസ്റ്റ് വരെ തുടരുന്ന ചാറ്റൽ മഴയും. 'ആനിആടിചാറൽ' എന്നാണ് ഈ വർഷധാരാളിത്ത ത്തിന് പറയുന്നത്. വാഴകൃഷിക്ക് ഉത്തമമായ കാലാവസ്ഥയാണത്രെ ഇത്.

» ശ്രീപദ്മനാഭസ്വാമി ക്ഷേത്രം

പോകുംവഴി പരമ്പരാഗതമായ കൈത്തറി സാരികൾക്ക് പേരുകേട്ട ബാലരാമപുരത്തിറങ്ങി ചെറിയൊരു ഷോപ്പിംഗ്.

കന്യാകുമാരി റോഡ് താരതമ്യേന മോശം അവസ്ഥയിലാണ്. നാഗർകോവിൽ കഴിഞ്ഞ് 7 കിലോമീറ്റർ പിന്നിട്ടപ്പോൾ ശുചീന്ദ്രം. മറ്റൊരു ക്ഷേത്രനഗരം. കൊത്തുപണിയുടെ ഉദാത്ത മാതൃകയായി മുഖഗോപുരം തലയുയർത്തി നിൽക്കുന്നു. ചുമർ ചിത്രങ്ങളും ശില്പവൈവിധ്യവും നിറഞ്ഞ ക്ഷേത്രം. 18 അടിയോളം ഉയരമുള്ള ഹനുമാൻ പ്രതിഷ്ഠ സവിശേഷമാണ്. കരവിരുതിന്റെ അത്ഭുതമായി ഒറ്റക്കൽ മണ്ഡപം, വിരൽ തൊടുമ്പോൾ സപ്തസ്വരങ്ങൾ പൊഴിക്കുന്ന മണ്ഡപം, ചാതുര്യത്തോടെ കൊട്ടുമ്പോൾ ചെണ്ടമേളം കേൾപ്പിക്കുന്ന സ്തംഭങ്ങൾ. ഇവയെല്ലാം നൂറ്റാണ്ടുകൾക്ക് മുമ്പ് ജീവിച്ചിരുന്ന ശിൽപ്പികളുടെ ശിൽപ്പ വൈദഗ്ധ്യത്തിന്റെ അനശ്വര ബിംബങ്ങളായി നിൽക്കുന്നു. മൂന്നു ദൈവപ്രതിഷ്ഠകളുടെ സമന്വയമാണിവിടെ ശിവനും വിഷ്ണുവും ബ്രഹ്മാവും ചേർന്ന് സ്ഥാണുമാലയപ്പെരുമാൾ.

സത്യാസത്യങ്ങൾ തെളിയിക്കുന്നതിന് പണ്ട് കാലത്ത് കുറ്റവാളികളെന്ന് സംശയിക്കപ്പെടുന്നവരെ കടുത്ത പരീക്ഷകൾക്ക് വിധേയരാക്കുന്ന രീതി നിലവിലുണ്ടായിരുന്നു. അതി കഠിനമായ ശിക്ഷാവിധികൾ കുറ്റം ചെയ്യാതിരിക്കാനും കുറ്റം ചെയ്തുപോയാൽ അത് വെളിപ്പെടുത്താനും സഹായിച്ചിരിക്കാം. തിളച്ച നെയ്യിൽ കൈ മുക്കി കുറ്റം തെളിയിക്കുന്ന 'ശുചീന്ദ്രം കൈമുക്ക്' പതിമൂന്നാം ശതകത്തിൽ ഇവിടെ നടന്നിരുന്നുവത്രെ. നമ്പൂതിരി സ്ത്രീകളുടെ സദാചാര പരിശോധനക്കും കൈമുക്ക് ഒരു പരീക്ഷയായി നടന്നിരുന്നുവെന്ന് പറയുന്നു. സ്വാതിതിരുനാളിന്റെ കാലത്താണ് ഇത്തരം പരിശോധനാ രീതികൾ നിർത്തലാക്കിയത്.

ഭാഗ്യക്കുറിയിലൂടെ വിഭവ സമാഹരണം നടത്തുന്ന സമ്പ്രദായം ഇന്ത്യയിൽ ആദ്യമായി നടപ്പാക്കിയത് ശുചീന്ദ്രം ക്ഷേത്രത്തിന്റെ പുനരുദ്ധാരണവുമായി ബന്ധപ്പെട്ടാണെന്ന് കേൾക്കുന്നു. ആയില്യം തിരുനാൾ മഹാരാജാവിന്റെ ഭരണ കാലത്ത് ക്ഷേത്രത്തിന്റെ കേടുപാടുകൾ തീർക്കാൻ പണമില്ലാതെ വന്നപ്പോൾ പതിനായിരം രൂപ ഒന്നാം സമ്മാനമായി നിശ്ചയിച്ച് ഒരു രൂപ മൂല്യമുള്ള 50000 ലോട്ടറി ടിക്കറ്റുകൾ അടിച്ച് വിതരണം ചെയ്യുകയും സമ്മാനത്തുക കഴിച്ചുള്ള 40000 രൂപ ക്ഷേത്രനിർമ്മിതിക്കായുപയോഗിച്ചുവെന്നും ചരിത്രം.

വൈകുന്നേരത്തോടെ കന്യാകുമാരിയിലെത്തി. നമ്മുടെ രാജ്യത്തിന്റെ തെക്കേ മുനമ്പ്. ബംഗാൾ ഉൽകടലും, ഇന്ത്യൻ മഹാസമുദ്രവും, അറബിക്കടലും ഇവിടെ സംഗമിക്കുന്നു. വിവേകാനന്ദപ്പാറയും, വിവേകാനന്ദസ്മാരകവും സമുദ്രസംഗമത്തിൽ ഉയർന്നു നിൽക്കുന്നു.

ജങ്കാർ ജെട്ടിയിൽനിന്നും ബോട്ടിൽ കയറി വിവേകാനന്ദപ്പാറയിലേക്ക്. പരിവ്രാജകനായി ആസേതുഹിമാലയം സഞ്ചരിച്ച സ്വാമി വിവേകാനന്ദൻ നീന്തിക്കടന്നെത്തി ധ്യാനനിരതനായിരുന്ന പാറ. വിവേകാനന്ദസ്മാരകം ഗ്രാനൈറ്റിൽ തീർത്തൊരു കവിത പോലെ.

സ്വാമി വിവേകാനന്ദന്റെ തേജസ്സാർന്ന രൂപം. സ്വാമിദർശനങ്ങൾ ആലേഖനം ചെയ്യപ്പെട്ട ചുമരുകൾ. ധ്യാനമന്ദിരം. പുസ്തകശാല. അനുസ്യൂതമായി മുഴങ്ങുന്ന ഓംകാരനാദം. ശക്തമായ കടലിന്റെ മുഴക്കവും കാറ്റിന്റെ സീൽക്കാരവും ധ്യാനലീനരായിരിക്കുമ്പോൾ അറിയുകപോലുമില്ല. കനത്ത നിശ്ശബ്ദതയിൽ മനസ്സ് ശാന്തമാവുന്നു.

» ശുചീന്ദ്രം

» വിവേകാനന്ദസ്മാരകം

ബോട്ടിൽ തിരിച്ച കരയിലേക്ക്. കടലാഴങ്ങളിൽനിന്നും ആകാശത്തിലേക്കുയർന്നുനിൽക്കുന്ന ഋഷിതുല്യനായ തമിഴ് കവി തിരുവള്ളവരുടെ വലിയ പ്രതിമയും കണ്ടു.

ഭക്തിസാന്ദ്രമായ ദേവികന്യാകുമാരി ക്ഷേത്രത്തിലേക്ക് കടന്നു. തൊഴുതിറങ്ങിയത് അതിവിശാലമായ കടൽത്തീരത്തേക്ക്. നയനാനന്ദകരമായ സൂര്യാസ്തമയം ദർശിച്ചു. ഹോട്ടൽ ഗോപിനിവാസ് ഗ്രാൻഡിൽ തങ്ങി. പിറ്റേന്നു കാലത്തുണർന്നു. കന്യാകുമാരിയിലെ സൂര്യോദയവും കണ്ടു.

ഇനി മുന്നോട്ടു പോകാനാവില്ല. ജീവിതത്തിന്റെ ഒരു സവിശേഷസന്ധിയിൽ ഈ മുനമ്പിൽ ഈ യാത്ര അവസാനിക്കുന്നു. സ്വസ്ഥമായ ഏഴുദിനരാത്രങ്ങൾ ശാന്തസുന്ദരമായൊരു പ്രവാഹംപോലെ കടന്നുപോയി. ഇനി മടക്കയാത്ര.

ഇന്ദുവും അരുണും ലണ്ടനിൽ നിന്നും തിരിച്ചെത്തിയിരിക്കുന്നു. ഇരിങ്ങാലക്കുടയിലെത്തി അവരെയും കണ്ട് വേണം മടങ്ങാൻ.

ഹോണ്ട സിറ്റി എവിടെയും വഴി മുടക്കിയില്ല. ഏറെ ദൂരം വണ്ടി ഓടിക്കാനുണ്ട്. പക്ഷേ ഞങ്ങൾക്ക് ധൃതിയില്ലല്ലോ.

"സന്തോഷം യാത്രയുടെ ലക്ഷ്യമല്ല, വഴി തന്നെയാവണം".

സാവകാശം ആസ്വദിച്ച്കൊണ്ട് പോകാം.

2013 ഏപ്രിൽ

ബ്രഹ്മഗിരിയുടെ മടിത്തട്ടിൽ

മനുഷ്യന്റെ ഇടപെടൽ പ്രകൃതിയുടെ സ്വാഭാവിക താളം തെറ്റിക്കുന്ന അവസ്ഥ ഇന്നൊരു പുതുമയല്ല. സ്വാർത്ഥ ലാഭങ്ങൾക്ക് വേണ്ടിയുള്ള പ്രകൃതി ചൂഷണവും, തത്വദീക്ഷയില്ലാത്ത വിഭവ വിനിയോഗവും കാരണം വായുവും ജലവും വനവും, ഭൂമിയുമെല്ലാം മലിനമായികൊണ്ടിരിക്കുകയാണല്ലോ. ആപത്തുകൾ അരികെയാണെന്നറിഞ്ഞിട്ടും തിരിച്ചടികൾ ഏറെ ഉണ്ടായിട്ടും നമ്മൾ പഠിക്കുന്നില്ല എന്നതാണ് സങ്കടം. പണത്തിന്റെയും അധികാരത്തിന്റെയും അവിശുദ്ധ കൂട്ടുകെട്ടിൽ തകർന്നടിയുന്ന പ്രകൃതിയുടെ നാശം മനുഷ്യജീവിതം തന്നെ ദുരിതമയമാക്കുന്ന കാഴ്ചയാണല്ലോ ചുറ്റും നാം കാണുന്നത്.

“മനുഷ്യൻ പ്രകൃതിയുടെ ഭാഗമാകയാൽ പ്രകൃതിക്ക് നേരെ അവൻ നടത്തുന്ന ഓരോ യുദ്ധവും അവൻ തന്നോട്തന്നെ ചെയ്യുന്ന യുദ്ധമായിരിക്കും. ” റേച്ചൽ കാഴ്സന്റെ വാക്കുകൾ നാമോർക്കേണ്ടതാണ്.

മനുഷ്യൻ പ്രകൃതിയെ കീഴ്പെടുത്തുകയോ സ്വയം കീഴടങ്ങുകയോ അല്ല, ‘ആ വരദയെ സ്നേഹിച്ച് വശഗദയാക്കി, അരിയ സഖിയാക്കി നിത്യമാം സ്നേഹത്തോടെ പാലിക്കുകയാണ്’ വേണ്ടതെന്ന പ്രകൃത്യുപാസകരുടെ അഭിലാഷം എന്നെങ്കിലും യാഥാർഥ്യമാവുമോ, ആവൊ.

പ്രകൃതി ചൂഷണത്തിന്റെ ഈ അവസ്ഥയിലും വലിയപരിക്കുകളേൽക്കാത്ത ഭൂപ്രദേശങ്ങൾ ചിലതുണ്ടെന്നത് ഒരു ആശ്വാസമാണ്. തിരുനെല്ലി അങ്ങനെയൊരു പ്രദേശമാണ്. ശുദ്ധ വായുവും പളുങ്ക് പോലെ തെളിമയാർന്ന ജലവും നിബിഡ വനവും സമൃദ്ധമായ തണുപ്പുമുള്ള സ്വച്ഛ സുന്ദരമായ ജൈവ വൈവിധ്യസങ്കേതങ്ങൾ ബ്രഹ്മ ഗിരി നിരയുടെ മകൾക്ക് ഇപ്പോഴും സ്വന്തം. വയനാടിന്റെ ഹരിത കലവറ.

» ഹരിത ഗിരിനിരകൾ വലം വെയ്ക്കുന്ന വിഷ്ണു ക്ഷേത്രം.

മനസ്സിനെയും ശരീരത്തെയും വിമലീകരിക്കാൻ സമ്മർദ്ദങ്ങളെ ലഘൂക രിക്കാൻ ചാരത്തായി ഇതിലും അനുയോജ്യമായ വേറൊരു സ്ഥലമില്ല.

പതിനാറാം നൂറ്റാണ്ട് വരെ ഏറെ സമൃദ്ധമായ ഒരു പ്രദേശമായിരുന്നു തിരുനെല്ലി എന്നാണ് ചരിത്രസാക്ഷ്യം. പുരാവസ്തു ഗവേഷണങ്ങളിൽ കണ്ടെത്തിയ പുരാതന ഗ്രാമത്തിന്റെ അവശിഷ്ടങ്ങൾ സൂചിപ്പിക്കുന്നതും ഇത് തന്നെയാണ്. പകർച്ച വ്യാധികൾ പോലെയുള്ള ദുരന്തങ്ങളാൽ ഗ്രാമം പൂർണ്ണമായി നശിച്ചു പോയതാവും. ആളുകൾ ഇന്നത്തെ മാനന്തവാടിയിലേക്കാവാം സ്വാഭാവികമായി കുടിയേറിയിരിക്കുക.

കഴിഞ്ഞ ആറ് വർഷങ്ങളായി വേനൽ കടുക്കുന്ന എല്ലാ ഏപ്രിൽ മാസങ്ങളിലും ഞങ്ങൾ തിരുനെല്ലി അമ്പലത്തിൽ പോകാറുണ്ട്.

പിതൃക്കൾക്ക് ബലിയിടുക എന്നത് ഈ തുടർ യാത്രകളുടെ ലക്ഷ്യ മല്ലെന്ന് പറയേണ്ടതില്ലല്ലോ. പിന്നെയെന്തിന് വേണ്ടി തുടർച്ചയായി പോകുന്നു?

വിശുദ്ധവും, സ്വച്ഛ ശാന്തവും, മനസ്സിനെ സാന്ത്വനിപ്പിക്കുന്ന തുമായ ഇടങ്ങളാണല്ലോ ക്ഷേത്രങ്ങൾ. സുഖ ദുഃഖ സമ്മിശ്രമായ ജീവിതത്തിൽ വിരുദ്ധാവസ്ഥകളോട് സമരസപ്പെടാനുള്ള മാനസിക അവസ്ഥ വേണം. പ്രതിസന്ധികളിൽ മനസ്സിനെ സമതുലിതാവസ്ഥ യിൽനിർത്താൻ, ആത്മവിശ്വാസം നിലനിർത്തി നിശ്ചിത ലക്ഷ്യങ്ങൾ കൈവരിക്കാൻ വിശ്വാസം നമുക്ക്ശക്തമായ പിടിവള്ളിയാണ്. ദൈവ സങ്കൽപ്പങ്ങളിലധിഷ്ഠിതമായ വിശ്വാസം തന്നെയാവണമെന്നില്ല. പ്രപഞ്ചാതീതമായ ഒരു ശക്തിയുണ്ടെന്നും നമ്മുടെ കഴിവുകൾക്കും

പ്രവർത്തനങ്ങൾക്കുമപ്പുറം അങ്ങനെയൊരു ശക്തിയുടെ പ്രഭാവം ജീവൽ പ്രപഞ്ചത്തിലുണ്ടെന്നും വിശ്വസിച്ചേ മതിയാവൂ. എവിടെയിരുന്നും ഈ മാനസികനിലയിലെത്താൻ കേവലനായ മനുഷ്യന് സാധിക്കണമെന്നില്ല. ഈ സ്ഥിതിയിലാണ് വിശ്വാസവും, ആചാരങ്ങളും, ക്ഷേത്രങ്ങളുമൊക്കെ പ്രസക്തമാവുന്നത്.

ക്ഷേത്രങ്ങൾ വലിയ സമുച്ചയങ്ങളായി മാറുന്ന ഇക്കാലത്ത് അങ്ങനെയൊരു പരിണാമം ഇന്നും സംഭവിക്കാത്ത പരമ ശാന്തമായ തിരുനെല്ലിയിൽ പോയി പ്രാർത്ഥിക്കുന്നതും, രണ്ടു ദിവസം കാനന വിശുദ്ധിയിൽ അവിടെ തങ്ങുന്നതും ഒരർത്ഥത്തിൽ ഉർജ്ജപ്രദായകമായ ഒരു അനുഭവമാണെന്ന തിരിച്ചറിവാണ് ഞങ്ങളുടെ യാത്രക്ക് പിന്നിലെ പ്രചോദനം. കോളേജിൽ പ്രിൻസിപ്പൽ ആയി ജോലി ചെയ്യുന്ന കാലത്ത് മാർച്ച് 31 എന്ന തീയ്യതി, സത്യം പറഞ്ഞാൽ പറഞ്ഞറിയിക്കാൻ പറ്റാത്ത ആശ്വാസം തോന്നുന്ന ദിനമാണ്. ഇനി രണ്ട് മാസം കഠിനമായ ഔദ്യോഗിക സമ്മർദ്ദങ്ങളില്ലാതെ കഴിയാം. പരീക്ഷക്കാലവുമാണ്. പുതിയ അക്കാഡമിക് പദ്ധതികളുടെ ശ്രമകരമായ നിർവഹണ ജോലിയൊന്നുമില്ലാതെ, പഴയവ രേഖീകൃതമായി ക്രോഢീകരിക്കാനും അനിർണീതമായ ഓഫീസ് ജോലികൾ തീർക്കാനുമുള്ള സമയം. അങ്ങനെ പ്രായേണ ആയാസ സമ്മർദ്ധ രഹിതമായ ഏപ്രിൽ മെയ് മാസങ്ങൾ. തിരുനെല്ലി യാത്ര മിക്കവാറും ഏപ്രിൽ ആദ്യവാരത്തിലാണ്. കോളേജിൽ നിന്നും വിരമിച്ചതിന് ശേഷമുള്ള രണ്ടാമത്തെ യാത്രയാണിത്. മുൻ യാത്രകളിൽ നിന്നും വ്യത്യസ്തമായി ഇത്തവണ വയനാട്ടിൽ കൂടുതൽ ദിവസങ്ങൾ ചെലവഴിക്കാൻ ആഗ്രഹിച്ചു.

നിടുംപൊയിലിൽ നിന്നും മാനന്തവാടി ചുരം വഴി നാല് മുടിപ്പിൻവളവുകൾ താണ്ടി ഹരിതസമൃദ്ധമായ മലനിരകൾ കയറിയുള്ള യാത്ര. ഹരിതമേലാപ്പിനപ്പുറം ആകാശനീലിമയുടെ ചീന്ത്പോലും കാണാത്ത ഇരുണ്ട ചില മേഖലകൾ കടന്നുപോകാനുണ്ട്. വനാന്തരത്തിൽ ഒറ്റപ്പെട്ടുപോയപോലെ തോന്നാമെങ്കിലും ഒരു ഭയപ്പാടും വേണ്ട. സുരക്ഷിതരായി യാത്ര ചെയ്യാം. മാനന്തവാടിയിൽനിന്നും കാട്ടിക്കുളം വഴി 32 കിലോ മീറ്റർ സഞ്ചരിച്ചാൽ തിരുനെല്ലിയിലെത്തും.

കാട്ടിക്കുളം കഴിഞ്ഞാൽ റിസർവ് വനപ്രദേശമാണ്. കുരങ്ങനും, മാനും; മയിലും, ആനയുമൊക്കെ വന്നുപോയിരിക്കും. ലക്ഷണമൊത്ത തേക്കും ആഞ്ഞിലിയുമൊക്കെ ധാരാളമുണ്ട്. പുറം തോടഴിച്ച് മിനുപ്പാർന്ന് നിൽക്കുന്ന വലിയ കാട്ടുമരങ്ങളും സുലഭം. വലിയ മുളം കാടുകൾ വിട്ട് വിട്ട് കാണാം. കാറ്റിൽ മുളകൾ തമ്മിലുരയുമ്പോൾ പുറപ്പെടുന്ന

മുളക്കവും കേൾക്കാം. വിഷു അടുക്കാറായി. സ്വർണ്ണക്കതിരുകളുമായി കൊന്നമരങ്ങൾ തലയാട്ടി നിൽക്കുന്നു.

ടൂറിസം വകുപ്പിന്റെ 'ടാമറിൻഡ്'ഹോട്ടലാണ് ഞങ്ങളുടെ താവളം. ജീവനക്കാരൊക്കെ സുപരിചിതർ. സ്നേഹാർദ്രമായ സേവനം. വൃത്തിയുള്ള മുറികൾ. നല്ല ഡൈനിങ്ങ് ഹാൾ. വേണ്ട ഭക്ഷണം രുചിയോടെ അവർ തയ്യാറാക്കിത്തരും. സ്വന്തം വീട് പോലെ കരുതാം. ക്ഷേത്രത്തിലേക്ക് ഒരു കിലോ മീറ്റർ പോകണം. ക്ഷേത്രാങ്കണത്തിന് താഴെയുള്ള 'പഞ്ചതീർത്ഥം' സത്രത്തിൽ താമസ സൗകര്യമുണ്ടെങ്കിലും പരിമിതമായ സൗകര്യമേ ഉള്ളൂ. അവധി ദിവസങ്ങളിൽ പാർക്കിങ്ങിനും നന്നെ ബുദ്ധിമുട്ടും. 1981 ലെ ഒരു തണുത്ത രാത്രിയിൽ അമ്മയുടെയും അച്ഛന്റെയും സംവത്സര ബലി കർമ്മങ്ങൾക്കായി ചിന്നേട്ടനോടൊപ്പം സത്രത്തിൽ വന്ന് താമസിച്ച ഓർമ്മകൾ ഇപ്പോഴുമുണ്ട്. അന്നത്തെ കൊടും തണുപ്പൊന്നുമിപ്പോഴില്ല. വർഷങ്ങളെത്ര കഴിഞ്ഞിരിക്കുന്നു.

കാലാവസ്ഥയിലല്ലാതെ തിരുനെല്ലിക്ക് പക്ഷേ വലിയ മാറ്റങ്ങളൊന്നുമില്ല. വാഹന സൗകര്യങ്ങളും, താമസ സൗകര്യങ്ങളും, കടകളും അൽപ്പം കൂടിയിട്ടുണ്ടെന്ന് മാത്രം.

വയനാട് വന്യ ജീവി സംരക്ഷണ കേന്ദ്രത്തിന് നടുവിലാണ് തിരുനെല്ലി ക്ഷേത്രം സ്ഥിതി ചെയ്യുന്നത്. ബ്രഹ്മ ഗിരി മലനിരകളിലെ കമ്പമല, കരിമല, വരഡിക മലകളാൽ ചുറ്റപ്പെട്ട് കിടക്കുന്ന മഹാവിഷ്ണു ക്ഷേത്രം. ക്ഷേത്രത്തിന് സമീപമുള്ള ഗുഹയിൽ പരമ ശിവ സാന്നിധ്യം ഉണ്ടെന്നാണ് വിശ്വാസം. ശിവന്റെ ജ്യോതിർലിംഗ പ്രതിഷ്ഠയുള്ള ഇവിടം ഗുണ്ഡികാ ശിവക്ഷേത്രമെന്നറിയപ്പെടുന്നു.

ക്ഷേത്രവുമായി ബന്ധപ്പെട്ട് രണ്ട് ഐതിഹ്യങ്ങളാണ് നിലവിലുള്ളത്. പ്രാപഞ്ചിക യാത്രയിൽ ബ്രഹ്മഗിരി കുന്നുകളുടെ പ്രകൃതി ലാവണ്യത്തിൽ ആകൃഷ്ടനായി ബ്രഹ്മാവ് ഈ പ്രദേശത്തെത്തിയെന്നും ഒരു നെല്ലിമരത്തിന് സമീപം ഒരു വിഷ്ണു വിഗ്രഹം കണ്ടുവെന്നും പ്രസ്തുത വിഗ്രഹം പ്രതിഷ്ഠിച്ച ഇടമാണ് തിരുനെല്ലിയായി അറിയപ്പെട്ടതെന്നും ഒരു വിശ്വാസം.

മറ്റൊരൈതിഹ്യം മൈസൂരിലേക്ക് കാൽനടയായി പോയ മൂന്ന് നമ്പൂതിരിമാരുമായി ബന്ധപ്പെട്ടാണ്. വഴി തെറ്റി, വിശന്ന് വലഞ്ഞ യാത്രികർ ഈ പ്രദേശത്തെത്തിയെന്നും ഒരു പുരാതന ക്ഷേത്രം കാട് പിടിച്ച് കിടക്കുന്നത് കണ്ടുവെന്നും കഥ. തൊട്ടടുത്തായി നിന്നിരുന്ന നെല്ലിമരത്തിലെ നെല്ലിക്ക കഴിച്ച് അവർ പൈദാഹം മാറ്റി. ഇവിടെ പരബ്രഹ്മ സ്വരൂപികളായ തൃമൂർത്തിയുടെ സാന്നിധ്യമുണ്ടെന്നും, 'തിരുനെല്ലി'

» തിരുനെല്ലി ക്ഷേത്രം

എന്ന് നാമകരണം ചെയ്യണമെന്നും, ഇനി വേറെ തീർത്ഥാടനമൊന്നും ആവശ്യമില്ലെന്നുമുള്ള ഒരശരീരി അവർ കേട്ടുവെന്നും അങ്ങനെ തിരുനെല്ലി പ്രസിദ്ധമായെന്നും വിശ്വാസം.

കർക്കടക വാവ്, തുലാ വാവ്, കുംഭ വാവ്, വൈശാഖ വാവ് എന്നീ നാല് വാവ് ദിവസങ്ങൾ ഇവിടെ പ്രധാനമാണ്. കർക്കിടക വാവിന് പതിനായിരങ്ങൾ പാപ നാശിനിയിൽ മുങ്ങി, ബലിയർപ്പിച്ച്, മഹാവിഷ്ണുവിനെ വണങ്ങുന്നു. ക്ഷേത്രത്തിനോട് ചേർന്ന് 64 തീർത്ഥങ്ങൾ ഉണ്ടായിരുന്നു. ഇവയിൽ ഏറ്റവും മുഖ്യം പഞ്ച തീർത്ഥം. ഇതിന് നടുവിലായി ഉയർന്നുനിൽക്കുന്ന പാറയിൽ ശംഖ് ഗദാ പദ്മവും, പാദവും ശിലയിൽ കൊത്തിയിരിക്കുന്നു. പെരുമാളെ അഭിഷേകം ചെയ്യുന്ന ജലം ഭൂമിക്കടിയിലൂടെ പഞ്ച തീർത്ഥത്തിൽ പതിക്കുന്നു എന്നാണ് ഐതിഹ്യം.

തികഞ്ഞ ശാന്തത കളിയാടുന്ന അമ്പലമാണ് തിരുനെല്ലി. പടികൾ കയറി ക്ഷേത്രാങ്കണത്തിലെത്തിയാൽ ചുറ്റുമുള്ള കാഴ്ച മനസ്സിനെ തരളിതമാക്കും. തണുത്ത കാറ്റും, നിർമ്മലമായ അന്തരീക്ഷവും, ചുറ്റും കോട്ടപോലെ മലനിരകളും, ചോല വനങ്ങളും, കോടമഞ്ഞും, നമ്മെ സവിശേഷമായ ഒരു അനുഭവത്തിലേക്ക് കൊണ്ടുപോകും. ഇടതുഭാഗം ചുറ്റി തിരുനടയിലെത്തുമ്പോൾ വലിയ ആൾക്കൂട്ടമൊന്നുമില്ല. പിതൃബലിക്കെത്തിയ ഒന്ന് രണ്ട് കുടുംബങ്ങൾ മാത്രം. പിന്നെ ചുരുക്കം ഭക്തരും. വലിയ ചുറ്റു കൽവിളക്കിന് മുന്നിൽനിന്ന് തൊഴുത് ശ്രീകോവിലിനുള്ളിലേക്ക് പ്രവേശിച്ചു. ഒരു തിരക്കുമില്ല. ഏകാഗ്ര ചിത്തനായി മഹാവിഷ്ണുവിനെ തൊഴുതു. ഇനിയുമിവിടെ വരാൻ അനുഗ്രഹിക്കേണമേ എന്ന് മനസ്സുരുകി പ്രാർത്ഥിച്ചു. പ്രസാദം വാങ്ങി പുറത്തിറങ്ങി.

തിരുനെല്ലി അമ്പലത്തിൽ കിണറില്ല. മലമുകളിൽനിന്നും കരിങ്കൽപാത്തിയിൽ ശുദ്ധ ജലം തിടപ്പള്ളിവരെ എത്തിക്കുന്നു. പ്രസാദ ചന്ദനം നെറ്റിയിൽ അണിയാൻപോലും ജലം ലഭ്യമല്ലെന്ന് കണ്ട ചിറക്കൽ രാജകുടുംബത്തിലെ കെട്ടിലമ്മ മലമുകളിൽനിന്നും മുളപ്പാത്തിയിൽ വെള്ളം എത്തിക്കാൻ അനുചരന്മാരോട് കൽപ്പിച്ചുവെന്നും

പിന്നീട് മുളപ്പാത്തികൾ മാറ്റി നീളൻ കരിങ്കൽ പാത്തികളിലൂടെ ക്ഷേത്രത്തിൽ ജലലഭ്യത ഉറപ്പാക്കുകയുമായിരുന്നു എന്ന് പറയുന്നു. പണ്ടൊരിക്കൽ കരിങ്കല്ല്കൊണ്ട് ക്ഷേത്രം പുതുക്കിപ്പണിയാനുള്ള ശ്രമം നടന്നിരുന്നു എന്നാണ് നിഗമനം. പക്ഷേ അജ്ഞാതമായ കാരണങ്ങളാൽ പണികൾ പാതി വഴിയിൽ നിന്നുപോയി. ബാക്കിപത്രമായി അളവിൽ കൊത്തിയെടുത്ത കരിങ്കൽ തുണ്ടുകൾപരസ്പരം കഥകൾ പറഞ്ഞു കൊണ്ട് മുൻവശത്ത് നിരന്നിരിക്കുന്നു.

പ്രദക്ഷിണം പൂർത്തിയാക്കി പടികളിറങ്ങി. നാളെ കാലത്ത് വീണ്ടും വരണം. പ്രഭാത ശീവേലി തൊഴുത് മടങ്ങണം. വിജനമായ റോഡിലൂടെ ടാമറിന്റിലെത്തുമ്പോൾ സന്ധ്യ കഴിഞ്ഞിരുന്നു. പിറ്റേന്ന് അതിരാവിലെ തന്നെ ക്ഷേത്രത്തിലേക്ക് പുറപ്പെട്ടു.

ഇപ്പോൾ ആളുകൾ കൂടുതലുണ്ട്. ഇന്നലെ രാത്രി വൈകി വന്നവരും, പിതൃ കർമ്മം ചെയ്യാൻ വരുന്നവരുമിങ്ങനെയാണ്. രാത്രി വൈകി വരും. കർമ്മം ചെയ്ത് ഉച്ചക്ക് മുമ്പേ തിരിച്ചുപോകും. വലിയ സംഘമായിട്ടാണ് അവർ വരിക. വിദൂര ദേശങ്ങളിൽ താമസിക്കുന്ന ബന്ധുക്കൾ നാട്ടിലെത്തുമ്പോഴായിരിക്കും ഇങ്ങനെയൊരു ഒത്തുകൂടി വരവ്. എല്ലാവരും ചേർന്ന് ഈ ഭൂമി വിട്ടു പോയവർക്ക് സമർപ്പിക്കുന്ന ആദരാഞ്ജലി. ബലിയിട്ടാൽ മരിച്ചവരുടെ ആത്മാവ് ഭഗവദ്പാദങ്ങളിൽ ലയിച്ച് മോക്ഷം പ്രാപിക്കുമെന്നവർ വിശ്വസിക്കുന്നു.

ക്ഷേത്രത്തിന്റെ പടിഞ്ഞാറെ ചെരുവിലെ അരുവിയായ പാപനാശിനിയിലാണ് പിതൃബലി നടക്കുന്നത്. മഴക്കാലത്ത് നിറഞ്ഞ് കവിഞ്ഞ് തുള്ളിക്കുതിച്ചൊഴുകുന്ന പാപനാശിനി വേനലിൽ ശുഷ്കിച്ച് ഉരുളൻ പാറക്കെട്ടുകളെ പുറത്ത് കാവൽ നിർത്തി പതിഞ്ഞൊഴുകും. തിരുനെല്ലിയിൽ മഹാവിഷ്ണു വിഗ്രഹം പ്രതിഷ്ഠിച്ചതിൽ പ്രസാദിച്ച് വിഷ്ണു, ബ്രഹ്മാവിന് വരമായി നൽകിയതാണ് സർവ പാപങ്ങളും കഴുകിക്കളയാനുള്ള പാപനാശിനിയുടെ കഴിവ് എന്നാണ് വിശ്വാസം.

പ്രധാന ക്ഷേത്രത്തിലെ ബ്രഹ്മ സാന്നിധ്യവും, വിഷ്ണു പ്രതിഷ്ഠയും, ഗുണ്ഡികാ ശിവനും ചേരുമ്പോൾ ത്രിമൂർത്തി സംഗമഭൂമിയാവുന്നു ഇവിടം. സാക്ഷാൽ ദേവലോകം തന്നെ.

തൃശ്ശിലേരിയിലെ മഹാദേവന് വിളക്ക് വെച്ച്, പാപനാശിനിയിൽ ജലതർപ്പണം ചെയ്ത് വേണം തിരുനെല്ലിയിൽ മഹാവിഷ്ണുവിനെ വണങ്ങാൻ എന്നത് പഴയ ആചാരം.

പാപനാശിനിയുടെ സമീപംവരെ പോയി. ഒരു നിമിഷം കണ്ണടച്ച് നിന്നു. മൺമറഞ്ഞുപോയവർക്കെല്ലാം പ്രണാമം. ആത്മാക്കളുടെ

അശരീരികൾ ഉയരുന്നുണ്ടോ... മോക്ഷം നേടിയ ആത്മാക്കൾ ബ്രഹ്മഗിരിയുടെ തണുത്ത ആകാശത്ത് ആഹ്ലാദത്തോടെ പാറിപ്പറക്കുന്നുണ്ടോ... ഭൂമിയിലെ തങ്ങളുടെ മേൽവിലാസം കൂടി ഉപയോഗിച്ച് നമ്മൾ വിഹരിക്കുന്നത് കണ്ട് അവർ പുഞ്ചിരി തൂകുന്നുണ്ടോ... ആവൊ, ആർക്കറിയാം ആത്മാക്കളുടെ മനോവ്യാപാരങ്ങൾ?

ക്ലേശങ്ങൾ സഹിക്കാൻ തയ്യാറാണെങ്കിൽ വന പാതയിലൂടെ നടന്ന് ഗരുഡൻ കുന്നും, ഭൂതത്താൻ കുന്നും കയറി പക്ഷി പാതാളം വരെ പോകാം. പക്ഷേ ഈ പ്രായത്തിൽ വയ്യല്ലോ. മനസ്സ് കൊണ്ട് അവിടെയൊക്കെപോയി വന്നു. ഇനി മടക്കം.

ടാമറിന്റിൽ എത്തി പ്രഭാത ഭക്ഷണവും കഴിച്ച്, ജീവനക്കാരോട് യാത്ര പറഞ്ഞിറങ്ങി. വീണ്ടും കാണാമെന്ന് ഉപചാരം ചൊല്ലി. കാട്ടിക്കുളത്തിന് മുമ്പ് തോൽപ്പെട്ടിയിലേക്കും തിരുനെല്ലിയിലേക്കും വഴി പിരിയുന്ന തെറ്റ റോഡിലെ ഉണ്ണിഅപ്പ കടക്ക് മുന്നിൽ കാർ നിർത്തി... ഇവിടുത്തെ ഉണ്ണിയപ്പം പെരുമയാർജ്ജിച്ചിരിക്കുന്നു. പൂർണ്ണമായും ശുദ്ധ വെളിച്ചെണ്ണയിൽ ചുട്ടെടുക്കുന്ന ഉണ്ണി അപ്പം കഴിക്കാനും വാങ്ങി കൊണ്ടുപോകാനും ധാരാളം ആളുകൾ എത്തുന്നു. ഒരു പൊതി ഞങ്ങളും വാങ്ങി. വളരെ വർഷങ്ങൾക്ക് മുമ്പ് തിരുനെല്ലിയിൽ ഉഷ കഴിപ്പിച്ച ഒരു വഴിപാടിന്റെ ഓർമ്മ, ക്ഷേത്രത്തിൽ നിന്നും സൗമനസ്യപൂർവ്വം ബസ്സിൽ കൊടുത്തയച്ച ഉണ്ണിയപ്പം പ്രസാദമായി വീട്ടിലെത്തിയതും ഓർമ്മയിലുണ്ട്. ഇലയിൽ പൊതിഞ്ഞ് മൃദുവാർന്ന മധുരമാർന്ന 101 ഉണ്ണിയപ്പങ്ങൾ. രുചി മുകുളങ്ങൾ ഇപ്പോഴും ഉണരുന്നുവോ...
ഓർമ്മകൾക്കെന്തു സുഗന്ധം.

കുറവാ ദ്വീപിലേക്ക്

കാട്ടിക്കുളത്ത് നിന്നും അധികം ദൂരമില്ല കുറുവ ദ്വീപിലേക്ക്. അര മണിക്കൂർ ഡ്രൈവിംഗ് കൊണ്ട് കൂടൽകടവിലെത്തി. ദ്വീപിലേക്കുള്ള കവാടമാണിത്. ഡി ടി പി സി യുടെ കൗണ്ടറിൽനിന്നും ടിക്കറ്റ് എടുത്തു. വേനൽ കാലമായതിനാൽ കബനീനദിയിൽ ഇപ്പോൾ അതി ശക്തമായ ഒഴുക്കില്ല. മുളകൊണ്ട് കെട്ടിയുണ്ടാക്കിയ വലിയ ചങ്ങാടത്തിൽ അക്കരെ എത്തണം. കുറുവ ദ്വീപിലെ വിനോദ സഞ്ചാര നിയന്ത്രണം വനസംരക്ഷണ സമിതിയിൽ പെടുന്ന ആദിവാസികൾ ഉൾപ്പെടുന്ന ഒരു സംഘത്തിനാണ്. അക്കരെ ഇക്കരെ കെട്ടിയ വടത്തിൽ പിടിച്ചാണ് അവർ വിദഗ്ദ്ധമായി ചങ്ങാടം നിയന്ത്രിച്ചുകൊണ്ടുപോകുന്നത്.

» കുറുവ ദ്വീപ്

കബനി നദീ തടത്തിലെ 950 ഏക്കർ വിസ്തീർണമുള്ള പച്ചത്തുരുത്താണ് കുറുവ ദ്വീപ്. കുറെ ദ്വീപുകളുടെ ഒരു സംഘാതമായ സംരക്ഷിത മേഖല.

മഴക്കാലത്ത് കബനിയിൽ ശക്തമായ ഒഴുക്കാണ്. അപ്പുറമുള്ള കർണാടക തമിഴ്നാട് വനമേഖലയിൽനിന്നും കടുവയും കാട്ടുപോത്തും വന്നെന്നുമിരിക്കും. കബനി നിറഞ്ഞൊഴുകുമ്പോൾ കാടിന്റെ അടിത്തട്ട് വെള്ളത്തിൽ ആണ്ടിരിക്കും. ശക്തമായ ഒഴുക്കിൽ പിടിച്ചുനിൽക്കാൻ കഴിവുള്ള കണ്ടൽ പോലെയുള്ള സസ്യങ്ങളും, പന്നൽ ചെടികളും, ഓർക്കിഡുകളുമൊക്കെയാണ് പുഴയോരത്ത് കൂടുതൽ.

ഉൾഭാഗങ്ങളിൽ വൻമരങ്ങളും, തണൽ മരങ്ങളും, മുളം കാടുകളും, വിവിധ സസ്യജാലങ്ങളും, ഔഷധച്ചെടികളുമൊക്കെയായി അമൂല്യമായ ഒരു ഹരിത കലവറ. മുളകൾ കൊണ്ടുണ്ടാക്കിയ വേലികളും, ഇരിപ്പിടങ്ങളും, പടികളും, ചരൽ പാകിയ നടപ്പാതകളും സന്ദർശകർക്ക് സൗകര്യമൊരുക്കുന്നു.

നാനാ ജാതി ചിത്രശലഭങ്ങളും പക്ഷികളും ഈ നിത്യ ഹരിത വനത്തിൽ യഥേഷ്ടം പാറിപ്പറക്കുന്നത് കാണാം. കൃത്യമായ ഇടവേളകളിൽ ദേശാടന പറവകളും എത്തുന്നു.

വന്മരങ്ങളുടെ ശീതള ഛായയിൽ, താഴേക്ക് ചാഞ്ഞ മരക്കൊമ്പുകളുടെ സംഗമ സ്ഥലിയിൽ, വിദൂരതയിൽ മറഞ്ഞിരുന്ന് പാടുന്ന പക്ഷികളുടെ സംഗീതവും, കാട്ടാറിന്റെ ആരവവും ആസ്വദിച്ച് ഏറെനേരം ഇരുന്നു. സ്വന്തമായുള്ളതെല്ലാം അന്യർക്ക് സമർപ്പിച്ച് അതിധന്യമായ ജീവിതം നയിക്കുന്ന മരങ്ങളെ എത്ര സ്തുതിച്ചാലാണ് മതിയാവുക.

ഇനി നടക്കാം. ഉരുളൻ പാറക്കെട്ടുകളിൽ തട്ടി അലച്ചാർത്തുകൾ തീർക്കുന്ന കബനിയുടെ തീരങ്ങളിൽ ആരവം മുഴങ്ങുന്നു. അങ്ങോട്ട് പോകാം. പാറക്കെട്ടുകളിൽ ആളുകൾ തിമിർക്കുകയാണ്. ജലകേളിയുടെ ആവേശം തുടിച്ചുനിൽക്കുന്ന പുഴയോരം. പ്രായം മറന്ന ആഘോഷങ്ങൾ. കബനിയുടെ ഓളപ്പരപ്പിലേക്ക് കൊച്ചു മുളം ചങ്ങാടങ്ങളിൽ തുഴഞ്ഞുപോകുന്നവരുമുണ്ട്. റിവർ റാഫ്റ്റിങ് സാഹസികർക്ക് പറ്റിയ വിനോദമാണല്ലോ.

വനവിശുദ്ധി നിറഞ്ഞ നടപ്പാതയിലൂടെ തിരിച്ചു നടന്നു. പ്രകൃതിയുടെ അമൂല്യമായ ഈ ജൈവ വൈവിധ്യ കലവറ എത്ര കാലമായി പരശ്ശതം സസ്യ ജന്തു ജാലങ്ങൾക്ക് അഭയമായി, ആശ്രയമായി നിലകൊള്ളുന്നു. കബനിയുടെ സുരക്ഷിതമായ കാവൽ ശക്തമായ കവചമാണല്ലോ.

മനുഷ്യൻ അനാവശ്യമായ ഇടപെടലുകൾ നടത്താതിരുന്നാൽ ഈ ഹരിത ഖനി അനന്തമായി നിലനിൽക്കും. പ്രകൃതി ലാവണ്യം ആസ്വദിക്കാൻ ഇതുപോലെ എത്ര മരതക ദ്വീപുകൾ ഇനി ബാക്കിയുണ്ടെന്ന് ഓർക്കുകയായിരുന്നു മുളം ചങ്ങാടത്തിൽ കബനീ നദിയിലൂടെ തിരിച്ചുപോരുമ്പോൾ.

വൈത്തിരി വഴി ബാണാസുര സാഗർ വരെ

കുറുവ ദ്വീപിൽ നിന്നും നേരെ പോയത് വൈത്തിരി ഗ്രീൻ റിസോർട്ടിലേക്ക്. കനത്ത പച്ചപ്പിന് നടുവിലാണ് റിസോർട്ട്.

ബയോ ഫെൻസിങ് ഭംഗിയായി ചെയ്തിട്ടുണ്ട്. താമസിക്കാൻ കോട്ടേജുകളും, അപ്പാർട്ട്മെന്റുകളുമാണുള്ളത്.

ഞങ്ങൾ രണ്ടാം നിലയിലൊരു അപ്പാർട്ട്മെന്റിൽ ചേക്കേറി...

പക്ഷികളും, ചിത്രശലഭങ്ങളും കുരങ്ങന്മാരുമൊക്കെ സഹതാമസക്കാരായി ചുറ്റിനുമുണ്ട്. മനുഷ്യ ശബ്ദങ്ങളൊന്നും കേൾക്കാനില്ല. റിസോർട്ടിന്റെ വലത് ഓരം ചേർന്ന് ഒരു തെളിനീരരുവി ഒഴുകി പോകുന്നു. ചുരുക്കത്തിൽ വനമധ്യത്തിലാണ് താമസം.

വെയിൽ താഴുംവരെ അവിടെ വിശ്രമിച്ചു. വൈകുന്നേരം പ്രസിദ്ധമായ പൂക്കോട് തടാകം സന്ദർശിക്കാനിറങ്ങി. സമുദ്രനിരപ്പിൽ നിന്നും 2500 അടി ഉയരത്തിൽ വനനിബിഡമായ മലഞ്ചെരുവിൽ പ്രകൃതി ഒരുക്കിയ വിശാലമായ കളിപ്പൊയ്കയാണ് ഈ തടാകം. ഇടതൂർന്ന വനങ്ങൾക്കിടയിൽ 13 ഏക്കർ വിസ്തൃതിയിൽ വ്യാപിച്ചു കിടക്കുന്ന ശുദ്ധ ജല തടാകം. ശാന്തമായ ജലപ്പരപ്പിൽ നീല ആമ്പൽ പൂവുകൾ വിടർന്നുല്ലസിച്ചു നിൽക്കുന്നു.

» നിത്യ ഹരിത വനങ്ങൾക്കിടയിലെ ശുദ്ധ ജല തടാകം.

സഞ്ചാരികളുമായി അലസഗമനം ചെയ്യുന്ന തുഴബോട്ടുകളും പെഡൽ ബോട്ടുകളും. തണുപ്പിന്റെ ഹരിത കംബളം പുതച്ച്, ചുറ്റുമുള്ള വൃക്ഷത്തലപ്പുകളുടെ പ്രതിബിംബങ്ങളെല്ലാം ഏറ്റുവാങ്ങി ഒഴുകാതെ ഒഴുകുകയാണ് നീലത്തടാകം.

ഏതു വേനലിലും തുളുമ്പി നിൽക്കുന്ന തടാകത്തിലേക്ക് ഋതുഭേദമില്ലാതെ നമുക്ക് വരാം. കൊടും ഹരിതാഭ കാവൽനിൽക്കുന്ന ജലാശയത്തിൽ ബോട്ടിൽ സവാരി ചെയ്യാം.

കനമുള്ള കാടുകൾ അതിരിടുന്ന നടപ്പാതയിലൂടെ തടാകത്തെ വലം വെയ്ക്കാം. പറവകളുടെ ശബ്ദ വീചികൾക്കായി കാതോർക്കാം.

ചിത്ര ശലഭങ്ങളുടെ വർണ്ണ വൈവിധ്യം നേരിൽ കാണാം. പ്രകൃതിയുടെ അതിലോല തട്ടകങ്ങളിൽ സ്വപ്നസഞ്ചാരം നടത്താം. പ്രവേശന കവാട ചത്വരത്തിലെ ഇരിപ്പിടങ്ങളിൽ മനസ്സിനെ ആർദ്രമധുരമാക്കി മണിക്കൂറുകളോളം ജലരാശിയെ നോക്കി വെറുതെയിരിക്കാം. കുടുംബമായെത്തുന്ന സന്ദർശകരുടെ ആഹ്ലാദങ്ങളും, ഇളം പൈതങ്ങളുടെ ആവേശത്തിമിർപ്പും ആസ്വദിക്കാം. ഒരു സായാഹ്നം സുന്ദരമാകാൻ ഇനിയെന്തുവേണം. തടാകക്കരയിൽ ഇരുൾ പരക്കാൻ തുടങ്ങുന്നു. ഇനി മടങ്ങാം. ഈ രാത്രി റിസോർട്ടിൽ. അനന്തമായ ജൈവ വൈവിധ്യം ഉള്ളിലൊതുക്കുന്ന വയനാടൻ കാടുകളുടെ മടിയിൽ കിടന്നുറങ്ങാം.

പിറ്റേന്ന് കാലത്ത്തന്നെ റിസോർട്ടിൽനിന്നുമിറങ്ങി. ബാണാസുര സാഗർ ഡാമിലേക്കുള്ള യാത്രയാണിനി. ഏകദേശം 24 കിലോ മീറ്റർ ദൂരമുണ്ട്. പടിഞ്ഞാറത്തറയിൽനിന്നും തിരിഞ്ഞ് മൂന്ന് കിലോ മീറ്റർ പിന്നിടുമ്പോൾ നാമെത്തുന്നത് തരിയോട് ഗ്രാമത്തിൽ.

ഏതാനും വർഷങ്ങൾ പുറകോട്ട് പോകാം. വയനാട്ടിലേക്ക് കുടിയേറിയവരുടെ പ്രധാന കേന്ദ്രങ്ങളിലൊന്നായിരുന്നു ബാണാസുര മലയുടെ അടിവാരത്തുള്ള ഈ ഗ്രാമം. ദൂരദേശങ്ങളിൽ നിന്നും വന്ന് അവരിവിടെ താവളമുണ്ടാക്കി. കൃഷി ചെയ്തു. അങ്ങാടി ഉണ്ടായി. മെല്ലെ മെല്ലെ ജീവിതം കരുപ്പിടിപ്പിക്കാൻ തുടങ്ങി. പെട്ടെന്നവർ അറിയുന്നു ഇവിടെയൊരു ഡാം വരാൻ പോകുന്നു. ഗ്രാമം വെള്ളത്തിൽ മുങ്ങാൻ പോകുന്നു. എതിർപ്പുണ്ടായി. പ്രതിരോധമുണ്ടായി. ഒന്നും ഫലം ചെയ്തില്ല.

ഇന്ത്യയിലെ ഏറ്റവും വലിയ മണ്ണ് കൊണ്ടുള്ള അണക്കെട്ട്, ഏഷ്യയിലെ രണ്ടാമത്തെ വലിയ ഡാം വർഷങ്ങൾക്കുള്ളിൽ അവിടെ ഉയരുകയുണ്ടായി.

കബനിയുടെ പോഷകനദിയായ പനമരം പുഴയ്ക്ക് കുറുകെയാണ് ഡാം പണിതത്. കക്കയം ഡാമിലേക്ക് വെള്ളം എത്തിക്കാനും, സമീപ പ്രദേശങ്ങളിൽ കുടിവെള്ളത്തിനും, ജല സേചനത്തിനും വേണ്ടിയുള്ള പദ്ധതി അങ്ങനെ യാഥാർഥ്യമായി.

ഗ്രാമം ഇന്നില്ല. താമസക്കാരൊക്കെ പലായനം ചെയ്യേണ്ടി വന്നു. വേണ്ടും വണ്ണം അവർ പുനരധിവസിക്കപ്പെട്ടോ. എന്തായാലും കുറേപ്പേർ തിക്ത ഫലങ്ങൾ അനുഭവിച്ചു കാണും.

ഡാമിന്റെ റിസർവോയറിൽ ഗ്രാമം മുങ്ങിപ്പോയെങ്കിലും, മലയുടെ താഴ്വാരങ്ങളിൽ പ്രകൃതിരമണീയമായ ഏതാനും ദ്വീപുകൾ രൂപപ്പെട്ടു. ഉയരഭേദങ്ങളിൽ വിരാജിക്കുന്ന ബാണാസുര മലയും, തെരുവ പുല്ലുകൾ നിറഞ്ഞ താഴ്വാരപ്രദേശവും, അതിവിശാലമായ തടാകവും, തടാകത്തിലെ കൊച്ചു കൊച്ചു ദ്വീപുകളും എല്ലാം ചേർന്ന് ആകർഷകമായൊരു വിനോദ കേന്ദ്രമായി മാറിയിരിക്കുന്നു ഇന്ന് ബാണാസുര സാഗർ ഡാമും പരിസരവും.

ഡാമിനെ ചുറ്റിയുള്ള റോഡിൽ കുതിരസ്സവാരി ചെയ്യാം. തടാകത്തിൽ സ്പീഡ്ബോട്ടിങ്ങിന് പോകാം. ചരിത്ര മ്യൂസിയം സന്ദർശിക്കാം. കുട്ടികളുടെ പാർക്കിൽ ഉല്ലസിക്കാം. ചെടികളുടെ നഴ്സറിയിൽ കയറി പൂക്കളുടെ നറുമണവും വർണ്ണ വൈവിധ്യവും ആസ്വദിക്കാം.

സമഗ്രമായി കാഴ്ചകൾ കാണാൻ പ്രത്യേകം സജ്ജീകരിച്ച ഏറ്റവുമുയർന്ന പീഠത്തിൽ നിൽക്കുമ്പോൾ അങ്ങ് ദൂരെ കണ്ണെത്താദൂരത്തോളം വയലുകളും പൊന്ന് വിളയുന്ന കൃഷിയിടങ്ങളും നമ്മുടെ കാഴ്ചയെ സമ്പന്നമാക്കുന്നു.

ദൂരെനിന്നും വരുന്നവർക്ക് തങ്ങാൻ റിസോർട്ടുകളും, ഹോംസ്റ്റേകളുമൊക്കെ ഒരുങ്ങിയിരിക്കുന്നു. കാഴ്ചയുടെ വ്യത്യസ്ത അനുഭവങ്ങൾ തേടി

» ബാണാസുര സാഗർ ഡാം

വേനലിലും വർഷത്തിലും സഞ്ചാരികൾ ഇവിടെ എത്തുന്നു. നടന്ന് കാണാൻ ഏറെയുണ്ട് കാഴ്ചകൾ. വെയിൽ കനത്തതോടെ ബാണാസുര മലകളോട് ഞങ്ങൾ വിട പറഞ്ഞു. പ്രകൃതി കനിഞ്ഞനുഗ്രഹിച്ച വയനാട്ടിൽ കാണാനിയുമേറെയുണ്ട്.

ഇനിയൊരിക്കൽ വീണ്ടും വരാം. കാലവും മനുഷ്യരും ഈ അക്ഷയ ഖനികളെ കരുതലോടെ കാത്തുവെയ്ക്കട്ടെ.

2014 ഏപ്രിൽ

കൊടകരുടെ നാട്ടിലേക്ക്

കൂർഗ് ആരെയും മോഹിപ്പിക്കുന്ന നാടാണ്. പച്ചക്കുന്നുകളും, താഴ്വാരങ്ങളും, വെള്ളച്ചാട്ടങ്ങളും, വിശാലമായ പാടങ്ങളും, കുളിരും, കോടമഞ്ഞുമൊക്കെയായി നമ്മുടെ മനം കവരുന്ന പ്രദേശം.

കാപ്പിയുടെയും ഓറഞ്ചിന്റെയും ഗന്ധമുള്ള കൊടകരുടെ നാട്. സ്കോട് ലാൻഡിൽ പോയില്ലെങ്കിൽ ഒരു വിഷമവും വേണ്ട, കിഴക്കിന്റെ സ്കോട് ലാൻഡ് നമ്മുടെ ചാരത്തുണ്ടല്ലോ.

കൂർഗിലേക്കുള്ള രണ്ടാമത്തെ യാത്രയാണിത്. രണ്ട് വർഷം മുമ്പ് ചുട്ടുപൊള്ളുന്നൊരു വേനൽക്കാലത്ത് ഞങ്ങൾ കൂർഗിൽ പോയിരുന്നു. വിവാഹം കഴിഞ്ഞ് ലണ്ടനിലേക്ക് വിസ കാത്ത് നിൽക്കുന്ന ഇടവേള ആയതിനാൽ അന്ന് ഇന്ദുവും കൂടെ ഉണ്ടായിരുന്നു. ഇന്ദുവുമൊത്തുള്ള യാത്രകൾ ദുർലഭമായി വരുന്നു. ദൂരെ ദൂരെയൊരു നാട്ടിൽ പുതിയൊരു ജീവിതം സമാരംഭിക്കാൻ അവൾ തയ്യാറെടുക്കുകയായിരുന്നല്ലോ.

ഇത്തവണയും വേനലിന്റെ മൂർദ്ധന്യത്തിൽ തന്നെയാണ് കുടകിലേക്ക് വരുന്നത്. മാക്കൂട്ടം ചുരം കയറി, വിരാജ്പേട്ട വഴി മടിക്കേരിയിലെത്തുമ്പോൾ നല്ല ഉച്ചസമയം. പക്ഷേ ഇവിടെ സുഖമുള്ള കാലാവസ്ഥയാണ്.

കുടകിന്റെ തലസ്ഥാനമാണ് മടിക്കേരി. പുരാതനനാമം മുദ്ദുരാജ്ജക്കേരി. രാജാസ് സീറ്റിനടുത്തുള്ള ഹോട്ടൽ 'ലീ കൂർഗി'ൽ മുറിയെടുത്തു.

'പുനർ നിർവചിക്കപെടുന്ന ആതിഥേയത്വം'. കൊള്ളാം ഹോട്ടലിന്റെ ടാഗ് ലൈൻ. ലോബിയിൽ ഇൻഡോർ ചെടികളുടെ ഹരിത വൈവിധ്യം. ചുമരുകളിൽ കൂർഗിന്റെ വിസ്മയ ലാവണ്യം. മനസ്സിനെ

സ്വസ്ഥമാക്കുന്ന പരിസര സൗകുമാര്യം. നല്ല റസ്റ്റോറന്റ്. ഉപചാര മര്യാദയോടെ ജീവനക്കാർ.

മടിക്കേരിയിലെത്തിയാൽ രാജാസ് സീറ്റ് കാണാനാണല്ലോ ആദ്യം പോകേണ്ടത്. ഇവിടം ഞങ്ങൾക്ക് പണ്ടേ പരിചിതമാണ്. രാജാസ് സീറ്റിനടുത്തുള്ള രാജ്ദർശൻ ഹോട്ടലിൽ ആയിരുന്നു മുമ്പ് വന്നപ്പോൾ തങ്ങിയത്.

കൊടഗു രാജാക്കന്മാർ രാജ്ഞിമാരുമൊത്ത് വൈകുന്നേരങ്ങളിൽ സമയം ചെലവഴിക്കാനും, സൂര്യാസ്തമയം കാണാനും തെരഞ്ഞെടുത്ത ഇടം ഇതായിരുന്നു. സമചതുരത്തിൽ ഉയർത്തിയ സ്തംഭങ്ങൾക്കിടയിലെ നാല് വലിയ ആർച്ചുകൾ യോജിപ്പിച്ചുള്ള ഒരു കുടീരം. കുടകിന്റെ അകൃത്രിമ ലാവണ്യം ആസ്വദിക്കാൻ ഇതിലും അനുയോജ്യമായ ഒരിടം വേറെയില്ല. ഉയരത്തിൽനിന്ന് നോക്കുമ്പോൾകാ ണാം മുടിപ്പിൻ വളവുകളുള്ള ഒരു നാടപോലെ മംഗലാപുരം റോഡ്. ഒപ്പം തരുനിരകളും, മലനിരകളും, വിശാലമായ പാടങ്ങളും.

രാജാസ് സീറ്റ് വിശാലമായ ഒരു ഉദ്യാനത്തിന്റെ ഏറ്റവും ഉയർന്ന പ്രതലത്തിലാണ് സ്ഥിതി ചെയ്യുന്നത്. ചാരുബെഞ്ചുകളിലിരുന്ന് പൂക്കളുടെ ഭംഗി കാണാം. ജലധാരകളും, വൈദ്യുത ദീപങ്ങളും, നടവഴികളുമൊക്കെ കലാപരമായി ഒരുക്കിയിരിക്കുന്നു. പ്രവേശന കവാടത്തിനടുത്തായി കുട്ടികൾക്ക് ഉല്ലസിക്കാൻ കളിത്തീവണ്ടിയും സജ്ജീകരിച്ചിരിക്കുന്നു.

സന്ധ്യ മയങ്ങുന്നു. പാർക്കിൽ വൈദ്യുത വിളക്കുകൾ കൺ തുറന്നു. ലാസ്യനടനം ചെയ്ത് വാനിലേക്കുയരുന്ന വർണ്ണ ജലധാരകൾ. നാളെ വീണ്ടും കാണാമെന്ന് നിറദീപങ്ങളോട് സ്വകാര്യം പറഞ്ഞ് ഹോട്ടൽ മുറിയിലേക്ക്.

ഇന്നത്തെ പ്രഭാത സവാരി രാജാസ് സീറ്റിൽ തന്നെ. അന്തരീക്ഷ വിശുദ്ധിയും, ഉദ്യാനഭംഗിയും സംഗമിക്കുന്ന പാർക്കിൽ അര മണിക്കൂർ

» രാജാസ് സീറ്റ്

» ഓംകാരേശ്വര ക്ഷേത്രം

നടന്നപ്പോൾ മനസ്സും ശരീരവും ഉണർന്നു. ഇനി നഗരഹൃദയത്തിലുള്ള ഓംകാരേശ്വര ക്ഷേത്രം. ബ്രാഹ്മണഹത്യയ്ക്ക് പ്രായശ്ചിത്തമായി ലിംഗ രാജേന്ദ്ര രാജാവ് രണ്ടാമൻ കാശിയിൽനിന്നും കൊണ്ടുവന്ന ശിവലിംഗം പ്രതിഷ്ഠിച്ച ക്ഷേത്രം. ഗോത്തിക് മുസ്ലിം വാസ്തുശൈലിയിലാണ് ക്ഷേത്ര നിർമ്മിതി. ഹിന്ദു ക്ഷേത്രങ്ങളിൽ കാണുന്ന മണ്ഡപവും സ്തംഭങ്ങളും ഇവിടെയില്ല. നടുവിലെ മകുടവും ചതുർഭാഗങ്ങളിലെ മിനാരങ്ങളും സവിശേഷമായ നിർമ്മാണ ശൈലിയുടെ ദൃഷ്ടാന്തങ്ങൾ. മുന്നിലെ വിശാലമായ കുളത്തിലെ മണ്ഡപവും മുഗൾ ശൈലിയിലാണ്. കുളം നിറയെ വലിയ മൽസ്യങ്ങൾ നീന്തിത്തുടിക്കുന്നത് കാണാൻ നല്ല രസം.

മടിക്കേരി കോട്ടയിലേക്ക് പോകാം. പതിനേഴാം നൂറ്റാണ്ടിന്റെ പകുതിയിൽ പണിത കൊട്ടാരം, പലകാലങ്ങളിൽ പുനർനിർമ്മിക്കപ്പെട്ടതായി ചരിത്രം പറയുന്നു. ഒടുവിൽ ബ്രിട്ടീഷുകാരുടെ അധീനതയിൽ വന്നപ്പോൾ നിരവധി കമാനങ്ങളോടെ നവീകരിക്കപ്പെട്ട മാതൃകയാണ് നാം കാണുന്നത്. ഇന്ന് സർക്കാർ ഓഫീസുകളുടെ തട്ടകമായി മാറിയിരിക്കുന്നു ഈ കൊട്ടാരം. രാജവംശ ചരിത്രം വിശദീകരിക്കുന്ന മ്യൂസിയത്തിൽ ഇന്ത്യൻ കരസേനയുടെ പ്രഥമ കമാൻഡർ ഇൻ ചീഫ് ആയിരുന്ന ഫീൽഡ് മാർഷൽ കെ. എം. കരിയപ്പയുടെ സമ്പാദ്യവും വസ്തുക്കളും പ്രദർശിപ്പിച്ചിരിക്കുന്നു. ടിപ്പുവിന്റെ കാലത്തെ ആയുധശേഖരവും കാണാം. എണ്ണക്കറുപ്പിൽ തീർത്ത രണ്ട് ആനകളുടെ ശിൽപ്പങ്ങൾ കോട്ടയുടെ മറ്റൊരാകർഷണമാണ്. ഒരു ഗണേശ ക്ഷേത്രവും പള്ളിയും കോട്ടയുടെ മതിൽകെട്ടിനകത്ത് കാണാം. അൾത്താരയും, കരിശുമൊക്കെ മാറ്റപ്പെട്ട പള്ളി ഗതകാല ചരിത്രത്തിന്റെ ഒരു മൂക സാക്ഷിയായി നിൽക്കുന്നു. കോട്ടയുടെ മതിലുകളോട് ചേർന്ന് പണിത നടപ്പാതയിലൂടെ കാറ്റ് കൊണ്ട് നടക്കാം. പ്രത്യേകമായി നിർമ്മിച്ച കിളിവാതിലുകളിലൂടെ വിദൂര ദൃശ്യങ്ങൾ കാണുകയുമാകാം.

മടിക്കേരിയിലെ അബി വാട്ടർ ഫാൾസ് പ്രസിദ്ധമാണ്. വെയിൽ താണപ്പോൾ ഞങ്ങൾ പുറപ്പെട്ടു. 10 കിലോ മീറ്റർ ദൂരം പോകാനുണ്ട്. കാപ്പിത്തോട്ടങ്ങളും കുരുമുളക് തോട്ടങ്ങളും കടന്ന് പടികളേറെ ഇറങ്ങി ചെല്ലുമ്പോൾ കാണുന്നത് ഉയർന്ന പാറക്കെട്ടുകളിൽനിന്നും പാല് പോലെ പതഞ്ഞൊഴുകി താഴേക്ക് പതിക്കുന്ന ജലപാതം. ചുറ്റും വനമാണ്. ഒഴുകിവരുന്ന ജലം ഒരരുവിയായി അകലങ്ങളിൽ കാവേരിയിൽ ലയിക്കുന്നു. അരുവി തുടങ്ങുന്ന ഭാഗത്ത് മുകളിലായി ഇരുമ്പ് കൊണ്ടുള്ള ഒരു തൂക്കുപാലമുണ്ട്. പാലത്തിൽ കയറി വെള്ളച്ചാട്ടം കാണുന്നത് ഒരപൂർവ അനുഭവം തന്നെയാണ്. വേനലായതിനാൽ വെള്ളച്ചാട്ടമൊന്ന് മെലിഞ്ഞിരിക്കുകയാണ്. കാലവർഷമൂർച്ഛയിൽ അബി അംഗലാവണ്യം വഴിഞ്ഞൊഴുകുന്ന യവന സുന്ദരിയായിരിക്കും.

ഹരിതസമൃദ്ധിയിൽ ജലാരവം കേട്ടുകൊണ്ട് ഏറെ നേരം നിന്നു.

ഏറെ പ്രായമായവർപോലും ശാരീരിക വൈഷമ്യങ്ങൾ അവഗണിച്ചുകൊണ്ട് ഇവിടേക്കെത്തുന്നത് പ്രകൃതിയുടെ അവിഘ്നമായ പാൽ ചുരത്തൽ കാണാൻ വേണ്ടിയാണല്ലോ.

മടിക്കേരിയിലെ മൂന്നാം നാൾ. രാജാസ് സീറ്റിലെ പ്രഭാത നടത്തം ഒരു ലഹരിയായി അനുഭവപ്പെട്ടുതുടങ്ങി. അത് കഴിഞ്ഞ് വേഗമൊരുങ്ങി. ഇനി പോകേണ്ടത് കുശാൽ നഗർ വഴി ബൈലക്കുപ്പയിലെ സുവർണ്ണ ക്ഷേത്രത്തിലേക്കാണ്. മടിക്കേരിയെയും കുശാൽനഗറിനെയും ബന്ധിപ്പിക്കുന്ന റോഡിനിരുവശവും വനസദൃശമായ പ്രദേശങ്ങൾ തന്നെയാണ്. ഹരിതസമൃദ്ധമായ മലനിരകളും, കോടമഞ്ഞും കാഴ്ചക്ക് ഹരം പകരും. വിടരുന്ന കാപ്പിപ്പൂവിന്റെ ഗന്ധവും നമ്മെ തേടിയെത്തും.

» അബി വെള്ളച്ചാട്ടത്തിനരികെ.

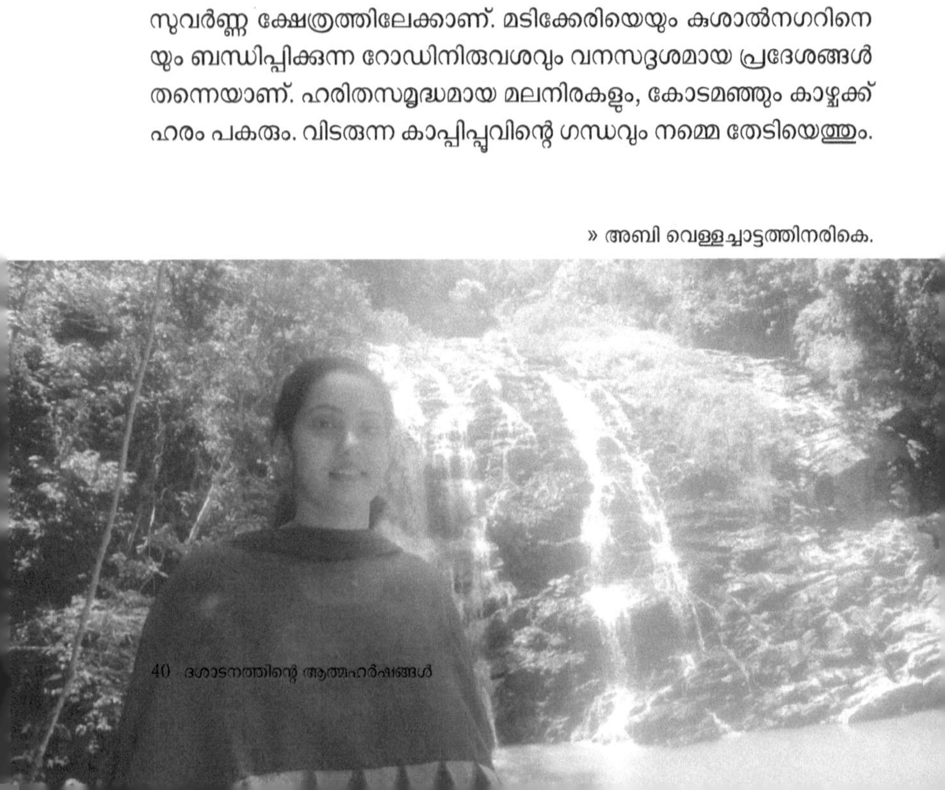

» കുശാൽനഗറിലെ നംഡ്രോലിങ് മൊണാസ്റ്ററി.

വർഷങ്ങൾക്ക് മുമ്പ് തിബത്തിൽനിന്നും അഭയാർഥികളായി എത്തിയ ലാമമാരുടെ ലോകമാണ് സുവർണ്ണ ക്ഷേത്രവും പരിസര പ്രദേശങ്ങളും.

1950 ലെ ചൈനയുടെ ആക്രമണത്തിൽ ടിബറ്റൻ ലാമമാർ ഇന്ത്യയിലേക്ക് പലായനം ചെയ്യുകയായിരുന്നു. ഒരു സംഘം ഹിമാചലിലെ ധർമ്മശാലയിൽ താവളമുറപ്പിച്ചു. മറ്റൊരു സംഘം കുശാൽനഗറിലെത്തി. ഏക്കർ കണക്കിന് സ്ഥലം സർക്കാർ ദാനമായി നൽകി. മുള ഉപയോഗിച്ച് കുടിലുകളും ക്ഷേത്രങ്ങളും പണിത് അവർ ഇവിടെ വേരുറപ്പിക്കാൻ തുടങ്ങി.

കൃഷി ചെയ്തു. ഭൂമിയിൽ അദ്ധ്വാനിച്ചു. കരകൗശല വേലകൾ ചെയ്തു. സൗകര്യപ്രദമായ വീടുകൾ പണിതു. തലയെടുപ്പുള്ള ക്ഷേത്രം നിർമ്മിച്ചു. വിദ്യാലയം പണിതു. ആശുപത്രികൾ നിർമ്മിച്ചു. സ്വയം നിർമ്മിത കരകൗശല വസ്തുക്കളുടെയും, വസ്ത്രങ്ങളുടെയും വിപണന കേന്ദ്രങ്ങൾ സ്ഥാപിച്ചു. അതെ, ഇത് വർഷങ്ങൾ നീണ്ട അതിജീവനത്തിന്റെയും അനുയോജനത്തിന്റെയും കഥ.

ഇന്ന് പ്രൗഢമായ നംഡ്രോലിങ് ക്ഷേത്രമെന്നറിയപ്പെടുന്ന പത്മസംഭവ ബുദ്ധ വിഹാരവും ചുറ്റുമുള്ള ബുദ്ധസന്യാസിമാരുടെ പാഠശാലയും പ്രാർത്ഥനാലയവും, ടിബറ്റൻ മാതൃകയിൽ പണിത വാസസ്ഥലങ്ങളുമെല്ലാം വിനോദസഞ്ചാരികളുടെയും അന്വേഷികളുടെയും പ്രിയങ്കരമായ സങ്കേതമായി മാറിയിരിക്കുന്നു. നംഡ്രോലിങ് ക്ഷേത്രം ഒരു വിസ്മയമാണ്. പ്രാർത്ഥനാ മന്ദിരത്തിൽ 60 അടി ഉയരമുള്ള ശ്രീബുദ്ധന്റെ സുവർണ്ണ പ്രതിമയും, ഇരുവശത്തുമായി ഗുരു പദ്മസംഭവയുടെയും, അമിതായുസ്സിന്റെയും പ്രതിമകളും. പ്രതിമകളുടെ ഇരുവശത്തുമായി പദ്മസംഭവന്റെ 25 ശിഷ്യന്മാരുടെ ചിത്രങ്ങൾ. വശങ്ങളിൽ താന്ത്രിക ബുദ്ധിസത്തെക്കുറിച്ച് പ്രതിപാദിക്കുന്ന ചുമർ ചിത്രങ്ങൾ. കടും നിറങ്ങളുടെ വർണ്ണലോകത്തെത്തിയത് പോലെ ഒരു പ്രതീതി. പരമ ശാന്തത കളിയാടുന്ന ഗൗതമ ബുദ്ധന്റെ മുഖ കമലങ്ങളിൽ ശ്രദ്ധ

കേന്ദ്രീകരിക്കുമ്പോൾ നാം അറിയാതെ കൈ കൂപ്പി നിന്നുപോകും. ഒരു നിമിഷം സ്വയം മറന്നുപോകും.

മഞ്ഞയും മെറൂണും വേഷത്തിൽ കുഞ്ഞുലാമമാർ കുശലം പറഞ്ഞ് നടന്നു പോകുന്നു. യുവസന്യാസിമാർ മൃദുസ്മേരത്തോടെ നമ്മെ അഭിവാദ്യം ചെയ്യുന്നു. പ്രായം ചെന്ന ബുദ്ധഭിക്ഷുക്കളുടെ കണ്ണുകളിൽ വിദൂരമായ ജന്മനാടിന്റെ ഓർമ്മകൾ അലയടിക്കുന്നുണ്ടോ... എന്തായാലും ദാനം കിട്ടിയ ഭൂമിയിൽ സ്വർഗം പണിത ലാമമാർ സ്നേഹത്തിന്റെയും സാഹോദര്യത്തിന്റെയും പുതിയ ചരിത്രം രചിച്ചുകൊണ്ടേയിരിക്കുന്നു.

ബുദ്ധസൂക്തങ്ങൾ ആലേഖനം ചെയ്ത പ്രാർത്ഥനാ പതാകകൾ പിന്നിലേക്ക് മറയുമ്പോൾ, നാദസ്വരങ്ങളും തുകൽ വാദ്യങ്ങളും നേർത്തുവരുമ്പോൾ അറിയുന്നു കഠിന സാധനയിലൂടെ ഇവർ സ്വാംശീകരിക്കുന്ന സ്വത്വ വികാസ പൂർണ്ണിമയിൽ ഈ നാടിനോടുള്ള സ്നേഹവും ഇഴചേർന്നിരിക്കുന്നു.

കൂർഗിന്റെ മാസ്മരിക സൗന്ദര്യം തേടിയുള്ള ഏതൊരു യാത്രയും സഫലമാകണമെങ്കിൽ തലക്കാവേരിവരെ പോകണം. സമുദ്ര നിരപ്പിൽനിന്നും 1276 മീറ്റർ ഉയരെയുള്ള കാവേരിയുടെ നിറുകയാണിത്. കാവേരി നദി ഉത്ഭവിക്കുന്നത് ഇവിടെയാണ്. മടിക്കേരിയിലേക്ക് മടങ്ങി ഭാഗമണ്ഡല വഴി തലക്കാവേരിയിലെത്താൻ 45 കിലോ മീറ്റർ ദൂരമുണ്ട്. കാവേരിയുടെ ഉത്ഭവസ്ഥാനം സൂചിപ്പിക്കുന്നത് ഒരുനാളും വറ്റാത്ത ഒരു കുളമാണ്. ചെറിയ ഒരു ക്ഷേത്രവുമുണ്ടിവിടെ.

ഈ ജലശേഖരത്തിൽ മുങ്ങുന്നത് വിശ്വാസികൾക്ക് പുണ്യസ്നാനം. ഈ കുളത്തിലെ ഉറവയിൽ കാവേരി പിറവിയെടുക്കുന്നു.

പിന്നീട് ഭൂഗർഭസഞ്ചാരം കഴിഞ്ഞ് വീണ്ടും പ്രത്യക്ഷയായി താഴേക്കൊഴുകുന്നു. തുലാസംക്രാന്തിനാളിൽ ഈ നീരുറവ ഒരു പ്രത്യേക സമയത്ത് ജലധാരയായി വാനിലുയരുന്ന അപൂർവമായ കാഴ്ച കാണാൻ

» കുഞ്ഞു ലാമമാരോടൊപ്പം.

» തലക്കാവേരി

ആയിരങ്ങൾ തലക്കാവേരിയിലെത്താറുണ്ട്. പടികൾ കയറി അൽപ്പം മുകളിലെത്തിയാൽ രണ്ട് ക്ഷേത്രങ്ങൾ കൂടിയുണ്ട്. ശിവക്ഷേത്രവും, ഗണേശക്ഷേത്രവും. ഇനിയും കയറാൻ ക്ഷമതയുണ്ടെങ്കിൽ 370 ഓളം പടികൾ ചവുട്ടിക്കയറി ബ്രഹ്മഗിരിയുടെ ഉത്തുംഗ ശൃംഗത്തിലെത്താം. ഉയരഭേദങ്ങളിൽ അനന്തമായി പരന്നുകിടക്കുന്ന പച്ചപ്പിന്റെ അപൂർവ സൗന്ദര്യം ആസ്വദിക്കാം. മതി വരാത്ത കാഴ്ച. മനസ്സ് നിറയുന്ന കാഴ്ച.

കൂർഗിനോട് വിട പറയാം. ഒരു ശിശിരകാലത്ത് വീണ്ടും വരാം. പച്ചപ്പിന്റെ നിറ സമൃദ്ധയിൽ മഞ്ഞിൽ കുളിച്ചുനിൽക്കുന്ന ലാവണ്യവതിയെ കൺകുളിർക്കെ ഒന്ന് കാണണം. മരം കോച്ചുന്ന തണുപ്പിൽ കോടമഞ്ഞും, മലയും, താഴ്വാരങ്ങളും പരസ്പരാശ്ലേഷത്തിൽ മുഴുകുന്നത് കാണണം. അപ്പോഴും അറിയാത്ത കുളിരിടങ്ങൾ ചെപ്പിലൊളിപ്പിച്ച് കൂർഗ് നമ്മെ മോഹിപ്പിച്ചുകൊണ്ടേയിരിക്കും.

2016 മെയ്

കണ്ണൂരിൽ നിന്നും വടക്കോട്ട്

ജൂൺ മാസത്തിലാണ് ഉഷ പഞ്ചാബ് നാഷണൽ ബാങ്കിൽ നിന്നും സ്വയം വിരമിച്ചത്. 30 വർഷം നീണ്ടുനിന്ന ജോലിയുടെ അപൂർണ്ണ വിരാമം. വ്യക്തിപരമായ പല താൽപര്യങ്ങളും മാറ്റിവെക്കേണ്ടിവന്നെങ്കിലും, സ്വന്തം മനോഭാവത്തിനും അഭിരുചിക്കും യോജിച്ച ജോലിയായിരുന്നു. സമ്മർദ്ദങ്ങളും ഉത്തരവാദിത്വങ്ങളും ബാങ്കിങ് ജോലിയുടെ ഭാഗമാണ്. പുതിയ സാഹചര്യത്തിൽ അവ കൂടി കൂടി വരികയുമായിരുന്നു. 30 വർഷം സർവീസ് പൂർത്തിയായപ്പോൾ ഇനി മതിയാക്കാമെന്ന് സ്വയം തീരുമാനിക്കുകയായിരുന്നു. അങ്ങനെ ഞങ്ങൾ ഔദ്യോഗിക കാര്യങ്ങളിൽ നിന്നും സർവതന്ത്ര സ്വതന്ത്രരായി. ജീവിതത്തിന്റെ താളവും ലയവും ഇനി വ്യത്യസ്ഥമായൊരു സ്ഥായിയിൽ. മാറ്റിവെച്ച കാര്യങ്ങൾക്കെല്ലാം ഇനി സമയം കണ്ടെത്താം. യാത്രാ സ്വപ്നങ്ങൾ സാക്ഷാത്ക്കരിക്കാം. 2013ൽ ഞാൻ വിരമിച്ചപ്പോൾ കണ്ണൂരിൽനിന്നും കന്യാകുമാരിവരെയായിരുന്നല്ലോ യാത്ര. ഇത്തവണ കണ്ണൂരിൽ നിന്നും വടക്കോട്ടേക്കാവട്ടെ യാത്രയെന്ന് തീരുമാനിച്ചു. പ്രത്യേകിച്ച് ലക്ഷ്യങ്ങളൊന്നുമില്ല. മൂന്ന് നാല് ദിവസം ഒന്ന് മാറി നിൽക്കാം. അത്രമാത്രം.

ആദ്യം മൂകാംബികയിലേക്ക് പോകാമെന്ന് ധാരണയായി. അക്ഷരപ്രേമികളുടെയും കലാകാരന്മാരുടെയും ഇഷ്ട ദേവിയായ മൂകാംബിക. മകളെ എഴുത്തിനിരുത്തിയ മൂകാംബികയിൽ മുമ്പും പോയിട്ടുണ്ട്. എത്ര തവണ പോയാലും വീണ്ടും വിളിക്കുന്ന ദേവീ സന്നിധി. ദേവിയെ കാണണമെങ്കിൽ ആഗ്രഹം മാത്രം പോരാ, ദേവി വിളിക്കണമെന്ന് പറയാറുണ്ട്. ദേവി വിളിച്ചു കാണും. ഞങ്ങൾ പുറപ്പെട്ടു. കണ്ണൂരിൽനിന്നും തുടർച്ചയായുള്ള ഡ്രൈവിങ്ങാണെങ്കിലും ക്ഷീണമൊന്നും തോന്നിയില്ല. ഉച്ചയോടെ കൊല്ലൂരിലെത്തി.

കുടജാദ്രിയുടെ താഴ്വാരത്തിൽ സൗപർണികാ നദിക്കരയിൽ സ്ഥിതിചെയ്യുന്ന കൊല്ലൂർ മൂകാംബിക ക്ഷേത്രം വളരേ പ്രസിദ്ധമായ ദേവീക്ഷേത്രമാണ്. എത്രതന്നെ തിരക്കുണ്ടായാലും അശേഷം പ്രയാസമില്ലാതെ തികഞ്ഞ ശാന്തത കുടികൊള്ളുന്ന അന്തരീക്ഷത്തിൽ ദേവിയെ തൊഴാൻ കഴിയുന്നു ഇവിടെ.

ക്ഷേത്ര ഐതിഹ്യം ഇങ്ങനെയാണ്. സന്യാസവര്യനായ കോലമഹർഷി ദേവിയെ പ്രീതിപ്പെടുത്താനായി സൗപർണികയുടെ തീരത്ത് തപസ്സു ചെയ്തിരുന്നെന്നും ഇതേ സമയം ഒരസുരൻ ശിവ പ്രീതിക്കായി ഇവിടെ തപസ്സ് ചെയ്തിരുന്നുവെന്നും അസുരനിൽ സംപ്രീതനായി മഹാദേവൻ പ്രത്യക്ഷപ്പെട്ടപ്പോൾ വരം ചോദിക്കാനാവാത്ത വിധം പാർവതീദേവി അസുരനെ മൂകനാക്കിയെന്നും കഥ. അങ്ങനെ മൂകാസുരനായ അസുരൻ കോപത്താൽ കോല മഹർഷി ക്ക് നേരെതിരിഞ്ഞു. ഒടുവിൽ ദേവി മൂകാസുരനെ വധിക്കുകയും കോലമഹർഷിയുടെ ആഗ്രഹപ്രകാരം മൂകാംബികാദേവിയായി ഇവിടെ കുടികൊള്ളുകയും ചെയ്യുന്നു എന്നുമാണ് ഐതിഹ്യം.

ആദിശങ്കരൻ നടത്തിയ തപസ്സിൽ സംപ്രീതയായി ദേവി പ്രത്യക്ഷപ്പെടുകയും ദർശനത്തിൽ കണ്ട അതേ രൂപത്തിൽ സ്വയംഭൂവിന് പിറകിലായി ദേവീ വിഗ്രഹം അദ്ദേഹം പ്രതിഷ്ഠിക്കുകയും ചെയ്തു എന്നാണ് മറ്റൊരു ഐതിഹ്യം. ദേവിയെ പ്രഭാതത്തിൽ ശ്രീ

» കൊല്ലൂർ മൂകാംബിക ക്ഷേത്രം

» കുടജാദ്രി മല

സരസ്വതിയായും, ഉച്ചക്ക് ശ്രീലക്ഷ്മിയായും, വൈകുന്നേരം ശ്രീദുർഗ്ഗയായും ആണ് ഇവിടെ ആരാധിക്കുന്നത്.

ക്ഷേത്രത്തിൽ കടക്കുമ്പോൾ നാം കാണുന്നത് കൂർമപീഠത്തിൽ സ്ഥാപിക്കപ്പെട്ട ഒരു ദീപസ്തംഭമാണ്. നവരാത്രി ആഘോഷവേളയിലും രഥോത്സവ സമയത്തും സ്തംഭം സവിശേഷമായി ദീപാലംകൃതമായിരിക്കും.

അശ്വിന മാസത്തിലെ ആദ്യ ഒൻപത് നാളുകളിൽ കൊല്ലൂരിൽ നടക്കുന്ന നവമി ആഘോഷങ്ങൾ അതിവിശേഷമാണ്. ഒൻപതാം നാളിലെ രഥോത്സവവും വിജയ ദശമി നാളിലെ വിദ്യാരംഭവും ഏറെ പെരുമയാർന്നതത്രെ. അന്നേരം ദേശത്തിന്റെ നാനാ ദിക്കുകളിൽനിന്നും ഭക്തർ ദേവീ സന്നിധിയിലേക്കൊഴുകിയെത്തും.

ജൂൺമാസമായതിനാലാവാം ക്ഷേത്രത്തിൽ ഭക്തജനപ്രവാഹം വളരെ കുറവായിരുന്നു. വൈകുന്നേരവും, പിറ്റേന്നു കാലത്തും ദേവിയെ തൊഴുതു.

പരമ ശാന്തതയിൽ ദേവീ സന്നിധിയിൽ തൊഴുത് നിന്നപ്പോൾ മനസ്സ് തീർത്തും സ്വസ്ഥമായിരുന്നു, സ്വതന്ത്രമായിരുന്നു. ആഗ്രഹിച്ച പദവികളിലെത്താൻ, ഉത്തരവാദിത്വങ്ങളെല്ലാം ഭംഗിയായി

നിർവഹിക്കാൻ, നിർണായക ഘട്ടങ്ങളിൽ പരിക്കുകളൊന്നും പറ്റാതെ പിടിച്ചുനിൽക്കാൻ, പരീക്ഷണ സാഹചര്യങ്ങളിൽ ഉചിതമായ തീരുമാനങ്ങളെടുക്കാൻ പ്രപഞ്ച വിധാതാവിന്റെ കരുണയും കരുതലുമായിരുന്നല്ലോ കൂടെയുണ്ടായിരുന്നത്. മനസ്സറിഞ്ഞ് തൊഴുതു. സ്വന്തം കഴിവ് കൊണ്ടല്ല, നേരത്തെ നിർണയിക്കപ്പെട്ട തീരുമാനങ്ങൾ നടപ്പാക്കാൻ ഏതോ ഒരദൃശ്യ ശക്തി നമ്മെ പ്രവൃത്തിപ്പിക്കുമ്പോഴാണല്ലോ കാര്യങ്ങൾ നടക്കുന്നത്. ആ ശക്തിക്ക് മുൻപിൽ മനുഷ്യൻ എത്ര നിസ്സാരനായ ജീവി ?

കാലത്തെ ദേവീദർശനത്തിനു ശേഷം കുടജാദ്രിയിലേക്ക് യാത്ര തിരിച്ചു. കൊല്ലൂരിൽനിന്നും റോഡ് മാർഗം കുടജാദ്രിയിലെത്താൻ ഏകദേശം രണ്ടുമണിക്കൂറിലേറെ സമയം വേണം. ദുർഘടപാതയാണ്.

പൊടിപടലങ്ങളും ഉരുളൻ പാറകളും നിറഞ്ഞ റോഡിലൂടെ കൊടിയ കയറ്റവും വളവുകളും താണ്ടിവേണം മലമുകളിലെത്താൻ. വാഹനം പി. ഡബ്ല്യൂ. ഡി. വിശ്രമകേന്ദ്രംവരെ പോകും. അതായത് മൂലസ്ഥാനം വരെ. ഇവിടുത്തെ ആദിമൂകാംബികാക്ഷേത്രം ശ്രീമൂകാംബികാദേവിയുടെ 'മൂലസ്ഥാനമായി' കരുതപ്പെടുന്നു. അവിടെ തൊഴുതു കാൽനടയായി ഏകദേശം 2 കിലോമീറ്റർ കയറുമ്പോൾ നാമെത്തിച്ചേരുന്നത് സർവ്വജ്ഞപീഠത്തിലാണ്. ശ്രീശങ്കരാചാര്യർ ഇരുന്നു ധ്യാനിച്ച ഇടമാണ് കുടജാദ്രിമലകൾ. മലമുകളിൽനിന്നും അല്പദൂരം മാറി ഒരു ഗുഹകാണാം - ചിത്രമൂല. ശ്രീശങ്കരൻ ധ്യാനനിരതനായിരുന്ന സ്ഥലം. സ്ഫടികംപോലെ തെളിഞ്ഞു കാണുന്ന നല്ല തണുപ്പാർന്ന ഊർജദായിനിയായൊരു നീരുറവിയുണ്ടിതിനകത്ത്.

മൂകാംബികാ ദേശീയ ഉദ്യാനത്തിന്റെ നടുവിൽ സ്ഥിതിചെയ്യുന്ന കുടചാദ്രിമല വംശനാശം സംഭവിച്ചുകൊണ്ടിരിക്കുന്ന നിരവധി സസ്യജന്തുജാലങ്ങളുടെ ആവാസ കേന്ദ്രമത്രെ. മലയ്ക്ക് ചുറ്റുമുള്ള മഴക്കാടുകൾ മിക്കസമയത്തും മഞ്ഞുമൂടിക്കിടക്കുന്നു.

മലയിറങ്ങി ഹോട്ടൽ ബീന റെസിഡൻസിയിൽ വന്നു വിശ്രമിച്ചു. അടുത്തദിവസം ദേവിയുടെ പ്രഭാതദർശനത്തിനുശേഷം മുരുഡേശ്വരത്തേക്കാണ് യാത്ര തുടർന്നത്. ഉത്തര കന്നഡത്തിലെ ഭട്കൽ താലൂക്കിൽപ്പെട്ടതാണ് ഈ സ്ഥലം. അറേബ്യൻ സമുദ്രതീരത്ത് സ്ഥിതി ചെയ്യുന്ന ഈ പട്ടണം ഒരു പ്രധാന തീർത്ഥാടന വിനോദ സഞ്ചാര കേന്ദ്രമാണ്. കടലിനാൽ മൂന്നുഭാഗവും ചുറ്റപ്പെട്ട കന്ദുക കുന്നിലാണ് ഈ ക്ഷേത്രസമുച്ചയം പണിതിരിക്കുന്നത്. 123 അടി ഉയരമുള്ള ഭീമാകാരമായ ശിവപ്രതിഷ്ഠ ഇവിടെ നമുക്ക് ദർശിക്കാം. പത്മാസനത്തിൽ ഇരിക്കുന്ന ചതുർബാഹുവായ ശിവൻ. ധ്യാനത്തിൽ പാതിയടഞ്ഞ

» മുരുഡേശ്വര ക്ഷേത്രം

കണ്ണുകൾ. ആത്മലിംഗത്തിന്റെ ഭാഗമാണെന്ന് ഭക്തർ വിശ്വസിക്കുന്ന ശിവലിംഗവും 240 അടി ഉയരവും 21 നിലകളുമുള്ള രാജഗോപുരവുമാണ് മറ്റു പ്രത്യേകതകൾ. ഗോപുരത്തിന്റെ പ്രവേശന കവാടത്തിൽ രണ്ടു കോൺക്രീറ്റ് ഭീമനാനകൾ നമ്മെ സ്വാഗതം ചെയ്യുന്നു. ലിഫ്റ്റിൽ കയറി ഗോപുരത്തിന്റെ പതിനെട്ടാം നിലവരെ നമുക്ക് പോകാം. അവിടെ നിന്നുള്ള കടൽ കാഴ്ചയും ശിവരൂപ ദർശനവും ഹൃദയഹാരിയാണ്.

ഈ ക്ഷേത്രസമുച്ചയവും വിപുലമായ താമസ സൗകര്യങ്ങളും അനുബന്ധ സൗകര്യങ്ങളും ഇന്നത്തെ നിലയിൽ പണിത് ഒരു ടൗൺഷിപ്പായി ഇവിടം മാറ്റിയെടുത്തത്, വ്യവസായിയും മനുഷ്യസ്നേഹിയുമായ ഡോ. ആർ. എൻ. ഷെട്ടിയുടെ നേതൃത്വത്തിലാണ്. ക്ഷേത്രപുനരുദ്ധാരണം സത്യത്തിൽ ഈ പ്രദേശത്തിന്റെ തലവരതന്നെ മാറ്റി. ഉത്തുംഗ സ്ഥായിയായ ഗോപുരവും, ഭീമാകാരമായ ശിവപ്രതിമയും, കുന്നിൻ മുകളിലെ കടൽ കാഴ്ചയും, പാർക്കും, റെസ്റ്റോറന്റുകളും ഒക്കെയായി തിരക്കേറിയ ഒരു തീർത്ഥാടന വിനോദ കേന്ദ്രമാണ് ഇന്ന് മുരുഡേശ്വർ. ഇന്ത്യയിലെ ക്ഷേത്രഗോപുരങ്ങളിൽ ശ്രീരംഗത്തെ രംഗനാഥസ്വാമി ക്ഷേത്രഗോപുരം കഴിഞ്ഞാൽ ഏറ്റവും വലിയ ഗോപുരമാണിത്. അലങ്കാരപ്പണികളൊന്നുമില്ലാതെ ഒറ്റ നിറത്തിൽ പണിത കടലോര ഗോപുരം. സന്ദർശകർ കൂട്ടമായി മുരുഡേശ്വരത്ത് എത്തുന്നത് ഗോപുരത്തിന് മുകളിൽനിന്നുള്ള കാഴ്ചകൾ കാണാനാണ്.

ഉച്ചവെയിൽ കനക്കുകയാണ്. കുന്നിറങ്ങാം. കടലിൽ തൂണുകൾ നാട്ടി അതിന് മുകളിലായി പണിത റെസ്റ്റോറണ്ട് നേരത്തേ ശ്രദ്ധയിൽ പെട്ടതാണ്. കടൽ തിരകളുടെ സംഗീതവുമാസ്വദിച്ച് ഒരു കാപ്പി കുടിക്കാം.

ഇനി യാത്ര കാർവാർ വഴി ഗോകർണത്തേക്കാണ്. മഹാബലേശ്വര ക്ഷേത്രം കൊണ്ടും വിശാലമായ ബീച്ചുകൾ കൊണ്ടും പ്രസിദ്ധമായ ഗോകർണം.

ആയിരത്തിഅഞ്ഞൂറ് വർഷം പഴക്കമുണ്ട് മഹാബലേശ്വരക്ഷേത്രത്തിന്. ശിവലിംഗം ആത്മലിംഗമായി പൂജിക്കപ്പെടുന്ന ക്ഷേത്രം.

അമരത്വത്തിനും അജയ്യതക്കും വേണ്ടി കൈലാസത്തിലെത്തി കൊടുംതപസ്സ് ചെയ്ത രാവണന് ആത്മലിംഗം വരമായി ലഭിച്ചു. തിരിച്ച് ലങ്കയിലെത്തുന്നതുവരെ ആത്മലിംഗം താഴെ വെയ്ക്കരുതെന്നായിരുന്നു നിർദ്ദേശം. ഈ വരലഭ്യതയോടെ രാവണൻ അതിശക്തനാവുമെന്ന് മനസ്സിലാക്കിയ മഹാവിഷ്ണു ഗണപതിയെ ഒരു ബ്രാഹ്മണബാലനായി രാവണന്റെ ചാരത്തയക്കുകയും സൂര്യനെ മറച്ച് സന്ധ്യയായെന്നു തോന്നിപ്പിക്കുകയും ചെയ്തു. സന്ധ്യാവന്ദനത്തിന് വേണ്ടി രാവണൻ ആത്മലിംഗം കുമാരനെ ഏൽപ്പിക്കുകയും ബാലൻ ഭാരം താങ്ങാനാവാതെ ആത്മലിംഗം താഴത്തുവെച്ചെന്നും അതവിടെ ഉറച്ചുപോയെന്നും ഐതിഹ്യം. രാവണൻ ബലം പ്രയോഗിച്ച് ലിംഗം ഉയർത്താൻ ശ്രമിച്ചെന്നും സാധിച്ചില്ലെന്നും വിശ്വാസം. അങ്ങനെയാണ് മഹാബലേശ്വരക്ഷേത്രമെന്ന ഖ്യാതിയുണ്ടായത്. ഈ സ്ഥലം ഗംഗാവലി നദിക്കും അഗ്നാശിനി നദിക്കും ഇടയിലെ ഗോവിന്റെ ചെവിരൂപത്തിലുള്ള ഇടം ആയതിനാൽ ഗോകർണ്ണമെന്ന പേര് വന്നുവെന്നും കരുതപ്പെടുന്നു.

ആറടി നീളമുള്ള ശിവലിംഗം സാലിഗ്രാമപീഠത്തിലാണ് പ്രതിഷ്ഠിച്ചിരിക്കുന്നത്. പീഠമധ്യത്തിലെ ദ്വാരത്തിലൂടെ ലിംഗം ദർശിക്കാം. ഭക്തർക്ക് നേരിട്ട് അർച്ചന ചെയ്യാനും അഭിഷേകം നടത്താനും സാധിക്കുന്നു എന്നതാണ് ഇവിടുത്തെ സവിശേഷത. ഭക്ത്യാദരപൂർവ്വം ഞങ്ങളും ഈ ചടങ്ങുകളിൽ പങ്കുകൊണ്ടു. നമസ്കരിച്ചു തൊഴുത്, പ്രാർത്ഥിച്ചു പിൻവാങ്ങി.

ഭക്തി മനുഷ്യനെ വിനീതനാക്കുന്ന പ്രതിഭാസമാണ്. ഈ മഹാപ്രപഞ്ചത്തിലെ കേവലമൊരു ഗ്രഹമായ ഭൂമിയിലെ കോടാനുകോടി ജീവരൂപങ്ങളിൽ ഒന്നുമാത്രമാണ് മനുഷ്യൻ. ബൗദ്ധികസാംസ്കാരിക പരിണാമത്തിലൂടെ മറ്റു ജീവരൂപങ്ങൾക്കുമേൽ ആധിപത്യം സ്ഥാപിക്കാൻ നമുക്ക് കഴിഞ്ഞതുകൊണ്ട് മാത്രം നാം അഹങ്കരിക്കേണ്ടതില്ല. സഹജീവി സ്നേഹത്തോടെ ഈ മഹാ പ്രപഞ്ചത്തെ വണങ്ങി

» ഗോകർണ ബിച്ച്

ജീവിക്കാൻ ഭക്തിയും നമുക്കൊരു പ്രേരണയാകുന്നു.

ഗോവ ബീച്ചുകൾപോലെ ഏറെ പ്രസിദ്ധമാണ് ഗോകർണ ബീച്ചുകളും. ആളുകളുടെ തിരക്കും ബഹളവും ആഗ്രഹിക്കാത്തവർക്ക് ഗോകർണ ബീച്ചുകൾ കൂടുതൽ പ്രിയതരമാകും. പ്രായേണ സ്വച്ഛവും ശാന്തവുമായ ഈ ബീച്ചുകൾ തിരക്ക് പിടിച്ചുള്ള ജീവിത വ്യാപാരങ്ങൾക്കിടയിൽ സമാശ്വാസത്തിന്റെ വലിയ തുരുത്തുകൾ തന്നെയാണ്. ജോലിയുടെ സമ്മർദ്ദങ്ങൾ ഇറക്കി വെക്കാൻ ബംഗലൂരിൽ നിന്നും വിവരസാങ്കേതിക മേഖലയിൽ ജോലി ചെയ്യുന്ന ചെറുപ്പക്കാർ അവധി ദിവസങ്ങളിൽ ഗോകർണ ബീച്ചുകളിലേക്കെത്തുന്നത് സ്വാഭാവികം. ബീച്ചുകൾ തമ്മിൽ ബന്ധിപ്പിക്കുന്ന റോഡുകളും, ട്രെക്കിങ്ങ് പാതകളുമുണ്ട്. കുന്നും പാറകളും ചവുട്ടി ബീച്ചുകൾ താണ്ടുന്ന ചെറുപ്പക്കാരെ ധാരാളമായി കാണാം.

സന്ദർശകർ കൂടുതലായി എത്തുന്ന അഞ്ച് ബീച്ചുകളാണിവിടെ ഉള്ളത്. ഓം ബീച്ച്, ഗോകർണ ബീച്ച്, അർദ്ധ ചന്ദ്രാ (ഹാഫ് മൂൺ) ബീച്ച്, പാരഡെയ്സ് ബീച്ച്, കുൽഡെ ബീച്ച്. മഹാബലേശ്വര ക്ഷേത്രത്തിന് തൊട്ടടുത്താണ് ഗോകർണാ ബീച്ച്. കടലിൽ കുളിച്ച് കയറി ക്ഷേത്രത്തിൽ ദർശനം നടത്തുന്ന നിരവധി പേരെ കാണാം. പാറകൾ അതിരിടുന്ന പാരഡെയ്സ് ബീച്ച് ട്രെക്കിങ്ങിന് ചേർന്നതാണ്. കുൽഡെ ബീച്ചിൽ റിസോർട്ടുകളും റെസ്റ്റോറണ്ടുകളും ധാരാളമുണ്ട്. ബീച്ച് റിസോർട്ടുകളൊന്നിൽ താമസിക്കണമെന്ന് എന്തുകൊണ്ടോ അപ്പോൾ തോന്നിയില്ല.

ബീച്ചുകൾ കുട്ടികളുടെയും, യുവാക്കളുടെയും ഹരമാണല്ലോ. മുതിർന്ന വർക്ക് സ്വച്ഛ ശാന്തമായി അവിടെ സമയം ചെലവഴിക്കാം. തിരമാലക ളുടെ നിതാന്ത ശബ്ദ വീചികളിലലിഞ്ഞ്, കടലിന്റെ അഗാധ നീലിമയിൽ കണ്ണും നട്ട് അങ്ങനെ ഇരിക്കാം. മണിക്കൂറുകൾ കടന്ന് പോകുന്നതറിയി ല്ല. കടലും കരയും പാറക്കുന്നുകളും പച്ചപ്പും സംഗമിക്കുന്ന പ്രകൃതിയുടെ നിസ്തുല ലാവണ്യത്തിലലിഞ്ഞ് ഞങ്ങളും ഏറെ നേരം ബീച്ചിലിരുന്നു

ഇനി മടക്കയാത്ര. യാത്രാവഴിയിൽ ഉഡുപ്പി ശ്രീകൃഷ്ണ ക്ഷേത്രത്തി ലെത്തി ഭഗവാനെ തൊഴുതു. രാത്രി മംഗലാപുരത്ത് വുഡ്‌ലാൻഡ്സിൽ തങ്ങി. ഒരു തറവാടിന്റെ ബാഹ്യ പ്രകൃതിയുള്ള വുഡ് ലാൻഡ്സ്. ഇന്ദു കാനറാ കോളേജിൽ പഠിക്കുമ്പോൾ വുഡ്‌ലാൻഡ്സ് പലപ്പോഴും ഞങ്ങളുടെ ഒരു താവളമായിരുന്നു. പതിനഞ്ചാം വയസ്സിൽ ദൂരെ ഹോസ്റ്റ ലിൽ താമസിച്ച് പഠിക്കേണ്ടിവരുന്ന വിഷമം വുഡ് ലാൻഡ്സിലെ സംഗമംവഴി ഞങ്ങൾ പരിഹരിക്കാൻ ശ്രമിക്കുകയായിരുന്നു. രാത്രി നഗര ഹൃദയത്തിൽ സ്ഥിതിചെയ്യുന്ന കുദ്രോളി ഗോകർണനാഥ ക്ഷേ ത്രത്തിലും ദർശനം നടത്തി. ബില്ലവ സമുദായനേതാവായ ഹൊയ്ഗെ കൊറഗപ്പ ശ്രീനാരായണഗുരുവിന്റെ സാന്നിധ്യത്തിൽ 1912 ൽ സ്ഥാപിച്ച ഈ ക്ഷേത്രം ഇന്ന് നവീകരണത്തിനുശേഷം മറ്റു ദേവപ്രതി ഷ്ഠകളും മാർബിൾ ശില്പങ്ങളും വിവാഹമണ്ഡപവുമൊക്കെച്ചേർന്നു ഒരു പ്രധാന ആകർഷണകേന്ദ്രമായി മാറിയിരിക്കുന്നു. പ്രവേശനകവാടത്തി നരികെ ശ്രീനാരായണഗുരുവിന്റെ ഒരു മാർബിൾ പ്രതിമയും കാണാം.

കാസറഗോഡ് വഴിയുള്ള മടക്കയാത്രയിൽ ബേക്കൽകോട്ട സന്ദർശിക്കാതെങ്ങിനെ പോരും. 35 ഏക്കർ വിസ്തൃതിയിൽ വ്യാപിച്ചു കിടക്കുന്ന ചെങ്കല്ലിൽ പണിത കോട്ട കേരളത്തിലെ ഏറ്റവും വലിയ കോട്ടയാണ്. പതിനേഴാം നൂറ്റാണ്ടിന്റെ മധ്യത്തിലാണ് കോട്ട നിർമ്മി ക്കപ്പെട്ടതെന്ന് കണക്കാക്കപ്പെടുന്നു. നിരീക്ഷണ ഗോപുരങ്ങളും, ഭൂഗർഭ തുരങ്കങ്ങളും ഈ കോട്ടയുടെ പ്രത്യേകതകളാണ്. കോട്ടയ്ക്കുള്ളിൽ ആഞ്ജ നേയക്ഷേത്രവും വെളിയിൽ ടിപ്പു നിർമ്മിച്ച മുസ്ലിം പള്ളിയും കാണാം.

ബേക്കലിലെ കാറ്റും അനന്ത നീലിമയാർന്ന സാഗരദൃശ്യവും നുകർന്ന് നിറഞ്ഞ മനസ്സോടെ വീണ്ടും കണ്ണൂരിലേക്ക്.

ഇതൊരു തീർത്ഥയാത്ര ആയിരുന്നോ. അറിയില്ല. ജീവിത സൗഭാ ഗ്യങ്ങൾക്കും പരീക്ഷണങ്ങൾക്കും എല്ലാം നാം കടപ്പെട്ടിരിക്കുന്ന പ്രപ ഞ്ചാതീത ശക്തിക്ക് വിനീത പ്രണാമമർപ്പിച്ചു കൊണ്ടുള്ളോരു യാത്ര ഒരു തീർത്ഥാടനവുമാണല്ലോ.

2015 ജൂൺ

പ്രശാന്തസുന്ദരമായ കടൽത്തീരം

ദേശീയ പാത 66 ലൂടെ വാഹനമോടിച്ച് വടക്കോട്ടു പോകാം. തലശ്ശേരി വഴി കണ്ണൂരിലേക്ക് ഒൻപത് കിലോ മീറ്റർ പിന്നിട്ടു മ്പോൾ നമ്മൾ മുഴപ്പിലങ്ങാടെന്ന ചെറുപട്ടണത്തിലെത്തും. ഇടത്തോട്ട് തിരിഞ്ഞ് റെയിൽവേ ലെവൽ ക്രോസിങ് കഴിഞ്ഞ് മുന്നോട്ട്. വീതികുറഞ്ഞതെങ്കിലും, തണൽ നിറഞ്ഞ കേരവൃക്ഷങ്ങൾ അതിരിടുന്ന റോഡിൽ ഒന്നര കിലോ മീറ്റർ യാത്ര ചെയ്താൽ നാമെത്തിച്ചേരുക ഏഷ്യയിലെ ഏറ്റവും ദൈർഘ്യമേറിയ മുഴപ്പിലങ്ങാട് ഡ്രൈവ് ഇൻ ബീച്ചിലാണ്.

ലോകത്തിലെ തന്നെ ആറു പ്രധാന ഡ്രൈവ് ഇൻ ബീച്ചുകളിൽ ഒന്നാണെന്ന് ബി. ബി. സി. സാക്ഷ്യപ്പെടുത്തിയ കടൽത്തീരം.

അഞ്ച് കിലോമീറ്റർ നീളമുള്ള ബീച്ച് നനവാർന്ന ഉറപ്പുള്ള പൂഴി കൊണ്ടു സവിശേഷമാർന്നതാണ്. വാഹനങ്ങൾ ഓടുമ്പോൾ ടയറുകൾ പൂഴിയിൽ പതിഞ്ഞു പോകാതെ സുഖമായി ഡ്രൈവ് ചെയ്യുവാൻ ഇവിടെ സാധിക്കുന്നു. വാഹനങ്ങൾ ഇറക്കി തിരകളോട് സല്ലപിച്ച് പതിയെ ഡ്രൈവ് ചെയ്ത് കടലിനും കരയ്ക്കുമിടയിലെ സുഖാനുഭൂതികൾ നുണഞ്ഞ് മണിക്കൂറുകൾ ചെലവഴിക്കാം.

കടൽത്തീരങ്ങൾ നമുക്ക് പ്രദാനം ചെയ്യുന്ന മാനസികോല്ലാസം അനുപമമാണ്. ഉല്ലാസത്തിനപ്പുറം മനസ്സിനെ ശാന്തമാക്കുന്ന കാഴ്ചയും സാമീപ്യവുമാകുന്നു കടലും കടൽത്തീരവും. തിരക്കുകളും, ബദ്ധപ്പാടുകളും നിറഞ്ഞ ജീവിതത്തിൽ കടലും, കടൽകാറ്റും, അനന്തമായ ജലരാശിയും നൽകുന്ന സാന്ത്വനം ചെറുതല്ല.

» മുഴപ്പിലങ്ങാട് ഡ്രൈവ് ഇൻ ബീച്ച്

ഗോവയിലെ ബീച്ചുകൾ പ്രസിദ്ധമാണല്ലോ. സ്വദേശികളും വിദേശികളും ആവേശത്തോടെ വന്നെത്തുന്ന ഗോവൻ ബീച്ചുകൾ ഗോവയുടെ മുഖച്ഛായ മാറ്റിയത് നാം കണ്ടതാണല്ലോ.

പക്ഷേ അവയൊന്നും ഡ്രൈവ് ഇൻ ബീച്ചുകളല്ല. ഇവിടെ ഇതാ അതി വിശാലമായ ഡ്രൈവ് ഇൻ ബീച്ച് ഉല്ലാസത്തിന്റെ തിരകൾ അടങ്ങാതെ നമ്മെ കാത്തിരിക്കുന്നു. കടലും കടൽത്തീരവും ആസ്വദിക്കാൻ താൽപര്യമുള്ളവരെ മാടിവിളിക്കുകയാണ് ഈ കടൽത്തീരം.

കടൽ കാറ്റേറ്റ്, അനന്ത നീലിമയിൽ കണ്ണും നട്ട് ഏറെ നേരം വെറുതെ ഇരിക്കാം. ജലകേളികളിൽ മുഴുകാം. തിരകളുടെ സ്വകാര്യ സല്ലാപങ്ങൾ സംഗീതമായി ആസ്വദിക്കാം. കാഴ്ചക്കപ്പുറം പൊട്ടുപോലെ നീങ്ങുന്ന യാനങ്ങളെ മനസ്സിലേറ്റാം. സൂര്യാസ്തമയ സൗകുമാര്യം ആവോളം നുകരാം.

പക്ഷികളെ നിരീക്ഷിക്കാൻ താൽപര്യമുണ്ടെങ്കിൽ അതുമാവാം... 30 ൽ ഏറെ ജാതി പക്ഷികൾ ഇവിടെ ഉണ്ടെന്ന് പറയുന്നു. ദേശാടന പക്ഷികളുടെ ഇഷ്ട താവളവുമാണിന്ന് ബീച്ച്. വീതിയേറിയ തീരവും, പാറക്കൂട്ടങ്ങളും പക്ഷികൾക്ക് സുരക്ഷിതമായി കൂട്ട് കൂടാനും, കുഞ്ഞുങ്ങളെ പോറ്റാനും അനുകൂലമായ സാഹചര്യമൊരുക്കുന്നു. കാസ്പിയൻ പ്ലോവർ, പെക്റ്റോറൽ സാൻഡ് പൈപ്പർ എന്നീ ദേശാടന പക്ഷികളെ 2013 ൽ കേരളത്തിലാദ്യമായി കണ്ടെത്തുന്നതും ഇവിടെയാണ്.

ശാന്തമായ കടൽ, പാദങ്ങളെ തഴുകിത്തലോടിപ്പോകുന്ന തിരകൾ, സുരക്ഷിതമായി നീന്താൻ പാകത്തിൽ തിരയും തീരവും, വീതിയേറിയ തീരം, ധർമ്മടം പച്ച തുരുത്തിന്റെ ദൂരക്കാഴ്ച, വേലിയിറക്കത്തിൽ തുരുത്തിലേക്ക് നടന്നുപോകാനുള്ള സൗകര്യം, സുന്ദരമായ സൂര്യാസ്തമയം എല്ലാം നമ്മെ വ്യത്യസ്തമായൊരു അനുഭൂതി വിശേഷത്തിലെത്തിക്കുന്നു.

പാരാഗ്ലൈഡിങ്, പാരാസെയിലിങ്, പവർ ബോട്ടിംഗ് എന്നീ സാഹസിക വിനോദങ്ങൾക്ക് ഇവിടെ സൗകര്യമൊരുക്കിയിട്ടുണ്ട്. ഏപ്രിൽമെയ് മാസങ്ങളിൽ ജില്ലാ ടൂറിസം കൗൺസിലിന്റെ നേതൃത്വത്തിൽ സംഘടിപ്പിക്കാറുള്ള ബീച്ച് ഫെസ്റ്റിവൽ ധാരാളം സന്ദർശകരെ ആകർഷിക്കാറുണ്ട്. ഉല്ലാസ സാഹസിക വിനോദങ്ങൾ, കുട്ടികൾക്ക് വേണ്ടിയുള്ള വിനോദ പരിപാടികൾ, കലാ സാംസ്കാരികപരിപാടികൾ എന്നിവയൊക്കെ ചേർന്നതാണ് ബീച്ച് ഫെസ്റ്റ്.

മുഴപ്പിലങ്ങാട് ബീച്ചിന്റെ ടൂറിസം സാധ്യതകൾ പൂർണ്ണമായും പ്രയോജനപ്പെടുത്താൻ ഇനിയും ധാരാളം കാര്യങ്ങൾ ചെയ്യേണ്ടിയിരിക്കുന്നു. അടിസ്ഥാന സൗകര്യങ്ങൾ മെച്ചപ്പെടുത്തി, നിലവിലുള്ള ഫെസിലിറ്റേഷൻ സെന്റർ കൂടുതൽ സജീവമാക്കി, ഹോട്ടലുകളും വിശ്രമ സങ്കേതങ്ങളും കൂടുതലായി പണിത്, ടോയ്‌ലറ്റ് സൗകര്യങ്ങൾ വർധിപ്പിച്ച്, മാലിന്യങ്ങൾ കൃത്യമായും ശാസ്ത്രീയമായും കൈകാര്യം ചെയ്ത് ബീച്ചിനെ ലോകോത്തര ടൂറിസ്റ്റ് കേന്ദ്രമാക്കാൻ ആസൂത്രിതമായും സമയബന്ധിതമായും പദ്ധതികൾ വരേണ്ടിയിരിക്കുന്നു.

കരയോട് ചേർന്ന നിലവിലുള്ള സിമന്റ് പടികൾ മാറ്റി സൗകര്യപ്രദമായ ഇരിപ്പിടങ്ങൾ രൂപപ്പെടുത്തണം. നല്ല കോഫീ ഷോപ്പുകൾ വേണം. സാഹസിക വിനോദോപാധികൾ കൂടുതൽ സജ്ജീകരിക്കണം. ദൈർഘ്യമേറിയ കടൽത്തീരം വൃത്തിയായി നില നിർത്തണമെങ്കിൽ ആവശ്യത്തിന് ജോലിക്കാർ വേണം. ആധുനിക മാലിന്യ നിർമ്മാർജന സൗകര്യങ്ങൾ ആവിഷ്കരിക്കണം. വാഹനങ്ങളെ നിയന്ത്രിക്കാൻ സുരക്ഷാജീവനക്കാർ വേണം. സുരക്ഷാനിർദ്ദേശങ്ങൾ നൽകാനുള്ള ക്രമീകരണങ്ങൾ വേണം. നൈപുണ്യമാർന്ന മേൽനോട്ട സംവിധാനങ്ങൾ വേണം. അപാരമായ സാദ്ധ്യതകൾ ഉള്ള ബീച്ചിനെ ലോകോത്തരമാക്കാൻ എന്തെന്തൊക്കെ വേണം? എല്ലാറ്റിനും പണവും ഇച്ഛാശക്തിയും വേണം.

വികസനത്തിന് പണം പോലെ പ്രധാനമാണ് കാഴ്ചപ്പാടും നിശ്ചയദാർഢ്യവുമെന്ന് പറയാറുണ്ട്. അവയില്ലെങ്കിൽ എല്ലാം വൃഥാവിലായിപ്പോകും. ഇനി പണം അനുവദിക്കപ്പെട്ടാലോ അത് ഫലപ്രദമായി വിനിയോഗിക്കാനുള്ള സംവിധാനവും വേണം.

മുഴപ്പിലങ്ങാട് ബീച്ചും, ധർമ്മടം തുരുത്തും, കണ്ണൂർ പയ്യാമ്പലം കടൽത്തീരവും സംയോജിപ്പിച്ചുകൊണ്ട് വിപുലമായൊരു ടൂറിസം പദ്ധതിവന്നാൽ അതിന്റെ സാദ്ധ്യതകൾ അപാരമാണ്. പരിസ്ഥിതിക്ക് ദോഷം വരാത്ത രീതിയിൽ വിഭാവനം ചെയ്യപ്പെടുന്ന വലിയ പദ്ധതികൾ വരുമാനവും, തൊഴിലും, സമ്പത്തും, പെരുമയും വർദ്ധിപ്പിക്കുമെന്ന് തായ്‌ലണ്ടിന്റേയും ഹോങ്കോങിന്റെയുമൊക്കെ ഉദാഹരണങ്ങൾ നമ്മുടെ മുമ്പിലുണ്ടല്ലോ.

2015 ആഗസ്റ്റ്

അണ്ടലൂർ കാവിൽ

മലയാളമാസം കുംഭം ഒന്ന് മുതൽ ഏഴു ദിവസം കണ്ണൂർജില്ലക്കാരും അയൽജില്ലക്കാരും തലശ്ശേരി താലൂക്കിലെ അണ്ടലൂർ ഗ്രാമത്തി ലേക്കൊഴുകും. അണ്ടലൂർ കാവിൽ ഉത്സവമാണ്.

ആനയും അമ്പാരിയുമില്ലാത്ത ഉത്സവം. പഴമക്കാർ പറയുന്ന പോലെ ഒന്നുകുറവു നാൽപ്പത് (അതായതു 39) തെയ്യങ്ങൾ കെട്ടിയാ ടുന്ന കാവുൽത്സവം ജനബാഹുല്യത്താലും ആചാരവൈവിധ്യത്താലും സവിശേഷമായ ആഘോഷപ്പെരുമ തന്നെയാണ്. ഒരുനാടിന്റെ വിശ്വാസവും ആവേശവും കൂട്ടായ്മയായി മാറുമ്പോൾ പൂഴിത്തരികൾ ളുവിയാൽപോലും താഴെയെത്താത്ത പുരുഷാരം... സ്ത്രീകളും കുട്ടികളു മടങ്ങുന്ന ജനസാഗരം... മലബാറിന്റെ മഹോത്സവം...

മുഴപ്പിലങ്ങാടിൽനിന്നും പത്തു കിലോമീറ്റർ ദൂരമേയുള്ളൂ കാവിലേക്ക്. വർഷങ്ങൾക്കുമുമ്പ് ഇന്ദു പാലയാട് യൂണിവേഴ്സിറ്റി സെന്ററിൽ പഠിക്കു മ്പോൾ റോഡിലൂടെ കാവ് ചുറ്റി പലവട്ടം പോയിട്ടുണ്ടെങ്കിലും കാവിലെ ഉത്സവത്തിന് കൂടുന്നത് ഇതാദ്യമാണ്.

ഓരോന്നിനും അതാതിന്റെ സമയമുണ്ടെന്ന് പറയുന്നത് വെറുതെ യല്ല. ഇത്തവണ ഉത്സവം ഹരിതോത്സവമാണ്. ഗ്രീൻ പ്രോട്ടോകോൾ കൃത്യമായി പാലിച്ചുകൊണ്ടാണ് ആഘോഷചടങ്ങുകളെല്ലാം.

പാഴ്‌വസ്തുക്കൾ നിക്ഷേപിക്കാൻ ഓലക്കൊട്ടകൾ ധാരാളമായി സ്ഥാപിച്ചിരിക്കുന്നു. സഹായത്തിനു എൻ.എസ്സ്.എസ്സ് വളണ്ടിയർമാരും ചേരുന്നു. പ്ലാസ്റ്റിക് പൂർണ്ണമായും ഒഴിവാക്കിയിരിക്കുന്നു. അവശ്യം വേണ്ടി ടത്തൊക്കെ ഓലപ്പന്തലുകളാണ്. ഹരിത മേലാപ്പും വേണ്ടുവോളമുണ്ട്.

» അണ്ടലൂർ കാവ്.

തലശ്ശേരി താലൂക്കിലെ ധർമ്മടം പഞ്ചായത്തിൽ ചിറക്കുനിക്കടുത്താണ് അണ്ടലൂർ കാവ്. കടലും പുഴകളും അതിരിടുന്ന വയലേലകൾ നിറഞ്ഞ പ്രദേശം. ധർമ്മടം പ്രദേശത്തുനിന്നും പ്രവാസികളായിപ്പോയവരൊക്കെ ഉത്സവക്കാലത്ത് വീടുകളിൽ തിരിച്ചെത്തും. വീടുകളും, മതിലുകളും ഗെയിറ്റുകളും പുത്തൻ ചായത്തിൽ കുളിച്ചുനിൽക്കും. നടവഴികൾ വൃത്തിയാക്കി ചാണകം മെഴുകും. തൊടികൾ നേരത്തേ വൃത്തിയാക്കി വെയ്ക്കും. മുറ്റത്തു പന്തലുകൾ കെട്ടും. ബന്ധുക്കളും സുഹൃത്തുക്കളും അതിഥികളായെത്തും. വിഭവ സമൃദ്ധമായ സദ്യ ഒരുക്കും. അതിഥികൾക്ക് ദേവ ഭോജ്യമായ അവലും, മലരും, പഴവും നല്കണമെന്നത് നിർബ്ബന്ധം. വീട്ടുകാരും നാട്ടുകാരും തിരക്കിൽ തന്നെ.

രണ്ടു കാവുകൾ. മേലേക്കാവും താഴെക്കാവും. അപൂർവ സസ്യലതാദികൾ നിറഞ്ഞ വിശുദ്ധ വനങ്ങൾ. എരഞ്ഞിയും, ആലും, കുവളവും, ചെമ്പകവും, കാഞ്ഞിരവുമൊക്കെ സമൃദ്ധമായി വളർന്നുനിൽക്കുന്ന ജൈവവൈവിധ്യ കലവറകൾ. കേരളത്തിലെ കാവുകളിൽ ഏറ്റവുമാദ്യം ആരാധന തുടങ്ങിയത് അണ്ടലൂർ കാവിലാണെന്നാണ് വിശ്വാസം. ശ്രീരാമനാണ് പ്രധാന ആരാധനാമൂർത്തി. കൂടാതെ ലക്ഷ്മണൻ, ഹനുമാൻ, സീത എന്നീ ദേവചൈതന്യ സങ്കല്പങ്ങൾക്കും ബിംബരൂപ പ്രതിഷ്ഠയുണ്ട്. മെലേക്കാവ് അയോധ്യയും, താഴെക്കാവ് ലങ്കയുമാണെന്ന് സങ്കൽപ്പം.

ദൈവത്താർ അണ്ടലൂരീശ്വരൻ എന്നപേരിലാണ് ശ്രീരാമരൂപം ആരാധിക്കപ്പെടുന്നത്. ലക്ഷ്മണൻ അങ്കക്കാരൻ എന്ന പേരിലും, ഹനുമാൻ ബപ്പൂരൻ എന്ന പേരിലും. ഉത്സവത്തിന് വ്രതമെടുക്കുന്നതിനെ കുളത്താറ്റുക എന്നാണ് പറയുക. ദേവസങ്കല്പ്പങ്ങളും, ഉത്സവച്ചടങ്ങുകളും രാമായണ കഥകളുമായി ബന്ധപ്പെട്ടായതിനാൽ കുളത്താറ്റിയ നാട്ടുകാരും കോമരങ്ങളുമെല്ലാം തെയ്യങ്ങളോടൊപ്പം കഥാപാത്രങ്ങളാകുന്നു ഇവിടെ. വ്രതശുദ്ധിയുള്ളവരൊക്കെ രാമായണ കഥയിലെ വാനരന്മാർ. മനോഹരമായ കല്പനകൾ, അല്ലേ.

ഉത്സവദിനങ്ങളിൽ മൽസ്യ മാംസാദികൾ ദേശക്കാരാരും ഉപയോഗിക്കില്ല. ഹോട്ടലുകളിലും സസ്യഭക്ഷണം മാത്രം. ഉത്സവകാലം അടിസ്ഥാനമാക്കിയുള്ള പച്ചക്കറി കൃഷി നേരത്തേ ആരംഭിക്കും ഇവിടങ്ങളിൽ.

ചടങ്ങുകൾ

കുംഭം ഒന്നിന് ഉത്സവ ചടങ്ങുകൾ ആരംഭിക്കുന്നു. സമീപ പ്രദേശങ്ങളിൽനിന്നും ഉത്സവത്തിനാവശ്യമായ തേങ്ങ ശേഖരിക്കുന്ന ഈ ദിവസമാണ് 'തേങ്ങ താക്കൽ'. കുംഭം രണ്ടിന് കാവിൽ കയറൽ, ചക്ക കൊത്തൽ ചടങ്ങുകൾ. ഗ്രാമത്തിൽ നിലനിന്നിരുന്ന കാർഷിക സംസ്കാരത്തിന്റെ ഓർമ്മപ്പെടുത്തലാണ് ചക്ക കൊത്തൽ. ക്ഷേത്രത്തിൽ ചക്ക കൊത്തി നിവേദിച്ചതിനു ശേഷമേ ഗ്രാമവാസികൾ ചക്ക കഴിക്കൂ.

മൂന്നാം നാൾ പുലർച്ചെ മേലൂർ മണലിൽനിന്നു കുട വരവ്. ഓലക്കുടയുമായി കണിശസ്ഥാനികനും, തിരുവായുധവുമായി പെരുംകൊല്ലനുമെത്തുന്നു. ദേശവാസികളുടെ വകയായി കരിമരുന്നു പ്രയോഗം. ഓലക്കുട ക്ഷേത്രത്തിൽ എത്തിയാലാണ് തെയ്യാട്ടങ്ങൾ തുടങ്ങുക.

നാലാം നാൾ അതിരാളൻ തെയ്യവും മക്കളും പുറപ്പെടുന്നു. (സീതയും മക്കളുമെന്ന് സങ്കല്പം) ഒപ്പം ന്തുവ്വക്കാരി, മലക്കാരി, വേട്ടയ്ക്കൊരുമകൻ, പൊൻമകൻ, പുതുചേകവൻ, നാഗകണ്ണൻ, നാഗ ഭഗവതി, ചെറിയ ബപ്പൂരൻ എന്നീ തെയ്യങ്ങളും പുറപ്പെടുന്നു. ഉച്ചയ്ക്ക് ഇളങ്കരുവനും പൂതാടിയും (ബാലിയും സുഗ്രീവനും) തമ്മിലുള്ള യുദ്ധ പ്രതീതി ഉണർത്തുന്ന തെയ്യാട്ടം. ശൈലീവൽകൃതമായ യുദ്ധം തന്നെയാണിത്. പോരാട്ടത്തിന്റെ മൂർദ്ധന്യത്തിൽ ബപ്പൂരൻ എത്തി മധ്യസ്ഥം വഹിക്കുന്നതോടെ യുദ്ധം അവസാനിക്കുന്നു. സന്ധ്യയോടെ മുഖ്യ ആരാധനാമൂർത്തിയായ ദൈവത്താർ അണിയറയിൽനിന്നും മുഖത്തെഴുത്തും ചമയങ്ങളോടുംകൂടി പടിഞ്ഞാറെത്തറയിലേക്കെഴുന്നള്ളുന്നു.

അവിടെ പീഠത്തിൽ ആസനസ്ഥനായി തിരുമുടി ചാർത്തുന്നു. (ശ്രീരാമ പട്ടാഭിഷേകമെന്നു സങ്കൽപ്പം). ശേഷം അങ്കക്കാരൻ ബപ്പൂരൻ തെയ്യങ്ങളോടുകൂടി കുളത്താറ്റിയ വില്ലുകാരുടെ അകമ്പടിയോടെ ക്ഷേത്രം വലം വെക്കുന്നു. വെള്ള ബനിയനും, തോർത്തുമുണ്ടും ധരിച്ച വൃതാചാരികളാൽ ക്ഷേത്രാങ്കണം ഈ സമയം നിറഞ്ഞുകവിയുന്നു (വാനരപ്പടയെന്ന് സങ്കൽപ്പം).

» ഉത്സവത്തിന്റെ ഭാഗമായ കുടവരവ്.

വാനരപ്പടയുടെ കൈയൂക്കും, മെയ്ക്കരുത്തും ഈ സമയം അനാവൃതമാകുന്നു. ദൈവത്താറിന്റെ പിന്നീടുള്ള ചലനങ്ങളിൽ സീതാ വിരഹത്താൽ ദുഖിതനായ ശ്രീരാമനെയാണ് നാം കാണുക. തുടർന്നു ഭക്തരിൽ നിന്നും വഴിപാടുകൾ സ്വീകരിക്കുന്നു.

അനന്തരം മൂന്ന് തെയ്യങ്ങളും താഴെ കാവിലേക്ക് (സീതയെ വീണ്ടെടുക്കാൻ ലങ്കയിലേക്കെന്ന് സങ്കൽപം). ദൈവത്താർ പന്തങ്ങളുടെ വെളിച്ചത്തിൽ പരിവാരസമേതമാണ് താഴെക്കാവിലേക്ക് പോവുക. താഴെക്കാവിൽ എത്തി ദൈവത്താർ പീഠത്തിൽ ആസനസ്ഥനാകുന്നു. അങ്കക്കാരനും ബപ്പൂരനും ആട്ടം തുടരുന്നു. ലങ്കയിൽ നടന്ന പോരാട്ടങ്ങളുടെ പുനരാവിഷ്കാരം ചെണ്ടയുടെ വ്യത്യസ്ത ചടുല താളങ്ങളിൽ അരങ്ങേറുന്നു. രാവണനെ നിഗ്രഹിച്ചതിനു ശേഷമുള്ള തിരിച്ചെഴുന്നള്ളത്താണ് പിന്നീട്. ഗംഭീരമായ പൂവെടിയോടെയാണ് മടക്കം. ശബ്ദങ്ങൾ കുറച്ച് വർണ്ണങ്ങൾക്ക് പ്രാധാന്യം നൽകിയാണ് ഇത്തവണ 'വെടിക്കെട്ട്'.

വിജയാഹ്ലാദത്തിന്റെ സൂചകമായി വാനരപ്പടയുടെ 'തടവ് പൊളിച്ചു പാച്ചിൽ' എന്ന ചടങ്ങും നടക്കുന്നു. ഉത്സവത്തിന്റെ അവസാന നാലു ദിനങ്ങളിലും തെയ്യാട്ടവും മറ്റു ചടങ്ങുകളും ആവർത്തിക്കുന്നു. കുംഭം എട്ട്മുതൽ ഒരാഴ്ച 'കരിയടുക്ക' എന്ന പേരിൽ പരേതാത്മാക്കൾക്കുള്ള ഉത്സവം. ആത്മീയവും ഭൗതികവുമായ അച്ചടക്കം പാലിച്ചുകൊണ്ടുള്ള അണ്ടലൂർ കാവുത്സവം ചടങ്ങുകളുടെ വൈവിധ്യം കൊണ്ടും, നാലു ദേശക്കാരുടെ ചേർച്ചകൊണ്ടും വേറിട്ടുനിൽക്കുന്ന മാതൃകാപരമായ ഒരു ഗ്രാമോത്സവമത്രെ. പതിനായിരക്കണക്കിന് ആളുകൾ കൂടുന്നതാണെങ്കിലും ക്രമസമാധാന പ്രശ്നങ്ങളൊന്നും സാധാരണ പതിവില്ല. എല്ലാവരും സ്വയം നിയന്ത്രിക്കുന്നു.

വിശ്വാസവും ആചാരവും മനുഷ്യരെ ഒരുമിപ്പിക്കാനുള്ളതാണെന്നും, ക്ഷമയും, സഹനീയതയും, പരസ്പര ബഹുമാനവും സഹവർത്തിത്വത്തെ എങ്ങനെ ഊട്ടിയുറപ്പിക്കുന്നു എന്നും ഇത്തരം ഉത്സവങ്ങൾ നമുക്ക് കാണിച്ചുതരുന്നു. അതൊരു സംസ്കാരമാണ്. അനന്തര തലമുറകൾക്ക് നാം പകർന്നു നൽകേണ്ട മഹനീയമായ ഊട്ടുവെയ്പ്പുകൾ ഇത് കൂടിയാണല്ലോ.

2016 മാർച്ച്

ആൻഡമാൻ കാഴ്ചകൾ

ചരിത്രസ്മൃതികളുറങ്ങുന്ന ആൻഡമാൻ ദ്വീപുകളിലേക്കൊരു യാത്ര ഏറെനാളായി കൊതിക്കുന്നതായിരുന്നു. സൗകര്യവും സാഹചര്യവും ഒത്തുവന്നത് 2016 ഏപ്രിൽ മാസത്തിലായിരുന്നു. കേണൽ പ്രഭാകരനും കുടുംബവും കൂടി യാത്രയിൽ ചേരുന്നു എന്നത് വേറൊരു സന്തോഷം.

ഒരുകാലത്ത് ബ്രിട്ടീഷ് കോളനിയുടെ തന്ത്രപ്രധാനമായ കേന്ദ്രം. ഇന്ത്യൻ സ്വാതന്ത്ര്യ പോരാട്ടങ്ങളിൽ പങ്കെടുത്ത ധീരദേശാഭിമാനികളെ നാടുകടത്തിയ പ്രദേശം. ശിലായുഗവാസികൾ താമസിക്കുന്നതിനാൽ നരവംശശാസ്ത്രജ്ഞന്മാർക്ക് പ്രിയങ്കരമായ ഭൂപ്രദേശം. ആൻഡമാൻ ദ്വീപുകൾക്ക് പ്രാധാന്യമേറെയാണ്. തടവുകാരുടെ ചോരവീണ് കറുത്തതിനാൽ കാലാപാനി എന്നറിയപ്പെടുന്ന ദ്വീപുകൾ. പ്രിയദർശൻ സംവിധാനം ചെയ്ത 'കാലാപാനി' എന്ന സിനിമ കണ്ടവർക്ക് ദ്വീപുകളും ജയിലുമൊക്കെ ഒരു വിഷാദ സ്മരണയായി ഓർമ്മയിലുണ്ടാകും. സവിശേഷമായ ചരിത്രവും അസാധാരണമായ ടൂറിസം സാധ്യതകളും ഇഴചേർന്ന് നിൽക്കുന്ന ദ്വീപുകളിൽ ഒരാഴ്ചക്കാലം തങ്ങാനും കാഴ്ചകൾ കാണാനും സാധിച്ചത് അവിസ്മരണീയമായ ഒരനുഭവം.

ആദിവാസികൾ ഒഴിച്ചാൽ ബാക്കിയുള്ളവരെല്ലാം കുടിയേറ്റക്കാരാണിവിടെ. 204 ദ്വീപുകൾ ചേർന്ന ആൻഡമാൻ ദ്വീപ് സമൂഹത്തിൽ ഏറെയും കൊടും കാടുകളാൽ സമൃദ്ധം. ദ്വീപുകളെ വേർതിരിച്ചിരിക്കുന്ന, ആഴവും വീതിയും കുറഞ്ഞ ചാലുകളും കണ്ടൽകാടുകളും ഈ ദ്വീപുകളെല്ലാം പണ്ട് ഒരൊറ്റ ദ്വീപായിരുന്നു എന്ന് കാണിക്കുന്നു. നിക്കോബാർ

» ആൻഡമാൻ ദ്വീപ്

ദ്വീപുകളിൽ 19 ദ്വീപുകൾ. ഏഴിൽ മനുഷ്യവാസമില്ല. നാളികേരം സമൃദ്ധമായി വളരുന്ന പ്രദേശമാണിത്. ഇവിടെനിന്നുള്ള പ്രധാന കയറ്റുമതിയും നാളികേരംതന്നെയാണ്.

ഒരല്പം ചരിത്രം

ബംഗാൾ ഉൾക്കടലിലെ ഒരു പ്രധാനകേന്ദ്രം എന്നനിലയിലാണത്രെ ദ്വീപുകൾ കോളനിവത്കരിക്കാനുള്ള ശ്രമം തുടങ്ങിയത്. 1777 ൽ തുടങ്ങിയ പരിശ്രമങ്ങൾക്കൊടുവിൽ 1788ൽ ബ്രിട്ടീഷുകാർ ഇവിടെ കോളനി സ്ഥാപിച്ചു. 1795ൽ പകർച്ചവ്യാധികളാലും ആദിവാസികളുടെ ആക്രമണങ്ങളാലും കോളനി ഉപേക്ഷിക്കപ്പെട്ടുവെങ്കിലും 1857 ൽ നടന്ന ഒന്നാം സ്വാതന്ത്ര്യസമരത്തോടനുബന്ധിച്ച് ബ്രിട്ടീഷുകാർ വീണ്ടും ദ്വീപ് സമൂഹങ്ങളിലേക്ക് ശ്രദ്ധതിരിച്ചു. ശിപായിലഹള എന്നപേരിൽ അറിയപ്പെട്ട സമരത്തിൽ പങ്കെടുത്ത ആയിരത്തിൽപരം ആളുകളെ നാടുകടത്താൻ ദ്വീപ് തിരഞ്ഞെടുക്കപ്പെട്ടു. 1858 ൽ 200 തടവുകാരുമായി ആദ്യ കപ്പൽ ആൻഡമാനിലെത്തി. പ്രതികൂല കാലാവസ്ഥയിലും തടവുകാരെ ഉപയോഗിച്ച് പോർട്ട്ബ്ലയറും, റോസ്സ്ദ്വീപും അവർ മനുഷ്യവാസയോഗ്യമാക്കിത്തീർത്തു. തടവുകാരുടെ സഹനവും കഷ്ടപ്പാടുകളും അതിദയനീയമായിരുന്നു. പ്രതിരോധിച്ചവരെയും സഹിക്കവയ്യാതെ രക്ഷപ്പെടാൻ ശ്രമിച്ചവരെയും കൊന്നു. പിന്നീടും തടവുകാർ വന്നുകൊണ്ടേയിരുന്നു. 1921 ൽ മലബാർ കലാപത്തിൽ പങ്കാളികളായവരെ

നാട്ടുകടത്തിയതും ഇവിടേക്കുതന്നെ. ഇന്ന് ദ്വീപിലെ മലയാളികളിൽ പലരും ഇവരുടെ പിന്തുടർച്ചക്കാരാണ്.

വെസ്റ്റ് കോസ്റ്റ് എക്സ്പ്രെസ്സിൽ ചെന്നെയിൽ എത്തി. അവിടെനിന്ന് പിറ്റേദിവസം ഫ്ലൈറ്റിൽ ആൻഡമാൻസിലേക്കും. വീർ സവർക്കാർ ഇന്റർനാഷനൽ വിമാനത്താവളം അത്ര വലുതൊന്നുമല്ല. കാലാവസ്ഥ ഏറെക്കുറെ കേരളത്തിലേത് തന്നെ. പോർട്ട്ബ്ലെയർ നഗരത്തിന്റെ കേന്ദ്രഭാഗത്താണ് നേവിയുടെ നിയന്ത്രണത്തിലുള്ള ഈ വിമാനത്താവളം.

ഉച്ചഭക്ഷണം കഴിഞ്ഞ് ചെറിയ ഒരു നഗരപ്രദക്ഷിണം. തുടർന്ന് സമുദ്രിക മറൈൻ മ്യൂസിയം. ദ്വീപിലെ വിവിധ കടൽജീവികളെയും മൽസ്യവൈവിധ്യത്തെയും ചെറുതായൊന്ന് പരിചയപ്പെട്ടു. പവിഴപ്പുറ്റുകളുടെ വൻശേഖരവും ശ്രദ്ധേയം തന്നെ. അവ നേരിൽ കാണാൻ പോവുകയാണല്ലോ. അതുകഴിഞ്ഞു നേരെപോയത് സെല്ലുലാർ ജയിൽ കാണാനായിരുന്നു.

സെല്ലുലാർ ജയിൽ

ദ്വീപിലുള്ള തടവുകാരുടെ എണ്ണം വർധിച്ചപ്പോൾ, അവരെ പാർപ്പിക്കാൻ വിപുലമായ സംവിധാനം വേണ്ടിവന്നു. അങ്ങനെയാണ് 1896 ൽ ഏകാന്ത തടവറകൾ എന്ന ആശയത്തിൽ സെല്ലുലാർ ജയിൽ നിർമ്മിക്കാൻ തുടങ്ങിയത്. 1906 ൽ നിർമ്മാണം പൂർത്തിയായി. മൂന്ന് നിലകളിൽ കേന്ദ്രഭാഗത്ത്നിന്നും പുറത്തേക്ക് നിർഗമിക്കുന്ന ഏഴ് ശാഖകളായിട്ടാണ് നിർമ്മിതി. ഓരോ നിലയിലെയും കോറിഡോറുകൾ സെൻട്രൽ ടവറുമായി ചേർന്നുനിൽക്കുന്നു. 698 അറകളിലായി തടവുകാരെ പരസ്പരം ബന്ധമില്ലാതെ പാർപ്പിക്കാനുള്ള സംവിധാനം.

സവർക്കർ, ബാരീന്ദ്രകുമാർ ബോസ്, ഹേമചന്ദ്രദാസ്, മഹാബീർസിങ്, കമൽ നാഥ് തിവാരി, ഉപേന്ദ്രനാഥ് ബാനർജി തുടങ്ങിയ പ്രമുഖരെല്ലാം ഇവിടെ ജയിൽവാസം അനുഭവിച്ചിട്ടുണ്ട്.

ചീഫ് വാർഡൻ ബാരിയുടെ ഭരണത്തിന് കീഴിൽ തടവുകാർ അനുഭവിച്ച കൊടിയ യാതനകളുടെ ചിത്രം ദിവസവും വൈകുന്നേരം പ്രദർശിപ്പിക്കുന്ന ലൈറ്റ് & സൗണ്ട് ഷോയിൽ ഹൃദയഭേദകമാംവിധം ആവിഷ്കരിച്ചിരിക്കുന്നു. സർവ പീഡനങ്ങൾക്കും മൂകസാക്ഷിയായ ജയിലിനു മുന്നിലെ മരം കഥകൾ പറയുന്നരീതിയും ചിലയിടങ്ങളിൽ അവലംബിച്ചിരിക്കുന്നു. ശബ്ദപ്രകാശ വിന്യാസങ്ങളിലൂടെ ജയിലറകൾ കേന്ദ്രീകരിച്ച് വികസിച്ചുവരുന്ന ദൃശ്യങ്ങൾ വികാരതീവ്രതയാൽ നമ്മുടെ മനസ്സിനെ ദുഃഖസാന്ദ്രമാക്കുന്നു. ജയിലറകൾക്കുള്ളിലേക്ക്

» സെല്ലലാർ ജയിൽ

കാരാഗൃഹവാസത്തിനെന്നപോലെയല്ലായിരുന്നു തടവുകാർ പ്രവേശിച്ചത്. സ്വന്തം നാടിന്റെ മോചനത്തിനുവേണ്ടി നിശ്ചയദാർഢ്യത്തോടെ കരളുറപ്പോടെ പ്രാർത്ഥനയുമായി ഒരു ക്ഷേത്രത്തിലേക്കെന്നപോലെയായിരുന്നു. അവിടെ പീഡനം അവർക്കൊരു പ്രശ്നമായിരുന്നില്ല. യാതനകൾ അവരുടെ മനോധൈര്യം തകർത്തില്ല.

കടുത്ത ദേശസ്നേഹം അവരുടെ സിരകളെ ത്രസിപ്പിച്ചു കാണും. നാടിന്റെ സ്വാതന്ത്ര്യം എന്ന ലക്ഷ്യം അവരുടെ സ്വപ്നങ്ങളെ പൊലിപ്പിച്ചുകാണും. സ്വതന്ത്ര ഇന്ത്യയിൽ പിന്നീടുവന്ന തലമുറ ഇതൊക്കെ ഉൾകൊള്ളാൻ ശ്രമിച്ചുവോ. കുറഞ്ഞതോതിലെങ്കിലും നാടിനുവേണ്ടി സ്വന്തം അഭീഷ്ടങ്ങൾ മാറ്റിവെച്ചുവോ. സംശയമാണ്.

രണ്ടു മണിക്കൂർ ഷോ നമ്മുടെ മുന്നിൽ അനാവരണം ചെയ്യുന്നത് അസാമാന്യമായ ദേശസ്നേഹത്തിന്റെ അപൂർവമായ ചിത്രമാണ്.

അനീതിക്കും മനുഷ്യത്വരഹിതമായ പീഡനങ്ങൾക്കുമെതിരായ തടവുകാരുടെ ചെറുത്തുനിൽപ്പ് തുടർന്നുകൊണ്ടേയിരുന്നു. ഇവിടുത്തെ ക്രൂരതകൾ ഒടുവിൽ ബ്രിട്ടീഷ് ഭരണാധികാരികൾക്ക്തന്നെ വലിയ തലവേദനയായി മാറി. 1937 ൽ ദ്വീപിലെ തടങ്കൽപാളയങ്ങൾ നിർത്തലാക്കപ്പെട്ടു. തടവുകാരെ വൻകരയിലെ ജയിലുകളിലേക്ക് മാറ്റിപ്പാർപ്പിച്ചു.

ഇന്ന് ജയിലൊരു ദേശീയ സ്മാരകമാണ്. ആദ്യം കടന്നെത്തുന്ന ബ്ലോക്കിൽ സ്വാതന്ത്ര്യസമര സേനാനികളുടെ ചിത്രങ്ങൾ. താഴത്തെ നില ഒരു എക്സിബിഷൻ ഗാലറി. ഒന്നാം നില ഒരു ആർട്ട് ഗാലറി. നേതാജിയുടെ ജീവിത യാത്രകൾ ഇവിടെ പ്രദർശിപ്പിച്ചിരിക്കുന്നു.

നല്ലൊരു പുസ്തക ശേഖരവുമുണ്ട്. സെല്ലുലാർ ജയിലിന്റെ ഏഴ് പാർശ്വ മന്ദിരങ്ങളിൽ നാലെണ്ണം നശിച്ചു. മൂന്നെണ്ണം തടവുകാരുടെ ഏകാന്ത വാസത്തിന്റെ ഓർമ്മകൾപേറി ചരിത്രസാക്ഷിയായി നിലകൊള്ളുന്നു.

സെല്ലുലാർ ജയിലിൽനിന്നുമിറങ്ങി, നഗരമധ്യത്തിലെ ഗാന്ധി പാർക്ക് കൂടി സന്ദർശിച്ച് ആ ദിവസത്തെ യാത്ര അവസാനിച്ചു.

ബാരാ ടാങ് ദ്വീപുകളിലേക്ക്

നോർത്ത് ഈസ്റ്റ് പോലെ ഇവിടെയും സൂര്യൻ നേരത്തേ എത്തും. ഏതാണ്ട് നാലര മണിക്ക് തന്നെ വെളിച്ചം പരക്കും. അടുത്ത ദിവസം നേരം പുലരുന്നതിന് മുമ്പ് തന്നെ, അതായത് മൂന്നരമ ണിക്ക് ബരാടാങ് ദ്വീപിലേക്കുള്ള യാത്ര ആരംഭിച്ചു. ആൻഡമാൻ ട്രങ്ക് റോഡിലൂടെ നിബിഡമായ വനമേഖലയിലൂടെയുള്ള യാത്ര. ഈ യാത്രക്ക് മറ്റൊരു ആകർഷണം കൂടി ഉണ്ടായിരുന്നു. ജറുവാ ആദിവാസികളുടെ മേഖലയിലൂടെയാണ് യാത്ര. ജിർകാതാങ്ങിലെ ചെക്പോസ്റ്റിൽനിന്നും അനുവാദം കിട്ടിയിട്ടുവേണം ജറുവാ സംരക്ഷിത വനമേഖലയിലേക്ക് പ്രവേശിക്കാൻ. രണ്ട് മണിക്കൂറിലേറെ സമയം ഇതിനായി കാത്തുനിൽക്കേണ്ടിവന്നു. വാഹനങ്ങളുടെ നീണ്ട നിരത ന്നെയായിരുന്നു പ്രവേശനകവാടത്തിനിപ്പുറം.

വാഹനങ്ങൾ കോൺവോയ് അടിസ്ഥാനത്തിലാണ് ഇനി മുന്നോ ട്ടുപോകേണ്ടത്. മറികടക്കാൻ പാടില്ല. വഴിയിൽ ഒരിടത്തും ഇറങ്ങാനും പാടില്ല. മനുഷ്യവാസമില്ലാത്ത ഉൾക്കാടുകളിൽ നഗ്നരായി ജീവിക്കുന്ന ജറുവാ ആദിവാസികളെ ചിത്രങ്ങളിൽമാത്രം കണ്ട പരിചയമേയുള്ളൂ. സാധാരണ മനുഷ്യരുടെ മേച്ചിൽസ്ഥലങ്ങളിൽനിന്നും മാറി ഉൾക്കാ ടുകളിൽ വനവിഭവങ്ങളെമാത്രം ആശ്രയിച്ചു ജീവിക്കുന്നവരാണ് ഈ ആദിമ മനുഷ്യർ. പഴങ്ങളും, തേനും, വൃക്ഷത്തിന്റെ വേരുകളുമൊക്കെ തിന്ന് കഴിയുന്ന ഇവർക്ക് കണ്ടൽവനമേഖലയിലെ മൽസ്യം, ആമ, പന്നി എന്നിവയും ഇഷ്ട ഭക്ഷണമാണ്.

ആഫ്രിക്കയിൽ ഉദ്ഭവിച്ച ഹോമോസാപിയൻസുമായി ഏറെ സാദൃശ്യമുള്ള, അവരുടെ തനത് സവിശേഷതകളുമായി ഏറ്റവും കൂടുതൽ അടുത്ത് നിൽക്കുന്ന ജനവിഭാഗങ്ങളിൽ പെടുന്ന വിഭാഗമാണ് ജറുവകൾ. ഇന്ന് 500ൽ താഴെമാത്രം അംഗസംഖ്യയുള്ള ജറുവാ വിഭാ ഗക്കാർക്ക് വേണ്ടിയുള്ള സംരക്ഷിത മേഖലയാണിത്. 2002 ൽ ട്രങ്ക് റോഡ് വഴിയുള്ള യാത്ര സുപ്രീം കോടതി തടഞ്ഞിരുന്നുവെങ്കിലും പിന്നീട് ടൂറിസം സാധ്യതകൾക്കുവേണ്ടി ഉപാധിയോടെ അനുവാദം നൽകുകയായിരുന്നു.

ആകാംക്ഷയോട് കൂടി റോഡിനിരുവശവും ശ്രദ്ധാപൂർവം നിരീക്ഷിച്ചു കൊണ്ടായിരുന്നു യാത്ര. കുറെ ദൂരം പോയപ്പോൾ വനത്തിനുള്ളിലായി മിന്നായംപോലെ ഒന്ന് രണ്ട്പേരെ കണ്ടുവെങ്കിലും പെട്ടെന്നുതന്നെ അവർ കാണാമറയത്തായി.

രണ്ട് കുട്ടികൾ ദൂരെനിന്ന് വാഹനത്തിനുനേരെ കൈവീശിക്കാണിച്ചത് ചിലർ കണ്ടു. നിബിഡ വനാന്തരത്തിൽ പ്രകൃതിയുടെ മടിത്തട്ടിൽ ജീവിക്കുന്ന ഇക്കൂട്ടർ അധികം പുറത്തേക്കിറങ്ങാറില്ല. രോഗപ്രതിരോധ ശേഷി കുറവായ ഇവർക്ക് പെട്ടെന്ന് രോഗങ്ങൾ പിടിപെടാൻ സാധ്യതയുള്ളതിനാൽ ഇവരുമായി ഇടപഴകുന്നതിന് വിനോദസഞ്ചാരികൾക്ക് കർശനമായ വിലക്കുണ്ട്. ഫോട്ടോ എടുക്കുന്നതും ഭക്ഷണം നൽകുന്നതുമൊക്കെ വലിയ പിഴ ഈടാക്കാവുന്ന കുറ്റമാണ്.

ഒന്നര മണിക്കൂർ കാട്ടിലൂടെയുള്ള യാത്രയ്ക്കൊടുവിൽ കണ്ടൽകാടുകൾ അതിരിടുന്ന പുഴയോരത്തെത്തി. വാഹനം ഇവിടെവരെമാത്രം. വിശ്രമ കേന്ദ്രങ്ങളും മറ്റു അനുബന്ധ സൗകര്യങ്ങളുമൊക്കെ ഇവിടെ ഒരുക്കിയിട്ടുണ്ട്. ഇനി ജങ്കാർ വഴി അക്കരെയെത്തണം.

സാമാന്യം വലിയ പുഴയാണ്. നല്ല ഒഴുക്കുമുണ്ട്. വലിയ ചങ്ങാടത്തിലേറി സമ്പന്നമായ പുഴയുടെ മാറിലൂടെ സുഖശീതളമായ കാറ്റുമേറ്റ് നീങ്ങുമ്പോൾ, നാല്പത്തിമൂന്ന വർഷങ്ങൾക്കുമുമ്പ് ഒരു പ്രീഡിഗ്രി വിദ്യാർത്ഥി 'തച്ചോളി ഒതേനൻ' സിനിമയുടെ ഒരു ഗാനരംഗം ഷൂട്ട് ചെയ്ത നാട്ടിലെ പെരിങ്ങത്തൂർ പുഴയിലൂടെ ബസ്സ്കയറ്റിയ ചങ്ങാടത്തിന്റെ കൈവരിപിടിച്ച് നീരൊഴുക്കിന്റെ സൗന്ദര്യം നുകർന്നുകൊണ്ട് പുഴ കടന്ന ഓർമ്മകൾ തികട്ടി വന്നു. കഥയും കാലവുമൊക്കെ എത്രയോ മാറി. അധികം വൈകാതെ പെരിങ്ങത്തൂർ പുഴയിൽ പാലം വന്നു. കണ്ണൂർ കോഴിക്കോട് ജില്ലകൾ പരസ്പരം പുണർന്നു. ബസ്സുകൾ ഏറ്റിയ ചങ്ങാടങ്ങൾ ഓർമ്മയായി.

ജങ്കാറിൽ നിന്നുമിറങ്ങി ബോട്ടിൽകയറി കണ്ടൽ കാടുകളുടെ ഉള്ളറകളിലേക്കൊരു യാത്ര. പച്ചമേലാപ്പുപോലെ വളർന്നുനിൽക്കുന്ന കണ്ടൽമരങ്ങളുടെ തണലും തണുപ്പും അനുഭവിച്ചറിയണം. ചെളിയിലേക്ക് ഊർന്നിറങ്ങിപോകുന്ന കണ്ടൽ വേരുകളുടെ അതിസമൃദ്ധിയും അതിനിടയിലൂടെ ദൃശ്യമാകുന്ന ജലച്ചീറുകളുടെ നീലച്ഛവിയും വശ്യമോഹനം തന്നെയാണ്. അനന്തവൈവിധ്യമാർന്ന ജല ജീവികളുടെ വാസസ്ഥലമായ ഈ ജൈവ മേഖല പുഴയെയും കരയെയും ഒരുപോലെ സംരക്ഷിക്കുന്നു. ബോട്ട് യാത്ര അവസാനിച്ചത് മരംകൊണ്ട് കെട്ടിയുയർത്തിയ ഒരു വിശ്രമ തടത്തിലാണ്. ഇവിടെനിന്ന് വേണം നടന്ന് ലൈയിം സ്റ്റോൺ ഗുഹകൾ സന്ദർശിക്കാൻ.

ചുണ്ണാമ്പുപാറകളിൽ മഴത്തുള്ളികൾ ഊർന്നിറങ്ങുമ്പോൾ ഉണ്ടാകുന്ന ലഘു ആസിഡ് പാറകളെ അലിയിപ്പിക്കുകയും അതുവഴി രൂപമെടുക്കുന്ന വിവിധതരം കുഴികളും ദ്വാരങ്ങളും, പുറംതോടുകളും ചേർന്ന് അനേക വർഷം കൊണ്ടുണ്ടാകുന്നതാണ് ചുണ്ണാമ്പു കൽഗുഹകൾ. ജലലഭ്യത അനുസരിച്ച് താഴെനിന്ന് മുകളിലേക്കും, മുകളിൽനിന്ന് താഴേക്കും ഗുഹകൾ രൂപപ്പെട്ടുവരും.

ചുണ്ണാമ്പ് പാറകളുടെ നിമ്നോന്നതങ്ങളിൽ മുകളിൽ നിന്ന് പ്രകാശം വന്നുപതിക്കുമ്പോൾ അവ വൈവിധ്യസുന്ദരമായ കാഴ്ച തന്നെയാണ്. പ്രകൃതിയിലെ സ്വാഭാവിക ഭൗമ രാസ പ്രവർത്തനങ്ങളിലൂടെ ഗണപതിയായും, താമരയായും ബഹുശാഖി ദീപങ്ങളായും ചുണ്ണാമ്പുകല്ലുകൾ മാറുന്നത് അത്ഭുതകരമായ പ്രതിഭാസം തന്നെ. പതിയെ താഴേക്ക് വീഴുന്ന ജലകണങ്ങളിൽ ക്യാമറകളുടെ മിന്നൽ വെളിച്ചം പതിക്കുമ്പോൾ തുഷാര ധവളിമയാർന്ന മുത്തുകൾ ചിതറുന്നപോലെ സുരഭിലമായ കാഴ്ച. ഇടുങ്ങിയ ഗുഹകൾക്കുള്ളിലേക്ക് ഒരുവഴിമാത്രമേയുള്ളൂ. ഗുഹകൾക്കുള്ളിൽ കൂടുതൽ ആളുകൾ കേന്ദ്രീകരിക്കുന്നത് പ്രയാസമായതിനാൽ ചുരുങ്ങിയ സമയം മാത്രമേ ഗുഹകൾക്കുള്ളിൽ തങ്ങാൻ പാടുള്ളൂ. മടക്കം വന്ന വഴിയേതന്നെ. മൂന്നര മണിക്കൂർ തുടർച്ചയായ യാത്ര...

പോർട്ട് ബ്ളയറിലേക്ക് എത്തുമ്പോൾ ചൂടിന്റെ കാഠിന്യം കുറഞ്ഞു തുടങ്ങിയിരുന്നു. എം ജി റോഡിലെ ആന്ത്രോപോളജിക്കൽ മ്യൂസിയത്തിലേക്കാണ് വൈകുന്നേരം പോയത്. ജറുവാ ആദിവാസമേഖലകൾ സന്ദർശിച്ച ദിവസംതന്നെ ഇവിടം സന്ദർശിച്ചത് എന്തുകൊണ്ടും നന്നായി. ഈ മ്യൂസിയം വിശദമായി നമ്മെ ബോധ്യപ്പെടുത്തുന്നത് ദ്വീപിലെ ആദിമ നിവാസികളുടെ ജീവിതവും സംസ്കാരവും തന്നെയാണ്. നീഗ്രോയ്ഡ് വർഗ്ഗത്തിൽ പെടുന്ന ഓങ്കസ്, സെന്റിനലീസ്, ജറുവാസ്, ആൻഡമാനീസ് വംശക്കാരും, മംഗളോയ്ഡ് വർഗ്ഗത്തിൽപെടുന്ന ഷോംപെൻസ്, നിക്കോബാറീസ് വംശക്കാരും കടന്നുപോയ ജീവിതത്തിന്റെ നാൾവഴികൾ ഇവിടുത്തെ പ്രദർശന വസ്തുക്കൾ വരച്ചുവെയ്ക്കുന്നു. അവരുടെ പണിയായുധങ്ങൾ, പാത്രങ്ങൾ, വസ്ത്രങ്ങൾ, ആഭരണങ്ങൾ, വീട്ടും പരിസ്ഥിതിയും എല്ലാം നമുക്കിവിടെ ഒരു ഗതകാലസ്മരണയായി അനുഭവിക്കാം. ആദിവാസി മേഖലകളിൽ നേരിട്ടുപോയി മനസ്സിലാക്കാൻ സാഹചര്യമില്ലാത്ത അവസ്ഥയിൽ ഈ മ്യൂസിയം വലിയ ഒരു അനുഗ്രഹം തന്നെയാണ്.

ഹാവ് ലോക് ദ്വീപ്

ദ്വീപിലെ നാലാംനാൾ. ആൻഡമാനിലെ ഏറ്റവും വലിയ ദ്വീപായ ഹാവ്ലോക്ക് ദ്വീപിലേക്കാണ് യാത്ര. ആദ്യത്തെ ക്രൂയിസ് യാത്രയാണ്. വളരെ പഴയ ഒരു ഗവർമെണ്ട് ഷിപ്പാണ്. ക്യാബിനുകളും ഇടനാഴികളുമൊക്കെ അനാകർഷകം. ടോയ്‌ലറ്റുകളുടെ അവസ്ഥ ദയനീയം. ഏകദേശം 41 കിലോമീറ്റർ ദൂരമുണ്ട് ഹാവ് ലോക്കിലേക്ക്. ഇക്കോ ടൂറിസം പദ്ധതിയൊക്കെയുള്ള ദ്വീപാണിത്. 113 സ്ക്വയർ കി. മി. വിസ്തീർണം. ബംഗാളി കുടിയേറ്റക്കാർ ധാരാളമുണ്ടിവിടെ. ഹാവ്ലോക് നമ്മുടെ ഗോവയുടെ സ്മൃതികളുയർത്തുന്ന ദ്വീപാണ്. അത്ര തിരക്കില്ലെന്ന് മാത്രം.

രാധനാഗർ ബീച്ച്

ഹാവ്ലോക് ദ്വീപിൽ നിന്നും 12 കി. മീ. മാറിയുള്ള രാധനാഗർ ബീച്ച് ഒരപൂർവ അനുഭവം തന്നെയാണ്. ശുദ്ധനീലജലം അലതല്ലുന്ന കടൽ. വിശാലമായ ത്തുവെള്ള പൂഴിപ്പരപ്പിനെ അതിരിടുന്ന വലിയ തണൽ മരങ്ങളുടെ നീണ്ട നിര. കടൽകാഴ്ചകൾ കണ്ടാസ്വദിക്കാൻ സുഖപ്രദമായ ഇരിപ്പിടങ്ങൾ. ഷെൽട്ടറുകൾ. റിസോർട്ടുകൾ. വസ്ത്രം മാറാനും, ഷവർ ബാത്ത് നടത്താനും വിപുലവുമായ സൗകര്യങ്ങൾ. ജലസാഹസിക ടൂറിസത്തിന് പറ്റിയ മറ്റ് അനുബന്ധ ക്രമീകരണങ്ങൾ. എല്ലാംകൊണ്ടും സന്ദർശകരെ പിടിച്ചിരുത്തുന്ന സുന്ദരമായ ബീച്ച്. 2004 ൽ ടൈം മാഗസിൻ ഏഷ്യയിലെ ഏറ്റവും നല്ല ബീച്ചായി തെരഞ്ഞെടുത്ത രാധനാഗർ ബീച്ച് ലോകത്തെ നല്ല ബീച്ചുകളിൽ ഏഴാം സ്ഥാനത്തു നിൽക്കുന്നു.

കടൽത്തീരത്തിന്റെ സൗന്ദര്യം ആവോളം ആസ്വദിച്ചുകഴിഞ്ഞപ്പോൾ തിരമാലചാർത്തുകളുടെ തണുപ്പും തരിപ്പും ഏറ്റുവാങ്ങാൻ മനസ്സ് കൊതിച്ചു. അങ്ങനെ കേണലും ഞാനും വെള്ളത്തിലിറങ്ങി. ഒരുമണിക്കൂർ നേരം കടലിന്റെ തിരമാലക്കൈകളിലായിരുന്നു ഞങ്ങൾ. പ്രായം അഭിനിവേശങ്ങളുടെ മുനയൊടിക്കില്ലെന്ന് ബോധ്യപ്പെടുത്തി കരുതലുള്ള തിരമാലകൾ.

വെയിൽ താഴുംവരെ ബീച്ചിൽ ചെലവഴിച്ചു. മടക്കം ഒരു കിടിലൻ പ്രൈവറ്റ് ഷിപ്പിലായിരുന്നു. ചാർജ് അല്പം കൂടുതലാണെങ്കിലും സംഗതി കൊള്ളാം. എല്ലാ ആധുനികസൗകര്യങ്ങളും തികഞ്ഞ വലിയ ക്യാബിനുകൾ. സുഖപ്രദമായ ഇരിപ്പിടങ്ങൾ. കാലത്തേ യാത്രയുടെ ചൊരുക്കും ചൊടിപ്പും പോയ്മറഞ്ഞു.

പോർട്ട്ബ്ലയറിൽ തിരിച്ചെത്തിയതിനുശേഷം രാജീവ്ഗാന്ധി വാട്ടർ സ്പോർട്സ് കോംപ്ലക്സ് സന്ദർശിച്ചു. സ്പീഡ് ബോട്ട് റൈഡ്, സ്ക്യൂബാ ഡൈവിംഗ്, ജെറ്റ്സ്കൈ റൈഡിങ് തുടങ്ങിയ ജലസാഹസ സ്പോർട്സ് പ്രവർത്തനങ്ങൾ ഈ സെന്റർ കേന്ദ്രീകരിച്ചു നടക്കുന്നു.

കടലിലേക്ക് നീട്ടിക്കെട്ടിയ നടപ്പാതകൾ കടൽ ജീവികളെ നിരീക്ഷിക്കാനും, പവിഴപ്പുറ്റുകളുടെ വൈവിധ്യവും, സൗന്ദര്യവും ആസ്വദിക്കാനും ഏറെ സഹായകമാണ്. കോംപ്ലെക്സിന്റെ ഭാഗമായ പാർക്കിൽ അല്പസമയം ചെലവഴിച്ച് ഞങ്ങൾ ഹോട്ടൽ മുറിയിലേക്ക് തിരിച്ചു.

റോസ്സ് ദ്വീപ്

അടുത്തദിവസം റോസ്സ് ദ്വീപിലേക്കായിരുന്നു യാത്ര. പോർട്ട് ബ്ളയറിൽ നിന്നും രണ്ടു കി. മി. ദൂരെ സ്ഥിതിചെയ്യുന്ന ദ്വീപിലേക്ക് ബോട്ടിൽ യാത്രചെയ്യുമ്പോൾ ചുറ്റും കാണുന്ന ദ്വീപ് സമൂഹങ്ങളും വിശാലമായ കടൽപ്പരപ്പും ചേർന്നുള്ള കാഴ്ച വളരെ ആകർഷകം തന്നെയായിരുന്നു.

ബ്രിട്ടീഷ് ഭരണത്തിന്റെ സിരാകേന്ദ്രമായിരുന്ന 75 ഏക്കർ വിസ്തൃതിയുള്ള റോസ് ഐലൻഡ് കൊളോണിയൽ പ്രതാപത്തിന്റെ നാശോന്മുഖമായ സ്മാരകമായി ഇന്നും നിലനിൽക്കുന്നു. ഇന്ത്യയിൽ നിന്നും തടവിനായി നാടുകടത്തിയ സ്വാതന്ത്ര്യ സമര സേനാനികളെ ഉപയോഗിച്ച് ബ്രിട്ടീഷ് ഭരണാധികാരികൾ ഇവിടെ സർവ ഭൗതിക സജ്ജീകരണങ്ങളും ഒരുക്കിയിരുന്നു. കുടിവെള്ളത്തിന്റെ സൗകര്യമാണ് ബ്രിട്ടീഷ് ഭരണാധികാരികളെ ഇവിടേക്കാകർഷിച്ചത്. സെക്രട്ടേറിയറ്റ്, പോസ്റ്റ് ഓഫീസ്, പ്രിന്റിങ് പ്രസ്, ബസാർ, പള്ളി, സെമിത്തേരി, ബാറുകൾ, ക്ലബ്ബുകൾ, ബേക്കറി, നീന്തൽകുളം, ജലശുദ്ധീകരണസംവിധാനം എന്നുവേണ്ട ഭരണനിർവഹണത്തിനും സുഖജീവിതത്തിനും വേണ്ട സർവ്വതും തടവുകാരുടെ വിയർപ്പിന്റെയും ചോരയുടെയും ചെലവിൽ പണിതുയർത്താൻ ഭരണാധികാരികൾക്ക് സാധിച്ചു. 1941 ലെ ഭൂകമ്പത്തിൽ കെട്ടിടങ്ങളും പള്ളിയുമൊക്കെ തകർന്നുപോയി. 1942 ൽ ബ്രിട്ടീഷുകാരിൽനിന്നും ജപ്പാൻകാർ ദ്വീപ് പിടിച്ചെടുത്തു. 1943 ൽ സുഭാഷ് ചന്ദ്രബോസ് ദ്വീപിൽ ത്രിവർണ്ണ പതാക ഉയർത്തിയത് ചരിത്രം. 1945ൽ ബ്രിട്ടീഷ് സൈന്യം ദ്വീപുകൾ വീണ്ടും തിരിച്ചുപിടിച്ചു. 1947 ൽ ഇന്ത്യ സ്വതന്ത്രമാകുന്നതുവരെ അവർ ഇവിടെ ആധിപത്യം തുടർന്നു. നൃത്തവും, സംഗീതവും, പ്രഭാപൂരവുമൊക്കെയായി രാവും പകലും ശബ്ദമുഖരിതമായിരുന്ന ദ്വീപുകൾ ഇന്ന് നിസ്സംഗതയോടെ ഗതകാല സ്മരണകൾ അയവിറക്കി നിലകൊള്ളുന്നു. തകർന്നുപോയ കെട്ടിടങ്ങളിൽ

» റോസ്സ് ദ്വീപ്

വേരുകൾ പടർത്തി, ശാഖകൾ വിടർത്തി മൂക സാക്ഷിയായി മരങ്ങളും. നാവികപരിശീലനകേന്ദ്രവും ബാറക്കും ഉൾപ്പെടുന്ന ഒട്ടുമിക്ക സംവിധാനങ്ങളും ഇന്ന് തകർന്നടിഞ്ഞ അവസ്ഥയിലാണ്. ബർമ്മ തേക്കിൽ പണിത പള്ളിയുടെ ജനലുകൾ നൂറു വർഷം കഴിഞ്ഞിട്ടും കാലത്തിന്റെയും, കാലാവസ്ഥയുടെയും സമ്മർദ്ദങ്ങൾ അതിജീവിച്ചിരിക്കുന്നു എന്നത് ശ്രദ്ധേയമാണ്.

ദ്വീപുകൾ സന്ദർശിക്കാൻ ആളുകൾ ധാരാളമായി വന്നെത്തുന്നു ഇന്നും. ഭംഗിയായി ഒരുക്കിയിരിക്കുന്ന മ്യൂസിയം ചരിത്ര സംഭവങ്ങളുടെ പരമ്പരകൾ വിശദീകരിക്കുന്നു. കഫെറ്റീരിയകളും, കംഫോർട്ട് സ്റ്റേഷനും നന്നായി പരിപാലിക്കുന്നു.

വന്മരങ്ങളും ചിതറിക്കിടക്കുന്ന കാടുകളും അവശേഷിച്ചിരിക്കുന്നു. പുള്ളിമാനുകളും മയിലുകളും കാലത്തിന്റെ മാറ്റങ്ങളൊന്നുമറിയാതെ സന്ദർശകരെയൊന്നും ഗൗനിക്കാതെ അലഞ്ഞു തിരിയുന്നു. 200 മീറ്ററോളം കടലിലേക്ക് നീളുന്ന പാലത്തിന്റെ അറ്റത്തായി 'ദി ലോൺലി സെയിലർ' എന്ന നാവികന്റെ പ്രതിമകാണാം.

ഇന്ത്യൻ നേവിയുടെ അധീനതയിലാണിന്ന് റോസ്സ് ഐലൻഡ്. മൂന്നുമണിക്കൂർ ദ്വീപിൽ ചെലവഴിച്ചതിനു ശേഷം ബോട്ടിലേക്ക് തിരികെ കയറുമ്പോൾ ഓർത്തുപോയി... അധികാര ഗർവിന്റെ മുഴക്കങ്ങൾ അസ്തമിച്ചിരിക്കുന്നു. വിധേയത്വത്തിന്റെ വിതുമ്പലുകളും ഒഴിഞ്ഞിരിക്കുന്നു. കാലത്തിന്റെ വിസ്മയാവഹമായ പകർന്നാട്ടങ്ങൾ നടന്ന ഭൂമിയിൽനിന്നുമാണ് ഈ വിനീതനായ അന്വേഷകൻ മടങ്ങുന്നത്. സ്വന്തം വേഷങ്ങൾ തകർത്താടിയവരൊക്കെ ഓർമ്മകളായി. സർവ്വതിനും സാക്ഷിയായ കടൽത്തിരമാലകൾ എല്ലാം ഉള്ളിലൊതുക്കി അലയടിച്ചുകൊണ്ടേയിരിക്കുന്നു. കാലപ്രവാഹത്തിൽ സ്വത്തും സമ്പാദ്യവും

അധികാരവും സാമ്രാജ്യങ്ങളുമെല്ലാം കേവലം നശ്വരമാണെന്ന് വീണ്ടും വീണ്ടും ഓർമ്മിപ്പിക്കുകയാവുമോ അവ.

നോർത്ത് ബേ ബീച്ച്

ഉച്ചയോടെ ഞങ്ങൾ ബോട്ടിൽ നോർത്ത് ബേ ബീച്ചിലെത്തി. ജലവിനോദങ്ങൾക്ക് പേരുകേട്ട ബീച്ചാണിത്. താല്പര്യമുള്ളവർക്ക് സ്ക്യൂബാ ഡൈവിംഗ്, സ്നോർക്കല്ലിങ്, സീ വാക് തുടങ്ങിയ വിനോദങ്ങളിൽ ഏർപ്പെടാനുള്ള വിപുലമായ സൗകര്യങ്ങളാണിവിടെ. പവിഴപ്പുറ്റുകളെ അടുത്തുനിന്ന് കാണാൻ ഗ്ലാസ് ബോട്ടും ബോട്ടുകളും വാടകയ്ക്ക് ലഭ്യമാണ്.

ഭക്ഷണശാലകളും, വസ്ത്രശാലകളും (വാടകയ്ക്കുൾപ്പടെ), ലോക്കർ സൗകര്യവും, വിശ്രമിക്കാനുള്ള ഹട്ടുകളും ഒക്കെയായി ടൂറിസ്റ്റുകൾക്കു വേണ്ടി ഈ ദ്വീപ് സർവ്വ സജ്ജമായി നിലകൊള്ളുന്നു. യുവാക്കളും യുവതികളും ഉന്മാദത്തോടെ ജലവിനോദങ്ങളിൽ മുഴുകുന്ന കാഴ്ച കാണികളിലും ആവേശമുണർത്തുന്നു. സാഹസിക വിനോദങ്ങളിൽ താൽപര്യമില്ലെങ്കിൽ വെറുതെ കടലിനോട് സല്ലപിച്ചുകൊണ്ട്, കടൽകാറ്റേറ്റുകൊണ്ട് നമുക്ക് ബീച്ചിൽ സമയം ചെലവഴിക്കാം.

വെയിൽ ചാഞ്ഞതോടെ ഞങ്ങൾ പോർട്ട്ബ്ലെയറിലേക്ക് തിരിച്ചു. യാത്രയുടെ അന്തിമപാദം. രാത്രി ഹോട്ടൽ മുറിയിൽ വിശ്രമം. കേണലും ഞാനും യാത്രാനുഭവങ്ങൾ അയവിറക്കി. ഓരോ യാത്രയും നമ്മുടെ അനുഭവങ്ങളുടെ ലോകം വലുതാക്കുന്നു. അറിവിന്റെ ചക്രവാളങ്ങളെ വിപുലീകരിക്കുന്നു. തരംഗ ദൈർഘ്യ സമാനതകളുള്ളവരോടോപ്പമാവുമ്പോൾ യാത്ര അവിസ്മരണീയമായ അനുഭവമായി മാറുന്നത് സ്വാഭാവികം.

» നോർത്ത് ബേ ബീച്ച്

പിറ്റേന്ന് കാലത്ത് സവർക്കർ വിമാനത്താവളത്തിൽനിന്നും ചെന്നൈയിലേക്ക്. അവിടെനിന്ന് കേണൽ നാട്ടിലേക്കും ഉഷയും ഞാനും ചെന്നൈയിൽ മൂന്ന് നാൾകൂടി തങ്ങാനുള്ള പദ്ധതിയോടെ രാഗേഷിന്റെ താംബരത്തെ ഫ്ളാറ്റിലേക്കും. അന്തമാൻ യാത്രയുടെ മധുരം അവരുമായി പങ്കുവെക്കാമല്ലോ.

2016 ഏപ്രിൽ

ശിലകൾ കഥ പറയുന്ന പുരം

ആൻഡമാൻ ദ്വീപുകൾ സന്ദർശിച്ച് തിരിച്ച് ചെന്നൈയിൽ എത്തിയപ്പോൾ മഹാബലിപുരം സ്നേഹത്തോടെ വിളിച്ചു. എത്ര നാളായി കൊതിക്കുന്നു. വന്നോളൂ.

ശരിയാണ്. ഇനിയും യാത്ര നീട്ടിവെക്കുന്നതു ഉചിതമല്ല. പോവുകതന്നെ. ഇത്തവണ രമേച്ചിയും പേരക്കുട്ടികളും ഞങ്ങൾക്കൊപ്പം ചേർന്നു.

താംബരത്തുനിന്നും 60 കി.മീ. ദൂരമുണ്ട് യുനെസ്കോയുടെ ലോകപൈതൃക സ്മാരക പട്ടികയിൽ ഇടംപിടിച്ച ഈ തുറമുഖ നഗരത്തിലേക്ക്. കല്ലുകളിൽ തീർത്ത മണ്ഡപങ്ങളും ഗുഹാക്ഷേത്രങ്ങളും, രഥക്ഷേത്രങ്ങളും, തനത് ക്ഷേത്രങ്ങളും നിറഞ്ഞ മഹാബലിപുരം കൈ വഴക്കത്തിന്റെയും ശിൽപ്പ വിരുതിന്റെയും ഒരതിശയ ലോകം തന്നെയാണ്.

എവിടെനോക്കിയാലും ശില്പങ്ങൾ... ശിലകളിൽ വിരിയുന്ന പുരാണേതിഹാസ കഥകൾ, കഥാപാത്രങ്ങൾ. കല്ലുകളിൽ രാവും പകലും വീഴുന്ന ഉളിനാദങ്ങൾ. ചെറുതും, വലുതുമായ ജീവസ്സുറ്റ ശില്പങ്ങളുടെ സ്റ്റാളുകൾ, ബാഗുകൾ, വസ്ത്രങ്ങൾ, നിറംപൂശിയ ശംഖുകൾ, ചുമർചിത്രങ്ങൾ, മാർബിൾ ശില്പങ്ങൾ തുടങ്ങിയവയുടെ വില്പനശാലകൾ.തണൽ മരങ്ങളും പുൽതകിടികളും. വിശാലമായ വെള്ളമണൽ കടൽ തീരം. സമൃദ്ധമായ കാറ്റ്. മഹാബലിപുരം സന്ദർശകരെ കൊണ്ട് നിറഞ്ഞിരിക്കുന്നു.

സ്കൂൾ, കോളേജ് വിദ്യാർത്ഥികളുടെ കൂട്ടങ്ങൾ. സമ്മർ അവധിക്കാലമാണല്ലോ. നടന്നു തളർന്നു ക്ഷേത്രങ്ങൾക്ക് ചുറ്റുമുള്ള പുൽത്തകിടികളിൽ ഇരുന്നു വിശ്രമിക്കുന്ന സന്ദർശകരും ധാരാളം.

» കടൽകരൈ കോവിൽ.

പല്ലവ രാജാക്കന്മാർ രൂപം നൽകിയ പഴയൊരു തുറമുഖനഗരത്തിന്റെ ശേഷിപ്പുകളാണ് മഹാബലിപുരത്തെ കാഴ്ചകൾ. പല്ലവ രാജാവായ മാമല്ലന്റെ പേരിലും ഇവിടം അറിയപ്പെടുന്നു.

ശില്പങ്ങൾ മിക്കതും പാറകൾ തുരന്ന് നിർമ്മിച്ചവയാണ്. ഒറ്റപാറയിൽ നിർമ്മിച്ച ഈ ശില്പങ്ങളിൽ ആദിമകാല ദ്രാവിഡ തച്ചശാസ്ത്രത്തിന്റെ സ്പർശം വ്യക്തമാണെന്ന് ഈ മേഖലയിലെ വിദഗ്ധർ സാക്ഷ്യപ്പെടുത്തുന്നു.

ബംഗാൾ ഉൾക്കടലിനോട് ചേർന്ന് നിൽക്കുന്ന കടൽക്കരൈ കോവിൽ എട്ടാം നൂറ്റാണ്ടിൽ പണിതതാണെന്ന് കരുതപ്പെടുന്നു. രണ്ട് ശിവക്ഷേത്രങ്ങളും ഒരു വിഷ്ണുക്ഷേത്രവും ചേർന്നതാണ് കടൽക്കരൈ കോവിൽ. രണ്ട് കവാടങ്ങളുണ്ട് ഈ ക്ഷേത്രത്തിന്. ഒന്നിലൂടെ ഉദയ സൂര്യ കിരണങ്ങളും രണ്ടാമത്തേതിലൂടെ അസ്തമയ സൂര്യ കിരണങ്ങളും ഉള്ളിലെത്തുന്നു. അസ്തമയ കവാടം കടന്നാൽ കാണാം അകം ചുമരുകളിൽ കൊത്തിയ ശിവ പാർവ്വതിമാരുടെയും, കാർത്തികേയന്റെയും ശിൽപ്പങ്ങൾ. ബ്രഹ്മാവ്, വിഷ്ണു തുടങ്ങിയ ദേവ ശിൽപ്പങ്ങളും കാണാം. അവയെല്ലാം ഭാവനയുടെയും കലാവിരുതിന്റെയും അത്ഭുത സാക്ഷ്യങ്ങൾ തന്നെയാണ്. ശ്രീകോവിലിനകത്ത് അനന്തശായിയായ വിഷ്ണു. ക്ഷേത്രത്തിന് മുന്നിലായി ഒട്ടേറെ നന്ദി ശിൽപ്പങ്ങളും കാണാം. ശില്പങ്ങൾ കടൽ കാറ്റേറ്റ് നശിക്കാതിരിക്കാൻ വേണ്ടികൂടി പണിതതാണ് ഈ ക്ഷേത്രസമുച്ചയമെന്നു വിശ്വസിക്കപ്പെടുന്നു.

കടൽക്കരൈ കോവിലിൽ നിന്നും സുമാർ ഒന്നര കിലോ മീറ്റർ മാറി പഞ്ചപാണ്ഡവന്മാരുടെയും പാഞ്ചാലിയുടെയും അഞ്ച് രഥങ്ങൾ

സ്ഥിതിചെയ്യുന്നു. ഒറ്റക്കല്ലിൽ തീർത്ത ഓരോ രഥങ്ങളും വ്യത്യസ്തരീതിയിൽ പണിതിരിക്കുന്നു. ധർമരാജന്റെ രഥമാണ് കൂട്ടത്തിൽ വലുത്. പാഞ്ചാലിയുടെ രഥം ഏറ്റവും ചെറുത്. നകുലസഹദേവന്മാർക്ക് ഒറ്റ രഥമാണ്.

പഞ്ചരഥങ്ങൾ കൊണ്ട് നിറഞ്ഞിരിക്കുന്ന ശില്പഭൂമിയിൽ നിൽക്കുമ്പോൾ നാം വേറിട്ടൊരു ലോകത്താണെന്നും മനസ്സിൽപതിഞ്ഞ ഇതിഹാസകഥാപാത്രങ്ങൾ നമ്മുടെ മുമ്പിൽ സചേതനരായി നിൽക്കുന്നുവെന്നും നമുക്ക് തോന്നും.

ചെരിഞ്ഞ പ്രതലത്തിൽ നിൽക്കുന്ന ഉരുണ്ട ഭീമൻപാറ നമ്മെ അത്ഭുതപ്പെടുത്തും. കൃഷ്ണ ബട്ടർ ബാൾ എന്നാണിത് അറിയപ്പെടുന്നത്. വർഷങ്ങളായി ഇതവിടെ നിൽക്കുന്നു, ഇപ്പോൾ താഴേക്ക് പതിക്കും എന്ന പ്രതീതിയിൽ. ഉരുളൻപാറയെ കൈകൊണ്ടു താങ്ങിപിടിക്കുന്ന രീതിയിൽ താഴെ നിന്നുകൊണ്ട് ഫോട്ടോ എടുക്കാൻ സൗകര്യവുമുണ്ടിവിടെ.

ഗുഹാക്ഷേത്രങ്ങൾ മഹാബലിപുരത്തെ വേറിട്ട കാഴ്ചയാണ്. മിക്കവയും അപൂർണ്ണമായി നിലകൊള്ളുന്നു. തൂണുകളും ചുവരുകളും ശിൽപ്പസമൃദ്ധമാണ്താനും. മഹിഷാസുരനും ദുർഗാദേവിയും തമ്മിലുള്ള യുദ്ധം ചിത്രീകരിച്ചിരിക്കുന്ന വരാഹഗുഹാക്ഷേത്രം അവയിൽ പ്രധാനമാണ്.

അർജ്ജുന തപസ്സ് 96 അടി നീളവും 43 അടി ഉയരവുമുള്ള ഭീമൻ ശില്പമാണ്. ഒറ്റക്കല്ലിൽ തീർത്ത ശില്പ സംഘാതത്തിനു നടുവിൽ കല്ലിന്റെ തന്നെയുള്ള ഒരു വിടവും അതിൽ നാഗങ്ങളുടെ ചിത്രീകരണവും ശ്രദ്ധേയമാണ്. പാശുപതാസ്ത്രം നേടുന്നതിനായി അർജ്ജുനൻ

» തീര ക്ഷേത്രം

» അർജ്ജുന തപസ്സ്

ശിവനെ കൊട്ടും തപസ്സിലൂടെ പ്രത്യക്ഷപ്പെടുത്തിയെന്ന ഐതിഹ്യ മാണ് ശിൽപ്പത്തിനാധാരം.

മറ്റൊരു വിശദീകരണം ഭഗീരഥ രാജാവിന്റെ കഠിന തപസ്സാണിവിടെ ആലേഖനം ചെയ്യപ്പെട്ടിരിക്കുന്നതെന്നാണ്. പൂർവികരുടെ ആത്മാക്കളെ ശുദ്ധീകരിക്കാൻ ആകാശഗംഗയെ ഭൂമിയിലേക്ക് ആനയിക്കാനുള്ള തപസ്സ്. ദൈവങ്ങളും, യോഗിവര്യന്മാരും, പക്ഷി മൃഗാദികളും ഉൾപ്പടെ നൂറിലേറെ ശില്പങ്ങളുടെ സഞ്ചയമാണിത്. കുട്ടി ആനകളെ നയിക്കുന്ന ഭീമൻ ആനകൾ പെട്ടെന്ന് നമ്മുടെ ശ്രദ്ധ ആകർഷിക്കും. ഇരു കൈകളുമുയർത്തി ഒറ്റക്കാലിൽ തപം ചെയ്യുന്ന അർജ്ജുനനെയും, പിറകിൽ ആയുധരൂപിയായ ശിവനെയും കാണാം. പഞ്ചതന്ത്രകഥകളും ചിത്രീകരണത്തിലുണ്ട്.

കടലിനോട് ചേർന്ന് പടിഞ്ഞാറ് മുഖമുള്ള തീരക്ഷേത്രം ഘടനാപരമായ ഒരു നിർമ്മിതിതന്നെയാണ്. ശിവലിംഗ പ്രതിഷ്ഠയാണ് ഉള്ളിൽ. കല്ലിലും മരത്തിലും പണിത നൂറുകണക്കിന് ശില്പങ്ങളുള്ള മ്യൂസിയം ശില്പ വൈദഗ്ധ്യത്തിന്റെ നേർസാക്ഷ്യങ്ങളായി നമുക്കനുഭവപ്പെടും. ഗണേശമണ്ഡപം, കൃഷ്ണ മണ്ഡപം, ധർമരാജ മണ്ഡപം, കൊടിക്കൽ മണ്ഡപം എന്നിവയും കാഴ്ചകൾക്ക് മോടികൂട്ടുന്നു.

പല്ലവരാജ്യത്തെ ഒരു ശിൽപ്പ കലാവിദ്യാലമായിരുന്ന മഹാബലിപുരമെന്നു കരുതാൻ പാകത്തിൽ അനേകം അപൂർണ്ണമായ ശില്പങ്ങളുണ്ടിവിടെ. മാത്രമല്ല ശില്പങ്ങളും വൈവിധ്യവും, അവയുടെ നിർമ്മാണത്തിലെ വ്യത്യസ്തതയും ഇത് ശരിവെക്കുന്നു.

കടൽതീരം വിനോദോപാധികളാൽ സമൃദ്ധമാണ്. കുതിരസ്സവാരി ചെയ്യാം. വർണ്ണ ഊഞ്ഞാലുകളിൽ ആടാം. അലങ്കാരശംഖുകൾ

വാങ്ങാം. പക്ഷേ വില നന്നായി പേശിക്കോളണം. അല്ലെങ്കിൽ പണം പോയതുതന്നെ. കല്ലുകളും പ്രതിമകളും വിൽക്കുന്ന കടകൾ ധാരാള മുണ്ട്. ചെറിയ ശില്പങ്ങൾക്കും നല്ല വിലയാണ്. പക്ഷേ ശില്പങ്ങൾ കൊത്താനുള്ള അധ്വാനം വലുതാണെന്ന് തിരിച്ചറിയണം. അതൊരു സർഗ്ഗപ്രക്രിയ കൂടി ആണല്ലോ. അപ്പോൾ വില കേട്ട് പരിഭവിച്ചിട്ട് കാര്യ മില്ല. ഇഷ്ടപ്പെട്ടാൽ കാശുണ്ടെങ്കിൽ വാങ്ങുക. കലാപാരമ്പര്യത്തെ നമിക്കുക. മഹാബലിപുരത്തിന്റെ ഓർമ്മ നിലനിർത്തുക.

തിരിച്ചുപോരുമ്പോൾ നിരനിരയായി നിൽക്കുന്ന ശില്പികളുടെ പണിശാലകൾ കണ്ടു. വിശുദ്ധമായ കല്ലുകളിൽ ഉപാസനയോടെ കലാകാരന്മാർ വിസ്മയം തീർക്കുന്നത് കണ്ടു. ശ്രീബുദ്ധന്റേയും, വിഷ്ണു വിന്റെയും, സരസ്വതിയുടെയും മനോഹര ശില്പങ്ങൾ രൂപമെടുക്കുന്നത് കണ്ടു. പൂർത്തിയായ വൻശില്പങ്ങൾ തലഉയർത്തിനിൽക്കുന്നതും കണ്ടു. നമുക്കിതൊരു കാഴ്ച മാത്രമാണ്. ശില്പികൾക്ക് ഇതൊരു കുലത്തൊഴി ലാണ്. ജീവിതമാർഗമാണ്. എല്ലാറ്റിനുമപ്പുറം മഹത്തായൊരു കലാ സംസ്കൃതിയുടെ പിന്തുടർച്ചയാണ്.

എത്ര സംവത്സരങ്ങൾ കഴിഞ്ഞാലും ഇത് തുടർന്നുകൊണ്ടേയിരി ക്കും. കാലദേശങ്ങൾക്കപ്പുറത്തുനിന്ന് സന്ദർശകരും അന്വേഷികളും വന്നുകൊണ്ടേയിരിക്കും. എല്ലാറ്റിനും സാക്ഷിയായി കടലും കാറ്റും അലയടിച്ചുകൊണ്ടേയിരിക്കും. തുടക്കത്തിൽ ഉഷാറായിരുന്ന നന്ദനയും കീർത്തനയും ഒടുവിൽ വെയിലേറ്റ് തളർന്നുപോയി. അവരുടെ കൊച്ചു മനസ്സുകളിൽ മഹാബലിപുരത്തെ ശിൽപ്പ വിസ്മയങ്ങൾ എന്ത് മുദ്രക ളാണാവോ പതിപ്പിച്ചിരിക്കുന്നത് !

» ഗുഹാക്ഷേത്രത്തിലെ ശിൽപ്പ-സൗകുമാര്യം

» പഞ്ചരഥ ശിൽപ്പങ്ങൾ

വർഷങ്ങൾക്ക്ശേഷം തെളിഞ്ഞ മനസ്സും ബുദ്ധിയുമായി അവർ വീണ്ടുമിവിടെ വരും. അനുയാത്രികർ മാറിയെന്നിരിക്കും. അതാണല്ലോ ജീവിതം.

അപ്പോഴും ആസ്വാദനവും, അന്വേഷണവും തുടർന്നുകൊണ്ടേയിരിക്കും. ശിലാശില്പങ്ങൾ മുന്നിലെത്തുന്ന സന്ദർശകരോട് കഥകൾ പറഞ്ഞുകൊണ്ടേയിരിക്കും.

2016 ഏപ്രിൽ

സുവർണ്ണ ക്ഷേത്രഭൂവിലേക്ക്

പഞ്ചാബിലെ സുവർണ്ണക്ഷേത്രം സന്ദർശിക്കുക എന്നത് ഏറെനാളായി ആഗ്രഹിക്കുന്ന കാര്യമായിരുന്നു. യാത്രി ടൂർസ് ഏർപ്പാട് ചെയ്ത പ്രത്യേക യാത്രയുടെ ഭാഗമായി കൊച്ചുവേളി അമൃത്സർ എക്സ്പ്രസ്സിൽ കണ്ണൂരിൽനിന്നും വൈകുന്നേരം ആറുമണിക്ക് യാത്രതിരിക്കുമ്പോൾ ഒരു ചിരകാല മോഹസാക്ഷാത്കാരത്തിന്റെ സന്തോഷത്താൽ മനസ്സ് ആവേശഭരിതമായിരുന്നു. കോളേജിലെ മുതിർന്ന സഹപ്രവർത്തകനായിരുന്ന കുഞ്ഞികൃഷ്ണൻ മാഷും ശ്രീമതിയും, ഉഷയും ഞാനും ചേർന്ന് നാൽവർ സംഘം.

രണ്ടു പകലും രണ്ടു രാത്രിയും ട്രെയിനിൽ. 52 മണിക്കൂർ നീണ്ടുനിന്ന ട്രെയിൻ യാത്ര. അമൃത്സർ എക്സ്പ്രസ്സ് ഒരു പഴയ വണ്ടിയാണ്. ഇതിലെ യാത്ര സുഖകരമായിരിക്കുകയില്ലെന്ന് ആദ്യമേ തോന്നി. പോരാത്തതിന് നടപ്പവഴിയോട് ചേർന്ന സീറ്റും. രണ്ടുദിവസത്തേക്ക് പതിച്ചുകിട്ടിയിരിക്കുകയാണ് ആറടി ബെർത്ത്താഴെയും മേലെയും. മടുപ്പും, ആലസ്യവും വർദ്ധിച്ചുകൊണ്ടേയിരുന്നു. എങ്കിലും പൊരുത്തപ്പെടാതെ നിവൃത്തിയില്ല. യാത്രയിൽ എല്ലാം ശുഭകരമാകണമെന്നില്ലല്ലോ. രാത്രിയുറക്കം കഴിഞ്ഞ് പ്രഭാതമായപ്പോഴേക്കും കൊങ്കൺ വിസ്മയത്തിലൂടെ വണ്ടി ഓടികൊണ്ടിരിക്കുകയായിരുന്നു. ഇന്ത്യൻ റെയിൽവേയുടെ അഭിമാന നേട്ടമായ കൊങ്കൺ. പശ്ചിമഘട്ട മലനിരകൾക്കിടയിലൂടെ 760 കിലോമീറ്ററോളം ദൈർഘ്യമുള്ള റെയിൽപ്പാത. 158 വലിയ പാലങ്ങൾ, 6000 ചെറിയ പാലങ്ങൾ, 93 തുരങ്കങ്ങളുമൊക്കെയുള്ള റെയിൽ റൂട്ട്. 6.5 കിലോമീറ്റർ നീളമുള്ള കർബുദ് തുരങ്കം ഇന്ത്യയിലെ തന്നെ ഏറ്റവും വലിയ റെയിൽ തുരംഗമത്രെ. ട്രക്കുകൾ നേരിട്ട് തുറന്ന

» കർബുദ് തുരങ്കം

ട്രെയിൻ ബോഗിയിൽ കയറ്റി നിർദിഷ്ട ലക്ഷ്യ സ്ഥാനങ്ങളിലെത്തിക്കുന്ന ലാഭകരവും ഭാവനാപരവുമായ സംവിധാനം (Roll on / Roll off) വിജയകരമായി നടപ്പാക്കിയതും ഈ റെയിൽ പദ്ധതിയിലത്രെ. വെള്ളപ്പൊക്കവും, മണ്ണിടിച്ചിലും, തുരംഗത്തകർച്ചയുമൊക്കെ സാധാരണമായ ഭൂപ്രദേശത്ത്കൂടെയുള്ള ഈ പദ്ധതി വലിയൊരു വെല്ലുവിളി ആയിരുന്നു. നമ്മുടെ അഭിമാനമായ ശ്രീ. ഇ. ശ്രീധരൻ എന്ന കർമ്മയോഗിയുടെ നേതൃത്വത്തിലുള്ള സാങ്കേതിക വിദഗ്ധരുടെ ഒരു ടീം ആണ് ഇത് യാഥാർഥ്യമാക്കിയത്.

യാത്ര ഒൻപത് സംസ്ഥാനങ്ങളിലൂടെയായിരുന്നു. കർണാടക, മഹാരാഷ്ട്ര, ഗുജറാത്ത്, മധ്യപ്രദേശ്, രാജസ്ഥാൻ, ഹരിയാന, ഉത്തർപ്രദേശ്, ഡൽഹി ഒടുവിൽ പഞ്ചാബ്. പച്ചപ്പിന്റെ അനന്തചാരുതയാർന്ന വിശാലമായ പാടങ്ങളിലൂടെയുള്ള യാത്രക്ക് വേറിട്ടൊരു സുഖമുണ്ടായിരുന്നു. നെല്ല്, ഗോതമ്പ്, ചോളം, കരിമ്പ്, കടുക് എന്നിവ സമൃദ്ധമായി വിളയുന്ന കൃഷിയിടങ്ങളാണ് ഇരുഭാഗത്തും. ഇവിടങ്ങളിലെ കൃഷിക്കാരെയും യന്ത്രവത്കൃത കൃഷിരീതികളും കണ്ടപ്പോൾ കേരളത്തിൽ കൃഷി എത്രമാത്രം ശുഷ്കിച്ച പോയി എന്നോർത്തു. വികസനത്തിന്റെ പേരിൽ നാം നികത്തിയ പാടങ്ങളും, മാറിയ ചിന്താഗതിയും, ലാഭകരമല്ലാത്ത കൃഷിരീതികളും ഇതരസംസ്ഥാനങ്ങളെ പരമാവധി ആശ്രയിക്കുന്ന അവസ്ഥയിലേക്ക് നമ്മെ എത്തിച്ചിരിക്കുന്നു. ഒരു തിരിച്ചറിവും തിരിച്ചപോക്കും സാധ്യമാവുമോ. ഉറപ്പില്ല. ദീർഘവീക്ഷണത്തോടെയുള്ള നയങ്ങളും പരിശ്രമങ്ങളും വഴി പഴയ പ്രതാപത്തിലേക്ക് തിരിച്ചപോകാൻ സാധിച്ചില്ലെങ്കിലും അപകടപരമായ ആശ്രിതത്വത്തിൽ നിന്നും

കരകയറാനെങ്കിലും നമുക്ക് സാധിക്കേണ്ടിയിരിക്കുന്നു.

പതിനഞ്ചാം തിയ്യതി രാത്രി ഒൻപതര മണിക്ക് അമൃതസർ സ്റ്റേഷനിൽ എത്തുമ്പോൾ പതിയെ മഴ പെയ്യുന്നുണ്ടായിരുന്നു. സ്റ്റേഷനിൽ വാഹനവുമായി സാരഥി അമർസിംഗ് കാത്തുനിൽക്കുന്നുവെന്ന് യാത്രാ ഏജൻസിയിൽ നിന്ന് അറിയിപ്പ് കിട്ടി. ഫോണിൽ മുറി ഹിന്ദിയിൽ സംസാരിച്ച് അദ്ദേഹത്തെ കണ്ടെത്തി. കേവലം ആറ് മിനുട്ട് കൊണ്ട് ഹോട്ടൽ ആർ.വി. കോണ്ടിനെന്റലിലെത്തി.

ജാലിയൻ വാലാബാഗ്

പിറ്റേന്ന് കാലത്ത് പ്രഭാതഭക്ഷണത്തിനുശേഷം നേരെപോയത് ജാലിയൻവാലാബാഗിലേക്കായിരുന്നു.

ജാലിയൻവാലാബാഗിലേക്കും സുവർണ്ണ ക്ഷേത്രത്തിലേക്കുമുള്ള റോഡ് ജനനിബിഡമാണ്. മൂന്നുനില പാർക്കിംഗ് സ്റ്റേഷനിൽ നിന്നും ഒരല്പം ദൂരംനടക്കാനുണ്ട്. വഴിവാണിഭക്കാരുടെ ഒച്ചയും ബഹളവും സൈക്കിൾ റിക്ഷക്കാരുടെയും ഓട്ടോറിക്ഷക്കാരുടെയും വിളിച്ചുകൂവലും കൊണ്ട് മുഖരിതമായ അന്തരീക്ഷം. റോഡ് വീതികൂട്ടി ടൈൽസ് ഇടാനുള്ള പണികൾ ഒരുവശത്ത് തകൃതിയായി നടക്കുന്നു. തലേദിവസത്തെ മഴയുടെ ബാക്കിപത്രമായി റോഡിൽ അവിടവിടെ വെള്ളക്കെട്ടുകൾ.

ചരിത്രപ്രസിദ്ധമായ ജാലിയൻവാലാബാഗ്. ഇന്ത്യൻ സ്വാതന്ത്ര്യസമരചരിത്രത്തിലെ ഏറ്റവും ഭീകരമായ കൂട്ടക്കൊല നടന്ന സ്ഥലം. 1919

» ജാലിയൻ വാലാബാഗിലെ രക്തസാക്ഷികളുടെ ഓർമ്മ്മക്കായുള്ള അണയാത്ത അഗ്നിനാളം.

ഏപ്രിൽ 13 - സിക്കുകാരുടെ ബൈശാഖി ഉത്സവ ദിവസം. ബ്രിട്ടീഷ് ഭരണാധികാരികളുടെ നയങ്ങൾക്കെതിരെ പ്രതികരിക്കാൻ, പോലീസ് അതിക്രമങ്ങളിൽ പ്രതിഷേധിക്കാൻ ഇരുപതിനായിരത്തിൽ പരം വിവിധമതസ്ഥരായ ആളുകൾ ഒത്തുകൂടി യോഗം നടക്കുകയായിരുന്നു. നിയമ ലംഘനമെന്ന പേര് പറഞ്ഞ് യാതൊരു പ്രകോപനവുമില്ലാതെ ജനക്കൂട്ടത്തിനുനേരെ വെടിയുതിർക്കാൻ ജനറൽ ഡയർ ഉത്തരവിടുകയായിരുന്നു. ആയിരത്തിലേറെ പേർ മരിച്ചുവീണു. അതിലേറെപ്പേർക്ക് പരിക്കുപറ്റി. വെടിക്കോപ്പുകൾ തീരുന്നതുവരെ വെടിവെയ്ക്കാനായിരുന്നു ഡയറിന്റെ ഉത്തരവ്. 1650 തവണ പട്ടാളം ജനക്കൂട്ടത്തിനുനേരെ വെടിയുതിർത്തു എന്നാണ് പറയപ്പെടുന്നത്. ജനം ചിതറി ഓടി. വെടിവെപ്പിൽനിന്നും രക്ഷപ്പെടാൻ ജനങ്ങൾ എടുത്തുചാടിയ കിണർ 'രക്തസാക്ഷികളുടെ കിണറായി' ഇവിടെ സംരക്ഷിക്കപ്പെടുന്നു.

ഇവിടെ പിടഞ്ഞുമരിച്ച ധീര ദേശാഭിമാനികളുടെയും പരിക്കേറ്റവരുടെയും ഓർമ്മയ്ക്ക് 1963 ൽ ആണ് ഈ സ്മാരകം പണിതത്. അമേരിക്കൻ വാസ്തുശില്പി ബെഞ്ചമിൻ പോൾക്ക് സ്മാരകം രൂപകല്പന ചെയ്തു... ഇന്ത്യയിലെ ബ്രിട്ടീഷ് ആധിപത്യത്തിന് അന്ത്യം കുറിക്കപ്പെട്ട പ്രധാന സംഭവങ്ങളിലൊന്നായി ഈ കൂട്ടക്കൊല ചരിത്രത്തിൽ സ്ഥാനം പിടിച്ചു. രക്തസാക്ഷികളുടെ ജ്വലിക്കുന്ന ഓർമ്മ അണയാത്ത തീനാളമായി കത്തി നിൽക്കുന്നു. സ്മാരകത്തിലെ ചിത്രങ്ങളും, സ്തൂപങ്ങളും, ചരിത്രാഖ്യാനങ്ങളുമൊക്കെ കണ്ട് പ്രദക്ഷിണവഴികളിലൂടെ നടക്കുമ്പോൾ ദേശാഭിമാനത്തിന്റെ അഗ്നി ജ്വലിച്ചുനിന്ന മനസ്സുമായി വീരമൃത്യുവരിച്ച ദേശസ്നേഹികൾക്ക് മൂകമായി ആദരാഞ്ജലി അർപ്പിച്ചു.

സുവർണ്ണക്ഷേത്രം

തലേന്ന് രാത്രി മഴയായിരുന്നുവെങ്കിലും പകൽ വെയിൽ നല്ല കട്ടപ്പത്തിൽ തന്നെയായിരുന്നു അമൃതസറിൽ. ജാലിയൻവാലാബാഗിൽ നിന്നും അഞ്ചു മിനിറ്റ് നടന്നാൽ സുവർണ്ണക്ഷേത്രമായി.

ഇന്ത്യയിലെ സിക്ക് ഗുരുദ്വാരകളിൽ പരമവിശുദ്ധമായി കരുതപ്പെടുന്ന ഹർമന്ദിർ സാഹിബ്. സമത്വത്തിന്റെയും എളിമയുടെയും പ്രതീകമായ പുണ്യക്ഷേത്രം. സിക്ക് മതത്തിന്റെ വിശുദ്ധ ഗ്രന്ഥമായ ഗുരുഗ്രന്ഥസാഹിബ് ഇവിടെ പൂജിക്കപ്പെടുന്നു. പതിനായിരക്കണക്കിന് തീർത്ഥാടകർ ദിവസവും വന്നു പ്രാർത്ഥിക്കുന്ന ദേവാലയം.

അമൃതസരസ്സെന്ന വിശാലമായ ജലസംഭരണിയിലാണ് ഈ ക്ഷേത്രം സ്ഥിതിചെയ്യുന്നത്. ഗുരുദ്വാരയിലെത്തുന്നവർ ശിരോവസ്ത്രം ധരിച്ചുവേണം ഉള്ളിലേക്ക് പ്രവേശിക്കാൻ. ധാരാളംപേർ അമൃതസരസ്സിൽ കുളിച്ച് ശുദ്ധിവരുത്തിയാണ് പ്രാർത്ഥനയ്ക്കെത്തുന്നത്. മിക്ക ദിവസങ്ങളിലും മണിക്കൂറുകളോളം കാത്തുനിൽക്കേണ്ടിവരും പുണ്യദർശനം സാധ്യമാവാൻ.

1574 ൽ ആണ് അമൃതസർ എന്ന നഗരം രൂപംകൊള്ളുന്നത്. നാലാം സിക്ക്ഗുരുവായിരുന്ന ഗുരു രാംദാസാണ് ഈ നഗരം സ്ഥാപിച്ചത്. സുവർണ്ണക്ഷേത്രത്തിന് കാലാനുക്രമണപരമായ ഒരു പരിണാമ ചരിത്രമുണ്ട്. ക്ഷേത്രം നിർമ്മിച്ചത് അഞ്ചാമത്തെ സിക്ക്ഗുരുവായിരുന്ന ഗുരു അർജ്ജുൻ ദേവാണ്. ഇന്ന് കാണുന്ന ഗുരുദ്വാര 1764 ൽ ജെസ്സ സിംഗ് അഹ്ലുവാലിയ പുതുക്കിപ്പണിതു രൂപപ്പെടുത്തിയതാണ്. പത്തൊമ്പതാം നൂറ്റാണ്ടിൽ മഹാരാജ രഞ്ജിത്സിംഗാണ് ഗുരുദ്വാരയുടെ മുകൾനിലകളിൽ സ്വർണ്ണം പൂശി സുവർണ്ണ ക്ഷേത്രമെന്ന ഖ്യാതി സൃഷ്ടിച്ചത്. 1984 ലെ ബ്ലൂസ്റ്റാർ പട്ടാള നടപടിക്കുശേഷം 1986ൽ

» അമൃതസരസ്സിലെ സുവർണ്ണ ക്ഷേത്രം.

ഗുരുദ്വാരയുടെ അറ്റകുറ്റപണികൾ തീർത്തു. 1999 ൽ അകാൽതക്ത്തും പുനർനിർമ്മിച്ചു.

നാലു വലിയ കവാടങ്ങൾ ഹർമന്ദിർ സാഹിബിന്റെ സവിശേഷതയത്രെ. മനുഷ്യകുലത്തിൽപെടുന്ന ഏവരെയും സ്വീകരിക്കാൻവേണ്ടി ഈ പ്രവേശനകവാടങ്ങൾ തുറന്നുകിടക്കുന്നു. ഹിന്ദുക്ഷേത്രങ്ങളിൽനിന്നും വ്യത്യസ്തമായി ചുറ്റുമുള്ള ഭൂമിയുടെ നിരപ്പിൽനിന്നും താഴെയാണ് ക്ഷേത്രനിർമ്മിതി. 202 അടി നീളവും 21 അടി വീതിയുമുള്ള ഒരു പാലത്തിലൂടെ 13 അടി വീതിയുള്ള പ്രദക്ഷിണവഴിയിലേക്കാണ് നാം ആദ്യം ചെന്നെത്തുക. തുടർന്ന് ഹർ കീ പൗരി അഥവാ 'ദൈവത്തിന്റെ പടികളിലൂടെ' ഉള്ളിലേക്കും. വിശ്വാസികൾക്ക് അവരാഗ്രഹിക്കുന്ന പണം ഹർ കീ പൗരിയിൽ ദക്ഷിണയായി നൽകാം. തച്ചശാസ്ത്രപരമായി മൂന്ന് നിലകളുണ്ട് ഗുരുദ്വാരക്ക്. മുകൾ നില കമഴ്ത്തിയ താമരപോലെയാണ്. ഈ നിലയുടെ താഴികക്കുടങ്ങളാണ് സ്വർണ്ണം കൊണ്ട് പൊതിഞ്ഞിരിക്കുന്നത്. ഹിന്ദുക്ഷേത്രങ്ങളുടെയും മുസ്ലിം ദേവാലയങ്ങളുടെയും ശില്പചാതുരീസമന്വയം ഇവിടെ വ്യക്തമായി കാണാം.

സിക്കുമതത്തിന്റെ ഉന്നതാധികാരസമിതിയായ ശിരോമണി ഗുരുദ്വാര പ്രബന്ധക് കമ്മിറ്റിയുടെ ആസ്ഥാനമായ അകാൽ തക്ത് സുവർണ്ണക്ഷേത്രത്തിലാണ്. അകാൽ തക്തിൽ നിന്നും പുണ്യഗ്രന്ഥം എന്നും രാവിലെ ആഘോഷപൂർവം ഗുരുദ്വാരയിലേക്ക് കൊണ്ടുവരുന്നു. രാത്രി 10 മണിക്ക് തിരിച്ചുകൊണ്ടുപോവുകയും ചെയ്യും.

അമൃതസരസ്സിലെ തെളിനീർജലവും, അതിലഭിരമിക്കുന്ന വലിയ മീൻകൂട്ടങ്ങളും, മാർബിൾ പാകിയ ചുറ്റുവഴികളും, ചിട്ടയായും വൃത്തിയായും

പരിപാലിക്കപ്പെടുന്ന ക്ഷേത്രസമുച്ചയവും, അതിന്റെ സ്വർണ്ണത്തിളക്കവും, നീലജലത്തിലെ പ്രതിബിംബവുമെല്ലാം ആരെയും ആകർഷിക്കും. ഗുരുദ്വാരയിലെത്തുന്ന വിശ്വാസികൾക്ക് വിപുലമായ സൗകര്യങ്ങളാണ് ക്ഷേത്രസമിതി ഒരുക്കിയിരിക്കുന്നത്. എല്ലാസൗകര്യങ്ങളും പൂർണ്ണമായും സൗജന്യം. ലോകത്തിന്റെ നാനാഭാഗങ്ങളിൽനിന്നും സിക്കുമത വിശ്വാസികൾ ഇവിടെ വന്നു ദിവസങ്ങളോളം സേവ ചെയ്യുന്നത് വലിയ പുണ്യമായി കാണുന്നു.

ജീവിതത്തിന്റെ സങ്കീർണ്ണ വ്യാപാരങ്ങളിൽപ്പെട്ടുഴലുന്ന മനുഷ്യർക്ക് മനഃശാന്തി പകരുവാൻ, സമ്മർദ്ദങ്ങളും സങ്കടങ്ങളും ഇറക്കിവെയ്ക്കാൻ, പുതിയ ദൗത്യങ്ങളേറ്റെടുക്കാനുള്ള ശക്തിയും ആത്മവിശ്വാസവും നേടുവാൻ ആരാധനാലയങ്ങളും ആചാരവിശേഷങ്ങളും വഹിക്കുന്ന പങ്ക് വളരെ വലുതാണെന്ന് പറയാതെ വയ്യ.

പതിനായിരക്കണക്കിന് വിശ്വാസികൾ വന്നെത്തുന്ന സുവർണ്ണക്ഷേത്രം പരമശാന്തമാണെപ്പോഴും. ദർശനം കഴിഞ്ഞു പുറത്തിറങ്ങുമ്പോൾ മനസ്സ് അസാധാരണമാംവിധം സ്വസ്ഥവും ശാന്തവുമായി അനുഭവപ്പെട്ടു.

ക്ഷേത്രം പിൻകാഴ്ചയായി മറയവെ പക്ഷേ ഓർക്കാതിരിക്കാൻ കഴിഞ്ഞില്ല 1984 ജൂൺ മാസത്തിൽ സുവർണ്ണക്ഷേത്രത്തിൽ നടന്ന സൈനിക നടപടിയെക്കുറിച്ച്.

ജർണയിൽസിംഗ് ഭിന്ദ്രൻവാലേയുടെ നേതൃത്വത്തിൽ സുവർണ്ണ ക്ഷേത്രത്തിൽ തമ്പടിച്ച സിഖ് വിഘടനവാദികളെ തുരത്താൻ പ്രധാനമന്ത്രി ശ്രീമതി ഇന്ദിരാഗാന്ധി പട്ടാളത്തെ നിയോഗിക്കുകയായിരുന്നു (ഓപ്പറേഷൻ ബ്ലൂ സ്റ്റാർ). ഈ നടപടിയുടെ പ്രതികാരമെന്നോണം സ്വന്തം സിഖ് കാവൽക്കാരുടെ വെടിയേറ്റ് അവരുടെ ജീവൻ പൊലിയുകയും ചെയ്തു. തുടർന്ന് വന്ന സിഖ് വിരുദ്ധ കലാപവും ഓർക്കാതെ വയ്യ. സ്വതന്ത്ര ഭാരത ചരിത്രത്തിലെ സംഘർഷഭരിതമായ നാളുകൾ.

ദുർഗ്യാനാ മന്ദിർ

രൂപഘടനയിലും വാസ്തുശില്പ നിർമ്മിതിയിലും സുവർണ്ണക്ഷേത്രവുമായി സാദൃശ്യമേറെയുള്ള ഹിന്ദുക്ഷേത്രമാണ് അമൃതസറിലെ ദുർഗിയാനാ ക്ഷേത്രം. ചതുരാകൃതിയിലുള്ള വിശാലമായ ഒരു തടാകത്തിനകത്താണ് ക്ഷേത്രം സ്ഥിതി ചെയ്യുന്നത്, പ്രവേശനകവാടം കടന്നു ഒരു പാലത്തിലൂടെ വേണം ക്ഷേത്രത്തിലെത്താൻ.

സുവർണ്ണ ക്ഷേത്ര തടാകത്തിലെ പോലെ ധാരാളം വലിയ മീനുകൾ ഇവിടുത്തെ തടാകത്തിലും കാണാം. ലക്ഷ്മിയും വിഷ്ണുവും

ഉപദേവതകളായി ഇവിടെ ആരാധിക്കപ്പെടുന്നു. നഗരഹൃദയത്തിലാണെങ്കിലും വിശാലമായ പാർക്കിംഗ് സൗകര്യങ്ങളുണ്ടെന്നത് വലിയ ആശ്വാസമാണ്.

വാഗാ ബോർഡർ

ഇന്ത്യയിലെ അമൃതസറിനും പാകിസ്താനിലെ ലാഹോറിനും ഇടയിൽ, ഗ്രാൻഡ് ട്രങ്ക് റോഡ് എൻ. എച്ചിലാണ് പ്രസിദ്ധമായ വാഗാ അതിർത്തി. ഇവിടെ എന്നും വൈകീട്ട് ഇരുഗേറ്റുകളും തുറന്നു ദേശീയ പതാക താഴ്ത്തുന്ന ചടങ്ങാണ് 'ബീറ്റിങ് റിട്രീറ്റ് '. ഇത് കാണാൻ ആയിരക്കണക്കിന് ആളുകൾ എന്നും അതിർത്തിയിൽ വന്നുചേരും. പ്രൗഢഗംഭീരമായ ഈ ചടങ്ങു കാണാൻ വൈകുന്നേരം നാലു മണിയോടെ ഞങ്ങൾ അതിർത്തിക്കടുത്തെത്തി. വൻ ജനാവലി അവിടെ കാത്തുനിൽപ്പുണ്ടായിരുന്നു. നാലരയോടെ ഒരു കിലോമീറ്ററിനിപ്പുറമുള്ള ഗേറ്റ് തുറക്കപ്പെട്ടു. ആളുകൾ ഇരച്ചുകയറുകയായിരുന്നു. സ്ത്രീകൾക്കും പുരുഷന്മാർക്കും പ്രത്യേകം ക്യൂ. എങ്കിലും നിയന്ത്രണങ്ങളും ക്രമീകരണങ്ങളും തീരെ അപര്യാപ്തം. രണ്ടിടത്ത് ബാരിക്കേഡുകൾ വെച്ച്

» ചടുലമായ കാൽവെപ്പുകളോടെ ബി എസ്സ് എഫ് ജവാന്മാർ.

» ബീറ്റിങ് റിട്രീറ്റ് വീക്ഷിക്കാൻ കാത്തുനിൽക്കുന്ന ജനാവലി.

ജനക്കൂട്ടത്തെ നിയന്ത്രിക്കാൻ സൈനികർ ശ്രമിക്കുന്നതൊഴിച്ചാൽ ക്രമീകരണങ്ങളിൽ പട്ടാള സ്പർശമൊന്നുമില്ല. ഈ കുതിപ്പിൽ ഉഷയും സുഹൃത്തിന്റെ ഭാര്യയും വേർപെട്ടു. ഇനിയെപ്പോൾ കണ്ടുമുട്ടുമെന്ന ആധി തോന്നാതിരുന്നില്ല.

അഞ്ചു മണിയോടെ സ്റ്റേഡിയത്തിനുള്ളിലെത്തി. ഇന്ത്യയുടെയും പാക്കിസ്ഥാന്റെയും വലിയ ഗേറ്റുകൾ അടുത്തടുത്തായി കാണാം. ഇരുഭാഗത്തും രണ്ടു രാജ്യത്തിന്റെയും സേനകളും അനുബന്ധ സായുധ സജ്ജീകരണങ്ങളും. നമ്മുടെ ബി. എസ്. എഫ്. ജവാന്മാരും പാക് റെയ്ഞ്ചേഴ്സ് സൈനികരുമാണ് അതിർത്തിയിൽ വിന്യസിക്കപ്പെട്ടിട്ടുള്ളത്. വിദേശികളുൾപ്പെടെ പതിനായിരക്കണക്കിന് ജനങ്ങൾ തിങ്ങി നിറഞ്ഞ സ്റ്റേഡിയം. ഒന്നര മണിക്കൂർ കാത്തിരുന്നു. തിളച്ചുപൊങ്ങുന്ന ചൂടും സ്റ്റേഡിയത്തിനകത്തെ ഇരിപ്പിന്റെ സുഖമില്ലായ്മയും കാണാൻ പോകുന്ന കാഴ്ചയുടെ പൊലിമയോർത്തു സഹിച്ചിരുന്നു. ചടങ്ങിന് മുമ്പു ദേശീയപതാകയേന്തിയ പെൺകുട്ടികൾ രംഗഭൂമി വലംവെച്ചു. ഇന്ത്യയോടുള്ള ആദരസൂചകമായി വിദേശി പെൺകുട്ടികളും നമ്മുടെ പതാകയേന്തി നീങ്ങുന്നത് കൗതുകകരമായിത്തോന്നി. ആവേശമുണർത്തുന്ന സംഗീതത്തിന് ചുവടൊപ്പിച്ചു പെൺകുട്ടികൾ നടത്തിയ കൂട്ടനൃത്തം ചടങ്ങിന് കൊഴുപ്പേകി. ചടങ്ങുകൾ നിയന്ത്രിച്ച തൂവെള്ളവസ്ത്രധാരിയായ ഉദ്യോഗസ്ഥന്റെ പൗരുഷവും ചടുലനീക്കങ്ങളും വാക്കുകളും കാണികളിൽ ഊർജ്ജവും ആവേശവുമായി നിറയുന്നത് കാണേണ്ട കാഴ്ച തന്നെയായിരുന്നു.

ചടങ്ങിന് മുമ്പായി ഹിന്ദുസ്ഥാൻ അമർ രഹെ, സാരെ ജഹാം സെ അച്ഛാ... ഹിന്ദുസ്ഥാൻ ഹമാരാ... തുടങ്ങിയ ദേശഭക്തിഗാനങ്ങൾ അന്തരീക്ഷത്തിലലയടിച്ചു തുടങ്ങി. കൃത്യം ആറരമണിക്ക് റിട്രീറ്റ് ചടങ്ങാരംഭിച്ചു. രണ്ടു ജവാന്മാർ ചടുലമായ കാൽവെപ്പുകളോടെ മാർച്ച് ചെയ്തു ഗേറ്റിനടുത്തേക്ക് വന്നു. കാൽ നെറുകെയിൽ തൊടുന്നവിധം ഉയർത്തി ശക്തിയായി തറയിലിടിച്ചു ഇവർ മേലധികാരികളുടെ സല്യൂട്ട് സ്വീകരിക്കുന്നു. അപ്പുറത്ത് പാക്സൈനികരും ഇതാവർത്തിക്കുന്നുണ്ടായിരുന്നു. വർണ്ണാഭമായ തലപ്പാവുകളണിഞ്ഞ കൂടുതൽ സൈനികർ വിവിധ കായികാഭ്യാസങ്ങൾ കാഴ്ചവെച്ചു. ഒരല്പം അക്രമോൽസുകത രണ്ടു വിഭാഗം സൈനികരുടെയും പ്രകടനകളിൽ ദൃശ്യമായിരുന്നു. കാണികൾ കൈയടിച്ചും ആരവമുയർത്തിയും ആവേശം പ്രകടിപ്പിച്ചു. തുടർന്നു രണ്ടു ഗേറ്റുകളും തുറന്നു. പാകിസ്ഥാനിലെയും ഇന്ത്യയിലെയും ജനങ്ങൾ പരസ്പരം നോക്കി കൈഉയർത്തി അഭിവാദ്യം ചെയ്തു. ബ്യൂഗിൾ വാദ്യത്തിന്റെ അകമ്പടിയോടെ പതാകകൾ ഒരേസമയം താഴേക്ക് ഇറക്കി. പതാകകൾ മടക്കി ആദരപൂർവം അതത് ഓഫീസുകളിലേക്ക് കൊണ്ടുപോയി. ഗേറ്റുകൾ അടഞ്ഞു. ചടങ്ങു പൂർത്തിയായി.

ജനങ്ങളുടെ ദേശാഭിമാനവും ദേശസ്നേഹവും പ്രോജ്ജ്വലിപ്പിക്കുന്ന ഈ ചടങ്ങിനു സാക്ഷിയാവുക എന്നത് അസുലഭമായ ഒരു ഭാഗ്യമാണ്. യാത്രയിലെ ഒരഭിമാന മുഹൂർത്തം.

സുവർണ്ണ നഗരത്തോട് വിട. ഇനി യാത്ര ഇന്ത്യയിലെ ആസൂത്രിത സ്വപ്ന നഗരമായ ചണ്ഡിഗഢിലേക്കാണ്.

2016 ജൂലൈ

ദൈവങ്ങളുടെ താഴ്വരയിൽ

ജൂലൈ 16. അമൃതസറിൽനിന്നും ചാണ്ഡിഗഢിലേക്കുള്ള ജൻശതാബ്ദി എക്സ്പ്രസ്സ് ട്രെയിൻ അതിരാവിലെ അഞ്ചേകാലിനു പുറപ്പെടും. രാത്രി മഴ തോർന്നിട്ടില്ല. ധൃതിയിൽ ഒരുങ്ങി. റോഡിൽ നിറയെ വെള്ളം.

കാർ സ്റ്റേഷനിൽ എത്തുമ്പോൾ കാണുന്നത് പാർക്കിംഗ് ഇടത്തിനും സ്റ്റേഷൻ കവാടത്തിനുമിടയിൽ ഓളംവെട്ടുന്ന വലിയൊരു ചെളിവെള്ളതടാകം. വെളിച്ചമാണെങ്കിൽ അത് മാത്രം വേണ്ടത്രയില്ല. നടന്ന് പോവുകയല്ലാതെ വേറെ വഴിയില്ല. കൈവശം രണ്ട് വലിയ ബാഗുകളും ഒരു കൈസഞ്ചിയും. പോർട്ടർമാരെയൊന്നും കാണാനുമില്ല. നേരം പുലരുന്നതേയുള്ളൂ. കൂടുതലൊന്നും ആലോചിക്കാതെ മുട്ടോളം വെള്ളത്തിലൂടെ ലഗ്ഗേജുമായി അഭ്യാസികളെപ്പോലെ ഞങ്ങൾ പ്ലാറ്റ്ഫോമിലേക്ക് കടന്നു. കാൽമുട്ട് വരെ നന്നായി നനഞ്ഞു. വെള്ളം കൈകൊണ്ട് നന്നായി പിഴിഞ്ഞു. നമ്മുടെ നഗരങ്ങൾ ഋതുഭേദങ്ങളുടെ സമ്മർദ്ദത്തെ സ്വീകരിക്കാൻ പെടുന്ന പാട് ആരെയും വേദനിപ്പിക്കും. മഴയൊന്നു പെയ്താൽ വെള്ളപ്പൊക്കം. ഓടകളൊക്കെ റോഡിലേക്ക് കാഴ്ച കാണാൻ കയറിവരും. മഴമാറിയാലോ കൊടിയ വേനൽ. രൂക്ഷമായ ജലക്ഷാമം. ആസൂത്രണത്തിന്റെയും വികസനത്തിന്റെയും പരിണതി ദയനീയംതന്നെ.

ചണ്ഡിഗഢ് എക്സ്പ്രസ്സ് പക്ഷേ കിടിലൻ വണ്ടിയാണ്. സുന്ദരൻ ബോഗികൾ. സുഖദമായ സീറ്റുകൾ. എ. സി. ചെയർ കാർ രാജകീയം. നനഞ്ഞുകുതിർന്ന നഗരംവിട്ട് പച്ചയണിഞ്ഞ വിശാലമായ പാടങ്ങളിലൂടെ വണ്ടി കുതിക്കുമ്പോൾ നേരം വെളുത്തു വരികയായിരുന്നു.

» പൈൻ മരക്കാട്ടുകളുടെ നിമ്നോന്നത ഹരിതസൗന്ദര്യം

തണുപ്പകറ്റാൻ ചായ കിട്ടി. നല്ല മധുരം. മധുരമില്ലാത്ത ചായ കിട്ടുമോ യെന്നു വെറുതെ ചോദിച്ചു. കാരണം ഇതേവരെ മധുരമില്ലാത്ത ചായ ട്രെയിനിൽ കിട്ടിയിട്ടില്ല എന്നതാണനുഭവം. മറുപടി മനസ്സിലായില്ല. പത്തുമിനിട്ടിനകം അതാ വരുന്നു ഏലത്തരിയൊക്കെ ഇട്ട മധുരമി ല്ലാത്ത ആവി പറക്കുന്ന ചായ. ബോഗിയിലെ പ്രത്യേകം സജ്ജമാക്കിയ ചായ കൗണ്ടറിൽ എല്ലാ സൗകര്യങ്ങളുമുണ്ട്. പക്ഷേ അതുപയോഗി ക്കാനുള്ള മനസ്ഥിതി ഉണ്ടോ എന്നതാണ് കാര്യം. മധ്യവയസ്കനായ നമ്മുടെ അറ്റൻഡർക്കത് വേണ്ടുവോളം ഉണ്ടായിരുന്നു. ക്ഷമയും. ട്രെയിൻ യാത്രയെ കുറിച്ചുള്ള ഫീഡ് ബാക് രേഖപ്പെടുത്താനുള്ള ഫോർമാറ്റിൽ നിറഞ്ഞ മനസ്സോടെ ഉയർന്ന സ്കോർതന്നെ രേഖപ്പെടുത്തി നല്ലൊരു ചിരിയോടെ ഞാൻ തിരിച്ചുനൽകി.

ചണ്ഡിഗഡ് സ്റ്റേഷനിൽ വാഹനവുമായി ഡ്രൈവർ അമൃത് കാത്തുനിൽപ്പുണ്ടായിരുന്നു. ഇനി യാത്ര മണാലിയിലേക്ക്... ഒൻപത് മണിക്കൂർ ദൈർഘ്യമേറിയ റോഡ് യാത്ര. ബിലാസ്പൂർ, സുന്ദർനഗർമാ ണ്ഡി ബുണ്ടാർ കുളു വഴി മണാലി. ആസൂത്രിതനഗരമായ ചണ്ഡിഗഡ് അപ്പോഴും ഞങ്ങളെ മോഹിപ്പിക്കുകയായിരുന്നു. വരട്ടെ. ഇങ്ങോട്ട് തന്നെ തിരിച്ചുവരുമല്ലോ...

നഗരാതിർത്തി കഴിഞ്ഞു കാർ കുറേദൂരം മുമ്പോട്ട് പോയപ്പോൾ ഒരു ചായ കുടിക്കാൻ മോഹം. കൊള്ളാവുന്നൊരു പഞ്ചാബി ധാബയിൽ കയറി. ഇറങ്ങാൻനേരം ധാബയുടെ മുന്നിൽ ഒരുക്കിയ ഭാംഗ്റാ ഡാൻസ് ചിത്രീകരണത്തിനുമുന്നിൽ അതാ നിൽക്കുന്നു കൃപാൺ അരയിലണിഞ്ഞൊരു വീരാംഗന. താളാത്മകവും ചടുലവുമായ നൃത്ത ചുവടുകൾക്ക് മുന്നിലായി ഒരു നായികയെപ്പോലെ.

ബിലാസ്പൂരിനടുത്തു റോഡ് പണി നടക്കുന്നതിനാൽ കടന്നുപോകാൻ സമയമെടുത്തു. തുടർന്നങ്ങോട്ടുള്ള റോഡ് യാത്ര ദൃശ്യ മോഹനമായിരുന്നു.

മാണ്ഡി കഴിഞ്ഞപ്പോൾ റോഡിന്റെ ഇടതുവശത്തായി എതിർ ദിശയിലൊഴുകുന്ന ബിയാസ് നദിയുടെ അലച്ചാർത്തുകളുടെ സംഗീത സാന്ദ്രമായ കാഴ്ച... മറുഭാഗത്ത് വശ്യമായ വനഭംഗിയും. ദീർഘമായ യാത്രയുടെ വിരസത തോന്നിയതേയില്ല. നദിക്ക് സമാന്തരമായി വന്മലയുടെ താഴ്വാരങ്ങളിലൂടെയാണ് റോഡ് നിർമ്മിച്ചിരിക്കുന്നത്. പുഴയുടെ ശാലീനസൗന്ദര്യവും വൃക്ഷ നിബിഡമായ മലയിടുക്കുകളുടെ ഔന്നത്യ ഗാംഭീര്യവും ചേരുമ്പോൾ അത് വിസ്മയകരമായൊരു അനുഭവമായിരുന്നു.

വഴിമധ്യേ പാൻഡോ ഡാമിനടുത്തുള്ള ഹനോഗി മാതാ മന്ദിറിൽ ദർശനം നടത്തി. അതുകഴിഞ്ഞ് മൂന്നു കിലോമീറ്റർ നീളമുള്ള ഒരു തുരങ്കത്തിലൂടെയുള്ള യാത്ര കൗതുകകരമായിരുന്നു. കുളു മണാലി വിമാനത്താവളം സ്ഥിതിചെയ്യുന്ന ബുണ്ടാർ കഴിഞ്ഞു കുളു വഴി രാത്രി 7 മണിക്ക് മണാലിയിലെത്തി. ആപ്പിൾ ഹോട്ടലിൽ ആയിരുന്നു താമസം. നല്ല തണുപ്പുള്ള രാത്രി. തികഞ്ഞ നിശ്ശബ്ദത. നല്ല യാത്രാക്ഷീണവും. ഉറങ്ങിയതറിഞ്ഞില്ല.

പിറ്റേന്ന് കാലത്ത് മണാലിയിലെ പ്രസിദ്ധമായ സാഹസിക വിനോദ കേന്ദ്രമായ രോഹ്താങ് പാസ്സിലേക്ക് പുറപ്പെട്ടു. പണ്ട്കാലത്ത് പ്രതികൂല കാലാവസ്ഥയിൽ ദുർഘടമായ മലനിരകൾ താണ്ടിയ ആളുകൾ മരിച്ചുവീണ പ്രദേശം എന്ന് ദ്യോതിപ്പിക്കുന്നതാണ് ഈ പേര് തന്നെ.

51 കിലോമീറ്റർ ദൂരം. 13050 അടി ഉയരം. വർഷത്തിൽ 5 മാസം മഞ്ഞു മൂടിക്കിടക്കുന്ന പ്രദേശം. കെലോങ് ലേയിലേക്കുള്ള ഹൈവേയിലെ ഈ സ്ഥലം ഇന്ത്യൻ ആർമിയുടെ അധീനതയിലാണ്. വലിയ കയറ്റങ്ങളും ലക്ഷണം തികഞ്ഞ ഹെയർപിൻ വളവുകളുമുള്ള റോഡ് പലയിടത്തും പക്ഷേ പൊട്ടിപ്പൊളിഞ്ഞിരിക്കുന്നു. സ്ഥിരമായി സംഭവിക്കുന്ന മലയിടിച്ചലിൽ വലിയ പാറക്കൂട്ടങ്ങൾ അടർന്നുമാറി റോഡിൽ

» റൊഹ്താങ് പാസ്സിലേക്കുള്ള കഠിനയാത്ര.

കിടക്കുന്നു. അവയെ ബഹുമാനിച്ച് വേണം വശങ്ങളിലൂടെ കയറിപോകാൻ. പൊളിഞ്ഞ റോഡുകളുടെ അറ്റകുറ്റപ്പണികളും നടന്നുകൊണ്ടേയിരിക്കുന്നു. വാഹനം ഈ ദുർഘട പാതയിലൂടെ ഓടിച്ചുകയറ്റാൻ നല്ല പരിചയം വേണം. സാഹസികരായ നിരവധി ബൈക്ക് യാത്രക്കാരും വഴിനീളെയുണ്ട്. മെയ് മുതൽ നവംബർ വരെയാണ് ഇവിടെ സന്ദർശനം അനുവദിക്കുന്നത്. വഴിയിലെ ആർമി ഓഫീസിൽനിന്നും പാസ് വാങ്ങേണ്ടതുണ്ട്.

കൂടുതൽ ഉയരത്തിലേക്ക് കയറിപ്പോകുമ്പോൾ കോടയും തണുപ്പും കൂടിക്കൂടിവരും. തലങ്ങും വിലങ്ങും പൈൻ മരങ്ങൾ നിറഞ്ഞ കൂറ്റൻ മലനിരകൾ. ഓരോ കയറ്റം കഴിയുമ്പോഴും മലകൾ നിവർന്നു നിവർന്നു വരുന്ന കാഴ്ച വിസ്മയകരംതന്നെ. മലനിരകൾക്കിടയിൽ അഗാധഗർത്തങ്ങൾ. ഇടയ്ക്ക് വെയിലുദിക്കുമ്പോൾ വെട്ടിത്തിളങ്ങുന്ന മലഞ്ചെരിവുകൾ. കോട വന്നുമൂടുമ്പോൾ അവ്യക്തമാവുന്ന ഗിരിശൃംഗങ്ങൾ. അപരിചിതമായൊരു പ്രദേശം. അവാച്യമായ ഒരു അനുഭൂതി. പ്രകൃതിവിസ്മയത്തിന്റെ മായക്കാഴ്ചകളിലൂടെ 4 മണിക്കൂർ ഉയരങ്ങൾ താണ്ടി ഐസ് മൂടിക്കിടക്കുന്ന രോഹ്താങ് പാസ്സിലെത്തുമ്പോൾ അവിടം ജനനിബിഡമായിരുന്നു. തണുപ്പിനെയും ഐസിനെയും പ്രതിരോധിക്കാൻ പ്രത്യേക വസ്ത്രങ്ങളും ഷൂസുമൊക്കെ നേരത്തെ വാടകയ്ക്കെടുത്ത് കരുതിയിരുന്നു. അവയൊക്കെ ധരിച്ചപ്പോൾ ശരിക്കും പർവ്വതാരോഹണത്തിന് തയ്യാറായ സാഹസികരായി ഞങ്ങളും.

കണ്ണൂരിൽനിന്നും ഞങ്ങളെത്തിയിരിക്കുന്നത് ശരിക്കും ലോകത്തിന്റെ നെറുകയിൽതന്നെ. ഇതൊരു വ്യത്യസ്തലോകം. ഇതിനുമപ്പുറം ഇതിലുമുയരെ കൊടുംതണുപ്പിലും മഞ്ഞുമൂടിയ

അതിർത്തിപ്രദേശങ്ങളിലും കാവലിരുന്ന് സേവനം ചെയ്യുന്ന പട്ടാള ക്കാരെ ഓർത്തപ്പോൾ അഭിമാനവും ആരാധനയും തോന്നി. അവരോട് നാം എത്രമാത്രം കടപ്പെട്ടിരിക്കുന്നു. കൊടിമരങ്ങളുടെപേരിൽ, ചുവ രെഴുത്തുകളുടെ പേരിൽ, ആധിപത്യം സ്ഥാപിക്കാനെന്നപേരിൽ അടിപിടികൂടുന്ന, കൊല്ലും കൊലയും നടത്തുന്ന പാവം രാഷ്ട്രീയ തൊഴിലാളികളുടെ വീര്യമോർത്ത് വേദനയും സഹതാപവും തോന്നി. അവനവന് ശരിയെന്ന് തോന്നുന്നതൊക്കെ ചെയ്തുകൂട്ടാനുള്ള നമ്മുടെ സ്വാതന്ത്ര്യത്തിനുവേണ്ടി ഉറങ്ങാതെ കാവലിരിക്കുന്ന അതിർത്തിസേന യടക്കമുള്ള സൈനികരുടെ കഠിന ജീവിതം എന്തെന്നറിയണമെങ്കിൽ ഇവിടെയൊക്കെ ഒന്ന് വരണം, സാധിക്കുമെങ്കിൽ.

ശുദ്ധവായുവും ശീതക്കാറ്റും ശരീരത്തെമാത്രമല്ല മനസ്സിനെയും ത്രസി പ്പിക്കുന്നു. വെയിലിൽ വെട്ടിത്തിളങ്ങുന്ന മഞ്ഞുപാളികൾ. അതിന്മേൽ ഇരിക്കുകയും നടക്കുകയും ഉല്ലസിക്കുകയും ഒക്കെ ചെയ്യുന്ന ആളുകൾ. ഏത് വിദ്വാനും നിഷ്കളങ്കനായിപ്പോകുന്ന നിമിഷങ്ങൾ. അങ്ങുദൂരെ മഞ്ഞുനദികൾ കടന്നു പോകുന്ന ചെമ്മരിയാട്ടിൻകൂട്ടങ്ങൾ. കോടയും തണുപ്പും വെയിലും മാറിമാറി വരുന്നത് രസകരമായ അനുഭവമാണ്. മഞ്ഞുപാളികൾ മാടിവിളിക്കുന്നു. ഞങ്ങളും മഞ്ഞിലേക്കിറങ്ങി. കൈപ്പ ത്തികൾ കൂട്ടി തിരുമ്മി ചൂട് പിടിപ്പിച്ചു. കൈകുമ്പിളിൽ മഞ്ഞിൻ കട്ടകൾ കോരിയെടുത്തപ്പോൾ ഒരു കോരിത്തരിപ്പ് അനുഭവപ്പെട്ടു. ഒരുമണിക്കൂർ സമയം പോയതറിഞ്ഞില്ല.

പ്രകൃതിയുടെ അനന്ത വൈവിധ്യത്തെ ധ്യാനിച്ച് തിരിച്ചിറങ്ങി. രണ്ടു മണിക്കൂർ കൊണ്ട് മണാലിയിൽ തിരിച്ചെത്തി.

അല്പസമയത്തെ വിശ്രമത്തിനുശേഷം വസിഷ്ട് ഗ്രാമത്തിലെ വസിഷ്ട ടെംപിൾ സന്ദർശിച്ചു. നല്ല ചൂട് വെള്ളം ഉറവയായി വരുന്ന അമ്പലം. സ്വദേശികളും വിദേശികളും ആസ്വദിച്ച് കുളിക്കുന്നുണ്ടിവിടെ. ടോയ്‌ലറ്റ് സോപ്പ് പതച്ചു പുതപ്പിച്ച് 'ഹെർബൽ ബാത്ത്" നടത്തുന്നവ രെയും കണ്ടു!

പാർക്കിങ്ങിലേക്ക് തിരിച്ചു പോരുമ്പോൾ നാട്ടുകാരനായ വിമലിനെ പരിചയപ്പെട്ടു. അവിടെയുള്ള ആയുർവേദ ചികിത്സാ കേന്ദ്രത്തിൽ ജോലി ചെയ്യുന്നു. അയാൾ പറഞ്ഞതനുസരിച്ചു തലശ്ശേരി തിരുവ ങ്ങാട്ടുകാരനായ ശ്രീ. സുധാകരന്റെ റോസ് ഗാർഡൻ റെസ്റ്റോറന്റും സന്ദർശിച്ചു. ഉയരഭേദങ്ങൾക്കനുസരണമായി റോസാച്ചെടികളും വർണ്ണ വൈവിധ്യമാർന്ന പൂച്ചെടികളും വെച്ചു പിടിപ്പിച്ചിരിക്കുന്നു. വീടും ഹരിതാഭമായ ചെറു കുന്നുകൾ അതിരിട്ട പശ്ചാത്തലഭൂമിയും തമ്മിലെ താദാത്മ്യം അതീവ ഹൃദ്യതരം തന്നെ. നിറഞ്ഞ ചിരിയോടെ

» പർവത ശിഖരങ്ങളിലെ ഹിമ അരുവി.

സുധാകരൻ. അദ്ദേഹം മണാലിയിൽ താമസമാക്കിയിട്ട് 35 വർഷങ്ങൾ കഴിയുന്നു. ശ്രീമതി ഇറ്റലിക്കാരിയാണ്. രണ്ട് ആൺമക്കൾ. ഒരാൾ സ്കീയിങ്ങിൽ ഒളിമ്പിക് താരം ശ്രീ. ശിവകേശവ്. ഒരുമണിക്കൂർ നാട്ടു കാര്യങ്ങളും മണാലി വിശേഷങ്ങളും പങ്കുവെച്ചു. രുചിവൈവിധ്യമാർന്ന കോഫിയിൽ സ്നേഹം പങ്കിട്ടു. യാത്രപറഞ്ഞിറങ്ങുമ്പോൾ നാട്ടിലെ അദ്ദേഹത്തിന്റെ ഇപ്പോഴത്തെ കേന്ദ്രമായ വയനാട്ടിലെ പേരിയയിൽവെച്ച് വീണ്ടും കാണാമെന്ന പ്രതീക്ഷ കൈമാറി.

പുരാതനമായ ഹിഡിംബി ക്ഷേത്രത്തിലേക്കായിരുന്നു അടുത്ത യാത്ര. വനവാസകാലത്ത് പാണ്ഡവർ ഈ സ്ഥലത്തു വന്നിരുന്നുവെന്നും, കാട്ടാളനായ ഹിഡിംബനെ യുദ്ധത്തിൽ വധിച്ച ഭീമൻ, സഹോദരിയായ ഹിഡുംബിയെ വിവാഹം കഴിച്ചെന്നുമാണ് കഥ. പാണ്ഡവപക്ഷത്തുനിന്ന് കൗരവരോടേറ്റുമുട്ടിയ ഘടോത്കചൻ ഇവരുടെ മകനായിരുന്നു. ഹിഡുംബി ധ്യാനിച്ച ഗുഹയ്ക്ക് ചുറ്റുമാണ് ഈ ക്ഷേത്രം പിന്നീട് പണിതുയർത്തിയത്. 1533 ൽ മഹാരാജ ബഹാദൂർസിംഗ് പണികഴിപ്പിച്ചതായി രേഖപ്പെടുത്തിയിരിക്കുന്നു.

വളരെ വ്യത്യസ്തമായ ഒരു ക്ഷേത്രവും ക്ഷേത്ര അന്തരീക്ഷവുമാണിവിടെ. ഗുഹാക്ഷേത്രത്തിനുള്ളിൽ പ്രതിഷ്ഠയൊന്നുമില്ല. പകരം പാറയിൽ ആലേഖനം ചെയ്യപ്പെട്ട ഒരു പാദമുദ്ര കാണാം. ഹിഡുംബിദേവിയെ പ്രതിനിധാനം ചെയ്യുന്നത് ഇതുമാത്രം. മരം കൊണ്ടാണ് പഗോഡ മാതൃയിലുള്ള നാലുതട്ടുള്ള ക്ഷേത്രം നിർമ്മിച്ചിരിക്കുന്നത്. വന്യമൃഗങ്ങളുടെ രൂപങ്ങളും കൊത്തുപണികളുംകൊണ്ട് ചേതോഹരമായ വാതിലുകൾ... ക്ഷേത്രത്തിനു പുറത്ത് ആരെയും ആകർഷിക്കുന്ന വലിയ പൈൻ മരങ്ങളാണ്. നാലാൾ ചേർന്നുപിടിച്ചാലും പിടിയെത്താത്ത പൈൻ മരങ്ങൾ. ഉച്ച കഴിഞ്ഞതേയുള്ളൂ എങ്കിലും സൂര്യപ്രകാശം തരിമ്പും ഉള്ളിലേക്ക് കടന്നുവരാത്തവണ്ണം ഈ മരങ്ങൾ മേലാപ്പ് തീർത്തിരിക്കുന്നു. അവയ്ക്കിടയിൽ നിൽക്കുമ്പോൾ വേറെ ഏതോ ലോകത്താണെന്ന്

തോന്നിപ്പോകുന്നു. ഇതൊരു ആദ്ധ്യാത്മിക അനുഭവമാണോ, പരമമായ ശാന്തതയാണോ, മനസ്സിന്റെ ലാഘവമാണോ, അതോ എല്ലാം ചേർന്ന സമ്മിശ്ര ഭാവമോ. അല്പം മാറി ഘടോൽകചന്റെ പേരിലുള്ള ഒരു ക്ഷേത്രവുമുണ്ടിവിടെ. ഓപ്പൺ ട്രീ ടെമ്പിൾ എന്നാണ് ഇതറിയപ്പെടുന്നത്.

അന്നുരാത്രികൂടി മണാലിയിൽ തങ്ങി. പിറ്റേന്ന് കാലത്ത് ഷിംലയിലേക്കായിരുന്നു യാത്ര. ബിയാസ് നദി കൂടെ ഒഴുകുന്നുണ്ടായിരുന്നു. ഉരുളൻ കല്ലുകളിൽ തട്ടിത്തെറിച്ചും നുരയും പതയുമായി ആരവമുയർത്തിയും ഒരു തണുത്ത സാന്നിധ്യമായി.

കുളുവിൽ ചെറിയൊരു ഷോപ്പിംഗ്. കുളു ഷാളുകൾക്ക് പേരുകേട്ടതാണ്. എല്ലാ ഷോറൂമുകളോടും ചേർന്ന് വർണ്ണ നൂലുകൾ കൊണ്ട് വിസ്മയം തീർക്കുന്ന കൈത്തറിശാലകൾ സജീവം. ബിലാസ്പൂർ കഴിഞ്ഞു ഷിംലയിലേക്ക് വഴി മാറുന്നു. വീണ്ടും പൈൻ മരങ്ങൾ നിറഞ്ഞ മലകൾക്കിടയിലൂടെ മേലോട്ട് മേലോട്ട് യാത്ര. എട്ടു മണിക്കൂർ വേണ്ടിവന്നു ഷിംലയിലെത്താൻ. സന്ധ്യയാവാറായിട്ടും നല്ല ചൂട് അനുഭവപ്പെട്ടു. ഹോട്ടൽ സത്യം പാരഡൈസ് തരക്കേടില്ലാത്തൊരു താവളമായിരുന്നു.

ഷിംല തലസ്ഥാന നഗരി മാത്രമല്ല. പ്രധാനപ്പെട്ട ഒരു ഹിൽ സ്റ്റേഷൻ കൂടിയാണ്. ഒരു പകൽ മാത്രമേ ഇവിടെ ചെലവഴിക്കാൻ സാധിച്ചുള്ളൂ. 13 കിലോമീറ്റർ മാറിയുള്ള കുഫ്റി താഴ്‌വരയിൽ ഒതുക്കേണ്ടിവന്നു ഷിംല സന്ദർശനം.

ട്രെക്കിങ്ങിനും ഹൈക്കിങ്ങിനും സ്കയിങ്ങിനുമൊക്കെ പ്രസിദ്ധമാണ് കുഫ്റി. ഹോഴ്സ് റൈഡിങ്ങാണ് ഇവിടുത്തെ മറ്റൊരു ആകർഷണം. കുതിരപ്പുറത്തു കയറി മഹ്സു പീക്കിലേക്കുള്ള യാത്ര രസകരവും സാഹസികവുമാണ്. ഒരു കിലോമീറ്റർ ദൂരം കയറ്റം തന്നെയാണ്. വഴിയാകട്ടെ കല്ലും പാറയും കുഴമ്പു രൂപത്തിലുള്ള ചെളി നിറഞ്ഞതും. ഈ വഴി കയറിപ്പോകുന്ന കുതിരകളെ സമ്മതിക്കണം. ശീലമായാൽ പിന്നെ എല്ലാം ഒരു രസം. അവയ്ക്ക് ഒന്ന് കാൽ വഴുതിയാൽ നമ്മുടെ കാര്യം അധോഗതിതന്നെ. ഈ സാധു മൃഗങ്ങൾക്ക് നല്ലോണം ഭക്ഷണവും വിശ്രമവും കിട്ടിയാൽ മതിയായിരുന്നു. മൃഗ സ്നേഹമൊന്നും ഇവിടെ വിലപ്പോകില്ല. അത്രമേൽ ശക്തവും സംഘടിതവുമാണിവിടുത്തെ യൂണിയനും സംഘബലവും. യൂണിയന്റെ പേരുതന്നെ കേമം അശ്വപാലക് പര്യടക് കല്യാൺ സംഘ്.

കുതിരപ്പുറത്തേറി നാം ചെന്നെത്തുന്നത് ഒരു സമതലഭൂവിലാണ്. അവിടെ കച്ചവട കേന്ദ്രങ്ങളുണ്ട്, വ്യൂ പോയിന്റുകളുണ്ട്. ഷിംലയിലെ പരമ്പരാഗതവേഷമണിയിച്ച് ഫോട്ടോയെടുത്ത് നിമിഷങ്ങൾക്കുള്ളിൽ നമുക്ക് തരുന്ന സംഘങ്ങളുണ്ടിവിടെ. കാശൊരല്പം കൂടുതലാണ്. കുഫ്റി

» ഹിഡുംബിയുടെ ക്ഷേത്രം.

ഫൺ വേൾഡിലേക്ക് കടന്നാൽ ആപ്പിൾ ഗാർഡൻ കാണാം. ഒപ്പം വർണപ്പൊലി മയാർന്ന പൂന്തോട്ടവും കഫെറ്റീരിയകളും. ഒന്നര മണിക്കൂറാണ് അനുവദിക്കപ്പെട്ട സമയം. അതു ലംഘിച്ചാൽ കുതിരയും കുതിരക്കാരനും അവരുടെ പാട്ടിന് പോകും. എങ്കിൽ പെട്ടത് തന്നെ. കൃത്യസമയത്തിന് മടങ്ങി. താഴെയെത്തിയപ്പോഴാണ് സമാധാനമായത്. കുതിരയെ തൊഴുതു. ചേർന്നു നിന്നൊരു ഫോട്ടോയുമെടുത്തു.

ഉച്ചയായി. തിരിയെ നഗരത്തിലേക്ക്. ഇനി മാൾ റോഡിൽ ഷോപ്പിംഗ്. പാർക്കിങ് സ്ഥലത്തുനിന്നു രണ്ടു ലിഫ്റ്റുകൾ കയറിവേണം ഉയരെയുള്ള മാൾ റോഡിലെത്താൻ. വൃത്തിയുള്ള ഒരു ഷോപ്പിംഗ് തെരുവ്. ഷിംലയെ ശരിക്കുമനുഭവിക്കാൻ കഴിയാതെ എന്ത് ഷോപ്പിംഗ്. ഒരുമണിക്കൂർ സമയം മാൾ റോഡിൽ കറങ്ങി. പാതിമനസ്സോടെ ഷിംലയോടെ വിടപറഞ്ഞു.

വീണ്ടും ചണ്ഡിഗഢിലേക്ക്. രാത്രി ഏഴ് മണിയോടെ ഹോട്ടൽ ക്ലാരിയോൺ ഇന്നിൽ ചേക്കേറി. മൂല്യവർധിത താമസമാണ് ലഭിക്കാൻ പോകുന്നതെന്ന് യാത്രാ ഏജൻസി അറിയിച്ചിരുന്നു. അത് അനുഭവത്തിൽ ബോധ്യമായി. കെങ്കേമമായ ഹോട്ടൽ. ഞങ്ങളെത്തിയത് രാത്രിയായിരുന്നു. കൊട്ടാരസദൃശമായ വൈദ്യുത ദീപാലങ്കാരങ്ങൾ. പ്രൗഢമായ ലോബി. ആധുനിക സൗകര്യങ്ങളെല്ലാമുള്ള മുറി. റെസ്റ്റോറന്റും കേമം.

അടുത്ത ദിവസം ചണ്ഡിഗഢ് നഗരത്തിലൂടെ ഒരോട്ട പ്രദക്ഷിണത്തിനുള്ള സമയമുണ്ട്. റോക്ക് ഗാർഡൻ എന്തായാലും കാണണം. ധൃതിയിൽ ഒരുങ്ങി. നഗരത്തിന്റെ തിലകക്കുറിയായി മാറിയ റോക്ക് ഗാർഡൻ ഒരപൂർവ അനുഭവമാണെന്ന് പറയാതെ വയ്യ. പാഴ് വസ്തുക്കൾ കൊണ്ട് തീർത്ത ശില്പവിസ്മയം.

ഭാവനസമ്പന്നനായ ഒരു വ്യക്തിയുടെ കഠിനാദ്ധ്വാനത്തിൽ പിറന്ന ശിൽപ്പസമുച്ചയമാണ് റോക്ക് ഗാർഡൻ. ആകാശമാണ് മേൽക്കൂര. ചെറു കുന്നുകളും, താഴ്വാരവും, അരുവിയും, കുഞ്ഞു മരങ്ങളുമൊക്കെ രൂപപ്പെടുത്തിയെടുത്ത് അവയ്ക്കിടയിൽ ആയിരക്കണക്കിന് ശിൽപ്പങ്ങളും

രൂപങ്ങളും നിർമ്മിച്ചിരിക്കുന്നു. സുഖ്നാ തടാകക്കരയിൽ, കാടിന്റെ പുറം പ്രദേശത്ത് നെക് ചന്ദ് എന്ന വ്യക്തി പാഴ് വസ്തുക്കൾ കൊണ്ട് രഹസ്യമായി നിർമ്മിച്ച ഉദ്യാനം ഏറെക്കാലം ആരും കാണാതെ ദുർഗ്രഹതയുടെ കരിമ്പാറക്കെട്ടുകൾക്കുള്ളിൽ കിടക്കുകയായിരുന്നു.

അധികൃതർ ഇത് കണ്ടെത്തുമ്പോഴേക്കും 12 ഏക്കർ സ്ഥലം അദ്ദേഹം ശിൽപ്പങ്ങളെക്കൊണ്ട് നിറച്ചിരുന്നു. എല്ലാം ഉപയോഗശൂന്യമായ കുപ്പികൾ, ചില്ലുകൾ, വളകൾ, തറയോടുകൾ, ടൈലുകൾ, കോപ്പകൾ, പാത്രങ്ങൾ എന്നിവ ഉപയോഗിച്ച് പണിത കലാ വിസ്മയങ്ങൾ. നിയമവിരുദ്ധമായി ചെയ്തതാണെങ്കിലും പാഴ്വസ്തുക്കളുടെ ഭാവനാപൂർണ്ണമായ വിന്യാസം കൊണ്ട് വേറിട്ട് നിൽക്കുന്ന ഈ ശില്പ സമുച്ചയത്തെ ജനങ്ങളുടെ അഭിലാഷം കൂടി മാനിച്ച് 1976 ൽ ഒരു പൊതു വിനോദ പാർക്കായി പ്രഖ്യാപിക്കുകയായിരുന്നു. പിന്നീട് നെക് ചന്ദിന്റെ നേതൃത്വത്തിൽ റോക്ക് ഗാർഡൻ വിപുലപ്പെടുത്തുകയും, വൈവിധ്യപൂർണ്ണമാക്കുകയും ചെയ്തു. നഗരത്തിൽ വീടുകൾ പൊളിക്കുമ്പോൾ, കെട്ടിടങ്ങൾ മാറ്റി പണിയുമ്പോൾ, ഉപേക്ഷിക്കുന്ന വസ്തുക്കളും, വ്യാവസായിക ഗാർഹിക അവശിഷ്ടങ്ങളുമൊക്കെ അങ്ങനെ മനോഹര ശില്പങ്ങളായി രൂപാന്തരപ്പെട്ടു. നഗരപ്രാന്തത്തിൽ ആരാലും ശ്രദ്ധിക്കാതെ കിടക്കുമായിരുന്ന കല്ലും, സിമന്റ് കട്ടകളും, ടൈൽ കഷ്ണങ്ങളും, ഓടുകളും, കുപ്പികളുമൊക്കെ വാദ്യോപകരണങ്ങളായി, നൃത്തരൂപങ്ങളായി, ആൾരൂപങ്ങളായി, യോദ്ധാക്കളായി, ഉത്സവങ്ങളായി, പാടത്തുള്ള കൃഷീവലന്മാരായി അങ്ങനെ പുനർജനിക്കുകയായിരുന്നു. ചണ്ഡിഗഢ് സന്ദർശിക്കുന്നവരെല്ലാം അചേതന വസ്തുക്കൾ കൊണ്ട് പണിതെടുത്ത ശിൽപ്പ വിസ്മയം കാണാൻ ആവേശത്തോടെ വന്നെത്താൻ തുടങ്ങി.

» സ്തൂപ്പകളിൽ വിരിയുന്ന ശിൽപ്പ ചാരുത.

ഒടുവിൽ രാഷ്ട്രം നെക് ചന്ദിനെ പദ്മശ്രീ നൽകി ആദരിച്ചു എന്നുകൂടി പറഞ്ഞാൽ കാര്യം ശുഭാന്ത്യം.

നമ്മുടെ പാലക്കാട്ടും മലമ്പുഴ ഗാർഡൻസിനോട് ചേർന്ന് ഇതേ മാതൃകയിൽ ഒരു റോക്ക് ഗാർഡൻ നിർമ്മിച്ചിട്ടുണ്ട്. വിസ്തൃതി കുറവാണെന്ന് മാത്രം. നെക് ചന്ദ്തന്നെയാണ് ഈ ശിൽപ്പോദ്യാനത്തിനും നേതൃത്വം നൽകിയത്. കേരളീയ ശിൽപ്പങ്ങളും, ഉത്സവങ്ങളും, വള്ളംകളിയും ആയോധനകലകളുമൊക്കെ ഇവിടെ പാഴ്വസ്തുക്കളാൽ ആവിഷ്കരിച്ചിരിക്കുന്നു. ചണ്ഡിഗഡ് റോക്ക് ഗാർഡൻ പോലെ ദേശീയ ശ്രദ്ധ പക്ഷേ മലമ്പുഴ റോക്ക് ഗാർഡന് കൈവരിക്കാൻ കഴിഞ്ഞിട്ടില്ല. ചണ്ഡിഗഡ് റോക്ക് ഗാർഡൻ ഒരു പകൽ മുഴുവൻ കാണാനുണ്ട്. വെയിലും ഉച്ചച്ചൂടും കഠിനമായപ്പോൾ മതിയാക്കാമെന്ന് വെച്ചു.

ഒരു മണിയോടെ ചണ്ഡിഗഡ് വിമാനത്താവളത്തിലെത്തി. ഫ്ലൈറ്റിൽ മുംബൈയിലേക്കും അവിടെനിന്നു കോഴിക്കോട്ടേക്കും പറന്നു. ഇരുപത്തിഒന്നാം തീയ്യതി രാത്രി പത്തര മണിക്ക് കോഴിക്കോട് വിമാനത്താവളത്തിലിറങ്ങുമ്പോൾ ഒരു ദീർഘയാത്രയുടെ ക്ഷീണമൊന്നും തോന്നിയില്ല. അനുഭവസമ്പന്നമായ യാത്ര മനസ്സിനും ശരീരത്തിനും ഊർജമാണ്. പ്രകൃതിയുടെ സ്നേഹവാത്സല്യങ്ങളും രൂപ വൈവിധ്യങ്ങളും അനുഭവിച്ചുള്ള യാത്രയാകുമ്പോൾ അതൊരു സാന്ത്വനവും തലോടലുമാണ്. ഓർമ്മയിൽ ചേർത്തുവെയ്ക്കാൻ, വിശ്രമവേളകളിൽ ഓർമ്മച്ചെപ്പുകളിൽനിന്നും പുറത്തെടുത്തോമനിക്കാൻ. നിയത മുറയിൽ സമപാതയിൽ നീങ്ങുന്ന ജീവിതത്തിന് ഇനി ഉത്തേജകമായി ഇതൊക്കെയല്ലേ ഉള്ളൂ.

2016 ജൂലൈ

രാമേശ്വരത്തെ കാഴ്ചകൾ

ജന്തുശാസ്ത്ര ബിരുദ വിദ്യാർത്ഥിയായിരിക്കുമ്പോൾ അദ്ധ്യാപകരോടൊത്തും അദ്ധ്യാപകനായി മാറിയപ്പോൾ ബിരുദവിദ്യാർത്ഥികളോടൊത്തും രാമേശ്വരത്ത് രണ്ടുതവണ പോയിട്ടുണ്ട്. രണ്ടും വ്യത്യസ്ത അനുഭവങ്ങളായിരുന്നു എന്ന് പറയേണ്ടതില്ലല്ലോ. ആദ്യത്തേത് യുവത്വം തുടിക്കുന്ന മനസ്സുമായി ഒരു സംഘയാത്രയാണെങ്കിൽ രണ്ടാമത്തേത് ഗൗരവതരമായ ഒരു ഉത്തരവാദിത്വം ഏറ്റിയുള്ള യാത്ര ആയിരുന്നു.

ഏറെ വർഷങ്ങൾ കഴിഞ്ഞിരിക്കുന്നു. വിദ്യാർത്ഥിയുടെ സുരഭിലകാലവും അധ്യാപകന്റെ സേവനകാലവും കഴിഞ്ഞുപോയിരിക്കുന്നു.

സക്രിയ വേഷങ്ങളെല്ലാം അഴിച്ചുവെച്ചിരിക്കുന്നു ഇന്ന്.

ജീവിതത്തിന്റെ ഈ സായംസന്ധ്യയിൽ ഉഷയോടൊപ്പം ഒന്നുകൂടി രാമേശ്വരത്ത് പോകണമെന്ന് മനസ്സ് കൊതിച്ചു. തിരക്കുകളെല്ലാമൊഴിഞ്ഞു. സമയം ധാരാളമുണ്ട് ചെലവഴിക്കാൻ. എല്ലാറ്റിനെയും മാറിനിന്ന് നോക്കികാണാനുള്ള മനസ്സും കൈവന്നിരിക്കുന്നു. യാത്രികരും തീർത്ഥാടകരും നിറഞ്ഞൊഴുകുന്ന രാമേശ്വരം വീണ്ടും കാണുമ്പോൾ പഴയ ഓർമ്മകളും കാഴ്ചകളും തെളിമയാർന്നു വരും. അവയുടെ പശ്ചാത്തലഭൂമികയിൽ എന്ത് പുതിയ അനുഭവങ്ങളായിരിക്കും ഉയിർ കൊള്ളുക. ഈയൊരു ചിന്തയായിരുന്നു കോയമ്പത്തൂർ രാമേശ്വരം എക്സ്പ്രെസ്സിൽ യാത്ര ചെയ്യുമ്പോൾ മനസ്സിൽ.

സെപ്റ്റംബർ ഇരുപത്തിയൊന്ന്. നേരം പുലരുന്നേയുള്ളൂ.

ട്രെയിൻ പ്രസിദ്ധമായ പാമ്പൻ പാലത്തിലൂടെ മെല്ലെ പോയ്കൊണ്ടിരിക്കുകയാണ്. രണ്ടു കിലോമീറ്റർ ദൈർഘ്യമുള്ള പാലം മണ്ഡപത്തെയും പാമ്പൻദ്വീപിനെയും ബന്ധിപ്പിക്കുന്നു. സമാന്തരമായി

റോഡ്പാലവും അല്പം മാറി ഉയർന്നു നിൽക്കുന്നു.

രാവിലെ ആറര മണിക്ക് രാമേശ്വരം സ്റ്റേഷനിൽ ഇറങ്ങി ഓട്ടോയിൽ നേരത്തെ ബുക്ക് ചെയ്ത ഹോട്ടലിലേക്ക്. ഇവിടുത്തെ ഓട്ടോക്കാർ പണ്ടേ ശരിയല്ലെന്ന് അറിയാം. അര കിലോമീറ്റർ ദൂരമായാലും 50 രൂപയിൽ കുറഞ്ഞ ചാർജ് ഇല്ല തന്നെ. ടൂറിസ്റ്റുകളെ പിഴിയുന്ന രീതി പിന്തുടരുന്നത് നിയന്ത്രിക്കാൻ ഭരണകൂടം ഇടപെടുകതന്നെ വേണം. നാടുകാണാൻ വരുന്നവർക്കും അതിനു സൗകര്യം ചെയ്തു കൊടുക്കുന്നവർക്കും ഒരു പോലെ നീതി ലഭിക്കണം. സുതാര്യമായ സംവിധാനങ്ങൾ നമ്മുടെ നാട്ടിൽ പലേടത്തും ഇല്ല എന്നതാണ് യാഥാർഥ്യം.

രാമേശ്വരം ദ്വീപ് പച്ചപ്പിന്റെ കാര്യത്തിൽ ഏറെ പിറകിലാണ് അന്നുമിന്നും. റോഡുകൾക്ക് വീതി അല്പം കൂടിയിട്ടുണ്ട്. ഫുട്പാത്തുകളൊന്നും വേണ്ടപോലെ ഇന്നുമില്ല. സൈൻ ബോർഡുകൾ വേണ്ടത്രയുണ്ട്. സ്ഥലവാസികളും, സന്ദർശകരും പണ്ടത്തേതിലും വളരെ കൂടുതൽ. ഹോട്ടലുകളും റെസ്റ്റോറന്റുകളും ധാരാളം. തീർത്ഥാടകർക്കുവേണ്ടി മഠങ്ങളും മറ്റുമൊരുക്കുന്ന അനുബന്ധ സൗകര്യങ്ങളും ലഭ്യമാണിവിടെ. റോഡുകളിൽനിന്നും ഉള്ളിലേക്ക് നീണ്ട് കിടക്കുന്ന പഴയ കെട്ടിടങ്ങളിലെ താമസവും വ്യാപാരവും പഴയ നഗരവീഥിയുടെ മുഖമുദ്രയത്രെ.

രാമന്റെ ഈശ്വരൻ വാഴുന്ന ദേശമാണല്ലോ രാമേശ്വരം. ശ്രീരാമനാൽ ശിവപ്രതിഷ്ഠ നടന്നയിടം. ശ്രീരാമനാഥസ്വാമി ക്ഷേത്രത്തിന്റെ കിഴക്കും പടിഞ്ഞാറുമുള്ള ഗോപുരങ്ങൾ തല ഉയർത്തി നിൽക്കുന്ന കാഴ്ച ദൂരെ നിന്ന് തന്നെ കാണാം.

ഭാരതത്തിലെ നാലു ഹിന്ദു മഹാക്ഷേത്രങ്ങളിൽ ഒന്നായ ഇവിടെ ശിവൻ ജ്യോതിർലിംഗമായി പൂജിക്കപ്പെടുന്നു. ക്ഷേത്രത്തിനുള്ളിലെ പ്രദക്ഷിണ ഇടനാഴികൾ പ്രശസ്തമാണ്. പ്രാകാരങ്ങൾ എന്നാണവ അറിയപ്പെടുന്നത്. ഏറ്റവും പുറത്തെ പ്രാകാരം ലോകത്തിലെ ഏറ്റവും നീളം കൂടിയ പ്രദക്ഷിണ ഇടനാഴിയത്രെ. ഇവയുടെ കരിങ്കൽത്തൂണുകളിലും മുകൾത്തട്ടിലുമുള്ള കൊത്തുപണികളും ശില്പങ്ങളും ചിത്രീകരണങ്ങളും ആരെയും അത്ഭുതപ്പെടുത്തും. മനുഷ്യാധ്വാനത്തിന്റെയും കലാനൈപുണ്യത്തിന്റെയും മഹാത്ഭുതങ്ങളായി അവ നിലകൊള്ളുന്നു. ക്ഷേത്രത്തിനുള്ളിലെ 22 പവിത്രകുണ്ഡങ്ങളിലെ ജലസ്നാനം മോക്ഷദായകമായി വിശ്വാസികൾ കരുതുന്നു.

ക്ഷേത്രമതിൽകെട്ടിനകത്ത് വലിയ ജനസഞ്ചയമുണ്ടെങ്കിലും മൂന്നാം പ്രാകാരത്തിലൂടെ ശ്രീകോവിലിലെത്തിയപ്പോൾ വലിയ തിരക്കൊന്നുമനുഭവപ്പെട്ടില്ല. ഈ സന്നിധിയിൽ വീണ്ടും വന്നെത്താൻ കഴിഞ്ഞതിന്റെ സന്തോഷവും സംതൃപ്തിയും നിറഞ്ഞ മനസ്സോടെ നന്നായി തൊഴുതു. പതിനേഴാം നൂറ്റാണ്ടിൽ പണിതതെന്ന് വിശ്വസിക്കപ്പെടുന്ന ഈ ക്ഷേത്ര സമുച്ചയത്തിൽ നിന്നുമിറങ്ങുമ്പോൾ, തികഞ്ഞ കലാചാതുര്യത്തോടെ അതിബൃഹത്തായ ഈ ക്ഷേത്രനിർമ്മിതിക്ക് നേതൃത്വം നല്കിയവരെയും സമർപ്പിതമനസ്സോടെ പണിചെയ്തവരെയും ഒരുനിമിഷം ഓർത്തുപോയി.

പുറത്തിറങ്ങി കിഴക്കേ ഗോപുരം ചുറ്റി കടപ്പുറത്തേക്ക്. നൂറുകണക്കിനാളുകൾ ബലിതർപ്പണത്തിനായി അവിടെയുണ്ട്. മൺമറഞ്ഞുപോയവർക്ക് വേണ്ടിയുള്ള ക്രിയകൾ നടന്നുകൊണ്ടേയിരിക്കുന്നു. മരണാനന്തരം മോക്ഷം ലഭിച്ചാലുമില്ലെങ്കിലും ജീവിച്ചിരിക്കുന്നവർക്ക് സ്വാസ്ഥ്യവും സമാധാനവും ലഭിക്കാൻ ഇത്തരം കർമ്മങ്ങൾ അനിവാര്യമാണല്ലോ. ഒന്നുമില്ലെങ്കിലും വേർപെട്ടുപോയ ബന്ധുക്കൾക്ക് വിനീതരായി ആദരമർപ്പിക്കുന്നതിലൂടെ നാം നമ്മുടെ ജീവിത നിയോഗങ്ങൾ പൂർത്തിയാക്കുക കൂടിയാണ്.

ഇനി രാമേശ്വരത്ത് രണ്ടിടങ്ങൾകൂടി നിർബന്ധമായും പോകേണ്ടതുണ്ട്. ഈ കൊച്ചുദ്വീപിൽനിന്നും ഭാരതത്തിന്റെ ശാസ്ത്രസാങ്കേതിക ഭരണ വിഹായസ്സിലേക്കുയർന്ന പ്രിയപ്പെട്ട എ. പി. ജെ. അബ്ദുൾകലാമിന്റെ ജന്മഗൃഹവും അദ്ദേഹം അന്ത്യവിശ്രമം കൊള്ളുന്ന ഖബറിടവും കാണണം.

മിസൈൽ സാങ്കേതിക രംഗത്തെ അതികായനായും പിന്നീട് ഇന്ത്യയുടെ പതിനൊന്നാമത് രാഷ്ട്രപതിയായും മാറിയ ശ്രീ. കലാം കുട്ടികളെയും യുവാക്കളെയും പ്രചോദിപ്പിച്ച മഹാനായ ഭാരതപുത്രനായിരുന്നു.

» ഹൌസ് ഓഫ് കലാം

സ്നേഹസമ്പന്നനും നിഷ്കളങ്കനുമായ അദ്ദേഹം രാഷ്ട്രപതിയായിരിക്കുമ്പോഴും അതിനുശേഷവും ഭാരതത്തിലുടനീളം യാത്ര ചെയ്ത് ജനമനസ്സുകളിൽ മൂല്യബോധവും ഉത്കർഷേച്ഛയും നിറച്ച ജനനായകനായിരുന്നു.

ഹൌസ് ഓഫ് കലാം

മോസ്ക് സ്ട്രീറ്റിലാണ് കലാമിന്റെ വീട്. പണ്ടത്തെ ചെറിയ വീട് ഇപ്പോൾ മൂന്നുനിലകെട്ടിടമായി രൂപാന്തരപ്പെട്ടിരിക്കുന്നു. താഴത്തെനിലയിൽ കലാമിന്റെ നൂറുവയസ്സു കഴിഞ്ഞ ജേഷ്ഠ സഹോദരനും കുടുംബവും താമസിക്കുന്നു. രണ്ടാംനില ഇന്നൊരു മ്യൂസിയം ആണ്. കലാമിന്റെ ജീവിതയാത്രയിലെ നാഴികക്കല്ലുകൾ നമുക്കിവിടെ ദർശിക്കാം. അദ്ദേഹത്തിന്റെ വിദ്യാഭ്യാസം, ശാസ്ത്രജ്ഞനായി പ്രവൃത്തിച്ച കാലം, അദ്ദേഹം രൂപകല്പന ചെയ്ത മിസൈൽ മാതൃകകൾ, ശാസ്ത്ര മേഖലയിൽ അദ്ദേഹം ഏറ്റെടുത്ത നിയോഗങ്ങൾ, ഒടുവിൽ രാഷ്ട്രപതിയായി പ്രവൃത്തിച്ച കാലം, അദ്ദേഹത്തിന്റെ പ്രസിദ്ധമായ ഉദ്ധരണികൾ, വിപുലമായ പുസ്തകശേഖരം, ദേശീയ, അന്തർദേശീയ പുരസ്കാരങ്ങൾ എല്ലാം ഇവിടെ ഭംഗിയായി പ്രദർശിപ്പിച്ചിരിക്കുന്നു. കൊച്ചുകുട്ടികൾ അദ്ദേഹത്തിന് സ്വന്തം കൈപ്പടയിൽ എഴുതി സമർപ്പിച്ച സ്നേഹ ലിഖിതങ്ങളും കൂട്ടത്തിൽ ശേഖരിച്ചുവെച്ചത് കൗതുകകരമായിതോന്നി. മൂന്നാം നിലയിൽ രാമേശ്വരത്തെ കരകൗശല വസ്തുക്കളുടെ ശേഖരമാണ് ഒരുക്കിയിരിക്കുന്നത്.

കലാമിന്റെ ജന്മഗേഹം വിട്ടിറങ്ങുമ്പോൾ, കൊച്ചു കലാം ഓടിക്കളിച്ച, ഇന്ന് റോഡുകളായിമാറിയ പഴയ രാമേശ്വരം ഇടവഴികളിലൂടെ

നടന്നുപോകുമ്പോൾ, ഇവിടുത്തെ പരിമിതമായ സൗകര്യങ്ങളിൽനിന്നും നിശ്ചയദാർഢ്യത്തോടെ, കഠിനാധ്വാനത്തോടെ പഠിച്ചുയർന്ന ആ മഹാമനുഷ്യന്റെ സാർത്ഥകമായ ജീവിതത്തെയോർത്തു അഭിമാനം തോന്നി.

അബ്ദുൾകലാം നാഷണൽ മെമ്മോറിയൽ

ജീവിതാവസാനംവരെ കർമനിരതനായ കലാം അന്ത്യവിശ്രമം കൊള്ളുന്നത് ഹൈവേയോടുചേർന്നുള്ള പൈക്കറുമ്പിലെ വിശാലമായ മൈതാന മധ്യത്തിലാണ്. ഖബറിടത്തിന് മേലെ താത്കാലിക പന്തൽ ഒരുക്കിയിരിക്കുന്നു. പ്രവേശന കവാടത്തിനു മുന്നിലായി കലാമിന്റെ പൂർണ്ണകായ പ്രതിമ കാണാം. സമീപഭാവിയിൽ ഇവിടം ഒരു നാഷണൽ മെമ്മോറിയൽ ആയി മാറാൻ പോവുകയാണ്. കൂടുതൽ സ്ഥലം ലഭ്യമാവുന്നതോടെ ഇവിടെ കെട്ടിട സമുച്ചയവും, പഠന ഗവേഷണ കേന്ദ്രവും ഉയരും. ഇപ്പോൾ വലിയൊരു ഗേറ്റും, ചുറ്റുമതിലും കൊണ്ട് സ്ഥലം വേർതിരിക്കപ്പെട്ടിരിക്കുന്നു.

ആ വലിയ മനുഷ്യന്റെ ഖബറിന് ചുറ്റും തൊഴുകൈയ്യോടെ പ്രദക്ഷിണം ചെയ്ത് ആദരാഞ്ജലികളർപ്പിച്ച പിൻവാങ്ങി. ഇത്തരം മഹാജന്മങ്ങൾ അപൂർവമായേ സംഭവിക്കുകയുള്ളൂ എന്ന് മനസ്സ് പറഞ്ഞു. അദ്ദേഹത്തിന്റെ ആവേശഭരിതമായ പ്രസംഗങ്ങൾ... സ്വപ്നദർശനങ്ങൾ... വികസനപദ്ധതികൾ... എല്ലാം ഓർമ്മയിൽ വന്നു. നശ്വരമായ ജീവിതം ശ്രേഷ്ഠ കർമങ്ങളിലൂടെ അടയാളപ്പെടുത്താൻ കഴിഞ്ഞവരെ കാലവും മനുഷ്യകുലവും എന്നും ഓർക്കും എന്നത് സുനിശ്ചയം.

ഓട്ടോറിക്ഷയിൽ നടത്തിയ ഈ യാത്രയിൽ രാമായണത്തിൽ പരാമർശിക്കപ്പെടുന്ന രാമപാദം, രാമതീർത്ഥം, ലക്ഷ്മണ തീർത്ഥം, സീതാതീർത്ഥം എന്നീസ്ഥലങ്ങളും, പഞ്ചമുഖി ഹനുമാൻ കോവിലുമൊക്കെ കാണാൻ സൗകര്യമുണ്ടായി.

തീർത്ഥക്കുളങ്ങൾ പുനരുദ്ധരിക്കേണ്ട സമയം അതിക്രമിച്ചിരിക്കുന്നു എന്ന് തോന്നി. ക്ഷേത്രത്തിനുള്ളിലെ 22 തീർത്ഥങ്ങളുൾപ്പടെ രാമേശ്വരം ദ്വീപിൽ ഇതുപോലെ 64 തീർത്ഥസ്ഥാനങ്ങളുണ്ടെന്നതാണ് സത്യം. ഇവയൊക്കെ വിലപ്പെട്ട ജലസ്രോതസ്സുകളാണെന്ന യാഥാർഥ്യം തിരിച്ചറിഞ്ഞു. അവയെ സംരക്ഷിക്കാനും, വിലപ്പെട്ട ജൈവ ശേഷിപ്പുകളായി നിലനിർത്താനും പരിശ്രമങ്ങൾ കൂടിയേതീരൂ.

ധനുഷ്കോടി

രാമേശ്വരം ദ്വീപിന്റെ തെക്കേ അറ്റത്താണ് ഈ മുനമ്പ്. ബംഗാൾ ഉൾകടലും ഇന്ത്യൻ മഹാസമുദ്രവും ഇവിടെ സന്ധിക്കുന്നു. സ്വച്ഛ സുന്ദരമായ കടൽത്തീരം. മേലെ വിശാലമായ നീലാകാശം. താഴെ അനന്തമായി പരന്നുകിടക്കുന്ന ഇളംനീലസമുദ്രം. ചുറ്റും ഒന്നുമില്ലായ്മ യുടെ ശൂന്യത. മുനമ്പിൽ തിരമാലകൾപോലും പതിയെ തുടിക്കുന്നുവോ. ശീതളമായ കാറ്റിൽ മനസ്സും ശരീരവും പുതിയൊരു ഊർജ്ജ പ്രവാഹ ത്തിന്റെ സുഖമറിയുന്നു. വ്യത്യസ്തമായ ഒരനുഭവം. ധനുസ്സിന്റെ അറ്റം എന്നാണ് പേര് സൂചിപ്പിക്കുന്നത്.

സീതയെ വീണ്ടെടുക്കാൻ ശ്രീരാമൻ ലങ്കയിലേക്ക് സേതുബന്ധ നത്തിനൊരുങ്ങി, പണിതുടങ്ങേണ്ട സ്ഥലം തന്റെ ധനുസ്സുകൊണ്ട് അടയാളപ്പെടുത്തുന്നത് ധനുഷ്കോടിയുടെ തെക്കേ അറ്റത്തായിരുന്നു എന്നാണ് ഐതിഹ്യം.

രാമ രാവണ യുദ്ധത്തിനുശേഷം വിഭീഷണൻ ലങ്കയുടെ രാജാവാ യപ്പോൾ രാമസേതു തകർക്കാൻ രാമനോട് ആവശ്യപ്പെടുന്നു. രാമൻ തന്റെ അമ്പിന്റെ തുമ്പുകൊണ്ട് രാമസേതു തകർത്തു. അങ്ങനെയും ഈ സ്ഥലം ധനുഷ്കോടിയായി.

രാമേശ്വരത്ത് നിന്നും 25 കിലോമീറ്റർ ദൂരത്താണീ മുനമ്പ്. ഗവണ്മെന്റ് ചെക്പോസ്റ്റ് വരെ ബസ്സും മറ്റു വാഹനങ്ങളും പോകും. അവിടെനിന്നുള്ള അഞ്ചു കിലോമീറ്റർ പ്രത്യേക വാഹനങ്ങളിൽ വേണം യാത്ര തുടരാൻ. മുമ്പ് ഇവിടം ഒരു തുറമുഖപട്ടണമായിരുന്നു. ബ്രിട്ടീഷ് ഭരണകാലത്ത് ഇന്ത്യയും ശ്രീലങ്കയും തമ്മിലുള്ള കപ്പൽ ഗതാഗതത്തിലെ പ്രധാന കണ്ണി.

1964 ഡിസംബർ 22 മുതൽ 25 വരെ വീശിയടിച്ച ചുഴലിക്കാറ്റിൽ സമു ദ്രനിരപ്പിൽ നിന്നും അധികം ഉയരത്തിലല്ലാത്ത ഈ പ്രദേശം തകർന്ന ടിഞ്ഞു. ഇരുപത്തിരണ്ടാം തിയ്യതി അർദ്ധരാത്രി, പാമ്പനിൽനിന്നും ധനുഷ്കോടിയിലേക്ക് തിരിച്ച 653 നമ്പർ പാസ്സെഞ്ചർ ട്രെയിനിന്റെ ആറു കോച്ചുകളും അതിശക്തമായ ചുഴലിക്കാറ്റിൽ കടലിലേക്കൊലി ച്ചുപോയി. യാത്രക്കാരായ 110 പേരും 5 റെയിൽവേ ഉദ്യോഗസ്ഥരും ഈ ദുരന്തത്തിൽ കടലാഴങ്ങളിലേക്ക് മറഞ്ഞു.

പാമ്പൻ പാലത്തിന്റെ ഏതാനും ഭാഗങ്ങളും ഈ കടൽക്ഷോഭ ത്തിൽ തകർന്നു. ഈ. ശ്രീധരൻ എന്ന യുവ എഞ്ചിനീയർ നേതൃത്വം നൽകി 45 ദിവസംകൊണ്ട് പാലം പൂർവസ്ഥിതിയിലാക്കിയത് ചരിത്രം.

2004 ലെ സുനാമിയോടെ ഈ ഭൂപ്രദേശത്തിന്റെ ഏതാണ്ട് നല്ലൊരു ഭാഗം കടലെടുത്തു. ഏതാനും മത്സ്യത്തൊഴിലാളി കുടുംബങ്ങളും ചുരുക്കം തട്ടുകടകളും ഒഴിച്ചാൽ ഇവിടം പ്രായേണ വിജനമാണ്. പണ്ടിവിടെ റെയിൽവേ സ്റ്റേഷനും, ആശുപത്രിയും, സ്കൂളും, പോസ്റ്റ് ഓഫീസും, കസ്റ്റംസ് പോർട്ട് ഓഫീസും ഒക്കെയുണ്ടായിരുന്നു. പ്രകൃതി ക്ഷോഭത്തിൽ എല്ലാം തകർന്നടിഞ്ഞുപോയി. ജനവാസയോഗ്യമല്ലാത്ത പ്രദേശമെന്ന് മുദ്രകുത്തപ്പെട്ട് കടലിരമ്പം മാത്രം മുഴങ്ങികേൾക്കുന്ന ഒരു 'പ്രേത നഗര'മായി ഇന്ന് ധനുഷ്കോടി നിലകൊള്ളുന്നു. എങ്കിലും ധനുഷ്കോടിയിലെ കടലും കാറ്റും തണുപ്പും നിശ്ശൂന്യതയും സവിശേഷമായൊരനുഭവം തന്നെയാണ്.

സന്ധ്യ മയങ്ങാറാകുന്നു. ഓട്ടോയിൽ ഹോട്ടലിലേക്ക് മടങ്ങി. രാമേശ്വരത്തെ കാഴ്ചകൾ ഏതാണ്ട് പൂർണമായി. നാളെ യാത്ര ശിവൻ ആനന്ദ നടനം ചെയ്യുന്ന ചിദംബരത്തേക്ക്. മറ്റൊരു മോഹം കൂടി സാക്ഷാത്കരിക്കപ്പെടുന്നു എന്ന സന്തോഷത്തോടെ ഈ രാത്രി സുഖമായുറങ്ങാം.

2016 സെപ്റ്റംബർ

തില്ലൈ നടരാജ സന്നിധിയിൽ

രാമേശ്വരത്ത്നിന്നും മറ്റൊരു ക്ഷേത്രനഗരിയായ ചിദംബരത്തേക്ക് യാത്ര തിരിക്കുമ്പോൾ ചിദംബരം നടരാജ ക്ഷേത്രവും പിച്ചാവരം കണ്ടൽ കാടുകളുമായിരുന്നു മനസ്സിൽ. രാത്രി ഒന്നേകാൽ മണിക്ക് ചിദംബരം സ്റ്റേഷനിൽ വണ്ടി ഇറങ്ങുമ്പോൾ അവിടം ഏറെക്കുറെ വിജനമായിരുന്നു. വളരെ പഴയ റെയിൽവേ സ്റ്റേഷനാണിത്. തമിഴ്നാട്ടിലെ ഇതര സ്റ്റേഷനുകളുടെ തലയെടുപ്പൊന്നുമില്ല. പ്ലാറ്റ്ഫോമിന്റെ നിരപ്പിൽനിന്നും താഴെയായി നീളത്തിൽ പണിത കെട്ടിടങ്ങളിൽ പലതും ഉപയോഗശൂന്യം. സൗകര്യങ്ങൾ ഏറെ പരിമിതം. നേരം വെളുക്കാൻ വേണ്ടി വെയ്റ്റിംഗ് റൂമിൽ പാതി ഉറങ്ങിയും ഉണർന്നും കാത്തിരുന്നു. ആറുമണിക്ക് നേരെ ഹോട്ടൽ അക്ഷയയിലേക്ക് തിരിച്ചു.

സ്റ്റേഷൻ മടുപ്പുളവാക്കുന്നതാണെങ്കിലും അക്ഷയ ഹോട്ടലും ജീവനക്കാരും വലിയ സ്നേഹത്തോടും കരുതലോടുംകൂടിയാണ് ഞങ്ങളെ സ്വീകരിച്ചത്. നല്ല മുറിയും നല്ല അന്തരീക്ഷവും. യാത്രയുടെ മടുപ്പും ക്ഷീണവും പെട്ടെന്ന് മാറിയതായി തോന്നി.

ചിദംബരം ക്ഷേത്രം തില്ലൈ നടരാജ കോവിൽ എന്നാണ് അറിയപ്പെടുന്നത്. 51 ഏക്കർ സ്ഥലത്ത് വ്യാപിച്ചുകിടക്കുന്ന ക്ഷേത്രസമുച്ചയം. പണ്ടിവിടെയും കണ്ടൽ വനങ്ങളായിരുന്നുവത്രെ (തില്ലൈ മരങ്ങൾ). ഇന്ന് പക്ഷേ കണ്ടൽ വനങ്ങൾ എട്ടു കിലോമീറ്റർ മാറി പിച്ചാവരത്താണ് കേന്ദ്രീകരിച്ചിരിക്കുന്നത്.

ചിദംബരം എന്നാൽ ജ്ഞാനാകാശം. മനുഷ്യൻ പഠനത്തിലൂടെ, മനനത്തിലൂടെ, ജീവിതവൃത്തിയിലൂടെ, അനുഭവങ്ങളിലൂടെ

» ചിദംബരം ക്ഷേത്രം

ആത്യന്തികമായി എത്തിപ്പെടേണ്ട സ്ഥാനം അതത്രെ...

ശിവനെ ആനന്ദനടനം ചെയ്യുന്ന രൂപത്തിൽ നമുക്കിവിടെ ദർശിക്കാം. ശിവൻ മനുഷ്യ സ്വരൂപമാർന്ന് പ്രാപഞ്ചികവ്യാപാരങ്ങളിൽ വ്യാപൃതനാവുന്ന സങ്കല്പം മറ്റ് ശിവക്ഷേത്രങ്ങളിലൊന്നും നാം കാണില്ല. സംഹാര താണ്ഡവമാടുന്ന ശിവനിൽനിന്നും വ്യത്യസ്തനായി ശാന്തസ്വരൂപനായി ആനന്ദനടനം ചെയ്യുന്ന ശിവൻ. സാധാരണ ശിവക്ഷേത്രങ്ങളിൽ കാണുന്ന ശിവലിംഗ പ്രതിഷ്ഠയും ശ്രീകോവിലിനകത്തുണ്ട്.

അപൂർവ്വമായ പ്രതിഷ്ഠാ സങ്കല്പമാണ് ഇവിടെ. രൂപം അരൂപം അർദ്ധരൂപം എന്നീ സങ്കൽപ്പത്തിലാണ് ശിവ ആരാധന നടക്കുന്നത്. നടരാജഭാവത്തിൽ രൂപത്തിലും, ആകാശ ലിംഗരൂപത്തിൽ അരൂപത്തിലും, സ്പടിക ലിംഗരൂപമായ ചന്ദ്രമൗലീശ്വരനായും ശിവൻ വിരാജിക്കുന്നു... ക്ഷേത്രസമുച്ചയത്തിനുള്ളിൽ ഗണപതി, മുരുകൻ, വിഷ്ണു, ശിവകാമിയമ്മൻ ദേവസ്ഥാനങ്ങളും പ്രത്യേകമായുണ്ട്.

ആയിരക്കണക്കിന് സ്തൂപങ്ങളിൽ നിർമ്മിച്ച പ്രാകാരങ്ങളും, അവയിലെ കൊത്തുപണികളും, കൽത്തൂണുകളിലെ ശില്പങ്ങളും, നൃത്തമണ്ഡപവും, രഥ ചക്ര സൂര്യമണ്ഡപവും അദ്ഭുതാദരങ്ങളോടെ മാത്രമേ നമുക്ക് നോക്കിനിൽക്കാൻ സാധിക്കുകയുള്ളൂ. ഇവയൊക്കെ രൂപപ്പെടുത്തിയെടുത്ത പൂർവ്വഗാമികളായ കലാകാരന്മാരെ ഒരുനിമിഷം വന്ദിക്കാം. പല്ലവ, ചോള, പാണ്ഡ്യ, വിജയനഗര, ചേര രാജവംശത്തിലെ സഹൃദയരായ രാജാക്കന്മാരെയും നമിക്കാതെ വയ്യ. ഭരതനാട്യത്തെ പ്രചോദിപ്പിച്ച നൃത്തച്ചുവടുകളും ഭാവങ്ങളും ശില്പ സമ്പന്നതയുടെ ഭാഗമായി നമുക്കിവിടെ കാണാവുന്നതാണ്.

ഒൻപതു പ്രവേശനവഴികളുണ്ട് ക്ഷേത്രത്തിനകത്തേക്ക് കടക്കാൻ. ഇവയിൽ നാലെണ്ണം വലിയ ഗോപുരങ്ങളോടുകൂടിയതാണ്. അങ്ങനെ നവദ്വാരങ്ങളെ ദ്യോതിപ്പിക്കുന്ന ഒമ്പത് കവാടങ്ങൾ, കർമ്മ ബന്ധങ്ങളുടെ 21 ജന്മങ്ങളെ സൂചിപ്പിക്കുന്ന ഉൾപ്പടവുകൾ, പഞ്ചാക്ഷരിയെ സൂചിപ്പിക്കുന്ന ചിത് സഭയിലെ അഞ്ചു പടികൾ, 28 ആഗമങ്ങളെ കാണിക്കുന്ന ചിത് സഭയിലെ തൂണുകൾ, 64 കലകളെ വ്യഞ്ജിപ്പിക്കുന്ന ഉത്തരത്തിലെ 64 മരപ്പാളികൾ, നാഡികളെ പ്രതിനിധാനം ചെയ്യുന്ന 72000 സ്വർണ്ണ ആണികൾ. എല്ലാം ഒത്തു വരുന്ന സാമ്യമകന്നൊരീ ശിവാലയത്തിൽ.

അമ്പലത്തിനകത്തും പുറത്തുമായി നിരവധി ജലസംഭരണികൾ ഈ ക്ഷേത്രത്തിന്റെ സവിശേഷതയാണ്. ശിവകാമി ദേവസ്ഥാനത്തിനഭിമുഖമായുള്ള ശിവഗംഗ ദൃശ്യമനോഹരമായ കാഴ്ച തന്നെയാണ്. ദീക്ഷിതർ വിഭാഗത്തിൽപെടുന്ന വൈദിക ബ്രാഹ്മണരാണ് അമ്പലത്തിന്റെ നടത്തിപ്പും പൂജാക്രിയകളും നിർവഹിക്കുന്നത്. പൂജചെയ്യാനുള്ള അവസരം മാറിമാറി എല്ലാവർക്കും ലഭിക്കുന്നു. ഭണ്ഡാരങ്ങളോ വഴിപാട് കൗണ്ടറുകളോ ഈ ക്ഷേത്രത്തിലില്ല. ആകെയുള്ളത് പ്രസാദം ബുക്ക് ചെയ്ത് ശീട്ടാക്കാനുള്ള സൗകര്യം മാത്രം. ഒരു നിശ്ചിത കാലത്തേക്ക് മാസങ്ങൾതോറും അർച്ചനയുടെ പ്രസാദം വീട്ടിലെത്തിക്കാനുള്ള സംവിധാനം ദീക്ഷിതർമാർ ഒരുക്കുന്നു. അതിനുള്ള തുകയാണ് അവർ സ്വീകരിക്കുന്നത്.

വർഷങ്ങൾക്കുമുമ്പ് ഒരു മലയാള സിനിമയിൽ കണ്ട ചിദംബരം ക്ഷേത്രം, അവിടുത്തെ വിശാലമായ പ്രദക്ഷിണവഴികളിലൂടെ ഭക്ത്യാദരപൂർവ്വം നടക്കുവാൻ സാധിച്ചതും ശില്പവിസ്മയങ്ങൾ നേരിൽ കാണുവാൻ സാധിച്ചതും ഒരു സൗഭാഗ്യമായി കരുതാം.

വിരാട് ഹൃദയ പത്മ സ്ഥലത്ത് ആനന്ദനടനമാടുന്ന ശിവൻ എത്ര മനോഹരമായ ദൈവസങ്കല്പം... കേവലമനുഷ്യന്റെ ജീവിതമോഹങ്ങളും പ്രതീക്ഷകളും പ്രാർത്ഥനകളായി, സങ്കീർത്തനങ്ങളായി ഇവിടെ വിലയം പ്രാപിക്കുന്നു. നശ്വരമായ ജീവിതത്തിന്റെ മറ്റൊരു കർമ്മകാണ്ഡം കൂടി ഇവിടെ പൂർത്തിയാവുന്നു. വൈകുന്നേരം ചിദംബരത്തെ കാളിയമ്മൻ കോവിലിലും ദർശനം നടത്തി.

പിറ്റേന്ന് കാലത്ത് ഹോട്ടലുകാർ സംഘടിപ്പിച്ചുതന്ന ഒരു ടാക്സിയിൽ ചുറ്റുമുള്ള പ്രദേശങ്ങളിൽ ഒരു ചെറു യാത്രയും നടത്തി. കൊള്ളിടം വഴി സിർകാഴിയിലെത്തി പ്രസിദ്ധമായ വൈത്തീശ്വരൻ കോവിലിൽ തൊഴുതു. പത്താം നൂറ്റാണ്ടിൽ നിർമ്മിക്കപ്പെട്ടതെന്ന് വിശ്വസിക്കപ്പെടുന്ന ക്ഷേത്രം. മുഖ്യ പ്രതിഷ്ഠ ശിവനാണ്. മരുന്നുമായി

» വൈത്തീശ്വരൻ കോവിൽ.

നിൽക്കുന്ന ഭഗവതിയുടെയും ധന്വന്തരിയുടെയും പ്രതിഷ്ഠകളുമുണ്ട്. ഇവിടെ ഈശ്വരൻ വൈദ്യനാണ്. രോഗങ്ങളെ ഭേദമാക്കുന്ന ദേവൻ.

വൈത്തീശ്വരനോട് മനമുരുകി പ്രാർത്ഥിച്ചാൽ എല്ലാ രോഗങ്ങളും സുഖപ്പെടുമത്രേ. ഇവിടുത്തെ ക്ഷേത്രക്കുളത്തിൽ അമൃതിന്റെ സാന്നിദ്ധ്യമുണ്ടെന്നും ഇതിൽ മുങ്ങിയാൽ സർവ ത്വക്ക് രോഗങ്ങളും മാറുമെന്നും ഭക്തർ വിശ്വസിക്കുന്നു. ഇന്നുവരെ ജന്മമെടുത്തവരുടെയും, ഇനി ജനിക്കാനിരിക്കുന്നവരുടെയും ജന്മ രഹസ്യം ഈ കോവിലിൽ സൂക്ഷിച്ചിരിക്കുന്നു എന്നതാണ് മറ്റൊരു വിശ്വാസം. ആയിരക്കണക്കിന് സംവത്സരങ്ങൾക്ക് മുമ്പ് മഹായോഗികൾ എഴുതിയ നാഡീജ്യോതിഷത്തിലെ അടിസ്ഥാനങ്ങളായ ഓലക്കെട്ടുകൾ ഇവിടെയുണ്ടെന്ന് പറയപ്പെടുന്നു. മനുഷ്യ ജീവിതത്തിലെ എല്ലാ പ്രശ്നങ്ങൾക്കും, പ്രതിസന്ധികൾക്കുമുള്ള പരിഹാരങ്ങൾ ഈ താളിയോലക്കെട്ടുകളിൽ ഒളിഞ്ഞുകിടക്കുന്നു എന്നും വിശ്വസിക്കപ്പെടുന്നു. ഇവ അറിയാൻ നിയതമായ രീതികളുണ്ടെന്നും പറയുന്നു. ജന്മ രഹസ്യം അറിഞ്ഞാലും ഇല്ലെങ്കിലും വിശ്വാസം ശക്തിയാണല്ലോ. വൈത്തീശ്വരൻ എല്ലാമറിയുന്നു എന്ന വിശ്വാസം ഭക്തന് വലിയ സമാശ്വാസമാകുന്നു.

അടുത്ത യാത്ര മയിലാടുംതുറയിലേക്ക്. വഴിയിൽ പൂന്തോട്ടം സരസ്വതി ക്ഷേത്രത്തിൽ കയറി തൊഴുതു. തമിഴ്നാട്ടിലെ ഏക സരസ്വതീക്ഷേത്രം. വീണാധാരിണിയായ സരസ്വതീ ദേവി. നൂറുകണക്കിന് പെൺകുട്ടികൾ വാഗ്ദേവതയെ തൊഴാൻ എത്തിയിരിക്കുന്നു.

നെന്മണിത്താലത്തിൽ ആദ്യാക്ഷരങ്ങൾ കുറിക്കുന്ന കുട്ടികളും. നോട്ട്ബുക്കിൽ പേനകൊണ്ട് എഴുതുന്നവരും, ബോർഡിൽ എഴുതുന്നവരും നിരവധിയാണ്. വിദ്യയിലൂടെ വളരാനും ഒരു നിലയിലെത്താനും കഴിഞ്ഞത് ഒരു ചെറിയ കാര്യമല്ലല്ലോ. പ്രപഞ്ചപ്പൊരുളിനെ അക്ഷരാർച്ചനയോടെ ഞങ്ങളും നമിച്ചു.

മയിലാടുംതുറയ്ക്കടുത്തുള്ള തിരുമെചിയൂരിലെ സരസ്വതീസമേതമേഘനാഥസ്വാമി ക്ഷേത്രം കാണേണ്ടതുതന്നെയാണെന്ന് ടാക്സി ഡ്രൈവർ പറഞ്ഞപ്പോൾ അങ്ങോട്ട് പോകാമെന്നായി. മുക്കാൽ മണിക്കൂർ യാത്രയുണ്ട് ഇവിടേക്ക്. ഗോപുരം കടന്നു അകത്തെത്തിയപ്പോൾ വ്യത്യസ്തമായൊരു അനുഭവമായിരുന്നു ഉള്ളിൽ. ഒറ്റനിലയിൽ നൂറുകണക്കിന്

കൽമണ്ഡപങ്ങളോടെയും ജീവസ്സുറ്റ ശില്പ ഭംഗിയോടെയും വ്യാപിച്ചുകിടക്കുന്ന ശിവക്ഷേത്രം. ക്ഷേത്രത്തിനകത്തെ വൃത്തിയും, വെടിപ്പും ചിട്ടകളും അന്യാദൃശം. മനസ്സിലേക്കും ശരീത്തിലേക്കും വിവരണാതീതമായ ഒരു ഊർജം പടരുന്നതറിഞ്ഞു. ദേവസന്നിധിയിൽ മനസ്സിനെ ശാന്തമാക്കി വിമലീകരിക്കുമ്പോൾ അറിയാതെ നാമനുഭവിക്കുന്നത് ഈ അനുഭൂതിയാണല്ലോ. "അറിഞ്ഞെന്നറിഞ്ഞും അതോർത്താഞ്ഞു പാഞ്ഞും അറിഞ്ഞില്ല താനൊന്നുമെന്നായറിഞ്ഞും" ഇങ്ങനെ വിനയാന്വിതരായി മാറാൻ കഴിയുന്നതും ഒരു സാകല്യാവസ്ഥയാണ്.

വൈകുന്നേരം പ്രതീക്ഷയോടെ കാണാൻ കൊതിച്ച പിച്ചാവരത്തേക്ക്. ലോകത്തിലെ ഏറ്റവും വലിയ കണ്ടൽക്കാടായ പശ്ചിമ ബംഗാളിലെ സുന്ദർബൻ കഴിഞ്ഞാൽ രണ്ടാമത്തെ ഏറ്റവും വലിയ കണ്ടൽ കാടുകളിവിടെയാണ്. 1100 ഏക്കറിൽ വ്യാപിച്ചുകിടക്കുന്ന ജൈവ വൈവിധ്യകേന്ദ്രം.

പ്രകൃതിയുടെ ശ്വാസകോശങ്ങൾ എന്നാണ് കണ്ടൽ കാടുകളെ വിശേഷിപ്പിക്കുന്നത്. പുഴയും കടലും ചേരുന്ന സ്ഥലങ്ങളിൽ, പുഴയിൽനിന്ന് ഒഴുകിവരുന്ന എക്കലും കടലിലിൽനിന്ന് കയറിവരുന്ന ധാതു ലവണങ്ങളും ചേരുന്ന ഫലഭൂയിഷ്ഠമായ ചെളിമണ്ണിൽ ഇവ തഴച്ചു വളരുന്നു. ശാഖകളിൽനിന്നും താഴേക്ക് വളർന്ന് വെള്ളത്തിനടിയിലെ ചെളിമണ്ണിലേക്ക് താണിറങ്ങുന്ന വേര് പടലങ്ങളാണ് കണ്ടൽ ചെടികളുടെ പ്രത്യേകത. വേലിയിറക്കങ്ങളിൽ ഈ വേരുപടലങ്ങളുടെ മഹാ ശൃംഖല അനാവൃതമായി വരും. ചെളിയിൽ വളരുന്ന വേരുകൾക്ക് പ്രാണവായു ലഭ്യമല്ലാത്തതിനാൽ ഈ വേരുകളിൽനിന്ന് വെള്ളത്തിന്

» തിരുമെച്ചിയൂരിലെ സരസ്വതീ സമേത മേഘനാഥക്ഷേത്രം.

» അമൂല്യ ജൈവവൈവിധ്യ മേഖലയായ കണ്ടൽകാടുകൾ.

മുകളിലേക്ക് വളരുന്ന സൂചി വേരുകളാണ് അന്തരീക്ഷത്തിൽനിന്ന് ഓക്സിജൻ വലിച്ചെടുക്കാനുള്ള ഉപാധികൾ. വേരുകളിൽ ധാരാളം വായു അറകൾ ഉണ്ടെന്നതും മറ്റൊരു സവിശേഷതയാണ്.

കണ്ടൽ വനങ്ങൾ നാനാജാതി മോളുസ്ക്കുകളുടെയും, മൽസ്യങ്ങളുടെയും, പക്ഷികളുടെയും, ഉരഗങ്ങളുടെയും, നീർനായകളുടെയുമൊക്കെ വിഹാര കേന്ദ്രം കൂടിയാണ്. നവംബർ മുതൽ ഫെബ്രുവരി വരെയുള്ള കാലങ്ങളിൽ ചെറുമുണ്ടി, പെരുമുണ്ടി വിഭാഗത്തിൽ പെടുന്ന ദേശാടന പക്ഷികളും പ്രജനനത്തിനായി ഇവിടെയെത്തുന്നു. നീർപക്ഷികളായ കുളക്കോഴി, ചെന്നെല്ലിക്കോഴി, ചിന്നക്കൊക്ക്, തുത്തിരിപ്പൻ, നീർകാക്ക, ചേരക്കോഴി, പാതിരാ ക്കൊക്ക് എന്നിവയൊക്കെ പിച്ചാവരത്തെ നിത്യസന്ദർശകരാണ്.

തമിഴ്നാട്ടിലെ പ്രധാനപ്പെട്ട ഒരു ഇക്കോട്ടൂറിസം കേന്ദ്രമായി ഇന്ന് പിച്ചാവരം മാറിയിരിക്കുന്നു. ദൂരെ നിന്നെത്തുന്നവർക്ക് തങ്ങാൻ റിസോർട്ടുകളും ഹോട്ടലുകളും ഒരുങ്ങിയിരിക്കുന്നു.

ടൂറിസം വിഭാഗം ബോട്ട് യാത്രയും ഒരുക്കിയിരിക്കുന്നു. രണ്ടുപേർക്ക് 185 രൂപ. തുഴയുന്ന ബോട്ടിലാണ് ഞങ്ങൾ കണ്ടൽ വനമേഖലയിലേക്ക് പോയത്. കണ്ടൽ കാടുകളുടെ ഉൾഭാഗങ്ങളിലേക്ക് പോകാൻ നമ്മുടെ

സാരഥിക്ക് അല്പം കൈമടക്ക് കൊടുക്കേണ്ടിവന്നു. സാരമില്ല. ഈ ജൈവവൈവിധ്യ മേഖലയെ പരിചയപ്പെടുത്തുന്ന സംവിധാനത്തിന്റെ ഭാഗമാണല്ലോ ഇയാളും. ജീവിക്കാൻവേണ്ടി കെട്ടിയാടുന്ന വേഷങ്ങളല്ലേ. അയാളും സന്തോഷിക്കട്ടെ. യാത്രയിൽ അദ്ദേഹം തന്റെ ജീവിത കഥയും ചുരുക്കിപ്പറഞ്ഞു. തുഴയെറിഞ്ഞു വീണ കൈത്തഴമ്പുകളും കാണിച്ചുതന്നു.

പുഴയിറമ്പുകളുടെയും, കടലോരങ്ങളുടെയും സംരക്ഷണ കവചമാണ് സത്യത്തിൽ കണ്ടൽക്കാടുകൾ. കൊടുംകാറ്റിനേയും, കടൽക്ഷോഭത്തെയും, മണ്ണൊലിപ്പിനെയുമൊക്കെ ഫലപ്രദമായി ചെറുക്കൻ ഇവയ്ക്ക് കഴിയുന്നു. തിരകളുടെ അതിസമ്മർദ്ദം കുറച്ച് സുനാമി പോലുള്ള ദുരന്തങ്ങളെ ലഘൂകരിക്കാൻ കണ്ടൽക്കാടുകൾക്ക് കഴിയുമെന്ന് പഠനങ്ങൾ തെളിയിച്ചിരിക്കുന്നു. അത് കൊണ്ട് തന്നെ അമൂല്യമായ ഈ ജൈവ മേഖല സംരക്ഷിക്കപ്പെടേണ്ടത് നമ്മുടെ നിലനിൽപ്പിനും അത്യാവശ്യമാണ്.

ഒരു മണിക്കൂർ ബോട്ട് യാത്ര കഴിഞ്ഞു തിരിച്ചെത്തി ഒരു കടുപ്പമുള്ള ചായയും കുടിച്ച ഞങ്ങൾ ചിദംബരത്തേക്ക് മടങ്ങി. സന്ധ്യക്ക് വീണ്ടും നടരാജക്ഷേത്രത്തിൽ പോയി ഒന്നു കൂടി തൊഴുതു. പുറത്തിറങ്ങി ചിദംബരത്തിന്റെ നഗരവീഥിയിലൂടെ വെറുതെ നടന്നു. ഷോപ്പിങ്ങിനൊന്നും വലിയ സാധ്യതയുള്ള പട്ടണമല്ല. റോഡുകൾ കാൽനടക്കാർക്ക് അത്ര പറ്റിയതുമല്ല. പൊടിയും ചൂടും നല്ലോണമുണ്ടുതാനും. അധികദൂരം പോകാതെ റൂമിലേക്ക് തിരിച്ചു. രാത്രി സുഖമായുറങ്ങി.

പിറ്റേന്ന് കാലത്തുണർന്നെങ്കിലും സമയം ധാരാളമുണ്ട്. കോവിലിൽ ഒരു ദർശനം കൂടി നടത്തി. ചെന്നൈക്കുള്ള ട്രെയിൻ 12 മണിക്കാണ്. 11 മണിയോടെ സ്റ്റേഷനിലെത്തി. ട്രെയിൻ വന്നതോ ഒരുമണിക്കും... ചിദംബരം സ്റ്റേഷന്റെ കാഠിന്യം രണ്ടുമണിക്കൂർ കൂടി അനുഭവിക്കാൻ വിധിയുണ്ടെങ്കിൽ പിന്നെന്തുചെയ്യാൻ.

ട്രെയിനിൽ സഹയാത്രികൻ ഒരു റെയിൽവേ ഡോക്ടറായിരുന്നു. വില്ലുപുരംവരെ അദ്ദേഹം കൂടെയുണ്ടായിരുന്നു. രണ്ടര മണിക്കൂർ സമയം കേരളത്തെപ്പറ്റിയായിരുന്നു സംസാരം. ചിദംബരം അനുഭവം കൂടി അദ്ദേഹം ചോദിച്ചറിഞ്ഞു. ഇറങ്ങാൻ നേരം വില്ലുപുരം സ്റ്റേഷനിൽ അദ്ദേഹത്തെ കാത്തുനിൽക്കുന്ന റെയിൽവേ സ്റ്റാഫിനെ വിളിച്ചു ഒരു പടല റോബസ്റ്റ് പഴം വാങ്ങിപ്പിച്ചു ഞങ്ങൾക്ക് തരാനുള്ള അസാധാരണമായ സൗമനസ്യം കൂടി കാട്ടിയാണ് ആ മനുഷ്യൻ യാത്ര പറഞ്ഞു പോയത്. ചെറിയ പരിചയം മാത്രമുള്ള ചിലർ എത്ര ആത്മാർഥമായി പെരുമാറുന്നു. ദീർഘപരിചയമുള്ളവരുടെ നിരാസവും ഒപ്പം ഓർത്തുപോകുന്നു.

ട്രെയിൻ ടി. ടി. ഇ. യും ഒരു രസികൻ കഥാപാത്രമായിരുന്നു. നല്ല തടിയും കൊള്ളാവുന്നൊരു കുടവയറുമുള്ള ഒരു മലയാളി. സംസാരമോ അതീവ രസകരം. രണ്ടുതവണയായി ഒരു മണിക്കൂർ അദ്ദേഹം ഞങ്ങളോടൊപ്പം ചെലവഴിച്ചു. സ്വന്തം കുടുംബ വിശേഷങ്ങളൊക്കെ സരസമായി അദ്ദേഹം അവതരിപ്പിച്ചു. ഈ വരുന്ന നവംബർ മാസത്തിൽ അദ്ദേഹം ജോലിയിൽനിന്നു പിരിയും. അദ്ദേഹത്തിന് സ്വസ്ഥവും ആരോഗ്യപൂർണ്ണവുമായൊരു വിശ്രമജീവിതം നേർന്നു. യാത്രകൾ പുതിയ സ്ഥലങ്ങൾ കാണാൻ മാത്രമല്ല, പുതിയ സൗഹൃദങ്ങളും വ്യക്തി ബന്ധങ്ങളും ഉടലെടുക്കാൻ കൂടിയാണ്. അവയിൽ ചിലതു നിലനിൽക്കുകയും ചെയ്യും. ചില സഹയാത്രികരെ വീണ്ടും കണ്ടുമുട്ടാറുമുണ്ട്. ഇതൊക്കെ ചേരുമ്പോഴാണ് യാത്ര ഒരു അനുഭവമായി മാറുന്നത്.

വൈകുന്നേരം ആറു മണിക്ക് ചെന്നൈ എഗ്മൂർ സ്റ്റേഷനിലെത്തി. ഓട്ടോയിൽ സെൻട്രൽ സ്റ്റേഷനിലേക്ക്, മംഗലാപുരം മെയിലിൽ നാട്ടിലേക്ക്.

ഓർമ്മച്ചെപ്പിൽ ഒരു മുത്ത് കൂടി ചേർത്തുവെച്ചുകൊണ്ട് ഈ യാത്രയും അവസാനിക്കുന്നു.

2016 സെപ്തംബർ

കോട്ടകളുടെയും കൊട്ടാരങ്ങളുടെയും നാട്ടിൽ

പത്തൊൻപത് വർഷങ്ങൾക്കുമുമ്പ് ആഗ്ര ഡൽഹി ഹരിദ്വാർ ഋഷികേശ് യാത്രയിൽ ജയ്പൂരിൽ ഒരു ഹ്രസ്വ സന്ദർശനം നടത്തിയിരുന്നു എങ്കിലും, വിസ്തൃതിയുടെ ബാഹുല്യം കൊണ്ടും വൈവിധ്യത്തിന്റെ സൗന്ദര്യം കൊണ്ടും വിശദമായ ഒരു യാത്രക്ക് കൊതിപ്പിച്ചുകൊണ്ടേയിരുന്നു രാജസ്ഥാൻ ഏറെക്കാലമായി.

മുഴപ്പിലങ്ങാട് 'സ്വപ്നതീരം ടൂറിസം ഇൻഫർമേഷൻ & ഫെസിലിറ്റേഷൻ സെന്റർ ' ഫെബ്രുവരിയിൽ പത്തുദിവസം നീണ്ടുനിൽക്കുന്ന രാജസ്ഥാൻ യാത്ര സംഘടിപ്പിക്കുന്നു എന്ന് ഷിജിൻ അറിയിച്ചപ്പോൾ ഞങ്ങളും ഒരുങ്ങി.

തലസ്ഥാന നഗരിയിലെ കെ. എസ്. ഇ. ബി. പെൻഷനേഴ്സ് യൂണിയൻ അംഗങ്ങളും, തലശ്ശേരി കണ്ണൂർ പയ്യന്നൂർ ഭാഗത്തുനിന്നുള്ളവരും ചേർന്നു 52 പേരടങ്ങുന്ന വലിയൊരു സംഘം.

കോയമ്പത്തൂർ -ബിക്കാനീർ സൂപ്പർ ഫാസ്റ്റ് എ. സി. എക്സ്പ്രസ്സ് ട്രെയിനിലായിരുന്നു യാത്ര. ട്രെയിൻ നാമ വിശേഷണങ്ങളുടെ കാര്യത്തിൽമാത്രമല്ല, അസൗകര്യങ്ങളുടെ കാര്യത്തിലും ഒട്ടും പിറകിലായിരുന്നില്ല. പലപ്പോഴും വെള്ളം ലഭ്യമായിരുന്നില്ല. കോച്ചുകളുടെ അവസ്ഥയും ശോചനീയം. സേവനത്തിന് നിയോഗിക്കപ്പെട്ടവരുടെ പൊടി പോലുമില്ല. ഭക്ഷണം കഴിക്കാനുള്ളതായിരുന്നില്ല, കളയാനുള്ളതായിരുന്നു ചിലപ്പോഴെങ്കിലും.

എന്തുചെയ്യാൻ. ഇന്ദ്രപ്രസ്ഥത്തിൽ നമുക്ക് പിടിപാടില്ലല്ലോ. മാത്രമല്ല അർഹമായത് ചോദിച്ചുവാങ്ങാൻ സംഘബലം കുറവുമാണല്ലോ.

തർക്കിച്ചും വിവാദങ്ങളുയർത്തിയും നമുക്കിങ്ങിനെ രസിച്ചിരിക്കാം. സാക്ഷരതയിലും രാഷ്ട്രീയബോധത്തിലുമുള്ള ഔന്നത്യം കൊട്ടിഘോഷിച്ചുകൊണ്ട് നാണം കെടുത്തുന്ന അവഗണനകളെയെല്ലാം നമുക്ക് മറക്കാം.

35 മണിക്കൂർ ദൈർഘ്യമേറിയ ട്രെയിൻ യാത്രയുടെ മടുപ്പും വൈരസ്യവും കുടഞ്ഞു കളഞ്ഞ് കാലത്ത് ഏഴുമണിക്ക് ജോധ്പൂരിലിറങ്ങുമ്പോൾ പ്രഭാതം നനുത്ത തണുപ്പുമായി സ്വീകരിച്ചു. ഹോട്ടലിൽ എത്തി അഞ്ച് മണിക്കൂർ വിശ്രമം. ഉച്ച ഭക്ഷണവും കഴിഞ്ഞു ജോധ്പുർ നഗരകാഴ്ചകളിലേക്ക്.

ഉമൈദ് ഭവൻ കൊട്ടാരം

1920 ന് ശേഷം ഉടലെടുത്ത കടുത്ത വരൾച്ചയിലും ഭക്ഷണക്ഷാമത്തിലും വലഞ്ഞ ഗ്രാമീണർക്ക് തൊഴിൽ നൽകി അവരെ സംരക്ഷിക്കാൻ ഉമൈദ്സിംഗ് എന്ന രാജാവ് കണ്ടെത്തിയ മഹാസംരംഭമായിരുന്നു ഈ കൊട്ടാരനിർമാണം. 1929 ൽ ചിറ്റാർ കുന്നുകളിൽ തുടങ്ങിയ കൊട്ടാരത്തിന്റെ പണികൾ വളരെ സാവധാനമാണ് മുന്നോട്ടു പോയത്. പെട്ടെന്ന് പൂർത്തിയാക്കുക എന്നതായിരുന്നില്ല രാജാവിന്റെ ഉദ്ദേശം. നാട്ടുകാർക്ക് കൂലി നൽകി സ്വാന്തനമേകുക എന്നതായിരുന്നു. 1943 ൽ ആണ് പണികൾ അവസാനിച്ചത്.

മഹാരാജാ ഉമൈദ് സിംഗിന്റെ പേരിൽ അറിയപ്പെടുന്ന കൊട്ടാരം സുവർണ്ണനിറത്തിലുള്ള ചെത്തിയെടുത്ത പ്രത്യേകതരം ശിലകൾ പരസ്പരം കൂട്ടികൊളുത്തിയാണ് നിർമിച്ചിരിക്കുന്നത്. കല്ലുകൾ ഉറപ്പിക്കാനായി ചാന്തോ സിമന്റോ ഉപയോഗിച്ചിട്ടേ ഇല്ല.

ലോകത്തിലെ സ്വകാര്യ ഉടമസ്ഥതയിലുള്ള ഏറ്റവും വലിയ കൊട്ടാരങ്ങളിലൊന്നാണിത്. ഈ കൊട്ടാരത്തിന്റെ ഒരു ഭാഗം താജ് ഗ്രൂപ്പ് ഏറ്റെടുത്തു ഹോട്ടലായി നടത്തുന്നു.

ബാക്കിയുള്ള ഭാഗം മ്യൂസിയം ആയി സംരക്ഷിച്ചിരിക്കുന്നു. മ്യൂസിയത്തിന്റെ ഉൾവശം മക്രാനാ മാർബിൾകൊണ്ടും, ബർമാ തേക്കുകൊണ്ടും മനോഹരമായി അലങ്കരിച്ചിരിക്കുന്നു.

സ്റ്റഫ് ചെയ്ത് വെച്ചിരിക്കുന്ന മൃഗങ്ങൾ, വിപുലമായ ആയുധ ശേഖരം, ചുമരെഴുത്തുകൾ, പെയിന്റിങ്ങുകൾ, കൊട്ടാരത്തിലുപയോഗിച്ച പാത്രങ്ങൾ എന്നിവയൊക്കെ ഭംഗിയായി പ്രദർശിപ്പിച്ചിരിക്കുന്നു.

മ്യൂസിയത്തിന് എതിർ വശത്തായി രാജാക്കന്മാർ ഉപയോഗിച്ചിരുന്ന പഴയ ക്ലാസിക് കാറുകളുടെ ശേഖരവുമുണ്ട്.

ജസ്വന്ത് താഡാ മെമ്മോറിയൽ

മഹാരാജാ ജസ്വന്ത്സിങ് രണ്ടാമന്റെ ഓർമ്മക്കായി പണികഴിക്കപ്പെട്ട സ്മാരകം. മനോഹരമായ വെണ്ണക്കൽ ശില്പങ്ങളാലും കൊത്തുപണികളാലും അലംകൃതമായ ഈ സ്മാരകം മാർവാറിലെ താജ്മഹൽ എന്നപേരിലും അറിയപ്പെടുന്നു. ക്ഷേത്ര മാതൃകയിലാണ് കോട്ടയുടെ നിർമ്മാണം. പ്രവേശന കവാടത്തിലൂടെ മുന്നോട്ട് പോകുമ്പോൾ കാണാം ഇടതുഭാഗത്തായി നീല ജലാശയം.

പടികൾ കയറി മുൻവശത്തെത്തുമ്പോൾ വിശാലമായ ഉദ്യാനം. ഉള്ളിൽ കയറുമ്പോൾ അഗാധ നിശ്ശബ്ദത താളം കെട്ടിയ അകത്തളം. ധ്യാനലീനരായി സന്ദർശകർ. സ്മാരകം വലം വെച്ചുവരുമ്പോൾ പിൻചമരുകളിൽ വിശ്രമിക്കുന്ന മാടപ്രാവിൻ കൂട്ടങ്ങളുടെ കുറുകൽ. നേരത്തെ കണ്ട തടാകം താഴെ വീണ്ടും ദൃശ്യമായി. പ്രദക്ഷിണം പൂർത്തിയാക്കി പടികളിറങ്ങി താഴേക്ക്.

മെഹ്റാൻഘർ ഫോർട്ട്

നഗരത്തിലെത്തിയാൽ ഏതുഭാഗത്തുനിന്നും കാണുന്നവിധത്തിൽ ഏതാണ്ട് 150 മീറ്റർ ഉയരെയായി ഒരു കുന്നിൻമുകളിലാണ് ഈ കോട്ട. 1459 ൽ റാവു ജോധയാണ് ഈ കോട്ട നിർമ്മിച്ചത്. ഏഴു വാതിലുകളുള്ള ഈ കോട്ടയ്ക്കകം കൊത്തുപണികളാലും, മനോഹരങ്ങളായ ഉദ്യാനങ്ങളാലും നിറഞ്ഞിരിക്കുന്നു. ജോധ്പൂരിലെ യുദ്ധങ്ങളുടെ ഓർമ്മകളായി രണ്ടാം കോട്ട വാതിലിൽ പീരങ്കിയുണ്ടകൾ പതിച്ച പാടുകൾ വ്യക്തമായി കാണാം.

» ലോകത്തിലെ ഏറ്റവും വലിയ സ്വകാര്യ വസതിയായ ഉമൈദ് ഭവൻ കൊട്ടാരം.

» മെഹ്റാൻ ഘഡ് ഫോർട്ട് - ചൈത്ര വിജയങ്ങളുടെ സ്മാരകം.

കോട്ടയുടെ ഉള്ളിലേക്ക് കയറിപ്പോകുന്ന റോഡിലെ ഹെയർപിൻ വളവ് എളുപ്പത്തിൽ ഉള്ളിലെത്താനുള്ള സാധ്യതയെ പ്രതിരോധിക്കുന്നതായി തോന്നി.

ആംബറിലെ രാജാവുമായുണ്ടായ യുദ്ധത്തിൽ വീരമൃത്യു വരിച്ച കിരാട് സിംഗ് ഷോഡ എന്ന പോരാളിയുടെ സ്മാരകവും ഈ കോട്ടയ്ക്കുള്ളിൽ കാണാം.

മ്യൂസിയം തുടങ്ങുന്നതിനുമുമ്പായി കഫെ മെഹ്റെൻ എന്ന ബോർഡ് ശ്രദ്ധയിൽപെട്ടു. രണ്ട് മണിക്കൂർ നടന്നുകാണാനുള്ള ഉർജ്ജത്തിനായി ഉഷയും ഞാനും ഒരു ബ്രെയ്ക്ക് എടുത്തു. തലപ്പാവ് കെട്ടിയ പരിചാരകൻ സ്വീകരിച്ചു. ചായ വേണം. നല്ല സ്വയമ്പൻ ചായയും, ചോക്ലേറ്റ് കേക്കും അകത്താക്കിയപ്പോൾ സംഗതി ഉഷാറായി. നൂറിന്റെ മൂന്ന് നോട്ടുകളും പത്തിന്റെ നാല് നോട്ടുകളും ചെലവായി. എന്നാലെന്താ സംഗതി ഉഷാറായി. കഫെയുടെ മൊത്തത്തിലുള്ള ആംബിയൻസിന് കൊടുക്കണം നല്ലൊരു കൈയ്യടി.

രാജകീയ പല്ലക്കുകൾ, ഹൌഡകൾ, സംഗീതഉപകരണങ്ങൾ, പാത്രങ്ങൾ, ഫർണിച്ചറുകൾ, പെയിന്റിങ്ങുകൾ, മുഗൾ ഭരണകാലത്തെ കരകൗശല വസ്തുക്കൾ എല്ലാമടങ്ങിയ മ്യൂസിയം കണ്ണിനൊരു വിരുന്ന് തന്നെയാണ്.

കൊട്ടാരത്തിന്റെ ഇടനാഴികളിലൂടെ നടക്കുമ്പോൾ നൂറ്റാണ്ടുകൾക്കുമുമ്പ് ഇവിടെ മുഴങ്ങിയ സംഗീതത്തിന്റെയും, നൃത്ത ച്ചവടുകളുടെയും നാദ താള വിസ്മയങ്ങൾ വീണ്ടും ഉയരുന്നുവോ എന്ന് തോന്നിപ്പോയി.

രാജ്യങ്ങൾ നിലനിർത്താനും, സുഖലോലുപതയിൽ മുഴുകാനും കാണിച്ച ആവേശം ആയിരക്കണക്കിന് ആളുകളെ ചേർത്തുനിർത്തി മഹാസൗധങ്ങൾ പണിയാനും രാജാക്കന്മാർ കാണിച്ചു എന്നത് അവരുടെ മഹത്വത്തിന്റെ മറ്റൊരു തലമാണെന്ന് തിരിച്ചറിഞ്ഞു.

മ്യൂസിയം കാഴ്ചകളുടെ അവസാന പാദത്തിൽ ഹാൻഡി ക്രാഫ്റ്റ് & ടെക്സ്റ്റയിൽ എംപോറിയം. ചെറിയ ഷോപ്പിങ്ങും കഴിഞ്ഞു മുറിയിലെത്തി വിശ്രമം.

» ജയ്സാൽമിർ യുദ്ധ സ്മാരകം.

രണ്ടാം ദിവസം കാലത്ത് ഏഴര മണിക്ക്തന്നെ ഞങ്ങൾ യാത്ര തുടങ്ങി. റോഡ് നേർവരപോലെ നീണ്ടു നീണ്ടു പോകുന്നു. ഇരുവശവും കണ്ണെത്താദൂരത്തോളം മരുപ്രദേശങ്ങൾ. മരങ്ങളോ പച്ചപ്പോ കാര്യമായി ഒന്നുമില്ല. നമ്മൾ പോകുന്നത് അരാവലി പർവ്വതനിരകൾ പകുക്കുന്ന രാജസ്ഥാന്റെ വടക്ക് പടിഞ്ഞാറൻ ഭാഗത്തേക്കാണ്. ഥാർ മരുഭൂമിയാണ് ലക്ഷ്യം.

ഏകദേശം ഒൻപതു മണിക്കൂർ യാത്ര ചെയ്യുവേണം ജൈസാൽമീർ വഴി സാം സാൻഡ് ഡ്യൂൺസിലെത്താൻ. ഉച്ചഭക്ഷണമൊക്കെ വഴിയിൽ. പോകുംവഴി ജൈസാൽമീർ വാർ മെമ്മോറിയൽ സന്ദർശിച്ചു. ഇവിടെ പട്ടാളം മരങ്ങളും പച്ചപ്പുൽത്തകിടികളുമൊക്കെ നന്നായി വെച്ചു പിടിപ്പിച്ചിരിക്കുന്നു. ഇൻഡോ പാക്കിസ്ഥാൻ പോരാട്ടങ്ങളുടെ സ്മാരകങ്ങളായി പിടിച്ചെടുത്ത ടാങ്കുകളും, മറ്റ് യുദ്ധോപകരണങ്ങളും ഇവിടെ സൂക്ഷിച്ചിരിക്കുന്നു.

യുദ്ധത്തിൽ ജീവൻ വെടിഞ്ഞ ധീര യോദ്ധാക്കളുടെ വീരഗാഥകളും രേഖപ്പെടുത്തിയിരിക്കുന്നു. പോരാട്ട വീര്യം വ്യക്തമാക്കുന്ന ഒരു കൊച്ചു ഫിലിം പ്രദർശനവും ഒരുക്കിയിരിക്കുന്നു. നാടിന്റെ സുരക്ഷയ്ക്ക് വേണ്ടിയുള്ള സൈന്യത്തിന്റെ ത്യാഗം നാമോരോരുത്തരും അറിയണം. അര മണിക്കൂർയാത്ര കൂടി കഴിഞ്ഞപ്പോൾ ജൈസാൽമീറായി.

നഗരം പിന്നിട്ടു വീണ്ടും മുക്കാൽ മണിക്കൂർ യാത്ര. ഇപ്പോൾ നമ്മൾ മരുഭൂമിയിലാണ്. ലോകത്തെ രണ്ടാമത്തെ വലിയ മരുഭൂമി അങ്ങിനെ അനന്തമായി നീണ്ടു കിടക്കുന്നു. മണൽകാറ്റും മണൽ കൂനകളും മരുഭൂമിക്ക് സ്വന്തം. സമയം അഞ്ചരമണിയാകുന്നു. മരുഭൂവിലെ ഒട്ടക യാത്ര ആസ്വദിക്കുന്ന നൂറുകണക്കിന് ആളുകൾ. ഞങ്ങളും റെഡിയായി.

ഒട്ടകപ്പുറമേറി അരമണിക്കൂർ യാത്ര. പ്രായമൊന്നും ആർക്കും ഒരു പ്രശ്നമായി തോന്നിയില്ല. ഇനിയീ മരുഭൂമിയിൽ വീണ്ടും വരാനും ഒട്ടകപ്പുറത്തു കയറുവാനുമൊന്നും അവസരം ലഭിക്കില്ലെന്ന് ഏവർക്കുമറിയാം. പിന്നെ എന്തിനു മടിച്ചുനിൽക്കണം.

മരുഭൂമിയിലെ സൂര്യാസ്തമയവും കണ്ട് ഞങ്ങൾ സാൻഡ് ഡ്യൂൺസിലെ ഡെസേർട് ക്യാമ്പുകളിലേക്ക് പോയി. ഈ രാത്രി മരുഭൂമിയിലെ സ്വിസ്സ് ടെന്റുകളിലാണ് താമസം. മുപ്പതു- നാൽപതു ടെന്റുകൾ വൃത്താകൃതിയിൽ ഒരുക്കിയിരിക്കുന്നു. മദ്ധ്യത്തിൽ രംഗവേദിയും, അനുബന്ധ സൗകര്യങ്ങളും. ഡൈനിങ്ങ് ഹാളും, സ്വിമ്മിങ് പൂളുമൊക്കെ ചേരുമ്പോൾ എല്ലാം സുസജ്ജം. ഓരോ യൂണിറ്റിലും ചെറു വരാന്തയും വിശാലമായ ബെഡ്റൂമും, ടോയ് ലെറ്റ് സൗകര്യങ്ങളുമൊക്കെയുണ്ട്. ഓരോ ക്യാമ്പുകൾക്കും സുരക്ഷിതമായ ചുറ്റുമതിലുണ്ട്.

വെൽക്കം ടീ കഴിഞ്ഞു. എല്ലാവരും അവരവരുടെ ടെന്റുകളിൽ പോയി അൽപ്പനേരം വിശ്രമിച്ചു.

വൈകാതെ രാജസ്ഥാൻ ഫോക് ഡാൻസ് ആരംഭിച്ചു. കടും വർണ ലെഹങ്കയിൽ രണ്ടു പെൺകുട്ടികൾ. പിൻവാദ്യങ്ങളുടെ അകമ്പടിയോടെ അവർ വിസ്മയ നടനങ്ങളാടിത്തിമിർത്തപ്പോൾ എല്ലാവരും അത്ഭുതം കൂറി.

രാജസ്ഥാൻ ശൈലിയിലുള്ള രാത്രിഭക്ഷണവും കഴിച്ച് ടെൻടിൽ തിരിച്ചെത്തുമ്പോൾ തണുപ്പിന്റെ കാഠിന്യം കൂടിയിരുന്നു. കാറ്റിന്റെ മുഴക്കം പുറത്ത് കേൾക്കാം. മരുഭൂമിയിലെ ആദ്യരാത്രി. കമ്പിളി പുതപ്പിനുള്ളിലേക്ക് കയറാനായി തിടുക്കം. ഏത് അപരിചിതമായ ചുറ്റുപാടിലും ഉറക്കം വലിയൊരനുഗ്രഹമാണല്ലോ.

പിറ്റേന്ന് കാലത്തുണരുമ്പോൾ തണുത്തിട്ട് വയ്യ. ആവിപറക്കുന്ന ചായകിട്ടിയത് മഹാഭാഗ്യം. കമ്പിളിയും പുതച്ച് പുറത്തൊക്കെ അല്പം നടന്നു. പ്രഭാതഭക്ഷണത്തിനു ശേഷം പാക്ക് അപ്പ്. ജൈസാൽമീറിലേക്കുള്ള യാത്രയിൽ മുൻനിശ്ചയിക്കപ്പെടാത്ത ഒരിടത്ത് ഞങ്ങളിറങ്ങി.

» ഥാർ മരുഭൂമിയിലെ വിനോദസഞ്ചാരികൾക്കുള്ള താവളം.

» ത്രികൂടകുന്നിലെ സ്വർണകൊട്ടാരം- ജൈസാൾമീർ കോട്ട.

സാരഥികളായ ഷിനിലും, ശ്രീരാജും കാണിച്ച ഔചിത്യം.

കുൽധാരയിലെ ലോസ്റ്റ് വില്ലേജ് -ഉപേക്ഷിക്കപ്പെട്ട ഗ്രാമം. അതൊരു ത്രസിപ്പിക്കുന്ന കാഴ്ചയായിരുന്നു. സത്യത്തിൽ 84 ഗ്രാമങ്ങൾ ചേർന്ന ഒരു പ്രദേശമായിരുന്നു അത്. പന്ത്രണ്ടാം നൂറ്റാണ്ടിന്റെ അവസാനകാലം മുതൽ പതിനെട്ടാം നൂറ്റാണ്ടിന്റെ ആദ്യപാദം വരെ ഈ ഭൂപ്രദേശത്തു കൂട്ടമായി താമസിച്ച് പരിമിതമായതോതിൽ കൃഷിയും മറ്റ് കച്ചവടങ്ങളുമായി ജീവിച്ചുവന്ന ഒരു സമൂഹം പെട്ടെന്നൊരു രാത്രി ഇവിടം വിട്ട് പലായനം ചെയ്ത കഥ അല്ലെങ്കിൽ ചരിത്രം ഓർമ്മിപ്പിക്കുന്ന കാഴ്ചകൾ.

അതിന്റെ ബാക്കിപത്രമായി തകർന്ന വീടുകൾ, ക്ഷേത്രം, സ്റ്റെപ്പ് കിണറുകൾ പൊതുവഴികൾ, പൊതു ശ്മശാനം, ചുമരുകളിൽ രേഖപ്പെടുത്തിയ ലിഖിതങ്ങൾ, ഒരു സംസ്കാരത്തിന്റെ ശേഷിപ്പുകൾ, അവശിഷ്ടങ്ങൾ... ചിലതു പാതി തകർന്നും, മറ്റുള്ളവ പൂർണമായി തറ പറ്റിയും നിൽക്കുന്ന കാഴ്ച.

നല്ലരീതിയിൽ ആസൂത്രണം ചെയ്യപ്പെട്ട വീടുകളായിരുന്നു എല്ലാം. ചില വീടുകളോടുചേർന്ന് പൊതുവഴിയിലേക്ക് തുറക്കുന്ന കാളവണ്ടി പോർച്ചുകൾ. വീടിനുള്ളിൽ പ്രത്യേകം അറകൾ. ഉരുണ്ട മരത്തടികൾക്ക് മേലെ ഉണക്കപ്പുല്ലുകൾ പാകി രണ്ടാംനിലയുടെ തട്ടൊരുക്കിയ വലിയ വീടുകൾ. പാലിവാൾ ബ്രാഹ്മിൻസിന്റെ വലിയൊരു സെറ്റിൽമെന്റായിരുന്നു ഇത്.

ഈ കൂട്ട പലായനത്തിന്റെ കാരണം പലതായി പറഞ്ഞു കേൾക്കുന്നു. നാട്ടിലെ ഭരണാധികാരിക്ക് ഗ്രാമമുഖ്യന്റെ മകളോട് താല്പര്യം തോന്നിയെന്നും, വിവാഹം ചെയ്തുകൊടുക്കണമെന്ന അന്ത്യശാസനം വന്നപ്പോൾ പൊരുത്തപ്പെടാനാവാതെ ഗ്രാമമുഖ്യനും കുടുംബവും ഗ്രാമവാസികളെല്ലാവരും ഒരു രാത്രികൊണ്ട് ഗ്രാമം വിട്ടുപോയെന്നും

പോകുന്നതിനുമുമ്പായി അവർ നടത്തിയ യാഗത്തിന്റെ ഫലമായി ഇവിടം പിന്നീട് വാസയോഗ്യമല്ലാതായി തീർന്നെന്നും ഒരു കഥ.

വെള്ളത്തിന്റെ ദൗർലഭ്യവും ഭരണാധികാരികൾ ചുമത്തിയ താങ്ങാനാവാത്ത നികുതിയും കാരണം ഗ്രാമം ഒന്നൊഴിയാതെ പലായനം ചെയ്യതാണെന്നും മറ്റൊരു കഥ. ഒരു രാത്രികൊണ്ട് ഇത്രയും ആളുകൾ എങ്ങനെ പലായനം ചെയ്തു. അവർ എങ്ങോട്ടു പോയി എന്നതൊക്കെ ഇന്നും ഉത്തരമില്ലാത്ത സമസ്യകളായി തുടരുന്നു.

എന്തായാലും ഇവിടെ അനേകമനേകം സംവത്സരങ്ങൾ ജീവിത വ്യവഹാരങ്ങൾ നടന്നിരുന്നു. ഒരു സംസ്കാരം പുലർന്നിരുന്നു. സന്തോഷവും സമാധാനവും മോഹവും പ്രതീക്ഷയുമായി ഒരു ജനസമൂഹം ജീവിച്ചിരുന്നു. ഒരുദിനം എല്ലാം ഇട്ടെറിഞ്ഞു പോകാൻ അവർ നിർബന്ധിതരായി. ഹൃദയം പിടയുന്ന വേദനയോടെ അവർ എവിടേക്ക് പോയി ? ആർക്കുമറിയില്ല. മൺമറഞ്ഞൊരു സംസ്കൃതിയുടെ മഹാസ്മാരകമായി ശപിക്കപ്പെട്ട ഗ്രാമമായി ഈ പ്രദേശം വിതുമ്പലോടെ ഇന്നും നിലനിൽക്കുന്നു.

ഇന്ന് സർക്കാർ ഇതൊരു പൈതൃക കേന്ദ്രമായി വികസിപ്പിച്ചുവരുന്നു. വീടുകളിൽ ചിലതും ക്ഷേത്രവും പുനർനിർമിച്ചുവരുന്നു. പ്രധാനപ്പെട്ടൊരു ടൂറിസം കേന്ദ്രമായി സമീപഭാവിയിൽ ഇവിടം പരിണമിക്കും. ഗവേഷകരുടെ അന്വേഷണങ്ങളിൽ കൂടുതൽ ചരിത്രസത്യങ്ങൾ വെളിവാകുമെന്ന് പ്രതീക്ഷിക്കാം.

ജൈസാൽമീർ

അരമണിക്കൂറിനുള്ളിൽ ഞങ്ങൾ ഇന്ത്യയിലെ അവസാനത്തെ നഗരമായ ജയ്സാൽമീരിലെത്തി. 120 കിലോമീറ്റർ കഴിഞ്ഞാൽ പിന്നെ പാകിസ്ഥാൻ അതിർത്തിയായി. രാജസ്ഥാനിലെ വ്യത്യസ്തമായ ഒരു നഗരമാണ് ജൈസാൽമീർ. ജനസംഖ്യ താരതമ്യേന കുറവാണ്. സ്ത്രീകൾ വീടുകളിൽ കരകൗശല -ടെക്സ്റ്റൈൽ ജോലികളിൽ എന്നും സജീവം. ടൂറിസം സജീവമാകുന്ന മാസങ്ങളിൽ മാത്രമേ ജനങ്ങളെല്ലാം ഇവിടെ തങ്ങാറുള്ളൂ. അല്ലാത്തപ്പോൾ നല്ലൊരു ശതമാനം ആളുകൾ ജോലിതേടി മറ്റു നഗരങ്ങളിൽ ചേക്കേറും. ലോകപൈതൃക പട്ടികയിൽ ഇടം നേടിയ നഗരം - ഇന്ത്യയിലെ സുവർണ്ണനഗരിയെന്നാണ് അറിയപ്പെടുന്നത്. കാരണം മറ്റൊന്നുമല്ല. എല്ലാ കെട്ടിടങ്ങളും സുവർണ്ണ വർണ്ണത്തിലുള്ള കല്ലുകളാൽ നിർമ്മിക്കപ്പെട്ടിരിക്കുന്നു.

ജൈസാൽമീർ കോട്ട സൂര്യാസ്തമയത്തിൽ സ്വർണം പതിച്ചപോലെ തിളങ്ങുന്നതിനാൽ ഇത് 'സോനാർ ഖില'യാകുന്നു. സാധാരണ

» ഗാഡ്സിസാർ തടാകം ഒരു സായംസന്ധ്യയിൽ.

കൊട്ടകളിൽനിന്നും വ്യത്യസ്തമായി മനോഹരമായ മാളികകളും, സൗധങ്ങളും, അമ്പലങ്ങളും, യോദ്ധാക്കൾക്കും വ്യാപാരികൾക്കും താമസിക്കാനുള്ള കെട്ടിടങ്ങളുമൊക്കെയായി ഇതൊരു സക്രിയമായ ജീവനകേന്ദ്രമാണ്. നഗരത്തിലെ 25 ശതമാനം ആളുകളും താമസിക്കുന്നത് കോട്ടയിലാണ്.

കോട്ടയിൽനിന്നും ഞങ്ങൾ പോയത് ഹവേലികൾ കാണാനാണ്. ധനികരുടെ മാളികകളാണ് ഹവേലികൾ. 1805 ൽ ഗുമൻ ചന്ദ് പത്വ തന്റെ അഞ്ച് പുത്രന്മാർക്കുവേണ്ടി പണിത മാളികകൾ സമ്പത്തിന്റെയും പ്രതാപത്തിന്റെയും നിദർശനങ്ങളായി നിലകൊള്ളുന്നു. 50 വർഷം കൊണ്ട് പൂർത്തീകരിച്ച ഈ സൗധങ്ങൾ ഇന്ന് ഇൻഡ്യൻ ആർക്കിയോളജിക്കൽ സർവ്വേയുടെ കാര്യാലയം ആണ്.

ഹവേലിയിൽനിന്നും നേരെപോയത് ഗഡ്സിസാർ തടാകം കാണാൻ. പതിനാലാം നൂറ്റാണ്ടിൽ പണിത ഒരു കൃത്രിമ കായലാണിത്. ആ കാലഘട്ടത്തിൽ ജൈസാൽമീറിലെ വെള്ളത്തിന്റെ പ്രധാന ഉറവിടം മഴവെള്ളംകൊണ്ട് സമ്പന്നമായ ഈ തടാകമായിരുന്നു. കായലിന്റെ തീരത്ത് പണിത ദേവാലയങ്ങളുടെ പ്രതിബിംബങ്ങൾ ജലപ്പരപ്പിൽ തീർക്കുന്ന ദൃശ്യങ്ങൾ നമ്മെ തടാകക്കരയിൽ ഏറെനേരം പിടിച്ചിരുത്തും. ഭരത്പൂർ പക്ഷി സങ്കേതത്തിൽ നിന്നും വരുന്ന പലതരം ദേശാടന പക്ഷികൾ സന്ദർശകരായി എത്തുന്ന തടാകത്തിലെ തെളിനീരിൽ ആയിരക്കണക്കിന് കാറ്റ്ഫിഷുകൾ നീന്തിത്തുടിക്കുന്ന കാഴ്ചയും മനോഹരമാണ്.

സുവർണ്ണനഗരിയിൽ സൂര്യൻ അസ്തമിക്കാറായി. ഭൂമിയിലും ആകാശത്തും സ്വർണപ്രകാശം പരന്നുകഴിഞ്ഞു. നഗരകാഴ്ചകൾ കഴിഞ്ഞു. ഇനി ഈ രാത്രിമുഴുവൻ യാത്രയാണ്. നാളെത്തെ സൂര്യോദയം ഉദയ്പൂരിലാണ്.

2017 ഫെബ്രുവരി

തടാകങ്ങളുടെ നഗരം

ജൈസാൽമീറിൽ നിന്നും ഉദയ്പൂരിലേക്കുള്ള രാത്രിയാത്ര അത്ര സുഖമുള്ളതായിരുന്നില്ല. മണിക്കൂറുകളോളമുള്ള തുടർ യാത്ര ചെയ്ത് ശീലമില്ലാത്തതുകൊണ്ട്കൂടിയായിരിക്കാം ഒരു പൊരുത്തപ്പെടായ്ക. ഇരുന്നുറങ്ങാനുള്ള വൈഭവം തീരെയില്ല. ഒന്ന് കണ്ണടക്കാൻ പോലും കഴിഞ്ഞില്ല. പിന്നെ അസ്വാഭാവിക സാഹചര്യങ്ങൾക്ക് ശരീരം വഴങ്ങുന്ന കാലം കൈപിടിയിൽനിന്നും മെല്ലെ മെല്ലെ അകന്നുപോയ്കൊണ്ടിരിക്കുകയുമാണല്ലോ.

നേരം പുലരുമ്പോഴേക്കും ഉദയ്പൂരിലെത്തി. ഹോട്ടലിൽ മൂന്ന് മണിക്കൂർ ഉറങ്ങാൻ സമയം കിട്ടി. അത് പോരെന്ന് ഉണർന്നെണീറ്റപ്പോൾ ബോധ്യമായി. നഗരകാഴ്ചകൾക്കായി ഈ ഒരു പകൽ മാത്രം. മരുഭൂമിയും മരുപ്രദേശങ്ങളും കഴിഞ്ഞ് തടാകങ്ങൾ കൊണ്ട് അനുഗ്രഹീതമായ ഉദയ്പൂരിലെത്തിയപ്പോൾ ഭൂപ്രകൃതി ആകെ മാറിയതുപോലെ തോന്നി.

ചേതക് സമാധിയിലേക്കാണ് ആദ്യം പോയത്. യോദ്ധാക്കൾക്ക് കുതിരകളുമായുള്ള വൈകാരികബന്ധം പ്രസിദ്ധമാണല്ലോ. കുതിരകളുമായി ബന്ധപ്പെട്ട വീരകഥകൾ ചരിത്രത്തിൽ ധാരാളമുണ്ട്. മുഗൾ രാജാവ് അക്ബറുമായുള്ള ഹാൽഡിഘാട്ടി യുദ്ധത്തിൽ വിസ്മയകരമായരീതിയിൽ റാണാപ്രതാപ് രാജാവിന്റെ ജീവൻ രക്ഷിച്ച്, രക്തസാക്ഷിയായ ചേതക്കിനുവേണ്ടി പണിത സ്നേഹസ്മാരകമാണിത്.

കേവലം സന്ദർശകരായി എത്തുന്ന നമുക്ക്, യുദ്ധങ്ങളും പോരാട്ടങ്ങളുമായി ജീവിച്ച രാജാക്കന്മാരുടെ വീരേതിഹാസങ്ങൾ, അതിന്റെ അടയാളങ്ങൾ എല്ലാം ഒരുനോക്കിൽ അല്ലെങ്കിൽ ഒരു 'ക്ലിക്കിൽ'

» ചേതക് സ്മാരകം രക്ത സാക്ഷിയായ അശ്വ സാരഥി

ഒതുങ്ങുന്ന കാഴ്ചകൾമാത്രം. അൽപ്പായുസ്സായ കൗതുകം മാത്രം. അന്നത്തെ കഷ്ടങ്ങളും നഷ്ടങ്ങളും യാതനകളും ജയവും തോൽവിയും, അന്തർ സംഘർഷങ്ങളുമൊക്കെ യുദ്ധം നയിച്ചവരിലും, സൈന്യങ്ങളിലും, പ്രജകളിലും സൃഷ്ടിച്ച മനസ്സംഘർഷങ്ങളുടെയും അരക്ഷിതാവസ്ഥയുടെയും ആഴം നമുക്ക് ഊഹിക്കാൻപോലും കഴിയില്ല. കാലത്തിന്റെ തേരോട്ടങ്ങളിൽ അവയോക്കെ വിസ്മൃതമാകുമ്പോഴും ചില ബിംബങ്ങൾ കാലാതീതമായി ചിരിത്രത്തിന്റെ നാഴികക്കല്ലുകളായി നിലനിൽക്കുന്നു.

മധ്യവയസ്സുകഴിഞ്ഞ ഇന്നത്തെ മുതിർന്ന തലമുറയിലെ പലരുടെയും പ്രിയവാഹനമായിരുന്ന സ്കൂട്ടറിന് ബജാജ് ഓട്ടോമൊബൈൽ കമ്പനി കണ്ടെത്തിയ നാമം ചേതക് എന്നായിരുന്നു എന്നത് റാണാപ്രതാപിന്റെ ചേതക് കുതിരയുടെ അസാമാന്യമായ ശക്തിയും ക്ഷമതയും വിളിച്ചോതുന്നു.

ചേതക് സ്മാരകത്തിൽ നിന്നുള്ള ഫത്തേഹ്സാഗർ തടാകകാഴ്ചയും നഗരദൃശ്യവും ഹൃദയാവർജ്ജകമെന്നുതന്നെ വേണം പറയാൻ. ഇനി ഉദയ്പൂരിലെ തലയെടുപ്പുള്ള കൊട്ടാരമായ സിറ്റി പാലസ്സിലേക്ക്. 1559 ൽ മഹാറാണാ ഉദയ് മിർസ സിംഗ് സിസോദിയ രാജവംശത്തിന്റെ ആസ്ഥാനമായി നിർമ്മിച്ച ഈ കൊട്ടാര സമുച്ചയം, പ്രധാന കൊട്ടാരം കൂടാതെ 11 കൊട്ടാരങ്ങൾ കൂടി ചേർന്നതാണ്. പിച്ചോള തടാകത്തിന്റെ

» ചേതക് സ്മാരകത്തിൽ നിന്നും ഉദയപൂർ നഗരത്തിന്റെ മനോഹര കാഴ്ച.

തീരത്ത് പണിത മനോഹരമായ കൊട്ടാരം മുഗൾരാജസ്ഥാനി ശില്പകലയുടെ സമ്മിശ്രരൂപമായ താഴികക്കുടങ്ങളും, ഗോപുരങ്ങളും, തൂങ്ങുന്ന പൂന്തോട്ടങ്ങളുമൊക്കെ ചേർന്ന് അഴകാർന്ന ദൃശ്യവിസ്മയമാണ്.

രാജകീയ പ്രൗഢിയോടെയുള്ള ഗേറ്റ് വേയും, വാച്ച് ടവറുകളും, മഹാസദസ്സുകൾ ചേരാനുള്ള മനേക് ചൗക്കും, അവിടേക്കുള്ള പ്രവേശനകവാടങ്ങളായ ട്രിപോളിയയും, ആയുധശേഖരപ്പുരയും, മുകൾത്തട്ടിലെ ബാദി മഹലെന്ന ഗാർഡൻ പാലസും, രാജാക്കന്മാരുടെ സല്യൂണും, രാജ്ഞിമാരുടെ അന്തപ്പുരമായ സനാന മഹലും, സിൽവർ ഗാലറിയും, സംഗീത ഉപകരണങ്ങളും, ദൃശ്യ കലാരൂപങ്ങൾക്ക് അരങ്ങാകുന്ന മണ്ഡപവും, രത്നക്കൽ ശേഖരവും, കണ്ണാടിമാളികയും, പെയിന്റിങ്ങുകളും ഒക്കെയായി സിറ്റി പാലസ് നമ്മുടെ മുന്നിൽ സംഭവബഹുലമായൊരു ഗതകാല ചരിത്രത്തിന്റെ തേജസ്സാർന്ന ചിത്രം കാഴ്ചവെക്കുന്നു.

പതിമൂന്നാം നൂറ്റാണ്ടിന്റെ ഉത്തരാർദ്ധത്തിൽ നാടോടി സമൂഹമായ ബഞ്ചാരകൾ ജലസേചന ആവശ്യങ്ങൾക്കും മറ്റുമായി അണക്കെട്ടു പണിതപ്പോൾ രൂപപ്പെട്ട പിച്ചോള തടാകക്കരയിലാണ് ഉദയ്സിങ് രാജാവ് കൊട്ടാര നഗരം പണിതുയർത്തിയത്. വിശാലമായ ഈ തടാകത്തിന് ചുറ്റും ഇന്ന് കാണുന്ന ക്ഷേത്രങ്ങളും, കൊട്ടാരങ്ങളും രമ്യഹർമങ്ങളുമെല്ലാം പിന്നീട് വന്ന രാജാക്കന്മാരുടെ കാലത്താണ് പൂർത്തിയായത്. പിച്ചോള തടാകത്തിന് നടുവിൽ കാണുന്ന ചേതോഹരമായ കൊട്ടാരം അന്നത്തെ സമ്മർ പാലസ്സായിരുന്നു. അതിസമ്പന്നരായ ടൂറിസ്റ്റുകളുടെ വിഹാരകേന്ദ്രമായ താജ് ഹോട്ടലായി അതിന്ന് രൂപാന്തരപ്പെട്ടിരിക്കുന്നു.

മറ്റു കൊട്ടാരങ്ങളിൽനിന്നും വ്യത്യസ്തമായി, നൂറുകണക്കിന് സുരക്ഷാഭടന്മാരുടെ നേതൃത്വത്തിലുള്ള പഴുതടച്ച സുരക്ഷാ ക്രമീകരണങ്ങൾ ഈ കൊട്ടാരത്തിന്റെ സവിശേഷതയാണ്. മേവാർ ചാരിറ്റബിൾ

» സിറ്റി പാലസ് അത്ഭുതങ്ങളുടെ കൊട്ടാരം

ഫൗണ്ടേഷന്റെ നിയന്ത്രണത്തിലാണ് പാലസ് പ്രവൃത്തിക്കുന്നത്.

» ജഗദീഷ് ക്ഷേത്രം.

സിറ്റി പാലസ്സിന് തൊട്ടടുത്താണ് ജഗദീഷ് ക്ഷേത്രം. നേരത്തെ ഇത് ജഗന്നാഥ് റായ് ക്ഷേത്രമെന്നാണ് അറിയപ്പെട്ടിരുന്നത്. ഇൻഡോആര്യൻ ശില്പകലാ രീതിയിൽ നിർമ്മിച്ചിട്ടുള്ള ഈ ക്ഷേത്രത്തിൽ മഹാവിഷ്ണു ആണ് പ്രതിഷ്ഠ. മൂന്ന് നിലകളിലായുള്ള ക്ഷേത്രത്തിന്റെ ആദ്യ രണ്ടു നിലകളിലും കൊത്തുപണികളോടെയുള്ള 50 തൂണുകളാണുള്ളത്. ഓരോ നിലയുടെയും മേൽത്തട്ടുകൾ ശില്പങ്ങളാൽ അലംകൃതമാണ്. 32 മാർബിൾ പടികൾ കയറി എത്തുന്ന വിശാലമായ പ്ലാറ്റഫോമിലാണ് ക്ഷേത്രം തീർത്തിരിക്കുന്നത്.

സിറ്റി പാലസ്സിനോട് ചേർന്നുള്ള സാരി എംപോറിയത്തിൽ നല്ല തിരക്കാണ്. സംഘങ്ങളായി എത്തുന്ന സന്ദർശകർ വലിയ ആവേശത്തോടെ ടെക്സ്റ്റൈൽ ശേഖരം ആസ്വദിക്കുന്നു. ആവേശത്തോടെ വാങ്ങിക്കുന്നു. സുന്ദരമായ ഓർമ്മകൾക്കൊപ്പം മനോഹരമായ കാഴ്ചവസ്തുക്കളും സ്വന്തമാവുമ്പോൾ അതിനൊരു പൂർണ്ണതയുണ്ടല്ലോ.

നാളെ അജ്മീർ, പുഷ്കർ വഴി ജയ്പ്പൂരിലേക്കുള്ള ദീർഘയാത്രയാണ്. പകൽ യാത്രയാണെന്നത് സമാധാനം. കാഴ്ചകൾ കണ്ട് അങ്ങനെ പോകാമല്ലോ. രാജസ്ഥാന്റെ ഹൃദയഭൂവിലൂടെയാണ് യാത്ര.

2017 ഫെബ്രുവരി

അജ്മീറും പുഷ്കറും കടന്ന് പാടലനഗരത്തിൽ

ഉദയ്പൂരിൽനിന്നും 8 മണിക്കൂർ റോഡ് യാത്ര. അരാവലി പർവ്വതനിരകൾ കൂടെതന്നെയുണ്ടായിരുന്നു. മാർബിൾ ഗ്രാനൈറ്റ് പാറകൾ ഖനനം ചെയ്ത് വിപണനം നടത്തുന്ന കേന്ദ്രങ്ങൾ വഴിനീളെ. വൻ ലോഡുകൾ കയറ്റിയ ഭീമൻ ലോറികൾ പുറപ്പെടാനായി നിൽക്കുന്ന കാഴ്ചയും ധാരാളം.

അജ്മീറിലെത്തുമ്പോൾ മൂന്നര മണി. പർവ്വതങ്ങളാൽ വലയം ചെയ്യപ്പെട്ട നഗരം. ഉച്ചച്ചൂടിലും റോഡുകളിൽ നല്ല തിരക്കാണ്. പതിമൂന്നാം നൂറ്റാണ്ടിൽ ജീവിച്ചിരുന്ന ഖാജാ മൊയ്നുദ്ദീൻ ചിഷ്തിയുടെ ഖബറിടമായ അജ്മീർ ഷെരിഫ് ദർഗ രാജസ്ഥാനിലെ ഏറ്റവും പ്രധാന തീർത്ഥാടന കേന്ദ്രമാണ്. ഖാജാ മൊയ്നുദ്ദീൻ ദരിദ്രർക്കും സമൂഹത്തിലെ താഴെക്കിടയിൽ പെട്ടവർക്കുംവേണ്ടി ജീവിതം സമർപ്പിച്ച സൂഫിവര്യനായിരുന്നു. അദ്ദേഹത്തിന്റെ ഖബറിടത്തിൽ ജാതിമതഭേദമില്ലാതെ ആളുകളെത്തി പ്രാർത്ഥിക്കുന്നു.

ഇസ്ലാം മതത്തിലെ യോഗാത്മക ആത്മീയ ധാരയാണ് സൂഫിസം. അല്ലാഹുവിനെ പ്രാപിക്കുന്നതിന് നേരിട്ടുള്ള അനുഷ്ഠാനങ്ങൾ അനിവാര്യമാണെന്നും, ആത്മനിയന്ത്രണത്തിനുള്ള കഠിനമായ ആചാരാനുഷ്ഠാനങ്ങളിലൂടെ അല്ലാഹുവിലേക്ക് കൂടുതൽ അടുക്കാമെന്നും സൂഫികൾ വിശ്വസിക്കുന്നു. ശവകുടീര പ്രാർത്ഥനകൾ, റാത്തീബ്, മൗലീദ് കീർത്തനങ്ങൾ തുടങ്ങിയവ സൂഫി ആചാരങ്ങളുടെ ഭാഗമാണ്.

» അജ്മീർ ദർഗയിലേക്കുള്ള തിരക്കുള്ള വീഥികൾ.

ബസിൽനിന്നുമിറങ്ങി ടാക്സി ജീപ്പുകളിൽ കയറി രണ്ട് കിലോമീറ്റർ യാത്ര ചെയ്യു വേണം താരാഗർ കുന്നുകളിലെ ദർഗയിലെത്താൻ. ജീപ്പിറങ്ങി 10 മിനിറ്റ് നടക്കുകയും വേണം. അഭ്രുതപൂർവമായ തിരക്കായിരുന്നു റോഡിൽ. ഇരുവശവും നിറയെ കടകളും വഴിവാണിഭവുമാണ്. ഇടുങ്ങിയ ഗലികൾ പിന്നിട്ട്, ദൈവം ആരാധനാലയങ്ങളിലല്ല പ്രാർഥിക്കുന്നവന്റെ ഹൃദയത്തിലാണെന്ന് പഠിപ്പിച്ച ആത്മീയജ്യോതിസ്സിന്റെ ഖബറിടത്തിലേക്ക്.

വലിയ ഗേറ്റ് കടന്ന് നമ്മൾ ചെന്നെത്തുന്നത് വിശാലമായ ഒരു ചത്വരത്തിലാണ്. ചുറ്റും മാർബിളിൽ പണിത കെട്ടിടങ്ങൾ. കൊട്ടും പാട്ടുമായി പ്രാർത്ഥനയിൽ മുഴുകി ആയിരങ്ങൾ. ചന്ദനത്തിരിയുടെ ഗന്ധം ചൂഴ്ന്നുനിൽക്കുന്ന മുറ്റം താണ്ടി ചൂരൽ കൊട്ടകളിൽ റോസാപ്പൂവുകളുമായി വിശ്വാസികൾ കല്ലറയെ ലക്ഷ്യമാക്കി നീങ്ങുന്നു. ഉള്ളിലേക്ക് കടക്കാൻ വെള്ളികൊണ്ടുണ്ടാക്കിയ ഇടുങ്ങിയ പ്രധാന വാതിൽ. വശങ്ങളിലും ഇതുപോലെ വാതിലുകൾ. ഓരോസമയത്തും നൂറുകണക്കിന് ആളുകൾ ഉള്ളിലേക്ക് കടക്കുമ്പോൾ വലിയ തിക്കും തിരക്കുമാണ്. കബറിടത്തിനടുത്തെത്താൻ നല്ല കായികബലം വേണം. സ്ത്രീകളാണ് നന്നേ പാടുപെടുന്നത്. കബറിടം തൊട്ട് തല കുനിച്ചു പ്രാർത്ഥിക്കാനുള്ള ബദ്ധപ്പാട് ചില്ലറയല്ല. തലയിൽ കൈവെച്ചനുഗ്രഹിക്കുന്ന സൂഫികൾ കബറിടത്തിലേക്ക് പണം സമർപ്പിക്കാനും ആവശ്യപ്പെടുന്നുണ്ട്. ആസൂത്രിതമായ ക്രമീകരണങ്ങളുടെ അഭാവം നിയന്ത്രണാതീതമായ ഉന്തും തള്ളുമായി മാറുന്നത് അനുഭവിച്ചറിഞ്ഞു. ഞങ്ങളുടെ കൂട്ടം തിരക്കിൽ പലതായി ചിതറിപ്പോയി.

ഈ തിരക്കിലും കബറിടത്തിനടുത്തെത്തി തൊഴുതുവണങ്ങി. കാണിക്കയിട്ടു. ഒരു നിമിഷം പ്രാർത്ഥിച്ചു. ഇവിടെ പ്രാർത്ഥിച്ചാൽ എന്തും നടക്കും എന്നാണ് വിശ്വാസം. ഇനിയുള്ള ജീവിതവും സക്രിയമായിത്തീരണമെന്നല്ലാതെ വേറെന്ത് പറയാൻ. ഈ മഹാശിവരാത്രിദിനത്തിൽ ഞങ്ങളിതാ ഈ പുണ്യഭൂമിയിൽ എത്തിയിരിക്കുന്നു. ഇത് മറ്റൊരു

നിയോഗം. പുറത്തെത്താൻ പ്രത്യേകിച്ച് ഒന്നും ചെയ്യേണ്ടിവന്നില്ല. പുതുതായി കയറിയവർ അത് ഭംഗിയായി നിർവഹിച്ചു. കൂട്ടുകാരെ തിരയുന്നതിനിടയിൽ പാൻഡിന്റെ പോക്കറ്റിൽ അറിയാതെ തൊട്ടപ്പോൾ അറിഞ്ഞു പഴ്സ് പോയിരിക്കുന്നു. പഴയ പഴ്സ് ആയിരുന്നു. പക്ഷേ പണമുണ്ടായിരുന്നു. ചില കടലാസുകളും. എ ടി എം കാർഡും ഐ ഡി കാർഡുമൊക്കെ പെട്ടിയിലായിരുന്നത് ഭാഗ്യം. ഒന്നും ചെയ്യാനില്ല. ഇത് ഇവിടുത്തെ സ്ഥിരം ഇടപാടാണത്രെ. പോക്കറ്റടി ശ്രദ്ധിക്കണമെന്ന് ഗൈഡ് നേരത്തെ പറഞ്ഞിരുന്നു. വേണ്ടത്ര കരുതൽ ഉണ്ടായില്ല. അല്ലെങ്കിലും അമിതമായ ഒരാത്മവിശ്വാസം കൂടെയുണ്ടായിരുന്നു. ചതി പറ്റില്ല. ഏതു സാഹചര്യവും കടന്നുകൂടും എന്നൊക്കെ. അത് പോയിക്കിട്ടി.

ജീവിതത്തിൽ അവശ്യം വേണ്ട കരുതൽ കൈമുതലായുണ്ടെന്ന് എന്നും കരുതിപ്പോന്നു. പക്ഷേ കൂടുതൽ 'കരുതൽ' ഉള്ളവർ ചുറ്റുമുണ്ടെന്ന ബോധ്യമായി. അബദ്ധവും കൈപ്പിഴയും മനുഷ്യസഹജമാണെന്നും, അത് ആർക്കും എവിടെയും സംഭവിക്കാമെന്നും തിരിച്ചറിയാൻ ദർഗവരെ എത്തേണ്ടിവന്നു എന്നുമാത്രം.

സമചിത്തത വീണ്ടെടുത്ത് പുറത്തിറങ്ങി പാദരക്ഷകൾ മടക്കിവാങ്ങുമ്പോൾ ഒരു കുട്ടി അപേക്ഷസ്വരവുമായി വന്നു കയ്യിൽ പിടിച്ചു. എന്ത് കൊടുക്കാൻ. പേരിന് അഞ്ചു രൂപയുടെ ഒരു നാണയം പോക്കറ്റിലുണ്ട്. അതെടുത്തു അവന്റെ കയിൽവെച്ചുകൊടുത്തപ്പോൾ കുഞ്ഞുമുഖത്തു പ്രസാദം തെളിഞ്ഞില്ല എന്ന് വ്യക്തം. പക്ഷേ എനിക്കിത് ഇപ്പോൾ ഇമ്മിണി വലിയ സ്വത്താണല്ലോ മകനേ എന്ന് മൗനമായി പറഞ്ഞു. അതും കൈവിട്ടു.

» അജ്മീർ യാത്രയ്ക്കിടയിലെ ഒരു ഇടത്താവളം

» പുഷ്കറിലെ ബ്രഹ്മ ക്ഷേത്രം.

ഇനി തൽക്കാലം പരമ ദരിദ്രനായി തിരിച്ചിറങ്ങാം. ആൾക്കൂട്ടത്തിലൂടെ അൽപ്പം കലങ്ങിയ മനസ്സുമായി മടങ്ങി. സഹയാത്രികർ ഏറെയുണ്ടല്ലോ. പേടിക്കാനില്ല. ഇത്തരം യാത്രകളുടെ സുരക്ഷിതത്വം ഇതുതന്നെയാണല്ലോ.

പുഷ്കറിലേക്കുള്ള യാത്രക്ക് ബസ്സിലിരിക്കുമ്പോൾ എനിക്കൊരു നായകപരിവേഷം! പോകറ്റടിക്ക് വിധേയനായ ഒരേ ഒരാൾ. ഇങ്ങനെയും ഒരു വിഡ്ഢിവേഷം വിധിക്കപ്പെട്ടതാവാം.

പുഷ്കർ

അജ്മീറിൽ നിന്നും 14 കി. മീ. മാറി ഹിന്ദു തീർത്ഥാടന കേന്ദ്രമായ പുഷ്കർ. പുഷ്കർ ഒട്ടകമേള പ്രസിദ്ധമാണല്ലോ. കാർത്തിക പൂർണ്ണിമ നാളിൽ അലങ്കാരവിഭൂഷകളുമായി ഒട്ടകങ്ങൾ വിരാജിക്കുന്ന ഉത്സവം. ഒട്ടകങ്ങൾ കൂടാതെ, കുതിരകളും, പശുക്കളും, ആടുകളുമൊക്കെ ഈ മേളയുടെ ആകർഷണങ്ങളാണ്. രാജസ്ഥാനിലെ ഗ്രാമീണരും, കർഷകരും, നാടോടികളും, കച്ചവടക്കാരുമൊക്കെ വലിയ ആവേശത്തോടെ ഈ മേളയിൽ പങ്കെടുക്കുന്നു. മനുഷ്യാധീനതയിലുള്ള മൃഗങ്ങളുടെ വാർഷിക വിപണനമേള കൂടിയാണ് പുഷ്കറിൽ നടക്കുക. വിദേശികളായ സന്ദർശകർ ധാരാളമായി കേമൽ ഫെയർ കാണാൻ ഒക്ടോബർ നവംബർ മാസങ്ങളിൽ പുഷ്കറിലെത്തുന്നു

ബ്രഹ്മക്ഷേത്രമൈതാനത്താണ് മേള നടക്കുന്നത്. പ്രപഞ്ച സൃഷ്ടാവെന്ന് ഹിന്ദു പുരാണങ്ങൾ ഉദ്ഘോഷിക്കുന്ന ബ്രഹ്മാവിന്റെ ക്ഷേത്രങ്ങൾ എണ്ണത്തിൽ കുറവാണ്. അതിൽ ഏറ്റവും പ്രധാനം പുഷ്കർ ക്ഷേത്രമത്രെ.

പഞ്ച സരോവറുകളിൽ ഒന്നായ പുഷ്കർ തടാകവും ക്ഷേത്രത്തിനടുത്താണ്. മാനസ സരോവർ പോലെ പവിത്രമായി കരുതപ്പെടുന്ന തടാകം. അമ്പത്തിരണ്ട് സ്നാനഘട്ടങ്ങളാലും നാനൂറ് ക്ഷേത്രങ്ങളാലും ചുറ്റപ്പെട്ട തടാകം കാർത്തിക പൂർണ്ണിമ നാളിൽ പ്രാർത്ഥനകളുമായെത്തുന്ന വിശ്വാസികളെകൊണ്ട് നിറയും.

ഇളം തെന്നൽ അലയടിക്കുന്ന തടാകക്കരയിൽ അല്പനേരമിരുന്ന് വിശ്രമിച്ചപ്പോൾ നീണ്ട യാത്രയുടെ ക്ഷീണമകന്നു. നേരം സന്ധ്യയാകുന്നു. രാത്രി വൈകിയാണെങ്കിലും ജയ്പ്പൂരിലെത്തണം. പുഷ്കറിനോട് വിട.

ജയ്പൂർ

തലസ്ഥാനനഗരം. പിങ്ക് നിറമാർന്ന കെട്ടിടങ്ങൾ മാത്രം. ഇന്ത്യയിലെ ആദ്യത്തെ ആസൂത്രിത നഗരം. വാസ്തുശാസ്ത്ര വിധികൾക്കനുസരിച്ചാണ് നഗരം രൂപകല്പനചെയ്യപ്പെട്ടിരിക്കുന്നത്. രാത്രി വളരെ വൈകിയാണ് ജയ്പ്പൂരിലെത്തിയത്. പിറ്റേ ദിവസം മുഴുവൻ നഗരകാഴ്ചകൾക്കായുണ്ടെങ്കിലും സമയം പോരെന്നു തോന്നി. കാലത്ത് തന്നെ ജന്തർ മന്തറിലെത്തി. യുനെസ്കോ ലോക പൈതൃകപട്ടികയിൽ ഇടമുള്ള ഒബ്സർവേറ്ററി. ഇന്നത്തെ ആധുനിക ശാസ്ത്രസാങ്കേതിക മുന്നേറ്റങ്ങൾക്കൊക്കെ മുമ്പ് സമയവും കാലവും അളക്കാനും, കാലാവസ്ഥാഭേദങ്ങൾ തിട്ടപ്പെടുത്താനും നക്ഷത്രസ്ഥിതി കണ്ടുപിടിക്കാനുമൊക്കെ കൃത്യമായുള്ള സംവിധാനങ്ങൾ രൂപപ്പെടുത്തിയ ശാസ്ത്ര പ്രതിഭകളെ ഓർത്ത് അഭിമാനം തോന്നി.

തൊട്ടടുത്താണ് സിറ്റി പാലസ്. നഗര ഹൃദയത്തിൽ തന്നെയാണ് പാലസ്സിന്റെ സ്ഥാനം. സ്വകാര്യ സഭ, പൊതു സഭ, ഏഴ് നിലകളുള്ള ചന്ദ്ര മഹൽ, മുബാറക് മഹൽ, മുക്കുത് മഹൽ, പീതം നിവാസ് ചൗക്കെന്ന നടുമുറ്റം, മുറ്റത്തുനിന്നും ചന്ദ്രമഹലിലേക്ക് തുറക്കുന്ന, നാല് ഋതുക്കളെ സൂചിപ്പിക്കുന്ന നാല് കവാടങ്ങൾ, മഹാറാണിയുടെ കൊട്ടാരം, മ്യൂസിയം തുടങ്ങി അനേകം വിശേഷ നിർമ്മിതികൾ ഉൾക്കൊള്ളുന്നതാണ് പാലസ്. രാജകുടുംബാംഗങ്ങൾ ഉപയോഗിച്ചിരുന്ന സാരികൾ, ഷാളുകൾ, കനമേറിയ ഉടയാടകൾ തുടങ്ങി പല വസ്തുക്കളും പ്രദർശന പട്ടികയിലുണ്ട്. വെള്ളിയിൽ നിർമ്മിച്ച ലോകത്തെ ഏറ്റവും വലിയവസ്തുവായ രണ്ട് വെള്ളിപ്പാത്രങ്ങൾ ഗംഗാജലി മ്യൂസിയത്തിന്റെ വിശേഷ

» ജയ്പൂർ ഒബ്സർവേറ്ററി

» ജയ്പൂരിലെ സിറ്റി പാലസ്സ്

അലങ്കാരമത്രെ. ഇംഗ്ലണ്ട് സന്ദർശിച്ച സാവൈ മധോ സിങ് രാജാവ് കുടിക്കുവാൻ ഗംഗാജലം നിറച്ച് കൊണ്ടുപോയ ജലശേഖരമായിരുന്നുവത്രെ ഇവ. രാജാക്കന്മാർ വിചാരിച്ചാൽ അക്കാലത്ത് നടക്കാത്തതെന്ത്. അധികാരവും ആജ്ഞാശക്തിയും ചേരുമ്പോൾ ആർക്ക് തടുക്കാനാവും ?

വിസ്മയ കാഴ്ചകളുടെ അതി സമ്പന്നതയിൽ നിന്നും ഞങ്ങൾ പോയത് മറ്റൊരു കോട്ടയിലേക്കാണ്. ആംബർ ഫോർട്ട്. രജപുത്ര മുഗൾ സമ്മിശ്ര ശൈലിയിൽ തീർത്ത കോട്ടയാണിത്. ചതുരാകൃതിയിലുള്ള നാല് മുറ്റങ്ങളും, അവയ്ക്ക് ചുറ്റും പണിത മന്ദിരങ്ങളും അടങ്ങിയതാണ് കോട്ട. ഏതാണ്ട് 200 വർഷങ്ങളെടുത്താണത്രെ ഈ കോട്ടയുടെ നിർമ്മാണം പൂർത്തിയാക്കിയത്.

രാജാവ് പൊതുജനങ്ങളുടെ പരാതികൾ കേൾക്കുന്ന ദിവാൻ ഇ ആം, വിശേഷ അതിഥികളെ സ്വീകരിക്കുന്ന ദിവാൻ ഇ ഖാസ്, ചന്ദനമരത്തടിയിൽ തീർത്ത്, ആനക്കൊമ്പുകൾ കൊണ്ടലങ്കരിച്ച സുഖ് നിവാസ്, കണ്ണാടി മാളിക എന്ന ഷീഷ് മഹൽ ഇവയൊക്കെ കോട്ടയുടെ സവിശേഷതകളാണ്. രാജ്ഞിക്ക് നക്ഷത്രങ്ങളെ കണ്ടുറങ്ങാൻവേണ്ടി തീർത്ത കണ്ണാടി മാളികയിൽ കണ്ണാടികൊണ്ടുള്ള പൂക്കളും, പെയിന്റിങ്ങുകളും നിറഞ്ഞിരിക്കുന്നു. രണ്ട് മെഴുകു തിരികൾ തെളിയിച്ചാൽ കണ്ണാടി ചില്ലുകളിൽ ആയിരം നക്ഷത്ര ശോഭകൾ വിരിയുന്ന ഈ മാളിക ഒരത്ഭുതമാണ്.

ഹവാ മഹൽ

ജയ്പ്പൂരിന്റെ അഭിമാന സ്തംഭമായ ഹവാ മഹലിലേക്കായിരുന്നു അടുത്ത യാത്ര. മഹാരാജാ സവൈ പ്രതാപ് സിംഗ് 1799 ൽ പണികഴിപ്പിച്ച ഈ കൊട്ടാരം ഇസ്ലാമിക്, മുഗൾ, രജ്പുത് വസ്തു ശൈലിയുടെ ചേതോഹരമായ മിശ്രണമാണ്. ചുവപ്പ്പിങ്ക് രാശിയുള്ള കല്ലുകളിൽ ജരോഖകൾ എന്നറിയപ്പെടുന്ന ചെറിയ ജാലക കൂട്ടുകൾ കലാപരമായി അടുക്കി വെച്ച് നിർമ്മിച്ച ഈ അഞ്ചു നില മാളിക ജയ്പ്പൂരിലെത്തുന്ന ഏത് സന്ദർശകനെയും ആഹ്ലാദ ചിത്തനാക്കും. ഓരോ നിലയിലും ക്ഷേത്രങ്ങളുണ്ട്. മുകൾനിലകളിലെത്താൻ പടികളില്ല, പകരം റാമ്പുകൾ. അന്തപുരവാസികളായ രാജ്ഞിമാർക്ക് പുറം കാഴ്ചകൾ കാണാൻ വേണ്ടി പണിത കൊട്ടാരം ചേതോഹരമായ ഒരു രമ്യ ഹർമ്മം തന്നെയാണ്.

ജെൽ മഹൽ

അരാവലി കുന്നുകളാൽ വലയം ചെയ്യപ്പെട്ട മാൻ സാഗർ തടാകത്തിന് നടുവിൽ സ്ഥിതി ചെയ്യുന്ന ജെൽ മഹൽ ആയിരുന്നു രാജസ്ഥാൻ യാത്രയിലെ ഒടുവിലത്തെ കാഴ്ച. പതിനെട്ടാം നൂറ്റാണ്ടിൽ രജപുത്ര മുഗൾ വാസ്തു ശൈലിയിൽ പണിത ജലമാളികയും, തടാകവും, ഹരിതാഭമായ പർവ്വതവും അനിർവ്വചനീയമാമൊരു അനുഭൂതി വിശേഷത്തിലേക്ക് മനസ്സിനെ കൊണ്ടുപോകും. തടാകം ജലപൂരിതമാകുമ്പോൾ താഴത്തെ നാല് നിലകളിലും വെള്ളം നിറയും. അഞ്ചാം നില ജലോപരിതലത്തിൽ ഒഴുകുന്നപോലെ തോന്നും. യാത്രയുടെ കൊട്ടിക്കലാശം പോലെ ചേതോഹരമായ കാഴ്ചാനുഭവമായി മാറി ജെൽ മഹൽ.

സന്ധ്യയോടെ ഷോപ്പിങ്ങും കഴിഞ്ഞ് ഞങ്ങൾ ഹോട്ടൽ മുറിയിലെത്തി. പത്ത് ദിനരാത്രങ്ങൾ കഴിഞ്ഞ് പോയതറിഞ്ഞില്ല. പിറ്റേന്ന് കാലത്ത് മടക്ക യാത്രയാണ്.

രാജസ്ഥാൻ പര്യടനം അപൂർണ്ണമാണെങ്കിലും, ഈ വലിയ സംസ്ഥാനത്തിന്റെ പൊതുവായ സംസ്കാരവും, ജീവിതരീതിയും അടുത്തറിയാൻ ഈ യാത്ര ഉപകരിച്ചു എന്നതിൽ തെല്ലും സംശയമില്ല. പഴയ രാജപ്രഭാവത്തിന്റെയും, മനുഷ്യ അധ്വാനത്തിന്റെയും പ്രതീകങ്ങളായ കോട്ട കൊട്ടാരങ്ങളും, അവയുമായി ബന്ധപ്പെട്ട കൗതുക കാഴ്ചകളും, പുതിയ കാലത്തിന്റെ ചടുല വ്യാപാരങ്ങളും, തനത് കലാ സാംസ്കാരിക പ്രതീകങ്ങളും, പ്രകൃതി വിഭവങ്ങളും, കരകൗശല വസ്തുക്കളും കൊണ്ട് സമ്പന്നമാണ് രാജസ്ഥാൻ.

മനസ്സും കെട്ടുഭാണ്ഡവും നിറഞ്ഞിരിക്കുന്നു. ഇനി മടക്കം.

അടുത്ത ദിവസം കാലത്ത് ആറ് മണിക്കുള്ള ജൻശതാബ്ദി എക്സ്പ്രസ്സിൽ ആഗ്രയിലേക്ക്. അവിടെനിന്നും ഉച്ചയ്ക്കുള്ള മംഗള ലക്ഷദ്വീപ് എക്സ്പ്രസ്സിൽ നാട്ടിലേക്ക്. മുംബൈക്കടുത്ത് ചരക്ക് വണ്ടി പാളം തെറ്റിയതിനാൽ താറുമാറായ റെയിൽ ഗതാഗതത്തിന്റെ ഇരകളായി 10 മണിക്കൂർ വൈകി തലശ്ശേരിയിലിറങ്ങുമ്പോൾ ആകെ തളർന്നിരുന്നു. എങ്കിലും യാത്രികരുടെ ഇഴയടുപ്പം കൊണ്ടും, സംഘാടകരുടെ മികവ് കൊണ്ടും അവിസ്മരണീയമായ ഈ യാത്രയുടെ മധുരം ഒട്ടും കുറയാതെ കൂടെയുണ്ടായിരുന്നു.

2017 ഫെബ്രുവരി

മൂന്നാറിന്റെ കുളിര് തേടി

ഏപ്രിൽ മെയ് മാസങ്ങൾ ഓരോവർഷവും കടുത്ത സഹനങ്ങളുടെയും കാലമായി മാറുന്നു. നാട് ചുട്ടുപൊള്ളുകയാണ്. കുടിവെള്ളം അമൂല്യ വസ്തുവായി മാറുന്നു. നാല്പത്തിനാല് നദികളുള്ള മഴയുടെ സ്വന്തം നാട്. കാലവർഷവും, തുലാവർഷവും കൃത്യമായി വന്നെത്തിയിരുന്ന കാലം. എല്ലാം പോയ്മറഞ്ഞു. കാലാവസ്ഥാമാറ്റം ആഗോളപ്രതിഭാസമാണെങ്കിലും പ്രകൃതിയോട് നാം ചെയ്ത അപരാധം മാപ്പർഹിക്കുന്നില്ല. തിരിച്ചടികളായി വരുന്ന ദുരന്തങ്ങൾ താങ്ങാൻ നമുക്ക് ശേഷിയുണ്ടാകുമോ?

പ്രസംഗങ്ങൾക്കും, പ്രഘോഷണങ്ങൾക്കുമപ്പുറം, പൊതുവായ കരുതലും തിരിച്ചറിവും, വ്യക്തമായ ജലനയവും പദ്ധതികളും അവയുടെ കർശനമായ നടത്തിപ്പുമൊക്കെ ചേർന്നുള്ളൊരു പ്രവർത്തന സമന്വയം ഇല്ലെങ്കിൽ ഇനിയുള്ള കാലം കഠിനമായിരിക്കുമെന്നു ഈ വേനലും നമ്മെ ഓർമ്മിപ്പിക്കുന്നു. വേനലിന്റെ തീവ്രതയിൽനിന്നും താൽക്കാലികമായതെങ്കിലും ഒരു മുക്തി ആരാണാഗ്രഹിക്കാത്തത്.

സന്ദർശിക്കാൻ ആരും കൊതിക്കുന്ന, എത്തിയാൽ പിരിയാൻ മടിക്കുന്ന, ഭൂപ്രകൃതിയുടെ മനോഹാരിതയാലും, ഹരിതാഭമായ കുന്നുകളാലും, തണുപ്പിന്റെ സുഖ സ്പർശം കൊണ്ടും അനുഗ്രഹീതമായ മൂന്നാറിലേക്ക് പോകാൻ പെട്ടെന്നായിരുന്നു തീരുമാനിച്ചത്. കൊച്ചിയിലെ കൊട്ടാരം ട്രാവൽസ് ഉടമ ശ്രീ വേണുഗോപാൽ വേണ്ട ക്രമീകരണങ്ങൾ വേഗം ചെയ്തുതന്നു.

മൂന്നാറിൽ കൈയേറ്റങ്ങളും ഒഴിപ്പിക്കലുമായും ബന്ധപ്പെട്ട വാദകോലാഹലങ്ങൾ കത്തിനിൽക്കുന്ന സമയം. കൂടാതെ പെമ്പിളൈ

» ഇരവികുളം ദേശീയ ഉദ്യാനത്തിൽനിന്നുള്ള മൂന്നാർ ദൃശ്യം.

ഒരുമയുടെ സമരം കൊടുമ്പിരിക്കൊള്ളുകയാണ്. എന്നാലും പോകാം. സമരവും സംഘർഷങ്ങളും ഒഴിഞ്ഞ കാലം ഒരമിത പ്രതീക്ഷയാണിന്ന്.

ജനാധിപത്യം വ്യക്തികളുടെയും, പാർട്ടികളുടെയും ആധിപത്യമായി മാറുമ്പോൾ, തങ്ങളുടെ നിലപാട് മാത്രം ശരി എന്ന് പാർട്ടികൾ വാശിപിടിക്കുമ്പോൾ, ആരോഗ്യകരമായ ആശയസംവാദങ്ങൾ ഇല്ലാതെപോവുകയും, തെരുവുസംഘർഷങ്ങളും ഹർത്താലുകളും ഒക്കെ സാധാരണമാവുകയും ചെയ്യുന്നു. അവയെ ചെറുക്കാൻ അഞ്ചുകൊല്ലം കൂടുമ്പോൾ കിട്ടുന്ന വോട്ടവകാശം സാധാരണ ജനത്തിന് മുനയൊടിഞ്ഞ ഒരായുധമായിരിക്കുന്നു ഇന്ന്. വേറെ ആയുധങ്ങളൊന്നും പക്ഷേ നമ്മുടെ കയ്യിലില്ലെന്നതാണ് സത്യം. ഇത് നേതാക്കൾക്ക് നന്നായി അറിയാം. പോരാത്തതിന് പുതിയ ഒരു വിവാദമുണ്ടാകുമ്പോൾ ജനം പഴയതൊക്കെ മറന്നിരിക്കും എന്ന വിശ്വാസവും അവർക്കുണ്ട്. അതുകൊണ്ടുതന്നെ ഈ ആഭാസനാടകങ്ങൾ തുടർന്നുകൊണ്ടേയിരിക്കും. ജനാധിപത്യത്തിന്റെ പെരുംകവലയിൽ എങ്ങോട്ട് തിരിയണമെന്നറിയാതെ ജനം എത്ര നാൾ വഴിമുട്ടി നിൽക്കേണ്ടിവരും.

മൂന്നാർ യാത്ര എന്തുകൊണ്ടും ഒരു ആശ്വാസമാകും എന്നതിനാൽ പിന്നെ ഒന്നും ആലോചിച്ചില്ല. പുറപ്പെട്ടു. പെട്ടെന്ന് ടിക്കറ്റ് ബുക് ചെയ്തു. പരശുറാം എക്സ്പ്രസ്സിൽ ഞങ്ങൾ കൊച്ചിയിലെത്തി. പിറ്റേന്ന് രാവിലെ കൊട്ടാരം ട്രാവൽസ് ഏർപ്പാട് ചെയ്ത കാറിൽ മൂന്നാറിലേക്ക്.

മുവാറ്റുപുഴയും, കോതമംഗലവും കഴിഞ്ഞു, നേര്യമംഗലം പാലം കടന്നു ഇടുക്കി ജില്ലയിലേക്ക് കടന്നപ്പോൾതന്നെ ചൂട് കുറയുന്നതനുഭവപ്പെട്ടുതുടങ്ങി. നേര്യമംഗലം വനത്തിലൂടെയുള്ള യാത്ര

സുഖമുള്ളൊരനുഭവം തന്നെയായിരുന്നു. വനനിബിഡതയിലൂടെ, വൃക്ഷ മേലാപ്പുകൾക്കിടയിലൂടെ, കിളിയൊച്ചകളും കേട്ട്, സുഖശീതളമായ തണുപ്പിനെയും ചേർത്തുപിടിച്ചുകൊണ്ട് ഒരു യാത്ര. നാട്ടിലെ കത്തുന്ന ചൂടിൽ നിന്നും ഒരു താൽക്കാലിക രക്ഷപ്പെടൽ.

നേര്യമംഗലം അടിമാലി റൂട്ടിൽ രണ്ട് വെള്ളച്ചാട്ടങ്ങളുണ്ട്. ആദ്യം നാം കാണുക ചീയപ്പാറ വെള്ളച്ചാട്ടമാണ്. ഏകദേശം ആയിരം അടി മേലെനിന്നും ഏഴു തട്ടുകളായി വെള്ളം ചാടിയിറങ്ങി വരുന്ന കാഴ്ച മനോഹരമാണ്. വേനലായതിനാൽ വെള്ളച്ചാട്ടം അൽപമൊന്ന് മെലിഞ്ഞിട്ടുണ്ട്. ഒന്നര കിലോമീറ്റർ മുന്നോട്ട് പോകുമ്പോൾ വാളറ വെള്ളച്ചാട്ടം റോഡിൽനിന്നും അല്പം അകലെയായി നമുക്ക് കാണാം. സുഗന്ധവ്യഞ്ജന സാധനങ്ങൾ വിൽക്കുന്ന ധാരാളം കടകൾ ഈ വഴിയിൽ കണ്ടു. തിരിച്ചുവരുമ്പോൾ കയറാമെന്ന് വെച്ചു.

അടിമാലി വഴി മൂന്നാറിലെത്തുമ്പോൾ നേരം ഉച്ചയായതിനാൽ ചെറിയതോതിൽ ചൂടനുഭവപ്പെട്ടു എന്നത് നേരാണ്. നേരത്തെ ബുക്ക് ചെയ്ത ടി & യു റിസോർട്ടിൽ റൂമെടുത്തു. ഉച്ചഭക്ഷണവും കഴിഞ്ഞു നേരെ ഇരവികുളം ദേശീയ ഉദ്യാനത്തിലേക്ക് പോയി.

കേരളത്തിലെ ഏറ്റവും ഉയരത്തിൽ സ്ഥിതിചെയ്യുന്ന ദേശീയ ഉദ്യാനമാണ് ഇരവികുളം. 97 ചതുരശ്ര കിലോമീറ്ററിൽ വ്യാപിച്ചുകിടക്കുന്ന ജൈവ വൈവിധ്യ കേന്ദ്രം. വംശനാശഭീഷണി നേരിടുന്ന നീലഗിരി താർ-വരയാടിന്റെ ആവാസസ്ഥാനമാണ് ഈ ദേശീയ ഉദ്യാനം. ലോകത്തിലെ വരയാടുകളുടെ 50 % ഇവിടെയാണ് പുലരുന്നത്. ഈ മലനിരകളിൽ 12 വർഷത്തിലൊരിക്കൽ നീലക്കുറിഞ്ഞി പൂക്കുമ്പോൾ ഇവിടം ഒരു നീല സമുദ്രമായി മാറും.

» മാട്ടുപ്പെട്ടി ഡാം ജലസംഭരണി.

» തേയിലത്തോട്ടങ്ങളുടെ അപാരത

പുൽമേട്, കുറ്റിച്ചെടികൾ, ചോല വനങ്ങൾ എന്നിങ്ങിനെ വൈവിധ്യമാർന്ന സസ്യജാല സമ്പത്തുകൊണ്ട് അനുഗൃഹീതമാണിവിടം. സിംഹവാലൻ കുരങ്ങുകൾ, വിവിധയിനം മാനുകൾ, കാട്ടുപോത്ത് എന്നീ സസ്തനികളും ഇവിടെ കാണപ്പെടുന്നു. ഹിമാലയത്തിന് തെക്ക് ഇന്ത്യയിലെ ഏറ്റവും ഉയരം കൂടിയ കൊടുമുടിയായ ആനമുടി ഇവിടെയാണ്.

പ്രവേശനകവാടത്തിൽനിന്നും ദേശീയ ഉദ്യാനത്തിന്റെ ബസ്സിൽ കയറിവേണം നമുക്ക് ഉള്ളിലേക്ക് പോകാൻ. വീതികുറഞ്ഞ റോഡിലൂടെ, ഹെയർപിൻ വളവുകൾ താണ്ടി ബസ് ഉയരങ്ങളിലേക്ക് കയറിപോകുമ്പോൾ മലനിരകളും, പുൽമേടുകളും കൊതി തീരെ കാണാം.

ബസ് യാത്ര അവസാനിക്കുന്നത് മറ്റൊരു ഗേറ്റിന് മുന്നിലാണ്. ഇതൊരു വിശ്രമ സങ്കേതം കൂടിയാണ്. മറ്റൊരു ചെറിയ ഗേറ്റിലൂടെ ഇനി ഒന്നര കി. മീ. നടന്നു കയറണം. വരയാടിൻ കൂട്ടങ്ങളെ കാണുക എന്നത് തന്നെയാണ് ലക്ഷ്യം.

ആട്ടിൻകുടുംബത്തിൽ ഈ ഒരൊറ്റ ഇനമേ കേരളത്തിലെ കാടുകളിൽ ഇന്നുള്ളൂ. ഉയർന്ന വൻപാറകളുള്ള മലകളാൽ ചുറ്റപ്പെട്ട പുൽ മേടുകളാണ് ഇവയുടെ വിഹാരകേന്ദ്രങ്ങൾ. ഇത്തരം പ്രദേശങ്ങളിലെ പാറക്കെട്ടുകൾ ഇവയ്ക്ക് പ്രിയപ്പെട്ടതാണ്. പ്രത്യുത്പ്പാദനം നടത്താനും, ഇരപിടിയന്മാരിൽനിന്നും രക്ഷ നേടാനും പാറയിടുക്കുകൾ സഹായിക്കും. ഇവയുടെ ശരീരത്തിൽ വരകളൊന്നുമില്ല. തമിഴിൽ വരൈ എന്നാൽ പാറ എന്നാണർത്ഥം. പാറകളിൽ താമസിക്കുന്ന ആടുകൾ അങ്ങനെ വരയാടുകളായി.

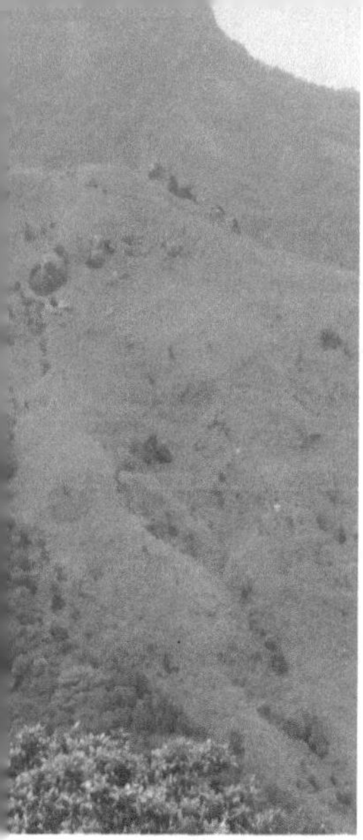

» ടോപ് സ്റ്റേഷൻ... നീലഗിരി മാർട്ടന്റെ ആവാസഭൂമി.

ഉയർന്ന മലയിടുക്കുകളിൽ മനുഷ്യരിൽ നിന്നുള്ള ഭീഷണി ഒഴിവാകുന്നതിനാൽ ഇരവികുളം ദേശീയോദ്യാനത്തിൽ ഇവർ ഏറെക്കുറെ സുരക്ഷിതരാണ്.

ഒരു കി. മീ. പിന്നിട്ടിട്ടും ഒരൊറ്റ വരയാടിനെപോലും കാണാതായപ്പോൾ നിരാശ തോന്നി. അല്പം ദൂരം കൂടി നടന്നപ്പോൾ അതാ കൺമുന്നിൽ ഒരു തള്ളയാടും അതിന്റെ കുഞ്ഞാടും. ഭയപ്പാടൊന്നുമില്ലാതെ അവർ ഞങ്ങളെ തന്നെ നോക്കിനിൽക്കുന്നു. ഇത്രയും ദൂരെനിന്ന് കാണാൻവന്നവരോട് പ്രത്യേകിച്ച് താല്പര്യമൊന്നുമില്ലെന്ന മട്ടിൽ ഒരു നിസ്സംഗഭാവം.

ശക്തമായ ഇടി മുഴക്കങ്ങൾ കേട്ടു. മഴ വരുമോ എന്ന പേടിയിൽ വേഗം മലയിറങ്ങി. ബസ്സിൽ തിരിച്ചുവരുമ്പോൾ കടുത്ത വംശനാശഭീഷണി നേരിടുന്ന വരയാടുകൾക്കുവേണ്ടി ഈ ഭൂപ്രദേശവും ഇത്ര വലിയ സംവിധാനങ്ങളും ഉണ്ടല്ലോ എന്ന ആശ്വാസം തോന്നി.

വൈകുന്നേരം മൂന്നാറിലെ പുഷ്പോദ്യാനവും, പ്രത്യേകം സജ്ജീകരിച്ചിരിക്കുന്ന പുഷ്പപ്രദർശനവും കണ്ടു. തണുത്ത കാലാവസ്ഥയിൽ പൂക്കൾ ആർജിക്കുന്ന കടും നിറങ്ങൾ ആകർഷകം തന്നെ. വർണ്ണവൈവിധ്യം ആവോളം ആസ്വദിച്ചതിന് ശേഷമാണ് റിസോർട്ടിൽ തിരിച്ചെത്തിയത്.

രാത്രി കൊടും തണുപ്പാണ് മൂന്നാറിൽ. മുറിക്കകത്തായിട്ടും തണുപ്പിനെ നേരിടാൻ സ്വെറ്ററുകൾ വേണ്ടിവന്നു. കൊടും ചൂടിൽ നിന്നും ഓടിവന്നത് ഈ തണുപ്പിന്റെ ഉടയാടകൾ എടുത്തണിയാൻ വേണ്ടിയായിരുന്നല്ലോ.

മുതിരപ്പുഴ, നല്ലതണ്ണി, കുണ്ടള എന്നീ മൂന്ന് നദികളുടെ സംഗമസ്ഥാനമായ മൂന്നാർ. കണ്ണെത്താദൂരം തേയിലത്തോട്ടങ്ങളാണിവിടെ. മലയും കുന്നും, താഴ്വാരങ്ങളും നിറഞ്ഞ മൂന്നാറിലെ തണുപ്പിൽ തേയില കൊഴുത്ത് വളരും. നേരത്തേ തന്നെ ഇതറിയാമായിരുന്നുവെങ്കിലും ബ്രിട്ടീഷുകാരാണ് തേയിലക്കൃഷി ഒരു വ്യവസായമായി വികസിപ്പിച്ചെടുത്തത്. കുന്നിൻ ചെരിവുകളിൽ പതിനായിരക്കണക്കിന് ഏക്കർ വിസ്തൃതിയിൽ കൃത്യമായ അകലങ്ങളിൽ വൃത്തിയായി വെട്ടി ഒതുക്കിനിർത്തിയ തേയിലച്ചെടികൾ സുന്ദരമായ കാഴ്ചതന്നെയാണ്. തേയിലത്തോട്ടങ്ങളും, അവിടെ പണിചെയ്യുന്ന തൊഴിലാളികളും, അവരെ

നിയന്ത്രിക്കുന്ന ഉദ്യോഗസ്ഥരും, അവർക്കൊക്കെ വേണ്ടിയുള്ള ജീവിത സൗകര്യങ്ങളുമെല്ലാം വളരെ മുമ്പേ ഇവിടെ സജ്ജീകരിക്കപ്പെട്ടിരുന്നു.

കുന്നും, മലയും, താഴ്വാരങ്ങളും, വനങ്ങളും, യൂക്കാലിപ്റ്റസ് തോട്ടങ്ങളും, തടാകങ്ങളും, വെള്ളച്ചാട്ടങ്ങളും, ഡാമുകളും, ജലസംഭരണികളും ഒക്കെയായി മൂന്നാർ അണിഞ്ഞൊരുങ്ങി നിൽക്കുകയാണ്. യാത്രികർക്കും, സന്ദർശകർക്കും എന്നും ഒരു ലഹരിയാണ് മൂന്നാർ. വേനലിന്റെ പാരമ്യത്തിൽ യാത്രികർ അല്പം കുളിര് തേടി ഈ മലകൾ കയറിവരുന്നു. ടൂറിസം വികസിച്ചുവന്നതോടെ നഗരം തിരക്കിൽ മുങ്ങി. സ്വാഭാവിക ഭൂപ്രകൃതിയും മാറി. കൃത്യമായ ആസൂത്രണത്തോടെ പരിസ്ഥിതിക്ക് ദോഷം വരാത്ത രീതിയിൽ വികസനപ്രവർത്തനങ്ങൾ നടത്തേണ്ടതിന് പകരം നിയന്ത്രണമില്ലാതെ ഇവിടെയും നടന്നു അനധികൃത നിർമ്മാണപ്രവർത്തനങ്ങളും വനനശീകരണവും. പണവും സ്വാധീനവും കുടിയേറ്റങ്ങളുടെ കളങ്കം മായ്ച്ചു കളഞ്ഞു. അരുതായ്മകളെ എതിർത്ത ഉദ്യോഗസ്ഥരെ വരുതിയിൽ നിർത്താൻ രാഷ്ട്രീയ സ്വാധീനം ഉപയോഗിച്ചു. പണവും രാഷ്ട്രീയവും ചങ്ങാത്തത്തിലായപ്പോൾ മൂന്നാറിന്റെ വിശുദ്ധി താനേ കൊഴിഞ്ഞു തുടങ്ങി. ഇന്ന് മൂന്നാർ ഒരു പ്രശ്നമേഖലയാണ്.

കുടിയേറ്റങ്ങളും, കൈയേറ്റങ്ങളും മൂന്നാറിനെ നശിപ്പിച്ചുകൊണ്ടിരിക്കുകയാണിന്ന്. അവ വീണ്ടെടുക്കുകയും നിലവിലുള്ള സ്ഥലങ്ങൾ തനതുരീതിയിൽ സംരക്ഷിക്കുകയും ചെയ്തില്ലെങ്കിൽ ഭൂമിയിലെ ഈ അപൂർവ സുന്ദരപ്രദേശം ഓർമ്മകൾ മാത്രമാവും.

രണ്ടാം നാൾ മൂന്നാറിന്റെ ഹൃദയ ഭുവിലൂടെയുള്ള യാത്രയായിരുന്നു. മാട്ടുപ്പെട്ടി ഡാം, എക്കോ പോയിന്റ്, കുണ്ടള ഡാം, ടോപ് സ്റ്റേഷൻ... എല്ലാം മൂന്നാറിന്റെ പൊതുവായ ഭൂപ്രകൃതിയും വശ്യ സൗന്ദര്യവുംകൊണ്ട് അവിസ്മരണീയമായ കാഴ്ചാവിരുന്നായിരുന്നു.

വനപശ്ചാത്തലത്തിൽ ഡാമിനോട് ചേർന്ന തടാകങ്ങളിൽ ബോട്ടിംഗ് ആസ്വദിക്കാം. ഓളങ്ങൾ മയങ്ങുന്ന തടാകത്തിൽ അനായാസം ബോട്ട് തുഴയാം. എക്കോ പോയിന്റിൽ നാം പുറപ്പെടുവിക്കുന്ന വലിയ ശബ്ദങ്ങളുടെ പ്രതിധ്വനി എതിർ വശത്തെ ഹരിത മലകളിൽ തട്ടി തിരികെ കേൾക്കാം. ഞങ്ങളുടെ കൂവലും ഈ കാനന മധ്യത്തിലെ തടാകക്കരയിൽ അലയൊലികൾ തീർത്തു.

ഇനി ടോപ് സ്റ്റേഷൻ. നമ്മുടെ അതിർത്തിയും തമിഴ്നാടിന്റെ അതിർത്തിയും ഇവിടെ സംഗമിക്കുന്നു. മൂന്നാറിൽനിന്നും ദേവികുളത്തുനിന്നും തേയില താഴെ കോട്ടഗുഡിയിലേക്ക് എത്തിക്കാൻ ലൈറ്റ് റെയിൽവേയും, റോപ്പ് വെയുമൊക്കെ ഉള്ള ഉന്നതസ്ഥലിയായിരുന്ന ടോപ് സ്റ്റേഷൻ. വെസ്റ്റേൺ ഘാട്സിൽ നീലഗിരി മാർട്ടൻ എന്ന

സസ്തനിയുടെ ആവാസകേന്ദ്രമാണ് ഷോലെ വനങ്ങളും, വന്മരങ്ങളും ഇടചേർന്ന ടോപ് സ്റ്റേഷൻ. മേലെ മേലെ ആകാശമേഘങ്ങൾക്ക് ചാരെ നാമെത്തിയില്ലേ എന്ന് ന്യായമായും സംശയം തോന്നാവുന്ന ഇടം തന്നെ ടോപ് സ്റ്റേഷൻ.

ഉച്ചക്ക് ശേഷം ടീ മ്യൂസിയം കാണാനാണ് ഞങ്ങൾ പോയത്. തേയിലത്തോട്ടങ്ങളുടെ ഉദ്ഭവവും വികാസപരിണാമങ്ങളും പഠിക്കാൻ ഈ മ്യൂസിയം കാണേണ്ടതുതന്നെയാണ്. നല്ലൊരു വീഡിയോ ഷോയും ഒരുക്കിയിരിക്കുന്നു. മൂന്നാറിനെ ചായത്തോട്ടങ്ങളുടെ കേന്ദ്രമാക്കി മാറ്റിയ മഹാരഥന്മാരുടെ ചിത്രങ്ങളും, അവരുടെ ജീവിത യാത്രയിലെ പ്രധാന സംഭവങ്ങളുമെല്ലാം ഇവിടെ ചിത്രീകരിച്ചിരിക്കുന്നു. കൊളോണിയൽ ഭരണ കാലത്തെ ബംഗ്ലാവിലെ ഫർണിച്ചറുകളും, ഓഫീസ് ഉപകരണങ്ങളും അതേ പടി സൂക്ഷിച്ചിരിക്കുന്നു. ടീ ഫാക്ടറിയിൽ തേയില നുള്ളുന്നത് മുതൽ അത് മാർക്കറ്റ് ചെയ്യുന്നതുവരെയുള്ള ക്രമബദ്ധമായ പ്രവർത്തനങ്ങളും കാണാം. ചെറിയൊരു ടീ ഷോപ്പുണ്ട് ഉള്ളിൽ. കടുപ്പമുള്ള ചായ കുടിക്കാം. തേയിലപ്പൊടി വാങ്ങാം. ഉന്മേഷഭരിതരായി പുറത്തിറങ്ങാം.

തിരിച്ചുപോരുമ്പോൾ മൂന്നാർ ടൗണിൽ ഇറങ്ങി നടന്നു. തിരക്കേറിയ അങ്ങാടിയാണ്. നിറയെ ആളുകൾ... മലയാളവും തമിഴും സംസാരിക്കുന്ന നാട്ടുകാരും തൊഴിലാളികളും. ഭൂമി വാങ്ങാനും കച്ചവടം ചെയ്യാനും എത്തിയിരിക്കുന്ന പരദേശികളും. കൂട്ടത്തിൽ സന്ദർശകരായി സ്വദേശികളും വിദേശികളും.

വാഹനങ്ങളും നിറഞ്ഞിരിക്കുന്നു. ട്രാഫിക് സംവിധാനങ്ങളുടെ നിലവാരമില്ലായ്മ പ്രകടമാണ്. നടപ്പാതകളൊക്കെ കഷ്ടിയാണ്.

പഴങ്ങളും, പച്ചക്കറികളും നിറഞ്ഞ കടകൾ. ആധുനിക നഗരത്തിന്റെ ചേർച്ച കുട്ടുകളും യഥാവിധി ഒത്തു ചേർന്നിരിക്കുന്നു. ചുറ്റും വലിയ ഹോട്ടലുകൾ... റിസോർട്ടുകൾ... മലമുകളിലെ മൂന്നാർ ഒരു സവിശേഷ നഗരമാണ്. കുന്നുകളുടെയും, മലകളുടെയും, വനഭൂമിയുടേയുമൊക്കെ വിധി തീരുമാനിക്കുന്ന വ്യാപാരങ്ങൾ നടക്കുന്നതിവിടെ. പരിസ്ഥിതി പ്രവർത്തകരും, സർക്കാർ സംവിധാനങ്ങളും, കച്ചവടക്കണ്ണുള്ള മാഫിയകളും അവരവരുടെ പ്രവർത്തനങ്ങൾ ഏകോപിപ്പിക്കുന്നതിവിടെ.

പ്രധാന കവലയിൽ പെമ്പിളൈ ഒരുമൈയുടെ നിരാഹാരസത്യാഗ്രഹം നടക്കുന്നു. ചുറ്റും വൻ പോലീസ് സന്നാഹം. അടിച്ചമർത്തപ്പെട്ടവരുടെ നിരാശയും, സങ്കടവും, പ്രതിഷേധവും സ്ത്രീ മുന്നേറ്റമായി ലക്ഷ്യങ്ങൾ കൈവരിക്കുമോ. സ്വതന്ത്രമായ മുന്നേറ്റങ്ങൾക്ക് തടയിടാനാണല്ലോ അധീശ ശക്തികൾ എന്നും ശ്രമിച്ചിട്ടുള്ളത്.

ഒരു രാത്രികൂടി മൂന്നാറിൽ തങ്ങി. റിസോർട്ടിൽ വലിയ തിരക്കായി ത്തുടങ്ങി. നാളെ ഞായർ അടുത്ത ദിവസം മെയ് ദിനം. കുടുംബസമേതം അവധിദിനങ്ങൾ ആഘോഷിക്കാൻ ആളുകൾ എത്തിത്തുടങ്ങി.

നാളെ മടക്കയാത്ര. കുളിരുള്ള ഓർമ്മകളുമായി, മധുരമുള്ള അനുഭ വപ്പൊതിയുമായി മൂന്നാർ മലകളിറങ്ങി പോരുമ്പോൾ, സന്ദർശകരെ മാടി വിളിച്ചുകൊണ്ട് ഈ സുന്ദരഭൂമി കാലത്തിന്റെ പരിക്കുകളേ ൽക്കാതെ നിലനിൽകുമോ എന്ന ആശങ്കയായിരുന്നു മനസ്സിൽ. മൂന്നാർ കാണുവാൻ, അനുഭവിക്കാൻ, മദിപ്പിക്കുന്ന ചായയുടെ രുചി അറിയാൻ, കൊതിപ്പിക്കുന്ന കോടമഞ്ഞിന്റെ സുഖമറിയാൻ വരും തലമുറ വരുമ്പോൾ പ്രകൃതിയുടെ ഈ അത്ഭുത കലവറ ബാക്കിയുണ്ടാകുമോ ?

അതോ നിറം കെട്ട് വരണ്ട് ശോഷിച്ച് പോകുമോ. ഉത്തരം നൽകേ ണ്ടത് കാലമാണ്.

2017 ഏപ്രിൽ

മുന്തിരിത്തോപ്പുകളുടെ കലവറയിലേക്ക്

അജന്ത എല്ലോറ ഗുഹാശിൽപ്പങ്ങളും ചുമർച്ചിത്രങ്ങളും ഏതൊരു സഞ്ചാരിയെയും അഭിരമിപ്പിക്കുന്ന കാഴ്ചകളാണല്ലോ. ചിത്രങ്ങളിലും, ചലച്ചിത്രങ്ങളിലും അവ കണ്ട് കോരിത്തരിച്ച നാളുകൾ. മനസ്സിൽ പതിഞ്ഞ ആ ചിത്രങ്ങൾ ഇന്നും സുഭദ്രമായി നിൽക്കുന്നു. അവ നേരിൽ കാണാൻ ഏറെനാളായി മോഹിക്കുകയായിരുന്നു. നാസിക് ഷിർദി ഔറംഗബാദ് യാത്ര ഒത്തുവന്നപ്പോൾ പിന്നെ ഒന്നും ആലോചിച്ചില്ല. വേഗം കെട്ട് മുറുക്കി ഞങ്ങൾ പുറപ്പെട്ടു, മടക്കയാത്രയുടെ ടിക്കറ്റ്പോലും ഉറപ്പാവാതെ.

സമയനിഷ്ഠ തീരെയില്ലാത്ത മംഗള എക്സ്പ്രെസ്സിൽ നാസിക്കിൽ വന്നിറങ്ങുമ്പോൾ മടുപ്പിന്റെ തീവ്രതയെ സുഖമുള്ളൊരു തണുപ്പ് പൊതിഞ്ഞതായിത്തോന്നി.

കുംഭമേളയുടെ നാട്ടിൽ, ഇന്ത്യൻ റുപ്പീ നോട്ടുകൾ അടിക്കുന്ന കറൻസി പ്രസ്സുകളിലൊന്ന് സ്ഥിതിചെയ്യുന്ന നാട്ടിൽ വിശേഷങ്ങളേറെയുണ്ട്. കണ്ണെത്താ ദൂരത്തോളം മുന്തിരി തോട്ടങ്ങളും വൈൻ നിർമ്മാണകേന്ദ്രങ്ങളും നിറഞ്ഞ നാസിക് ഇന്ത്യയുടെ വൈൻ തലസ്ഥാനമെന്ന ഖ്യാതി നേടിയ വ്യാവസായിക നഗരം കൂടിയാണ്.

15 പേർ അടങ്ങിയ ചെറിയൊരു സംഘമായിരുന്നു എങ്കിലും തിരുവനന്തപുരം മുതൽ നീലേശ്വരം വരെ പ്രാതിനിധ്യമുണ്ടായിരുന്നു എന്ന് എടുത്തുപറയാതെ വയ്യ.

» ത്രയംബകേശ്വര ക്ഷേത്രം.

ഒരു ദിവസം നാസിക്കിൽ തങ്ങിയാണ് യാത്ര. നാസിക്കിലെ ത്രയംബകേശ്വര ക്ഷേത്രം വളരെ പ്രസിദ്ധമാണ്. സന്ദർശകരുടെ വലിയ തിരക്കാണെപ്പോഴും. ബ്രഹ്മഗിരി പർവതങ്ങളുടെ താഴ്വാരത്താണ് ക്ഷേത്രം സ്ഥിതി ചെയ്യുന്നത്. ഗോദാവരി നദിയുടെ ഉദ്ഭവ സ്ഥാനം തൊട്ടടുത്താണ്. കൊച്ചു കൊച്ചുനീരരുവികളായി ഉത്ഭവിക്കുന്ന ഗോദാവരി, മഹാനദിയായി നാസിക്കിനെ പൊതിയുന്നു, ആർദ്രമാക്കുന്നു.

ഒരു മഹാനദിയുടെ പ്രഭവ സ്ഥാനം കാണുന്നത് കൌതുകകരമാണ്. പക്ഷേ കാഴ്ച അതീവ സങ്കടകരമായിരുന്നു. നീർ ചാലുകൾക്കിരുവശവും ചപ്പും, ചവറും, പ്ലാസ്റ്റിക് കവറുകളും, ഭക്ഷ്യ അവശിഷ്ടങ്ങളും നിറഞ്ഞിരിക്കുന്നു. ഒരു ക്ഷേത്രത്തിന് തൊട്ടടുത്തുകൂടി പതിയെ ഊർന്നു വരുന്ന ജലസ്രോതസ്സിനെ ഇങ്ങനെ വികൃതമാക്കാൻ തോന്നുന്നവരല്ലോ എന്ന് ദുഖത്തോടെ ഓർത്തുപോയി. നിർമ്മലമായി നിലനിർത്തേണ്ട നീരൊഴുക്കിന്റെ അവസ്ഥ അത്ര ശോചനീയമായിരുന്നു. അധികൃതരുടെ കൃത്യവിലോപം ക്ഷമിക്കത്തക്കതല്ല. സന്ദർശകരുടെ മനോഭാവവും തീർച്ചയായും മാറേണ്ടതുണ്ട്. ക്ഷേത്രത്തിന്റെ പ്രവേശന ഭാഗങ്ങളും ഏറെക്കുറെ ഇതേ അവസ്ഥയിൽ തന്നെയാണ്.

ചുറ്റുമതിലിനുള്ളിലേക്ക് കടക്കുമ്പോൾ പുറത്തെ മടുപ്പിക്കുന്ന അന്തരീക്ഷം മാറുന്നു. കരിങ്കല്ല് പാകിയ വിശാലമായ സമതലത്തിന് നടുവിൽ ഹേമാത്വന്തി വാസ്തുവിദ്യാ ശൈലിയിൽ പണിതീർത്ത ശില്പ മനോഹരമായ ക്ഷേത്രം. ഉള്ളിൽ മൂന്ന് ശിവലിംഗങ്ങൾ. ഇവ മൂന്നിലുമായി ബ്രഹ്മാ, വിഷ്ണു, മഹേശ്വരന്മാർ നിവസിക്കുന്നു എന്നാണ് സങ്കല്പം.

ഉത്തുംഗ സ്ഥായിയിൽ നിലകൊള്ളുന്ന പർവത നിരകൾ ക്ഷേത്രത്തിന്റെ പശ്ചാത്തല ദൃശ്യം പ്രൗഢവും, മനോഹരവുമാക്കുന്നു. പണമുണ്ടാക്കാൻ, ഭക്തരെ ചെറിയ സംഘങ്ങളായി പിടിച്ചിരുത്തി പൂജകൾ ചെയ്യിക്കാനുള്ള കർമ്മികളുടെ അമിതാവേശവും, ശിവലിംഗദർശനസമയത്തെ വ്യവസ്ഥയില്ലായ്മയും ഇല്ലായിരുന്നെങ്കിൽ

ഭക്തിക്കും, വിശ്വാസത്തിനുമപ്പുറം അനവദ്യ സുന്ദരമായ മനഃശാന്തി അനുഭവിക്കാൻ സാധിക്കുമായിരുന്ന ഒരിടം. മനസ്സിന് ശാന്തി നൽകി, ആത്മവിശ്വാസം സുസ്ഥിരമായി നിലനിർത്താൻ ഇത്തരം ആധ്യാത്മിക കേന്ദ്രങ്ങൾക്കാവണമല്ലോ. അത് സാധ്യമാവുന്നില്ലെങ്കിൽ പിന്നെയെന്ത് പ്രയോജനം.

ക്ഷേത്ര മതിൽകെട്ടിന് പുറത്ത്, ഗോദാവരി നദി കിനിഞ്ഞിറങ്ങുന്ന ചാലുകളുടെ ഓരത്ത്കൂടെ തിരിച്ചിറങ്ങുമ്പോൾ ദുർഗന്ധം കൊണ്ട് മൂക്ക് പൊത്താതിരിക്കാനാവില്ല. വഴിനീളെ കർമികളുടെ സാന്നിധ്യത്തിൽ പൂജ ചെയ്യുന്ന കൊച്ചു കൊച്ചു ആൾക്കൂട്ടങ്ങൾ. മൂക്ക് പൊത്തി കർമങ്ങൾ ചെയ്യാൻ ആവാത്തതിന്റെ വിമ്മിഷ്ടം ചില മുഖങ്ങളിൽ കാണാം. പ്രാർത്ഥന ഫലിക്കാൻ ഇത്തരം ചില സഹനങ്ങൾ വേണമെന്നാവും.

പുറത്തിറങ്ങുമ്പോൾ വഴി വാണിഭക്കാരുടെയും കടക്കാരുടെയും വിപണനാക്രമത്തിൽ നിന്നും രക്ഷപ്പെടാൻ അൽപ്പം മെയ്‌വഴക്കം വേണ്ടിവരും.

മുതിർന്ന പൗരന്മാരുടെ സംഘമായതുകൊണ്ട്. ചായകുടി എല്ലാവരുടെയും ദൗർബല്യമായിരുന്നു. നല്ല ചായ കിട്ടുന്ന ഇടങ്ങൾ ഞങ്ങൾ തേടിക്കൊണ്ടേയിരുന്നു. ചില പരീക്ഷണങ്ങൾ അമ്പേ പരാജയപ്പെട്ടുകയും ചെയ്തു. ചായയുടെ അളവാണ് വലിയ ഭീഷണിയായത്. ഒരു കവിൾ ചായ കൊള്ളുന്ന കപ്പുകൾ. അതിലെ പാലിൽ കുറുക്കിയെടുത്ത ചായ ആലസ്യമകറ്റാൻ തീരെ പോരായിരുന്നു. എങ്കിലും 'ചായനേരങ്ങൾക്കായി' ഞങ്ങൾ ആവേശപൂർവം കാത്തുകൊണ്ടേയിരുന്നു. ചായയും കുടിച്ച് സോമേശ്വർ ക്ഷേത്രത്തിലേക്ക് യാത്ര തുടർന്നു.

» കാര്യസിദ്ധി വിനായക ക്ഷേത്രം.

നിറഞ്ഞൊഴുകുന്ന ഗോദാവരി നദിക്കരയിലെ ക്ഷേത്രം. ചുറ്റും വൻ മരങ്ങളുടെ ശീതളഛായ. പ്രകൃതിയുടെ വന്യസൗന്ദര്യത്തിന്റെ മടിയിൽ നദീ സാമീപ്യം കൊണ്ട് അനുഗ്രഹീതമായ സോമേശ്വർ ക്ഷേത്രം ഒരു ടൂറിസ്റ്റ് കേന്ദ്രം കൂടിയാണ്. സുഭഗയായൊഴുകുന്ന നദിക്കരയിലെ പടിക്കെട്ടുകളിലിരുന്നാൽ സമയം പോകുന്നത്

നമ്മളറിയില്ല. ബോട്ടിങ് സവാരിക്ക് താല്പര്യമുള്ളവർക്ക് അതുമാവാം.

സോമേശ്വർ ക്ഷേത്രത്തിന് അടുത്തുതന്നെയുള്ള, ഗോദാവരി തീരത്തെ കാര്യസിദ്ധി ഗണപതി ക്ഷേത്രം കൗതുകകരമായിത്തോന്നി. നിരവധി പടികൾ ഇറങ്ങിവേണം ക്ഷേത്രത്തിലെത്താൻ. ഗണപതി വിഗ്രഹത്തിനു മുന്നിലുള്ള സ്റ്റീൽ പൈപ്പുകളിൽ നിര നിരയായി ചെറുതും വലുതുമായ മണികൾ കെട്ടിത്തൂക്കിയിരിക്കുന്നു. പ്രാർത്ഥനകൾ ഫലിച്ച വിശ്വാസികളുടെ തിരുമുൽകാഴ്ചകൾ സ്വർണ്ണ മണികളായി തിളങ്ങിനിൽക്കുന്നു. ഒന്നിൽ തൊട്ടാൽ മണിനാദതരംഗ ലയമേളം തന്നെ.

പഞ്ചവടിയിലേക്കായിരുന്നു തുടർ യാത്ര. ദണ്ഡകാരണ്യ വനത്തിലെ പഞ്ചവടി. പതിനാലു വർഷത്തെ വനവാസത്തിനിടെ രണ്ടര വർഷം രാമനും, സീതയും, ലക്ഷ്മണനും ഇവിടെ താമസിച്ചു എന്ന് രാമായണ വിവക്ഷ. അഞ്ച് ആൽമരങ്ങൾ നിൽക്കുന്ന ഇടമെന്നതിനാലാൽ ഇത് പഞ്ചവടി. കാലാ റാം ക്ഷേത്രം ഇവിടെയാണ്. തേജസ്വിയായി ശ്രീരാമൻ കറുത്ത ശിലയിൽ ക്ഷേത്രത്തിൽ കുടികൊള്ളുന്നു. ഒപ്പം സീതയും ലക്ഷ്മണനും. 14 പടികൾ, 14 വനവാസ സംവൽസരങ്ങളെ പ്രതീകവൽക്കരിക്കുന്നു. 96 കരിങ്കൽ സ്തൂപങ്ങളിൽ പണിത 70 അടി ഉയരമുള്ള ക്ഷേത്രത്തിന്റെ താഴികക്കുടം പൊതിഞ്ഞിരിക്കുന്നത്32 ടൺ സ്വർണ്ണം കൊണ്ടാണ്.

തൊട്ടടുത്താണ് സീതാ ഗുഹ. സീതാപഹരണത്തിന് രാവണൻ വന്നെത്തിയപ്പോൾ സീത മാറിയിരുന്ന ഗുഹ. ശ്രീരാമനെ അനുധാവനം ചെയ്ത സീതയുടെ കഷ്ടപാടുകൾ വലുതായിരുന്നുവെങ്കിലും രാമന്റെ സാമീപ്യം മതിയായിരുന്നല്ലോ ആശ്വാസത്തിന്. ഇതിഹാസചരിതങ്ങൾ പാഠങ്ങളായി മാറുന്നത് തിരിച്ചറിയേണ്ടത് തന്നെ. സീതാ ഗുഹയിലൂടെയുള്ള പ്രയാണം ദുഷ്കരമെങ്കിലും ഭക്തിയോടെ അതിന് മുതിരുന്നവരുടെ നിര നീണ്ടത് തന്നെ. ആസ്ത്മാ, ഹൃദ്രോഗ രോഗികൾ ഗുഹാ പ്രയാണത്തിന് മുതിരുന്നത് സൂക്ഷിച്ചുവേണമെന്ന മുന്നറിയിപ്പ് കണ്ടതിനാൽ ഞങ്ങളിൽ ചിലർ ഈ സാഹസത്തിൽനിന്നും പിന്മാറി. എങ്കിലും ഉഷയും കുറച്ചു സഹയാത്രികരും സധൈര്യം മുന്നേറി.

വളരെ ഇടുങ്ങിയ ഇരുണ്ട ഗുഹാന്തർഭാഗത്തുകൂടെ ഇരുന്നും നിരങ്ങിയും വേണം മുമ്പോട്ടു നീങ്ങാൻ. വരിയിൽ നിന്ന ചിലർ ഗുഹാ മുഖത്തു എത്തി ഭയന്ന് തിരിച്ചു പോരുന്നതും കണ്ടു. ആയിരകണക്കിന് ആളുകൾ നിരങ്ങി നീങ്ങി പ്രതലം നല്ല മിനുസമായിരിക്കുന്നു. ഗുഹയുടെ മധ്യത്തിൽ ശ്രീരാമലക്ഷ്മണസമേതയായ സീതാദേവിയെ വണങ്ങി ശ്രമകരമായി പുറത്തെത്തുമ്പോൾ പലരുടെയും മുഖങ്ങളിൽ ആശ്വാസത്തിന്റെ തെളിച്ചം. സീതാ ഗുഹയ്ക്ക് പുറത്ത് കച്ചവടം

പൊടിപൊടിക്കുകയാണ്. ടൂറിസ്റ്റുകളുടെ ബാഹുല്യം കാരണം കടകളി ലൊക്കെ നല്ല കൊയ്ത്താണ്.

രാമായണ കഥാ സന്ദർഭങ്ങൾ തുടിച്ചുനിൽക്കുന്ന പഞ്ചവടിയിൽ നിന്നും നേരെ പോയത് മുക്തി ധാം ശ്രീറാം മന്ദിറിലേക്ക്. മാർബിളിൽ തീർത്ത വലിയൊരു ക്ഷേത്ര സമുച്ചയം. ദേവരൂപങ്ങൾ നിറഞ്ഞ ഒരു മ്യൂസിയം പോലെ തോന്നി ഉള്ളിലൂടെ നടക്കുമ്പോൾ. കേരളത്തിലെ ക്ഷേത്രങ്ങളിൽ നിറഞ്ഞുനിൽക്കുന്ന ആത്മീയ ചൈതന്യമൊന്നും ഇവിടുത്തെ ക്ഷേത്രങ്ങളിൽ ദർശിക്കാനും അനുഭവിക്കാനും കഴിഞ്ഞില്ല എന്നത് വാസ്തവം. പിന്നെയുള്ളത് ശില്പഭംഗിയാർന്ന നിർമ്മിതികൾ കാഴ്ചക്ക് സുഖം പകരുന്നതാണല്ലോ എന്ന ആശ്വാസം.

ചായ കുടിക്കാനുള്ള സമയമായി. മുക്തിധാം മന്ദിറിനു സമീപമാണെങ്കിൽ ധാരാളം ചായക്കടകളും, കരകൗശല ശാലകളും. ആലസ്യമൊക്കെ ഓടി മറഞ്ഞു. ക്ഷേത്ര പരിസരങ്ങൾ എത്രയാളുകൾക്കാണ് ജീവിതമാർഗമാകുന്നത്. വിശ്വാസങ്ങളുടെ ശക്തിയിൽ സന്ദർശകരെ കീഴ്പ്പെടുത്താൻ കഴിയുമെന്നത് അവരുടെ അനുഭവ പാഠം. അവരുടെ വാഗ്ദ്ധോരണികളും, വിപണന തന്ത്രങ്ങളും നമുക്ക് ക്ഷമിക്കാം, സഹിക്കാം. ജീവിത വേഷങ്ങൾ നാനാ തരമാണല്ലോ. കെട്ടിയാടുന്നവർക്ക് മാത്രമേ അവയുടെ ആത്മ സംഘർഷങ്ങൾ മനസ്സിലാകൂ. നാസിക് സന്ദർശനം ഒരു തീർത്ഥ യാത്രയാണെന്ന് തോന്നിയോ. ഒരർത്ഥത്തിൽ ശരിതന്നെ. പക്ഷേ വിശ്വാസത്തിനും, ഭക്തിക്കുമപ്പുറം, ചരിത്രവും യാഥാർഥ്യവും ഉറങ്ങിക്കിടക്കുന്ന അതിപുരാതന സാംസ്കാരിക ഭൂമികകളിലൂടെയുള്ള ഒരു സഞ്ചാരമായിരുന്നു അത്.

ശിൽപ്പ സുന്ദര ഭൂമി ഞങ്ങളെ മാടി വിളിക്കുകയാണല്ലോ. അവിടേക്കെത്താൻ ഈ വഴിയെന്നത് ആരുടെ തീരുമാനമാകാം! നാമറിയാത്ത ചില തീർപ്പുകളുണ്ടല്ലോ ജീവിതത്തിൽ. മൗനമായി അവ അനുസരിക്കുക എന്നത് നമ്മുടെ നിയോഗം.

2017 നവംബർ

സാക്ഷാൽ അവധൂതന്റെ കർമ്മഭൂമിയിൽ

ഒരു കാഴ്ചയെപ്പറ്റി വായിച്ചും കേട്ടും മനസ്സിൽ രൂപപ്പെടുന്ന ചിത്രത്തിന് സവിശേഷമായൊരു പരിവേഷം കാണും. സങ്കൽപ്പത്തിനും യാഥാർത്ഥ്യത്തിനും ഇടയിലുള്ള ഒരവസ്ഥയാണത്. യഥാർത്ഥത്തിൽ നാമവിടെ എത്തുമ്പോൾ കാണുന്ന കാഴ്ച അല്ലെങ്കിൽ നമ്മുടെ നേരനുഭവം മുമ്പ് നിരൂപിച്ചതിനെക്കാളും മിഴിവുള്ളതാകാം, അല്ലെങ്കിൽ നിരാശപ്പെടുത്തുന്നതുമാകാം. ആദ്യത്തേതാകുമ്പോൾ ഭാഗ്യമെന്നും സുകൃതമെന്നും തോന്നും. രണ്ടാമത്തേതാണ് അവസ്ഥയെങ്കിൽ മനസ്സിൽ ആദ്യം പതിഞ്ഞ ചിത്രം മതിയായിരുന്നു എന്ന് തോന്നുക സ്വാഭാവികം. കേൾക്കാത്ത ഗാനവും കാണാത്ത നടനവും അതീവ ഹൃദ്യവും മധുരവുമാണെന്ന് നിരൂപിക്കാൻ മനസ്സിന് സ്വാതന്ത്ര്യമുണ്ടല്ലോ. ഷിർദ്ദിസന്ദർശനം ഇങ്ങനെയൊക്കെ ചിന്തിക്കാൻ പ്രേരിപ്പിച്ചു എന്നതിലേക്ക് വഴിയേ വരാം.

പതിനെട്ടാം നൂറ്റാണ്ടിന്റെ ആദ്യ പാദത്തിൽ പതിനാറുകാരനായ ഒരു ബാലൻ ഏകനായി ഷിർദ്ദിയിലെ ഉപേക്ഷിക്കപ്പെട്ട ഒരു മുസ്ലിം പള്ളിയിലെത്തുന്നു. ആരുമായും വലിയ അടുപ്പമൊന്നും കാട്ടാതെ അയാൾ കടുത്ത വേനലിലും കൊടും തണുപ്പിലും തൊട്ടടുത്തുള്ളൊരു വേപ്പുമരച്ചോട്ടിൽ ധ്യാനലീനനായിരുന്നു. മൂന്ന് വർഷക്കാലം ഈ വിധം വേപ്പുമരച്ചോട്ടിലെ ധ്യാനവും മസ്ജിദിലെ രാത്രിവാസവും കഴിഞ്ഞ് ഒരുനാൾ അപ്രത്യക്ഷനാകുന്നു. ഒരു വർഷത്തിന് ശേഷം വീണ്ടും തിരിച്ചെത്തിയ യുവാവ് വേപ്പുമരച്ചോട്ടിലെ ധ്യാനം തുടരുന്നു. ഗ്രാമത്തിലെ കടകളിൽനിന്നും വാങ്ങുന്ന എണ്ണ ഉപയോഗിച്ച് പ്രദേശത്തെ

ക്ഷേത്രങ്ങളിലും പള്ളികളിലും വിളക്ക് കത്തിക്കുന്നു. ഗ്രാമവാസികളുടെ പ്രശ്നങ്ങളിലും സങ്കടങ്ങളിലും അയാൾ സക്രിയമായി ഇടപെടുന്നു. പരിഹാരം കണ്ടെത്തുന്നു. മൃദുവായ വാക്കുകൾകൊണ്ടും സ്നേഹസ്പർശം കൊണ്ടും ദു:ഖിതരെയും വേദനിക്കുന്നവരെയും സമാശ്വസിപ്പിക്കുന്നു. 'ധുനി' ജ്വലിപ്പിച്ച് വിഭൂതി നൽകി ആളുകളുടെ രോഗം മാറ്റുന്നു. അമാനുഷ കഴിവുകളാൽ പ്രദേശവാസികളുടെ ആരാധ്യപുരുഷനാകുന്നു. തന്നെ തേടിയെത്തുന്നവരോട് വിഭാഗീയചിന്തകളെല്ലാം വെടിഞ്ഞ് സർവ്വരെയും സ്നേഹിക്കാൻ ഉപദേശിക്കുന്നു. രാമായണവും ഗീതയും ഖുറാനും വായിക്കാൻ ആളുകളെ പ്രേരിപ്പിക്കുന്നു. ദുർബലർക്കും ആലംബഹീനർക്കും സ്നേഹവും സാന്ത്വനവും പകർന്ന് അവരുടെ മനസ്സിലെ ഭയവും മുരടിപ്പും മാറ്റി ഇഹ ലോക സമസ്യകളെ നേരിടാൻ അവരെ പ്രാപ്തരാക്കുന്നു.

'തേടിവരുന്ന ആരെയും തിരിച്ചയക്കരുത്, ആദരവോടെ സ്വീകരിക്കുക, ദാഹിക്കുന്നവർക്ക് ജലം നൽകുക, വിശക്കുന്നവർക്ക് അപ്പം നൽകുക, അലഞ്ഞ് വരുന്നവന് അഭയം നൽകുക' എന്നായിരുന്നു അദ്ദേഹം എല്ലാവരെയും ഉദ്ബോധിപ്പിച്ചിരുന്നത്.

ജാതിയോ മതമോ സിദ്ധാന്തങ്ങളോ ഒന്നും അദ്ദേഹത്തിന് വിഷയമായിരുന്നില്ല. സ്ഥാനമാനങ്ങളോ പണമോ പ്രശസ്തിയോ ഒന്നും കാംക്ഷിച്ചില്ല. ഹിന്ദുവിനും മുസ്ലിമിനും പാർസിക്കും ഇതര മതസ്ഥർക്കുമെല്ലാം അദ്ദേഹം ഒരുപോലെ സ്വീകാര്യനായി. തനിക്ക് അഭയം നൽകിയ പള്ളിയെ ദ്വാരകാമയി എന്ന് വിശേഷിപ്പിച്ചു... ആപ്തവാക്യങ്ങൾപോലുള്ള വായ്മൊഴികളല്ലാതെ ഒന്നും രേഖപ്പെടുത്തിവെച്ചില്ല. പണവും പദവിയും കയ്യടക്കി പ്രശസ്തിയുടെ കൊടുമുടിയിലെത്തുന്ന പലർക്കും മനുഷ്യ മനസ്സ് കീഴടക്കാൻ കഴിയണ മെന്നില്ല. ഇവിടെയാണ് ഈ മനുഷ്യൻ വ്യത്യസ്തനാകുന്നത്. അധമ വികാരങ്ങളെ അടിച്ചമർത്തി, അസ്വസ്ഥ മനസ്സുകളെ ചേർത്തുനിർത്തി ദൈവം ഒന്നാണെന്നും വിവിധ രൂപത്തിൽ ആരാധിക്കപ്പെടുന്നതാണെന്നും അദ്ദേഹം വിശ്വാസികളെ ബോധ്യപ്പെടുത്തി. 'സബ് കാ മാലിക് ഏക്' എന്നതായിരുന്നു അദ്ദേഹം ഉരുവിട്ട മന്ത്രം. ആയിരങ്ങൾ അദ്ദേഹത്തെ സ്നേഹിച്ചു. ആരാധിച്ചു. ഷിർദ്ദി സായിയുടെ ജൈവപരിണാമം ഇങ്ങനെയായിരുന്നു.

നിസ്വനായി ജീവിച്ചു. തനിക്ക് ലഭിച്ചതെല്ലാം അന്യർക്കായി ദാനം ചെയ്തു. ഒന്നും സമ്പാദിച്ചില്ല. ആൾദൈവമായി വിരാജിച്ചില്ല. വിദേശയാത്രകൾ ചെയ്തില്ല. അനുയായിവൃന്ദത്തെ കൊണ്ടുനടന്നില്ല. മാധ്യമങ്ങളിൽ നിറഞ്ഞുനിന്നില്ല. സ്വന്തം വിചാരധാരകളെ പൊലിപ്പിക്കാൻ ആരെയും നിയോഗിച്ചില്ല. ക്ഷേത്രസമുച്ചയങ്ങളോ സ്ഥാപനങ്ങളോ ഉണ്ടാക്കിയില്ല.

വരും തലമുറ തന്നെ ഓർക്കണമെന്ന് ആഗ്രഹിച്ചപോലുമില്ല. വരദാനമായി ലഭിച്ച ജീവിതം സഹജീവികളുടെ നന്മക്കും ശ്രേയസ്സിനുമായി സമർപ്പിക്കുകമാത്രം ചെയ്തു. ലോക ബന്ധനങ്ങളിൽനിന്നും തീർത്തും മുക്തിയാർജ്ജിച്ച ജീവിതം നയിച്ച യഥാർത്ഥ അവധൂതനായി ജീവിച്ചു.

64 വർഷം നീണ്ടുനിന്ന ഷിർദ്ദി വാസത്തിനൊടുവിൽ 1918 ലെ ദസറയും മുഹറവും സംഗമിച്ച ദിവസം അദ്ദേഹം സമാധിയായി. വിടവാങ്ങിയ ഷിർദ്ദി മനുഷ്യ മനസ്സുകളിൽ കൂടുതൽ തേജസ്സ്വിയായി പ്രചോദനമായി ഇന്നും ജീവിക്കുന്നു. പത്തൊൻപതാം നൂറ്റാണ്ടിലെ സന്യാസിവര്യനായി മാറിയ ഷിർദ്ദി സായി ബാബ എന്ന ആത്മീയഗുരുവിന്റെ കർമ്മഭൂമി ആയിരങ്ങൾ വന്നെത്തുന്ന തീർത്ഥാടനകേന്ദ്രമായി മാറി.

നാസിക്കിൽനിന്നും നാസിക്ക് പൂണെ ദേശീയപാതയിൽ 80 കിലോമീറ്റർ സഞ്ചരിച്ച് വേണം ഷിർദ്ദിയിലെത്താൻ. തണൽ മരങ്ങൾ അതിരിടുന്ന, കോളാമ്പിപ്പൂവുകൾ വിടർന്നുല്ലസിക്കുന്ന ഡിവൈഡറുകൾ വേർതിരിക്കുന്ന ദേശീയ പാത. റോഡിനിരുവശവും വിശാലമായ മുന്തിരി, പരുത്തി, സവാള, മുളക് കൃഷിപ്പാടങ്ങൾ. സന്ധ്യയായി ഷിർദ്ദിയിലെത്തുമ്പോൾ. സർവ്വം ഷിർദ്ദിമയം. ഹോട്ടലുകൾ, വാണിജ്യ സ്ഥാപനങ്ങൾ എല്ലാറ്റിന്റെയും പേരിന് മുന്നിലോ പിന്നിലോ ഷിർദ്ദിയുണ്ട്. മനുഷ്യ മനസ്സിനെ കീഴ്പ്പെടുത്തിയ മഹാഗുരുവിന്റെ പേരിൽ ഒരു പ്രദേശം തലയുയർത്തി നിൽക്കുന്നു.

ഷിർദ്ദി സായി ബാബയുടെ സമാധിയിൽ ഒരു നിമിഷം വിനയാന്വിതനായിനിന്ന് പ്രണാമമർപ്പിക്കാനും, അദ്ദേഹം വർഷങ്ങളോളം ഏകാഗ്രധ്യാനംചെയ്ത വേപ്പമരച്ചുവട്ടിൽ അൽപ്പസമയം കണ്ണടച്ചിരിക്കാനും മനസ്സ് കൊതിച്ചിരുന്നു. വശീകരിക്കുന്ന ശാന്തിയും സുഖദമായ നിശബ്ദതയും തളംകെട്ടിനിൽക്കുന്ന ഒരന്തരീക്ഷമാണ് സത്യത്തിൽ പ്രതീക്ഷിച്ചത്. മനുഷ്യരോടുമാത്രമല്ല, മരങ്ങളോടും പക്ഷി മൃഗാദികളോടും ദയയും കാരുണ്യവും കരുതലും കാണിച്ച സദ്ഗുരുവിന്റെ സന്നിധി അങ്ങനെയാവുമെന്ന് പ്രതീക്ഷിച്ചത് അബദ്ധമായോ.

ഇവിടം ഒരു ജനസാഗരമാണ്. റോഡും പരിസരവും ശബ്ദമുഖരിതം. രാത്രിയിലും സമാധി ദർശനത്തിനായി ആളുകളുടെ നീണ്ട നിരയാണ്.

എങ്ങനെ ഉള്ളിൽ കയറിപ്പറ്റാം എന്ന ചിന്തയിൽ 200 രൂപയുടെ പ്രത്യേക ക്യൂവിൽ കയറുക മാത്രമേ പോംവഴിയുള്ളൂ എന്ന് ബോധ്യമായി. ഉള്ളിലും തിരക്കായിരിക്കുമോ എന്ന സന്ദേഹം കലശലായി. പല കൈവഴികളായി വരുന്ന മനുഷ്യനിരകൾ സംഗമിക്കുന്ന പ്രധാനവഴിയിലൂടെ സമാധിക്ക് മുന്നിലെത്തുമ്പോൾ കാണുന്നത് പൂമാലകളും

കോടിവസ്തുങ്ങളുമായി അർച്ചനചെയ്യുന്ന അനുയായിവൃന്ദം. കറുത്ത കല്ലുകൾകൊണ്ട് നിർമ്മിച്ച വിശാലമായ മുറി. നടുവിൽ കെട്ടിയുയർത്തിയ മാർബിൾ തറയിൽ സ്വർണ്ണപ്പാളികൾകൊണ്ട് അതിരിട്ട ചതുരത്തിനുള്ളിൽ ബാബയുടെ സമാധി. സമാധിക്ക് മുന്നിൽ സ്വർണ്ണ സിംഹാസനത്തിൽ ഇറ്റാലിയൻ മാർബിളിൽ ബാബയുടെ പ്രതിമ. തിളങ്ങുന്ന ഷാൾ പുതച്ച്, കാവിത്തുണി തലയിൽകെട്ടി കഴുത്തിൽ വലിയൊരു മാലയുമണിഞ്ഞ് ബാബ സകലരെയും നോക്കി പുഞ്ചിരിക്കുന്നു. വർണ്ണപ്രഭയിൽ കുളിച്ചുനിൽക്കുകയാണ് സമാധിമണ്ഡപം.

തലമുറകളെ ഉദ്ധീപിപ്പിച്ച മഹാഗുരുവിന്റെ സമാധിക്ക് മുന്നിൽ സ്നേഹാദരങ്ങളോടെ കൈകൂപ്പിനിന്നു. വേറെന്തുചെയ്യാൻ. സർവ്വ ചരാചരങ്ങളെയും സ്നേഹിച്ച ആചാര്യന്റെ ഓർമ്മക്ക് മുന്നിൽ പ്രണാമമർപ്പിച്ച് വേഗം പുറത്ത് കടന്നു.

സമാധിമന്ദിരത്തിന് വലതുവശത്താണ് ദ്വാരകാമയി. ബാബ ആളുകളെ കണ്ടതും അവരുടെ ആധികൾ മാറ്റിയതും ഇവിടെവെച്ചായിരുന്നു. ബാബ സ്ഥിരമായി ഇരുന്നൊരു ശിലാഖണ്ഡമുണ്ടവിടെ. പിന്നിലായി ചൈതന്യം തുടിക്കുന്ന ബാബയുടെ എണ്ണഛായാ ചിത്രവും. ആദരപൂർവ്വം മനസ്സ്കൊണ്ട് നമസ്കരിച്ചു.

ബാബ ധ്യാനിച്ചിരുന്ന വേപ്പുമരം ഇരുമ്പ് പൈപ്പുകൾ ബന്ധിപ്പിച്ചുള്ള കൂടാരത്തിൽ വേർതിരിച്ചു നിർത്തിയിരിക്കുന്നു. അടുത്തേക്ക് പോകാനാവില്ല. മഹാഗുരുവിന്റെ നിശ്വാസം ഇലകളുടെ നേർത്ത മർമരങ്ങളിൽ ഇന്നുമുണ്ടെന്ന് വിശ്വസിക്കാം.

അനുയായികൾ പടുത്തുയർത്തിയ സായീ സാമ്രാജ്യത്തിന്റെ വർണ്ണപ്പകിട്ടുകളിലും ആചാരവിശേഷങ്ങളിലും പ്രത്യേകിച്ച് ഒരാകർഷണവും തോന്നാതെ പുറത്തിറങ്ങുമ്പോൾ വഴിവാണിഭക്കാരും സ്റ്റാളുകളുടെ ഇടനിലക്കാരും പൊതിഞ്ഞു. കടകളിലെല്ലാം സായിയുടെ പ്രതിമകളും ചിത്രങ്ങളും നിറഞ്ഞിരിക്കുന്നു. പിന്നെ കുറെ കരകൗശലവസ്തുക്കളും. എല്ലായിടത്തും നന്നായി വിലപേശൽ നടക്കുന്നുണ്ട്. വില വിശ്വസിക്കാനാവാത്തനിലയിൽ കുത്തനെ താഴേക്ക് വരുമ്പോൾ പേശുന്നവർക്ക് സന്തോഷം. കച്ചവടം നന്നായി നടക്കുമ്പോൾ വിൽക്കുന്നവർക്കും സന്തോഷം. എത്രയോ ആളുകളുടെ ജീവിതം സായിയുടെ പേരിൽ കഴിഞ്ഞുപോകുന്നു എന്നത് വാസ്തവം.

പ്രതിദിനം ഇരുപതിനായിരം പേർ ഷിർദ്ദിയിൽ ദർശനത്തിനെത്തുന്നു. രാവിലെ 5 മണിക്ക് ഭൂപാളരാഗം പാടി മന്ദിരം തുറക്കുന്നു. രാത്രി 10 മണിക്ക് ഷെജാരതി പാടി അടക്കുന്നു. ഗുരുപൂർണ്ണിമ, ദസറ, രാമനവമി എന്നിവയാണ് പ്രധാന ഉത്സവങ്ങൾ. ഈ സമയങ്ങളിൽ

മുഴുവൻ സമയവും മന്ദിരം തുറന്നിരിക്കും. ഉത്സവനാളുകളിൽ ഒരു ലക്ഷത്തിൽപ്പരം ആളുകൾ ബാബയുടെ സമാധിയിൽ എത്തുന്നു.

സായീ സമാധിയിൽനിന്നും പിൻവാങ്ങുമ്പോൾ നിരാശ തോന്നിയോ?

മനസ്സിന് ശാന്തിയും സാന്ത്വനവും നൽകാൻ ഉതകുന്നതരത്തിൽ സ്വസ്ഥമായ ഒരിടം. ഹൃദയത്തെ സ്പർശിക്കുന്ന മന്ത്രമധുരമായ സംഗീതം. വേപ്പുമരങ്ങളുടെ ഔഷധത്തണലിൽ ഏകാഗ്രമായി ഇരിക്കാനുള്ള സൗകര്യം. ഭൗതിക സുഖങ്ങളെല്ലാം ത്യജിച്ച ആചാര്യന്റെ ഓർമ്മകുടീരത്തിൽ ജീവിതത്തിന്റെ നാനാർത്ഥങ്ങൾ തിരയാൻ പ്രേരിപ്പിക്കുന്ന ആശ്രമാന്തരീക്ഷം. അങ്ങനെയൊക്കെയായിരുന്നല്ലോ വിചാരിച്ചത്. പക്ഷേ, ഇവിടം മറ്റെന്തോ ആണ്.

ചിന്താഭാരത്തോടെ മടങ്ങുമ്പോൾ ഒരു വിചിത്ര ആലോചനയിലായിരുന്നു മനസ്സ്. സ്വന്തം പ്രജകളെ കാണാൻ വീണ്ടും വരുന്ന മഹാബലിയെപ്പോലെ ബാബയും അനുയായികളെക്കാണാൻ ഒരിക്കൽക്കൂടി വരുന്നു എന്ന് സങ്കൽപ്പിച്ചാൽ, സ്നേഹിക്കാൻ, ത്യജിക്കാൻ, പങ്കിടാൻ പഠിപ്പിച്ച യോഗിവര്യൻ ഈ ബഹളങ്ങളും കെട്ടുകാഴ്ച്ചകളുമെല്ലാം കാണുമ്പോൾ ദുഃഖിക്കുമോ... സഹതപിക്കുമോ... 'സായീ റാം' വിളികൾക്കപ്പുറം സംശുദ്ധമായ ആത്മീയതയെ പരിണയിക്കാൻ ഇവർക്കൊക്കെ എന്നെങ്കിലും കഴിയുമോ എന്ന ചിന്തയിൽ, ഇനിയും വരണമോ എന്ന ശങ്കയിൽ സ്വതസ്സിദ്ധമായ പുഞ്ചിരിയുമായി കൈവീശി കടന്ന് പോകുമോ...

2017 നവംബർ

ശനി ശിംഗനാപ്പൂർ ഗ്രാമത്തിലൂടെ

കള്ളവും ചതിയുമില്ല, കൊള്ളയും ഭവന ഭേദനവുമില്ല... ഹായ്! കേൾക്കാനെന്തു സുഖം... പക്ഷേ ഇത് മഹാബലിയുടെ ഭരണ കാലമൊന്നുമല്ലല്ലോ. നമ്മുടെ രാജ്യത്ത് ഇങ്ങനെയുമുണ്ടൊരു ഗ്രാമം. മഹാരാഷ്ട്രയിലെ അഹമ്മദ്നഗർ ജില്ലയിലെ ശിംഗനാപ്പൂർ. സോനൈ ശനീശ്വര ക്ഷേത്രത്താൽ പ്രശസ്തമായ ശനി ശിംഗനാപ്പൂർ. ഷിർദിയിൽനിന്നും ദേശീയ പാത 60 ലൂടെ 65 കി. മീറ്റർ സഞ്ചരിച്ചാൽ നാമവിടെ എത്തും.

നവഗ്രഹങ്ങളിൽ ഏഴാമത്തെ ഗ്രഹമായ ശനിയുടെ പേരിൽ ഒരു ക്ഷേത്രം. ശനിയെ സൂക്ഷിക്കണമെന്നും, ആള് കുഴപ്പക്കാരനെന്നുമാണല്ലോ ജ്യോതിഷത്തിൽ വിശ്വാസമുള്ള ചിലർ കരുതുന്നത്. പ്രയാസകാലം ശനിദശയാണെന്നു കരുതുമ്പോൾ, നല്ലതും ചീത്തയുമായ കാലങ്ങൾ ജീവിതത്തിന്റെ ഭാഗമാണെന്ന് തിരിച്ചറിയാനുള്ള വിവേകം കൈമോശം വരുന്നു. ഒരിറക്കത്തിന് കയറ്റമില്ലാതെ വരില്ലല്ലോ. തിരിച്ചും.

നന്മയെ സംരക്ഷിക്കുകയും തിന്മയെ ശിക്ഷിക്കുകയും ചെയ്യുന്നതാണ് ശനിയുടെ കാവ്യനീതിയെങ്കിൽ നാമതിനെ അംഗീകരിക്കുകയാണ് വേണ്ടത്. കയ്യിലിരിപ്പ് ശരിയാണെങ്കിൽ ന്യായ വിധിയെ എന്തിന് പേടിക്കണം... അപ്പോൾ ശനി നമ്മുടെ ശത്രു അല്ല, സുഹൃത്താണ്.

ശനീശ്വരൻ എല്ലാവരെയും സംരക്ഷിക്കുമെന്നും ആരും ഒന്നിനെയും ഭയപ്പെടേണ്ടതില്ലെന്നും ഇപ്പോഴും വിശ്വസിക്കുന്ന ജനങ്ങൾ...

ക്ഷേത്രത്തിന് ഒന്നര കി. മീറ്റർ ചുറ്റളവിൽ ഈ ഗ്രാമത്തിലെ വീടുകൾക്കൊന്നിനും വാതിലുകളില്ല. അപ്പോൾ പിന്നെ പൂട്ടിന്റെ കാര്യം പറയേണ്ടതില്ലല്ലോ. സ്കൂളിനും, പോസ്റ്റ് ഓഫീസിനും വാതിലുകളില്ല. എന്തിന് യൂക്കോ ബാങ്കിന്റെ ശാഖപോലും തുറന്ന് കിടക്കുന്നു. പക്ഷേ പണവും പണയവസ്തുക്കളുമെല്ലാം സേഫിൽ സുരക്ഷിതമാണ്, കേട്ടോ.

2010 വരെ ഇവിടെ കളവുകളൊന്നും റിപ്പോർട്ട് ചെയ്യപ്പെട്ടിട്ടില്ലത്രെ. അതിന് ശേഷം അല്ലറ ചില്ലറ കളവുകളൊക്കെ നടന്നു എന്നും, പക്ഷേ കള്ളന്മാർ ഗ്രാമപരിധി കടക്കുന്നതിന് മുമ്പേ ശിക്ഷ നേരിട്ടു എന്നും കഥ. എന്നാലും പുതുതായി വരുന്ന വീടുകൾക്ക് വാതിലും പൂട്ടുമൊക്കെ ഉണ്ടെന്ന് കേൾക്കുന്നു. വിശ്വാസം... അതല്ലേ എല്ലാം എന്ന് സമ്മതിക്കാൻ പുതുതലമുറയ്ക്ക് ആവുന്നില്ല. നല്ലത്.

ശിംഗനാപൂർയാത്രയിൽ റോഡിനിരുവശവും പരന്നുകിടക്കുന്ന കരിമ്പ് പാടങ്ങൾ നമ്മുടെ ശ്രദ്ധ പിടിച്ചുപറ്റും. കരിമ്പിൻ തണ്ടുകൾ കയറ്റിപോകുന്ന ലോറികൾ ധാരാളമുണ്ട് റോഡിൽ. കാളവണ്ടികളിൽ കുത്തിനിറച്ചും തലച്ചുമടായും കരിമ്പ് കൊണ്ടുപോകുന്നതും കണ്ടു. റോഡിൽ പലയിടത്തും കരിമ്പിൻ ജ്യൂസുകൾ വിൽക്കുന്ന കൊച്ചു കടകളും കാണാം.

» കരിമ്പിൻ സത്തെടുക്കാനുള്ള സാമ്പ്രദായിക രീതി- ശിംഗനാപ്പൂർ യാത്രയിലെ ഒരു ദൃശ്യം.

കാളകൾ ആട്ടുന്ന ചക്കുപയോഗിച്ച് കരിമ്പിൻ തണ്ടുകൾ ഞെക്കി പിഴിഞ്ഞ് ശുദ്ധമായ ജ്യൂസെടുത്തുതരുന്നത് കാണാൻ രസമാണ്. കുടിക്കാനും.

എല്ലാവരും ഒരു കൈ നോക്കി.

ശനിയാഴ്ചകളിൽ ശനീശ്വര ക്ഷേത്രത്തിൽ നല്ല തിരക്കായിരിക്കും. ഞങ്ങളെത്തിയത് ചൊവ്വാഴ്ച ആയതിനാൽ തിരക്ക് കുറവായിരുന്നു.

» ശനീശ്വരൻ കോവിലിലെ ഹുണ്ടിയൽ

കഴിഞ്ഞ വർഷം ഈ ക്ഷേത്രവുമായി ബന്ധപ്പെട്ട് ഏറെ വിവാദങ്ങളുണ്ടായിരുന്നു. നൂറ്റാണ്ടുകളായി ഇവിടെ സ്ത്രീകൾക്ക് പ്രവേശനം നിഷിദ്ധമായിരുന്നു. ശനി പുരുഷ ദൈവമായാണല്ലോ കരുതിപ്പോരുന്നത്. ഈ വേർതിരിവിനെതിരെ 2016 ജനുവരി 26 ന് ശ്രീമതി തൃപ്തി ദേശായിയുടെ നേതൃത്വത്തിൽ ക്ഷേത്രത്തിലേക്ക് നടന്ന വനിതകളുടെ പ്രതിഷേധ മാർച്ച് പോലീസ് തടയുകയും, വിഷയം മുംബൈ ഹൈ കോടതിയുടെ പരിഗണനയിൽ വരികയുമുണ്ടായി. മാർച്ച് 30ന് കോടതി മഹാരാഷ്ട്രാ സർക്കാരിനോട്, സ്ത്രീകൾക്ക് ആരാധന ചെയ്യാനുള്ള അവസരം ഒരുക്കണമെന്ന് നിർദ്ദേശിച്ചു. ഈ സാഹചര്യത്തിൽ നൂറ്റാണ്ടുകൾ നിലനിന്നിരുന്ന കീഴ്വഴക്കം മാറ്റി, സ്ത്രീകൾ ഉള്ളിൽ കയറി പ്രാർത്ഥിക്കുന്നതും, ആരാധന നടത്തുന്നതും അനുവദനീയമാക്കുന്ന യുക്തിഭദ്രമായ തീരുമാനം ക്ഷേത്രം ട്രസ്റ്റ് എടുക്കുകയായിരുന്നു.

ഇവിടെ വിശ്വാസികൾക്ക് നേരിട്ട് ശനീശ്വര വിഗ്രഹത്തിൽ പൂജ ചെയ്യാനും, തൈലാഭിഷേകം ചെയ്യാനും സാധിക്കുന്നു. വിഗ്രഹമെന്ന് പറയുന്നത് ഉയർത്തിയ തറയിൽ സ്ഥാപിക്കപ്പെട്ട അഞ്ചര അടി ഉയരമുള്ള, സ്വയംഭൂവെന്ന് വിശ്വസിക്കപ്പെടുന്ന, ഒരു കറുത്ത ശിലയാണ്. തൊട്ടടുത്ത് ഒരു തൃശ്ശൂലവും കാണാം. തെക്ക് ഭാഗത്തായി നന്ദിയുടെ രൂപവും മുന്നിൽ ശിവ ഹനുമാൻ പ്രതിഷ്ഠകളും. വിഗ്രഹത്തിന് മേലെ നീലാകാശമാണ് മേൽക്കൂര. തുറന്ന ക്ഷേത്രം. തുറസ്സായ അന്തരീക്ഷം.

പ്രപഞ്ചവിസ്മയമോർത്താൽ ഈശ്വരൻ എല്ലാറ്റിലുമുണ്ടെന്നും, സൂര്യനും, ചന്ദ്രനും, താരങ്ങളും, ആകാശവും, ഭൂമിയും, സസ്യ ജന്തു ജാലങ്ങളുമെല്ലാമെല്ലാം ഈ ശക്തിയുടെ വിവിധ പ്രത്യക്ഷതകളാണെന്നുമുള്ള വിചാരധാരയോട് ചേർന്നു നിൽക്കുന്നു കറുത്തകല്ലിലെ ശനീശ്വര സങ്കല്പം. 'ഭക്താസ്ഥ ഭഗവാൻ സ്വയം' എന്ന പരി കൽപ്പനയോടടുത്തുനിൽക്കുന്ന കാഴ്ചപ്പാട്. ഗുൽഷൻ കുമാർ നിർമ്മിച്ച്, ഉദയ് ശങ്കർ പാണി സംവിധാനം ചെയ്ത്, 1977 ൽ പുറത്തിറങ്ങിയ ' സൂര്യപുത്ര

ശനിദേവ്' എന്ന ചലച്ചിത്രമാണ് ശനീശ്വര ക്ഷേത്രത്തെ ലോകമെങ്ങും പ്രശസ്തമാക്കിയത്. അന്നുമുതൽ നാടിന്റെ വിവിധഭാഗങ്ങളിൽനിന്നും ആളുകൾ ശനിദേവനെ വണങ്ങാൻ എത്തുന്നു. 2016 മുതൽ സ്ത്രീജനങ്ങളും. അരക്ഷിതബോധമില്ലാത്ത ഗ്രാമവും, ലളിതസുന്ദരമായ ശനീശ്വര പ്രതിഷ്ഠയും, വിലക്കുകളുടെ വാൾമുനയില്ലാത്ത സ്വാതന്ത്ര്യവും, പ്രകൃതിയോട് ഇണങ്ങിനിൽക്കുന്ന ക്ഷേത്രാന്തരീക്ഷവും, വിശ്വാസത്താൽ നിർവൃതി നേടുന്ന മനുഷ്യജന്മങ്ങളും ഈ വിശ്വാസ ഭൂമികയെ കൂടുതൽ സുന്ദരമാക്കുന്നു. സവിശേഷമാക്കുന്നു.

ശിൽപ്പ മനോഹാരിതയുടെ അകത്തളങ്ങൾ

ശിംഗനാപൂരിൽനിന്നും 80 കി. മീറ്റർ സഞ്ചരിച്ച് ഞങ്ങൾ ഔറംഗബാദിലെത്തി. അജന്ത എല്ലോറ ഗുഹാശില്പങ്ങൾ കാണുക എന്ന ആത്യന്തിക ലക്ഷ്യത്തിലേക്ക് ഞങ്ങൾ അടുക്കുകയായിരുന്നു. വലിയ ഒരു മോഹം സാർത്ഥകമാവാൻ പോവുന്ന സന്തോഷം സകലരുടെയും മുഖങ്ങളിൽ വായിച്ചെടുക്കാൻ കഴിയുന്നു.

ഔറംഗബാദിൽനിന്നും 104 കി. മീറ്റർ ദൂരമുണ്ട് അജന്തയിലേക്ക്. അതിരാവിലെതന്നെ ഞങ്ങൾ പുറപ്പെട്ടു. കൊയ്ത്ത് കഴിഞ്ഞ ബജ്റ പാടങ്ങൾക്ക് നടുവിലൂടെയാണ് ദേശീയ പാത കടന്നുപോകുന്നത്. ബജ്റ ഉപയോഗിച്ചുണ്ടാക്കുന്ന ബക്രി റോട്ടി മഹാരാഷ്ട്രക്കാരുടെ ഒരു സ്ഥിരം ഭക്ഷണമാണെന്ന് കേട്ടിട്ടുണ്ട്. പോകെ പോകെ വിശാലമായ പരുത്തിപ്പാടങ്ങളും കാണായി. ധാന്യങ്ങളും വൈക്കോലും വിറകും കൊണ്ടുപോകുന്ന കാളവണ്ടികൾ ഒരു സാധാരണ കാഴ്ചയാണ്.

മൂന്നര മണിക്കൂർ യാത്ര വേണ്ടിവന്നു ഗുഹാക്ഷേത്ര നഗരിയിലെത്താൻ. പാർക്കിങ് പോയിന്റിൽനിന്നും സർക്കാർ വക പ്രത്യേക ബസ്സിൽ 2 കി. മീറ്റർ വീണ്ടും യാത്ര. വാഘൂർ നദിയുടെ ഉദ്ഭവസ്ഥാനത്തിനടുത്തുള്ള പാറക്കെട്ടുകളിൽ, ബി. സി. ഇ. രണ്ടാം നൂറ്റാണ്ടു മുതൽ എ. ഡി. ഏഴാം നൂറ്റാണ്ടുവരേയുള്ള കാലഘട്ടത്തിൽ പലപ്പോഴായി കൊത്തിയെടുത്ത ശില്പങ്ങളും, ചിത്രങ്ങളും ഭാരതീയ പൗരാണിക കലാപൈതൃകത്തിന്റെ നിദർശനങ്ങളായി നിലനിൽക്കുന്നു.

» ശിൽപ്പവിസ്മയങ്ങളുടെ അജന്താ ഗുഹാക്ഷേത്രങ്ങൾ

ആയിരത്തോളം വർഷങ്ങൾ വനമേഖലയിലെ മണ്ണ്മൂടിയ പാറക്കുന്നുകളിൽ ആരുടെയും ശ്രദ്ധയിൽ പെടാതെ ഈ ശിൽപ്പ സൗന്ദര്യലോകം വിസ്മൃതമായി നിന്നു. ഋതുഭേദങ്ങളും, പ്രകൃതി ക്ഷോഭങ്ങളും ഏറെക്കുറെ അതിജീവിച്ച് അനന്തര തലമുറകൾക്കായുള്ള അമൂല്യമായ ഈടുവെയ്പ്പുകളായി അവ മണ്ണിനടിയിൽ, പാറകൾക്കുള്ളിൽ കാത്തുവെച്ചതാരാണ്. ഉത്തരം കിട്ടാത്ത ചോദ്യങ്ങൾ ഏറെയുണ്ടല്ലോ നമ്മുടെ മുന്നിൽ.

1819 ൽ നായാട്ടിനുപോയ ബ്രിട്ടീഷ് സൈനിക ഓഫീസർ ജോൺ സ്മിത്തിന്റെ ശ്രദ്ധയിൽ പെടുന്നതോടെയാണ് ഈ ഗുഹാശില്പങ്ങൾ ബാഹ്യലോകം അറിയുന്നത്. ഈ ശില്പങ്ങളുടെ പ്രാധാന്യം തിരിച്ചറിഞ്ഞ ബ്രിട്ടീഷ് ഭരണാധികാരികൾ നടത്തിയ സംരക്ഷണപ്രവർത്തനങ്ങളുടെയും, പുരാവസ്തുഗവേഷകരുടെ പരിശ്രമങ്ങളുടെയും, ഇന്ത്യൻ ആർക്കിയോളജി വകുപ്പിന്റെ തുടർ പ്രവർത്തനങ്ങളുടെയും ഒക്കെ ഫലമായാണ് ഇന്ന് നാം കാണുന്ന അവസ്ഥയിൽ അജന്താ ശില്പങ്ങൾ നിലനിൽക്കുന്നത്.

കൊടും വർഷവും, ഭൗമപരിണാമങ്ങളും അതിജീവിക്കാൻ കഴിയാതെ മനോഹര ചിത്രങ്ങളിൽ പലതും പൂർണ്ണമായോ, ഭാഗികമായോ നശിച്ചുപോയതും വേദനയോടെ നാം കാണുന്നു. മല തുരന്ന് കൊത്തിയെടുത്ത ശില്പങ്ങളും, ഗുഹയുടെ മച്ചിലും ചുമരുകളിലും കൽത്തൂണുകളിലും വരച്ചെടുത്ത ചിത്രങ്ങളും തൽസ്ഥാനത്ത് സംരക്ഷിക്കുക എന്നത് വളരെ ശ്രമകരമായ ദൗത്യമാണ്. എങ്കിലും ഒരു പരിധിവരെ നാം വിജയിച്ച എന്നത് വാസ്തവം. ദിനം പ്രതി ആയിരക്കണക്കിന് സ്വദേശികളും, വിദേശികളുമായ സന്ദർശകർ യുനെസ്കോയുടെ ലോക പൈതൃക പദവി നേടിയിട്ടുള്ള അജന്താ ശിൽപ്പങ്ങൾ കാണാൻ എത്തുന്നു എന്നത് സാക്ഷ്യപ്പെടുത്തുന്നത് മറ്റൊന്നല്ലല്ലോ.

നിലത്ത് നിന്ന് പണിതുയർത്തിയ നിർമ്മിതികളല്ല ഇവയൊന്നും. വലിയ പർവതങ്ങളുടെ പാറകൾ വശങ്ങളിൽനിന്ന് തുരന്നാണ് നിർമ്മാണം. വലിയ കൽത്തൂണുകൾകൊണ്ട് ക്ഷേത്ര ഗോപുരങ്ങൾ താങ്ങി നിർത്തിയിരിക്കുന്നു. ചില ഗുഹകളുടെ മുകൾ ഭാഗം പരന്നതും, ചിലതിന്റേത് കമാനാകൃതിയിലുമാണ്. ഗുഹകളിലേക്ക് കാറ്റും വെളിച്ചവും കടക്കാൻ പരിമിതമായ സംവിധാനങ്ങളുമുണ്ട്. യന്ത്ര സജ്ജീകരണങ്ങളൊന്നുമില്ലാതെ, കേവലം ഉളിയും ചുറ്റികയും കൊണ്ട് ഇവയൊക്കെ തുരന്ന് കൊത്തിയെടുത്തു എന്ന് വിശ്വസിക്കാൻതന്നെ പ്രയാസം. സാങ്കേതിക ജ്ഞാനവും, കലാവിരുതും, കഠിനാധ്വാന ശേഷിയും, നിശ്ചയദാർഢ്യവും ചേർന്നപ്പോൾ അത്ഭുതങ്ങൾ സംഭവിച്ചു എന്ന് വിശ്വസിക്കാം.

മനുഷ്യശേഷിയുടെ, കലാ സപര്യയുടെ അഞ്ചുറോളം വർഷങ്ങൾ. ഇന്ന് നാം കാണുന്ന ജീവിത വ്യാപാരങ്ങളൊന്നും ഇല്ലാതിരുന്ന കാലം. ബുദ്ധസന്യാസിമാരുടെ വ്രതനിഷ്ഠയാർന്ന ജീവിതം. മഴയും, കാറ്റും, കോളുമൊക്കെയുള്ള പ്രതികൂല സാഹചര്യങ്ങളിൽ ഗുഹകൾക്കുള്ളിലിരുന്ന് അവർ നിരന്തരം നടത്തിയ മഹാ സാഹസം.അതത് കാലത്തേ രാജാക്കന്മാരുടെ സഹായവും, പ്രേരണയും. ബുദ്ധിയും, സർഗാത്മകതയും ഒരുമിച്ചപ്പോൾ രൂപമെടുത്ത ചിത്ര ശില്പ വൈവിധ്യം...

നമ്മുടെ രാജ്യത്തിന്റെ പൗരാണിക കലാസമ്പന്നതയായി 29 ഗുഹാക്ഷേത്രങ്ങൾ പിറവിയെടുത്തത് ഇങ്ങനെയൊക്കെയാവാം. ബുദ്ധിസത്തിന്റെ രണ്ടുഘട്ടങ്ങളായ ഹിനായാന മഹായാന കാലത്തിന്റെ

» കരവിരുത്തിന്റെ ഇരുനില മാളിക

സ്വാധീനം ഈ സൃഷ്ടികളിൽ സുവ്യക്തമായി കാണാം. ഒൻപത് ഗുഹകൾ അപൂർണ്ണമാണ്.

ഗുഹകളെ ചൈത്യാലയങ്ങളെന്നും, വിഹാരങ്ങളെന്നും രണ്ടായി തരംതിരിക്കാം. ചൈത്യാലയങ്ങൾ ആരാധനാലയങ്ങളും, വിഹാരങ്ങൾ വിശ്രമിക്കാനോ താമസിക്കാനോ ഉള്ളവയുമാണ്. വിഹാരങ്ങൾക്ക് ഒരു വിശാലമായ തളവും അതിന് ചുറ്റും ചെറിയ മുറികളുമുണ്ട്. ബുദ്ധപ്ര തിമയോടുകൂടിയ പ്രാർത്ഥനാലയങ്ങൾ ഇവയുടെ പ്രത്യേകതയത്രെ. ഗുഹകൾക്ക് ഇരുവശങ്ങളിലായി നിർമ്മിച്ചിരിക്കുന്ന കൽത്തൂണുകൾ, തളത്തിന് ചുറ്റും ഒരു ഇടനാഴിയായി മാറുന്നു. തൂണുകളും, കമാനങ്ങളും ശില്പവൈവിധ്യതകൊണ്ട് സമ്പന്നമാണ്.

തറയൊഴികെ മറ്റെല്ലായിടത്തും വർണ്ണശബളമായ ചിത്രങ്ങളുണ്ട്. ഇതിനുള്ള ചായക്കൂട്ടുകൾ ചെടികളിൽനിന്നും, ധാതുക്കളിൽനിന്നും നിർമ്മിച്ചതാണെന്ന് മനസ്സിലാക്കിയിരിക്കുന്നു.

ബുദ്ധനെക്കുറിച്ചുള്ള ഇതിഹാസങ്ങൾ, ബുദ്ധന്റെ പൂർവ ജന്മ കഥകൾ, ലൗകിക പ്രേരണകൾ ബുദ്ധനെ പീഡിപ്പിക്കുന്ന അവസ്ഥ കൾ, നാഗേതിഹാസങ്ങൾ, യുദ്ധരംഗങ്ങൾ തുടങ്ങി ശ്രീ ബുദ്ധന്റെ ജീവിതത്തിലെ സമസ്ത മേഖലകളെയും ചിത്രങ്ങളിൽ ആലേഖനം ചെയ്തിരിക്കുന്നു. വനങ്ങളും, ആരാമങ്ങളും, രാജധാനികളും, നഗരങ്ങളു മൊക്കെ ചിത്രീകരിക്കപ്പെട്ടിരിക്കുന്നു. പാചകം, നായാട്ട്, ഘോഷയാത്ര, ഗാനാലാപം, ഗജവീരന്മാരുടെ യുദ്ധം എന്നിവയും ചിത്രങ്ങളുടെ ഭാഗ മാകുന്നു.

ഗുഹകളിൽ ഇരുട്ടായതിനാൽ പന്തങ്ങളുടെ വെളിച്ചവും, സൂര്യവെ ളിച്ചത്തിന്റെ പ്രതിബിംബനവും ഉപയോഗിച്ചാണ് ചിത്രങ്ങൾ പൂർത്തി യാക്കിയതെന്ന് കരുതുന്നു.

» ശയന ബുദ്ധ ശിൽപ്പം.

» ശിൽപ്പ സുഭദ്രമായ മേൽക്കൂര.

ദൈനംദിന ജീവിതത്തിന്റെ സൂക്ഷ്മ അംശങ്ങളും, വൈകാരിക തലങ്ങളുടെ ഭാവാവിഷ്കാരവും ഒത്തുചേർന്നചിത്രങ്ങൾ കഴിവിന്റെയും, നിരീക്ഷണപാടവത്തിന്റെയും അപൂർവ സാക്ഷ്യങ്ങളാണ്.

സ്ത്രീകളെ മാറ്റിനിർത്തണമെന്ന വിചാരധാര ബുദ്ധിസത്തിന്റെ ഭാഗമാണെങ്കിലും, ഗുഹാശില്പങ്ങളിൽ സ്ത്രീസൗന്ദര്യത്തിന്റെ ആകർഷണീയത തുളുമ്പി നിൽക്കുന്നത് ഒരപൂർവ്വതയായി തോന്നി.

മുഖപ്പിന്റെ ഭംഗികൊണ്ടും വാസ്തുശില്പവൈവിധ്യം കൊണ്ടും ഗുഹകൾ ഒന്നിനൊന്ന് വേറിട്ടുനിൽക്കുന്നു. ആറാമത്തെ ഗുഹ ഇരുനിലകളിൽ തീർത്തിരിക്കുന്നു. പതിനാറാമത്തെ ഗുഹാമുഖത്തുനിന്ന് കീഴെ ഒഴുകുന്ന നദിയുടെ മനോഹര ദൃശ്യം ആസ്വദിക്കാം. നദിയിലേക്കുള്ള പടികളും നിർമ്മിച്ചതായി കാണാം. ഇരുപത്തിയാറാമത്തെ ഗുഹയിൽ പരിനിർവാണ അവസ്ഥയിൽ ശയന ബുദ്ധനെ കാണാം. മുകളിലായി ആഹ്ലാദിക്കുന്ന സ്വർഗ്ഗവാസികളും, താഴെ ദുഃഖിതരായ ഭൂലോകവാസികളും.

ചിത്രശില്പ സൗന്ദര്യം വാക്കുകളിലും വരികളിലും പകർത്താനാവില്ല. നേരിൽ കാണുമ്പോഴാണ് അവ പൂർണതയോടെ നമ്മുടെ മനസ്സിൽ പതിയുക.

ജീവിതത്തിന്റെ സായന്തനത്തിലും ആളുകൾ കിതച്ചും സഹിച്ചും ഈ മലകൾ കയറിവരുന്നത് അതുകൊണ്ടാണ്. ഗുഹാകവാടങ്ങൾ കാണുമ്പോൾ, ഗുഹകളിലൂടെ കടന്നുപോകുമ്പോൾ, ജീവൻ തുടിക്കുന്ന ശില്പചാരുത കാഴ്ചയുടെ വസന്തമാകുമ്പോൾ, കലാവിരുതിന്റെ അതിശയ ലോകത്തു കൂടി സഞ്ചരിക്കുന്ന പ്രതീതിയാണ് നമുക്കുണ്ടാവുക. ഇവിടെ സഹവസിച്ച മനുഷ്യകുലത്തിന്റെ ക്ഷമയും സഹനവും എത്രയായിരിക്കും. അവരനുഭവിച്ച സന്തോഷവും സന്താപവും ഏത് തലത്തിലുള്ളതായിരിക്കും. അനേക വർഷങ്ങൾ നീണ്ട ശിൽപ്പ നിർമ്മിതിക്ക് പിന്നിലെ ചേതോവികാരമെന്തായിരിക്കും. അല്ലെങ്കിൽ അവരുടെ സൃഷ്ടിപരതയുടെ പ്രചോദനമെന്തായിരിക്കും.

വരും തലമുറയുടെ സൗന്ദര്യ സങ്കൽപ്പങ്ങൾക്ക് നിറപ്പകിട്ട് നൽകാൻ വേണ്ടി മാത്രമോ ഇത്രയും വലിയ സാഹസങ്ങൾ. ജന്മം മുഴുവൻ കലയെ ഉപാസിച്ച ഇവരുടെ ജീവിത വീക്ഷണം നിയോഗമായി വരുന്ന കർമ്മങ്ങൾ അനുഷ്ഠിക്കുക എന്നത് മാത്രമായിരുന്നോ.

കേവലമായ ഭൗതികസുഖങ്ങളിൽ ഏറെ അഭിരമിക്കുന്ന നമുക്ക് ഉത്തരം കിട്ടുക എളുപ്പമല്ല തന്നെ. ഭാരതീയ ചിത്ര ശിൽപ്പ കലാ വൈഭവത്തിന്റെ അക്ഷയ ഖനികളായ ഗുഹാക്ഷേത്രങ്ങൾ പേറുന്ന മലയടിവാരങ്ങളിൽനിന്നും തിരികെ പോരുമ്പോൾ മനസ്സ് നിറയെ ഈ വക ചിന്തകളായിരുന്നു.

2017 നവംബർ

എല്ലോറ എന്ന വിസ്മയ പ്രപഞ്ചം

മതങ്ങൾ തമ്മിൽ, ആശയങ്ങൾ തമ്മിൽ, തത്വശാസ്ത്രങ്ങൾ തമ്മിൽ കലഹങ്ങൾ നടക്കുന്ന ഇന്നത്തെ കാലത്ത്, സഹനീയതയും, പരസ്പരബഹുമാനവും അപ്രത്യക്ഷമായികൊണ്ടിരിക്കുന്ന സാമൂഹിക രാഷ്ട്രീയ അവസ്ഥയിൽ, വിവിധ മതങ്ങളുടെ വിശ്വാസങ്ങളും, ചിന്താ ധാരകളും, ആരാധനാ മൂർത്തികളും കലാപരമായ ഔന്നത്യത്തോടെ ഒരിടത്തു സംഗമിക്കുന്നു എന്നത് വലിയ ഒരു അത്ഭുതമല്ലേ. എല്ലോറ യിൽ സംഭവിക്കുന്നത് അതാണ്.

അഞ്ചാം നൂറ്റാണ്ടിനും പത്താം നൂറ്റാണ്ടിനുമിടയിൽ കരിങ്കൽ കുന്നു കളിൽ പാറ തുരന്ന് കൊത്തിയെടുത്ത ഗുഹാ ക്ഷേത്രങ്ങൾ ഹിന്ദു ബുദ്ധ ജൈന വിശ്വാസ സംഹിതകളുടെ അഭൂതപൂർവ്വമായ സഹവർത്തിത്വ ത്തിന്റെ വിളംബരമായി നിലനിൽക്കുന്നു.

പ്രബലമായ മതം, ഇതര മതങ്ങളെയും അവയുടെ അടയാളങ്ങ ളെയും തകർത്ത ചരിത്രം നിരവധിയാണ് നമ്മുടെ മുന്നിൽ. എല്ലോറ വ്യത്യസ്തമായ ചരിത്രം നമ്മെ പഠിപ്പിക്കുന്നു. മൂന്ന് മതവിശ്വാസ ധാരകളുടെ സമാധാനപരമായ സഹവർത്തിത്വത്തിന്റെ കരുതലിന്റെ പാരസ്പര്യത്തിന്റെ തെളിവായി സമ്പന്നമായ കലാപൈതൃകത്തിന്റെ തിരുശേഷിപ്പുകളായി ശിലാശില്പങ്ങൾ ഇവിടെ തല ഉയർത്തി നിൽക്കുന്നു. ലോകമെമ്പാടുമുള്ള ചിത്രകാരന്മാരും ശില്പകലാ വിദഗ്ധരും ഗവേഷകരും സഹൃദയരായ സന്ദർശകരും തേടിയെത്തുന്ന വിസ്മയ ലോകം.

ഹിന്ദു ബുദ്ധ ജൈന ഗുഹാക്ഷേത്രങ്ങളും വിഹാരകളും നിറഞ്ഞു നിൽക്കുന്ന എല്ലോറ എന്ന യുനെസ്കോ ലോക പൈതൃക കേന്ദ്രം,

» ഏകശിലാവിസ്മയം. എല്ലോറയിലെ പതിനാറാമത് ഗുഹാക്ഷേത്രം

ഔറംഗബാദിൽനിന്നും 28 കി. മീറ്റർ മാറി, ചരണാദ്രി കുന്നുകളുടെ താഴ്‌വരയിൽ സ്ഥിതി ചെയ്യുന്നു. അജന്തയിൽനിന്നും വ്യത്യസ്തമായി വിശാലമാണ് ഇവിടം. കുന്നുകൾ കയറി പോകേണ്ട കാര്യമില്ല. വാഹനങ്ങൾ നിരന്തരമോടുന്ന റോഡിന് സമീപത്തുതന്നെയാണ് ഇവയുടെ സ്ഥാനം. യാത്രക്കാരും, തീർത്ഥാടകരുമൊക്കെ കടന്നുപോയ പൗരാണിക സൗത്ത് ഏഷ്യൻ വാണിജ്യപാതയിലായതിനാലാവാം ഈ ചരിത്ര സ്മാരകങ്ങൾ അജന്തയിലേതുപോലെ വിസ്മൃതമായി കിടന്നില്ല. നൂറിലേറെ ഗുഹകൾ ഉണ്ടെങ്കിലും പ്രധാനപ്പെട്ട 34 എണ്ണമാണ് പൊതുജനങ്ങൾക്ക് കാണാൻ സാധിക്കുക.

1 മുതൽ 12 വരെയുള്ള ഗുഹകൾ ബുദ്ധമതത്തിന്റെയും, 13 മുതൽ 29 വരെയുള്ളവ ഹിന്ദുമതത്തിന്റെയും, 30 മുതൽ 34 വരെയുള്ളവ ജൈന മതത്തിന്റെയും കലാ മുദ്രകളായി നിലനിൽക്കുന്നു. എല്ലാ ഗുഹകളും വലുപ്പംകൊണ്ടും, ശില്പങ്ങളുടെ വൈവിധ്യംകൊണ്ടും ശ്രദ്ധേയമാണ്.

12 ബൗദ്ധ ഗുഹകളിൽ ഒരു ചൈത്യ ഗൃഹവും ബാക്കി വിഹാരകങ്ങളുമാണ്. ബുദ്ധ സന്യാസിമാരുടെ താമസത്തിനും, വിശ്രമത്തിനും വേണ്ടിയുള്ളവ. വലിയ ഹാളുകളും, വശങ്ങളിൽ ചെറിയ ശയനമുറികളും, പ്രാർത്ഥനാലയങ്ങളുമൊക്കെ ചേർന്നവയാണ് വിഹാരകൾ. അനുബന്ധ സൗകര്യങ്ങൾ വേറെയും. ഇവയിൽ പത്താമത്തെ ഗുഹ കൈവേലക്കാരുടെ മഹാഗുരുവായ വിശ്വ കർമ്മാവിന്റെ പേരിലാണ്. കൊത്തുപണികൾ നിറഞ്ഞ മുഖപ്പും, കമാനാകൃതിയിലുള്ള ഗാലറികളിലെ മനോഹരമായ താങ്ങുകളുമൊക്കെ മരത്തിൽ ചെയ്ത ചിത്രപ്പണികൾ പോലെ പൂർണ്ണതയുള്ളവയത്രെ.

11 ഉം 12 ഉം ഗുഹകൾ മൂന്ന് നിലകളിൽ പണിതിരിക്കുന്നു. പന്ത്രണ്ടാം ഗുഹയിലെ രണ്ടാം നിലയിലെ ബുദ്ധ ശില്പങ്ങൾ നിറഞ്ഞ ഹാൾ വളരെ വിശാലമാണ്.

ഹൈന്ദവ ഗുഹാക്ഷേത്രങ്ങൾ വളരെ സങ്കീർണ്ണ ഘടനയോടുകൂടിയ വയാണ്. ബുദ്ധിസ്റ്റ് ഗുഹകളിലുള്ളതുപോലെ വിശാലമായ ഹാളുകളും പ്രാർത്ഥനാലയങ്ങളും ഇവിടെ നാം കാണില്ല. പലതും തലമുറകൾക്കപ്പുറം നീണ്ട കഠിനാധ്വാനത്തിന്റെ ഫലശ്രുതിയിൽ കൊത്തിയെടുത്ത വയാണ്. ഹിന്ദു ദൈവങ്ങളും അനുബന്ധ പൗരാണിക ആഖ്യാനങ്ങളുമാണ് ശിലാശില്പങ്ങളായി രൂപാന്തരം പ്രാപിച്ചിരിക്കുന്നത്.

പതിനാറാമത്തെ ഗുഹാക്ഷേത്രമാണ് ഇവയിൽ ഏറ്റവും തലയെടുപ്പോടെ നിൽക്കുന്നത്. ഭീമാകാരമായ ഒറ്റ ശിലയിൽ തീർത്ത കൈലാസമാണിത്. ഇന്ത്യയിലെ ഏറ്റവും പ്രശസ്തമായ ഒറ്റക്കൽ ശിൽപ്പം. വലിയ പാറ തുരന്ന് രണ്ടര ലക്ഷം കരിങ്കൽ കഷ്ണങ്ങൾ മാറ്റി സൃഷ്ടിച്ചിരിക്കുന്ന 31 മീറ്ററോളം ഉയരമുള്ള ചുറ്റുവഴി നമ്മെ അക്ഷരാർത്ഥത്തിൽ സ്തബ്ധരാക്കും. മധ്യത്തിലെ വൻപാറയാണ് ക്ഷേത്ര മാതൃകയിൽ രണ്ട് നിലകളായി കൊത്തിയെടുത്തിരിക്കുന്നത്. ഈ ഇരുനില മണ്ഡപവും ചുറ്റും പ്രദക്ഷിണ വഴിയും അതിനെ വലയം ചെയ്യുന്ന രീതിയിൽ വലിയ കൽ തൂണുകളുള്ള ഇടനാഴിയുമൊക്കെ ചേരുന്നതാണ് കൈലാസനാഥ ക്ഷേത്രം. ഇവയിലെല്ലാം മനോഹരശിൽപ്പങ്ങൾ നിറഞ്ഞിരിക്കുന്നു. ശ്രീരാമ കഥയും ശിവപുരാണവുമെല്ലാം ഇടനാഴിയിലെ ചുമരുകളെ സമ്പന്നമാക്കുന്നു. ശിവ പാർവതീ വിവാഹം, കൈലാസമെടുത്ത് അമ്മാനമാടുന്ന രാവണൻ, സീതാപഹരണം ഇവയൊക്കെ നമ്മുടെ മുന്നിൽ ശിൽപ്പങ്ങളായി ഇതൾ വിരിയുന്നു. ഒന്നാം നിലയുടെ മുൻഭാഗത്തായി

» കയ്യുളിയാൽ മെരുക്കിയെടുത്ത പാറക്കുന്നുകൾ

സുന്ദരമായ ഒരു ബാൽകണിയും ഉണ്ട്. ഏറ്റവും മുകളിൽ ഒരു കുംഭഗോപുരമാണ്. ഗർഭഗൃഹത്തിൽ യോനീലിംഗ സങ്കല്പത്തിലുള്ള പ്രതിഷ്ഠയാണ്. ചുമരുകളിലെല്ലാം വിസ്മയിപ്പിക്കുന്ന കൊത്തുപണികളും, ശില്പങ്ങളും നിറഞ്ഞിരിക്കുന്നു.

പടിഞ്ഞാറേ ചുറ്റുവഴിയിൽ തുമ്പിക്കൈ ഒടിഞ്ഞ ഒരു കൂറ്റൻ ആനയുടെ ശിൽപ്പം. തൊട്ടടുത്തായി വിജയ സ്തൂപവും. ഇരുന്നൂറിലധികം വർഷങ്ങളെടുത്ത് പത്ത് തലമുറയിൽ പെട്ട ശില്പികളാണ് ഈ ശിൽപ്പ വിസ്മയം പൂർത്തിയാക്കിയതെന്ന് പറയുന്നു.

ഭീമാകാരമായ ചുറ്റുവഴികളിലൂടെ നടക്കുമ്പോൾ അനുഭവപ്പെടുന്ന സുഖമുള്ള തണുപ്പും, മനസ്സിനെ കീഴ്പെടുത്തുന്ന അനിർവചനീയമായ ശാന്തിയും, ക്ഷേത്ര ചുമരുകളുടെ ആകൃതി വൈവിധ്യവും, നീലാകാശത്തിന്റെ മേലാപ്പും എല്ലാമെല്ലാം പരിചിതമല്ലാത്ത വേറൊരു ലോകം നമ്മുടെ മുന്നിൽ അനാവരണം ചെയ്യുന്നു.

കൈലാസ ക്ഷേത്രത്തിന് വടക്കോട്ട് മാറി ഒരു കി. മീറ്റർ അകലെയാണ് ജൈനക്ഷേത്രങ്ങൾ. അവിടേക്ക് ബസ് സൗകര്യം ഒരുക്കിയിട്ടുണ്ട്. ഹൈന്ദവ ഗുഹാക്ഷേത്രങ്ങളുമായി താരതമ്യപ്പെടുത്തുമ്പോൾ ചെറുതെങ്കിലും, കൊത്തുപണിയിലും, ശില്പഭംഗിയിലും ഉദാത്തമാണ് ഇവയെല്ലാം. മുപ്പതാമത്തെ ഗുഹാക്ഷേത്രം കൈലാസ ക്ഷേത്രത്തിന്റെ കൊച്ചു പതിപ്പാണ്. ചെറിയ ശ്രീകോവിലുള്ള മുപ്പത്തിയൊന്നാമത്തെ ഗുഹ പ്രായേണ അപൂർണ്ണമാണ്. മുപ്പത്തിരണ്ടാമത്തേതാണ് കൂട്ടത്തിൽ വലുത് - ഇന്ദ്രസഭ. രണ്ടുനിലകളിൽ പണിത ക്ഷേത്രത്തിന്റെ താഴത്തെ നില അപൂർണ്ണമാണ്. മുകൾനിലയിലെ കൊത്തുപണികൾ നിറഞ്ഞ തൂണുകളും, ചുമർ ശില്പങ്ങളും, മച്ചിലെ ചിത്രങ്ങളും ആകർഷകങ്ങളാണ്. ശ്രീകോവിലിൽ മഹാവീരന്റെ വലിയ ശിൽപ്പവുമുണ്ട്. യക്ഷയക്ഷി ശിൽപ്പങ്ങൾ, ബാഹുബലിയുടെ തപശ്ചര്യ, ചക്രേശ്വരി, പദ്മാവതി, സരസ്വതി ദേവിമാരുടെ ശില്പങ്ങൾ ഇവയൊക്കെ ശില്പസൗകുമാര്യതലത്തിലും അവയുടെ സൂക്ഷ്മാംശത്തിലും വേറിട്ടുനിൽക്കുന്നു.

ജഗന്നാഥ സഭയെന്നാണ് മുപ്പത്തിമൂന്നാമത്തെ ഗുഹ അറിയപ്പെട്ടുന്നത്. ഇതും രണ്ടു നിലയിൽ പണിതിരിക്കുന്നു. ജൈനമത വിശ്വാസപ്രകാരം അവസാനത്തെ രണ്ട് തീർത്ഥങ്കരന്മാരായ പാർശ്വനാഥന്റെയും മഹാവീരന്റെയും പ്രതിഷ്ഠകളാണിവിടെയുള്ളത്. മുപ്പതിനാലാമത്തെ ഗുഹയിൽ ഗോമതേശ്വരന്റെയും, കൊമ്പും കുഴലും പെരുമ്പറയുമായി നിൽക്കുന്ന വാദ്യമേളക്കാരുടെയും ശിൽപ്പങ്ങൾ കാണാം.

സാങ്കേതിക ശാസ്ത്ര വികാസപരിണാമങ്ങൾക്ക് മുമ്പേ, മനുഷ്യൻ ഭാവനയും, കലാവിരുതും, കഠിനാധ്വാനവും കൊണ്ട്

രൂപപ്പെടുത്തിയെടുത്ത അപൂർവ്വ സുന്ദര ശില്പങ്ങൾ നിറഞ്ഞ ഗുഹാക്ഷേത്രങ്ങൾ സന്ദർശിച്ചു കഴിഞ്ഞപ്പോൾ, നമ്മുടെ കലാ പാരമ്പര്യവും പൈതൃകവും എത്രമേൽ മഹത്തരമായിരുന്നു എന്ന് അഭിമാനത്തോടെ ഓർത്തുപോയി.

കൃഷ്ണശിലകൊണ്ടുള്ള കുന്നുകൾ തുരന്ന് ഇത്രയും ഗുഹാക്ഷേത്രങ്ങൾ നിർമ്മിച്ചപ്പോൾ പുറന്തള്ളപ്പെട്ട പാറക്കഷ്ണങ്ങൾ എവിടെക്കൊണ്ടുപോയി നിക്ഷേപിച്ചു എന്നത് ഇന്നും അജ്ഞാതമാണ്. ചുമന്നോ ആനപ്പുറത്തോ കൊണ്ടുപോയി അകലെയുള്ള കടലിൽ തള്ളിയോ എന്ന സംശയം ന്യായമാണ്. എല്ലാം സങ്കൽപ്പാതീതമായ മനുഷ്യാധ്വാനത്തിന്റെ വിസ്മയ ചരിതങ്ങൾതന്നെ.

കലയുടെ അതിശയ പൈതൃകമുള്ള നാട്ടിൽ പിറവിയെടുക്കാൻകഴിഞ്ഞത് ഭാഗ്യം. ഇവിടെ ജീവിക്കാൻ കഴിഞ്ഞത് സുകൃതം. പൂർവ്വഗാമികളുടെ മഹത്വങ്ങളുടെ ശക്തിയൊന്നുമില്ലെങ്കിലും ആ പാരമ്പര്യത്തിന്റെ പിൻമുറക്കാരായി, അന്വേഷകരായി, ലോകം നമിക്കുന്ന ശിൽപ്പ ഗാംഭീര്യങ്ങൾ കൺ കുളിർക്കെ കണ്ട് മടങ്ങിപ്പോരുമ്പോൾ അനുഭവങ്ങളുടെ കെട്ടുഭാണ്ഡത്തിൽ ഈ കാഴ്ചകളും ഭദ്രം.

ഔറങ്കബാദിൽ ഒരു ദിവസം കൂടി തങ്ങി, ഗ്രിഷ്നേശ്വർ ക്ഷേത്രവും, മിനി താജ് മഹലെന്നറിയപ്പെടുന്ന ബീബി കാ മഖ്ബാറയും, ചരിത്രപ്രസിദ്ധമായ ദൗലതാബാദ് കോട്ടയും, ഔറംഗസീബിന്റെ ഖബറും സന്ദർശിച്ച്, പൈത്താനി, ഹിംറൂ സാരികളുടെ പ്രദർശനശാലയിൽനിന്നും

» ജഗന്നാഥ സഭ ഇരുനില ജൈന ക്ഷേത്രം.

» ജൈന ക്ഷേത്രങ്ങൾ

മനസ്സിനിണങ്ങുന്ന സാരികളും വാങ്ങി നാസിക്കിലേക്ക് മടങ്ങുമ്പോൾ ഞങ്ങൾ പതിനഞ്ചുപേരടങ്ങുന്ന സംഘം പൂർവാധികം ഉന്മേഷഭരിതരായിരുന്നു.

ഇനിയും യാത്രകളിൽ കാണാമെന്ന പ്രതീക്ഷയുമായി, ആഗ്രഹവുമായി മംഗളാ എക്സ്പ്രെസ്സിന്റെ പഴയ ബോഗികളിൽ കയറുമ്പോൾ ഒരു പകലും രാത്രിയും തള്ളിനീക്കാനുള്ള പ്രയാസമായിരുന്നു എല്ലാവരുടെയും മനസ്സിൽ. വിഭ്രമിപ്പിക്കുന്ന അജന്താ എല്ലോറാ ശില്പങ്ങൾ പക്ഷേ കൂടെയുണ്ടല്ലോ.

2017 നവംബർ

ഇളയ മകളുടെ ഊര്

കാപ്പിയുടെ മദഗന്ധവുമായി ചിക്മഗളൂർ ഏറെനാളായി മോഹിപ്പിക്കുകയായിരുന്നു. രമേഷ് പലപ്പോഴായി അവിടേക്ക് ക്ഷണിക്കുകയുമാണ്. വേനലാണ്. മലനിരകളുടെ ഉയര ഭേദങ്ങളിലെ പച്ചപ്പിന്റെ പുതപ്പ് നേർത്തുപോയിരിക്കും.

എന്നാലും ഇനി വൈകിപ്പിക്കേണ്ടതില്ല എന്ന് മനസ്സ് പറഞ്ഞു. ഈ യാത്രയിൽ ഞങ്ങൾ മാത്രം. മംഗലാപുരം വരെ ട്രെയിനിൽ.

അവിടെനിന്നും അഞ്ച് മണിക്കൂർ ബസ്സ് യാത്ര. രാത്രി ഒൻപതു മണിക്ക് ചിക്മഗളൂർ ബസ്സ് സ്റാൻഡിലിറങ്ങുമ്പോൾ പ്രതീക്ഷക്ക് വിപരീതമായി സാമാന്യം തരക്കേടില്ലാത്ത തണുപ്പ് അനുഭവപ്പെട്ടു. രമേഷ് ഞങ്ങളെ കാത്തിരിക്കുന്നുണ്ടായിരുന്നു...

ബസ് സ്റ്റാൻഡിനടുത്തുള്ള ലോട്ടസ് ബോട്ടിക് ഹോട്ടലിൽ താമസം. നിലവാരമുള്ള ഹോട്ടൽ. നഗരവും കൊള്ളാം. വൃത്തിയുള്ള വീതിയേറിയ റോഡുകൾ. വിശാലമായ നടപ്പാതകൾ. പാർക്കിംഗ് സൗകര്യവും വേണ്ടുവോളമുണ്ട്. ഇത്രയുമായാൽ തന്നെ വലിയൊരാശ്വാസമല്ലേ.

കാപ്പിയുടെ നാടാണ് ചിക്മഗളൂർ. 'ഇളയ മകളുടെ ഊര്' എന്നാണ് ചിക്മഗളൂർ എന്ന വാക്കിന്റെ അർത്ഥം. സക്രേപട്ടണയുടെ തലവൻ രുഗ്മാംഗദരാജാവ് ഇളയമകൾക്ക് സ്ത്രീധനമായി കൊടുത്തതാണത്രേ ഈ സ്ഥലം. കാടും, കൃഷിഇടങ്ങളും, വിശാലമായ മലനിരകളും ചേർന്ന ഒരപൂർവസുന്ദരഭൂമി.

കാപ്പിത്തോട്ടങ്ങളാണ് നോക്കുന്നിടത്തെല്ലാം. കാപ്പിച്ചെടികൾക്ക് തണൽവിരിച്ചുകൊണ്ട് തോട്ടങ്ങളിലെല്ലാം സിൽവർ ഓക്ക് മരങ്ങൾ തല ഉയർത്തി നിൽക്കുന്നു. ഇവയിൽ പടർത്തി വിപുലമായതോതിൽ

» മുള്ളയാൻഗിരി കർണാടകയിലെ ഉയരം കൂടിയ കൊടുമുടി

കുരുമുളക് കൃഷിയും നടക്കുന്നു. ചോളവും, ഉരുള കിഴങ്ങും നെൽ കൃഷിയുമൊക്കെ ഉണ്ടിവിടെ. നഗരപരിധി കഴിഞ്ഞാൽ ചില ഭാഗങ്ങളിൽ വിശാലമായ പാടങ്ങളാണ്. മഴ കനിഞ്ഞാൽ അവിടങ്ങളി ലൊക്കെ തകൃതിയായി കൃഷി നടക്കും. ചുരുക്കത്തിൽ കാർഷി കവരുമാനം തന്നെയാണ് നാടിന്റെ പ്രധാന സാമ്പത്തിക അടിത്തറ.

സന്ദർശകരെ മാടിവിളി ക്കുന്ന രണ്ട് കൊടുമുടികളുണ്ട് ചിക്മഗ്ളൂരിൽ. പശ്ചിമഘട്ട പർവ്വതനിരകളിലെ ചന്ദ്ര ദ്രോണ പർവതത്തിന്റെ ഭാഗമാണിവ. മുള്ളയൻ ഗിരിയും, ബാബാ ബുധൻഗിരിയും.

മുള്ളയൻഗിരിയിലേക്കാണ് ഞങ്ങൾ ആദ്യം പോയത്. പോകും വഴി ആകർഷകമായ ഒരു കോഫീ ഷോപ് കണ്ടു. സിരി കോഫി. കോഫി ഷോപ്പിനോട് ചേർന്നുള്ള വലിയ കന്യകാശിൽപ്പം ആരെയും ആകർഷിക്കും. പച്ചപ്പിന്റെ ഉടയാടകളണി ഞ്ഞ്, സർവ്വാഭരണ വിഭൂഷിതയായി, മധുരമന്ദസ്മിതവുമായി അവൾ നമ്മെ സ്വാഗതം ചെയ്യുന്നു. ഉദ്യാനവും, ആമ്പൽകുളവും, ജലപക്ഷികളു മൊക്കെ ചേരുമ്പോൾ മനസ്സിന് കുളിരേകുന്ന ഇടമാകുന്നു ഈ കോഫീ ഷോപ് പരിസരം. വിലകൂടുതലാണെങ്കിലും, കാപ്പി സ്വയമ്പൻ തന്നെ. പുത്തൻ ഉണർവുമായി ഞങ്ങൾ യാത്ര തുടർന്നു.

കർണാടകയിലെ ഏറ്റവും ഉയരം കൂടിയ പർവതശിഖരമാണ് മുള്ള യൻഗിരി. 6330 അടി ഉയരം. മുല്ലപ്പസ്വാമി എന്ന സന്യാസി ധ്യാനിച്ചിരു ന്ന ഗുഹ ഈ ഗിരിശൃംഗത്തിൽ ആയിരുന്നതിനാൽ പിൽക്കാലത്ത് മുള്ളയൻഗിരിയായി.

നല്ല കയറ്റവും വളവുകളും താണ്ടിവേണം ഗിരിയിലെത്താൻ. സാരഥി ആയ മൈക്കിളിന്റെ നിറുത്താതെയുള്ള സംസാരവും പ്രോത്സാഹനവും

ഞങ്ങൾക്ക് വീര്യം തന്നു എന്ന് വേണം പറയാൻ. അദ്ദേഹം വെറുമൊരു സാരഥി മാത്രമല്ല, രമേഷിന്റെ സുഹൃത്ത് കൂടിയാണ്.

സീതലായന ഗിരിവരെ കൊള്ളാവുന്ന റോഡാണ്. പിന്നത്തെ കാര്യം മഹാ കഷ്ടം. പൊട്ടിപൊളിഞ്ഞ ഇടുങ്ങിയ റോഡിലൂടെ, പൊടി പരത്തി വാഹനങ്ങൾ കിതച്ച് കിതച്ച് കയറിപോവുന്ന ദൃശ്യം അല്പം ഭീതി ജനിപ്പിക്കും. പക്ഷേ മുകളിലെത്തിയാൽ സമതലത്തിലെ കാറ്റും, കുളിരും ഉന്മേഷദായകമാണ്. അവിടെനിന്നും അഞ്ഞൂറോളം പടവുകൾ ചവുട്ടിക്കയറിവേണം ഗിരിയിലെത്താൻ.

ഒന്ന് സംശയിച്ചുനിന്നു. മനസ്സ് വഴങ്ങുമെങ്കിൽ ശരീരം വഴങ്ങേണ്ട തല്ലേ. ഈ കൊടുമുടിയിലേക്ക് ഇനിയൊരു വരവ് ഉണ്ടാവില്ലതന്നെ. കയറി കളയാം. മാംസപേശികൾ വലിഞ്ഞ് മുറുകാത്തവിധത്തിലാണ് പടവുകൾ നിർമ്മിച്ചിരിക്കുന്നത്. ഇളംകാറ്റും നേരിയ തണുപ്പും കയറ്റം ആയാസരഹിതമാക്കി.

വേനലിന്റെ കാഠിന്യം മലകളുടെ പച്ചപ്പുതപ്പ് ഊരി എറിഞ്ഞു തൊഴിച്ചാൽ പർവ്വതങ്ങളുടെ നിരനിരയായ വിന്യാസം ഇത്രയും ഉയരത്തിൽനിന്ന് കാണുമ്പോൾ അത് വേറിട്ടൊരു അനുഭവം തന്നെ. മഴക്കാലത്ത് ഇവിടെ വന്നാൽ ഹരിതമലനിരകളുടെ ചാരുത മനം കുളിർക്കെ ആസ്വദിച്ചുകൊണ്ട് തിരികെ പോകാം.

മുകൾത്തട്ടിൽ ഒരു ശിവ ക്ഷേത്രമാണ്. മണ്ണിൽ കല്ലുകൾ അടുക്കി വെച്ചുള്ള നിർമ്മിതി. ഉള്ളിൽ സുഖമുള്ള തണുപ്പാണ്. മുൻവശത്തെ സിമന്റ് നിർമ്മിതി ഒരു ചേർച്ചക്കുറവായി തോന്നി. കിഴക്ക് തെക്കായി കുഞ്ഞു നന്ദികേശ്വരന്റെ പ്രതിമയുമുണ്ട്.

കർണാടക പൊലീസിന്റെ വയർലെസ്സ് സ്റ്റേഷൻ ഇവിടെയാണ് സ്ഥാപിച്ചിട്ടുള്ളത്. തൊഴുതിറങ്ങി ചുറ്റും നോക്കുമ്പോൾ ചിക്മഗളൂർ നഗരത്തിന്റെ സുന്ദര വിദൂര ദൃശ്യം. അങ്ങ് താഴെ ചിറകളും, കാപ്പി

» മുള്ളയാൻഗിരിയിലേക്കുള്ള യാത്രാ മദ്ധ്യേ

തോട്ടങ്ങളും. സിൽവർ ഓക്ക് മരങ്ങളുടെ ചേതോഹരമായ ആകാശക്കാഴ്ചയും. ലോകത്തിന്റെ നിറുകയിൽ നിന്നും ഭൂമിയുടെ സൗന്ദര്യം ആസ്വദിക്കുമ്പോൾ മനസ്സിന്റെ ലാഘവത്വം ഇങ്ങനെയൊക്കെയാവാം. ഉന്മേഷഭരിതമായ മനസ്സുമായി ഗിരിയിൽനിന്നും ഞങ്ങൾ പതുക്കെ പടവുകളിറങ്ങി.

സീതലായന ഗിരി വഴി തിരിച്ചിറങ്ങിവേണം ബാബാ ബുധൻ ഗിരിയിലേക്ക് പോകാൻ. നല്ല കയറ്റമാണെങ്കിലും റോഡ് തരക്കേടില്ല. ചിലയിടങ്ങളിൽപണി നടക്കുന്നുമുണ്ട്.

ഹിന്ദുമുസ്ലിം തീർത്ഥാടനകേന്ദ്രമാണ് ഇവിടം. സൂഫി സന്യാസിയായ ഹസ്രത് ദാദാ ഹയാത്ത് ഖലൻഡർ ബാബാ ബുധൻ വർഷങ്ങളോളം ഇവിടെ ഗുഹയിൽ ധ്യാനനിരതനായി താമസിച്ചിരുന്നു എന്നാണ് വിശ്വാസം. ഇദ്ദേഹമാണ് യമനിൽനിന്നും ഇന്ത്യയിലേക്ക് ആദ്യമായി കാപ്പിക്കുരു കൊണ്ടുവന്നതെന്നും കരുതപ്പെടുന്നു. സൂഫിവര്യന്റെ ശവക്കല്ലറ ദർശിക്കാൻ ആയിരക്കണക്കിന് മുസ്ലിങ്ങൾ വന്നുപോകുന്നു.

മഹാവിഷ്ണുവിന്റെ അവസാനത്തെ അവതാരമായ ദത്താത്രേയയുടെ അവതാരമാണ് ബാബയെന്നും, സ്വാമി ദർഗ ഒരു ഹിന്ദു തീർത്ഥാടന കേന്ദ്രമാണെന്നുമുള്ള വാദവുമായി 1990ൽ സംഘപരിവാർ സംഘടനകൾ രംഗത്തുവരികയും, ബാബാ ബുധൻഗിരി അങ്ങനെ ഒരു വിവാദ സംഘർഷ ഭൂമിയായി മാറുകയും ചെയ്തു. ഈ സൂഫിവര്യന്റെ ചരമദിനം ഉറൂസ് ആചരിക്കുമ്പോൾ ഹിന്ദു സംഘടനകൾ ദത്താ ജയന്തിയായി ആഘോഷിക്കാൻ ശ്രമിച്ചത് സംഘർഷത്തിന് കാരണമായി.

അവകാശത്തർക്കം വഖഫ് ബോർഡും ഹിന്ദു സംഘടനകളും തമ്മിലുള്ള കേസ്സായി തുടരുന്നു. പ്രശ്നങ്ങൾ പരിഹരിക്കാനുള്ള ശ്രമങ്ങളൊന്നും ഇതേവരെ ഫലം കണ്ടില്ല. ഞങ്ങൾ ചിക്മഗളൂരിലെത്തിയ ദിവസമാണ് കർണാടക സർക്കാർ ബാബാ ബുധൻഗിരി മുസൈരി ബോർഡിന് കീഴിൽ കൊണ്ടുവന്ന ഉത്തരവ് ഇറക്കുന്നത്. അവിടെയും പ്രശ്നങ്ങൾ തീരുന്നില്ല എന്നാണ് കർണാടകയിലെ ജാതിമത രാഷ്ട്രീയ അടിയൊഴുക്കുകൾ സൂചിപ്പിക്കുന്നത്. ജാതി മത പ്രീണനം രാഷ്ട്രീയക്കാരുടെ ഇഷ്ടവിനോദമാണല്ലോ. എല്ലാം തെളിഞ്ഞ് ശൈവ വൈഷ്ണവ സൂഫി സംസ്കാരങ്ങളുടെ സംഗമഭൂമിയായി പ്രകൃതി രമണീയമായ ഈ ഭൂമി ഭാവിയിൽ മാറുമെന്ന് ആശ്വസിക്കാം.

വിവാദഭൂമി ആയതിനാൽ വൻ പോലീസ് സന്നാഹം കാവൽ തുടരുകയാണിപ്പോഴും. സുരക്ഷാ പരിശോധനകൾക്ക് ശേഷം വലിയ ഇരുമ്പ് വേലികളൊക്കെ താണ്ടിവേണം ഗുഹാ മന്ദിറിലെത്താൻ. ഉള്ളിൽ വലിയ ക്രമീകരണങ്ങളൊന്നുമില്ല. ശവക്കല്ലറതൊട്ട് വണങ്ങുന്നവരുണ്ട്.

ചന്ദനത്തിരികൾ കത്തിച്ച് ആദരമർപ്പിക്കുന്നവരുണ്ട്. തെളിഞ്ഞ് കത്തുന്ന നിലവിളക്ക് സാക്ഷിയായി പ്രാർത്ഥിക്കുന്നവരുണ്ട്. അടുത്ത ഗുഹയിലെ ചുവന്ന മണ്ണ് പ്രസാദമായി കോരിയെടുത്ത് പോകുന്നവരു മുണ്ട്.

മനസ്സിനെ വിമലീകരിക്കാൻ പര്യാപ്തമായ യാതൊരു ആത്മീയ ശാന്തിയും ഉള്ളിൽ ഉദിച്ചില്ല എന്നതാണ് സത്യം. മല കയറി ഇവിടെ യെത്തുന്ന വിശ്വാസികൾക്ക് ഗുഹാപ്രദക്ഷിണം എന്ത് നൽകുന്നു എന്ന് ആലോചിച്ചുപോയി. ഗുഹയ്ക്കുള്ളിലെ അവ്യവസ്ഥയും വിശ്വാസതർക്കങ്ങ ളും വിവാദങ്ങളും എല്ലാം ചേരുമ്പോൾ ഇതോ ആത്മീയകേന്ദ്രം എന്ന് ചിന്തിച്ചുപോയാൽ കുറ്റം പറയാനില്ല.

ദർഗക്ക് പുറത്ത് പൊടിയും മണ്ണും നിറഞ്ഞ വഴികൾ. പ്രവേശന കവാടത്തിനരികെ പോലീസ് ഔട്ട് പോസ്റ്റും ചെറിയ ഒരു ഓഫീസ് സമുച്ചയവും കുറെ കടകളും കണ്ടു. കൂടുതൽ സമയം അവിടെ തങ്ങണ മെന്ന് തോന്നിയില്ല.

മൈക്കിളിന്റെ ആവേശം പക്ഷേ തീരുന്നില്ല. അടുത്തൊരു ജലധാര ഉണ്ടെന്നും ബഹുവിശേഷമാണെന്നും പറഞ്ഞപ്പോൾ പോയികാണാ മെന്ന് വെച്ചു. പൊടിപടലങ്ങൾ നിറഞ്ഞ റോഡിലൂടെ ഒന്നര കി. മീറ്റർ വീണ്ടും മേലേക്ക്. സംഗതി കൊള്ളാം. കയറിപ്പോയ പർവത ഭാഗങ്ങ ളിലൊരിടത്തും കൊച്ചു തടാകങ്ങളോ ജലധാരയോ ഒന്നും അതുവരെ കണ്ടിരുന്നില്ല. പർവത പാർശ്വത്തിലൂടെ കുറെ പടവുകളിറങ്ങി താഴെ യെത്തുമ്പോൾ മാണിക്യധാരാ വെള്ളച്ചാട്ടമായി. ഏകദേശം നൂറ് മീറ്റർ ഉയരത്തിലെ പാറയിൽനിന്നും സൂചിയിലകളുള്ള ഒരുതരം ചെടിക ൾക്കിടയിലൂടെ ശുദ്ധ ജലം ധാര ധാരയായി താഴേക്ക് നിപതിക്കുന്നു. ഏത് കൊടുംവേനലിലും ഈ ജലസ്രോതസ്സ് നിലനിൽക്കുന്നു എന്നത് ഒരത്ഭുതമാണ്. സ്ഫടികസമാനമായ ജലം കൈകുമ്പിളിൽ നിറയുമ്പോൾ തണുപ്പിന്റെ ആവേഗങ്ങൾ ശരീരമാകെ പടരുന്നു.

വസ്ത്രങ്ങൾ വലിച്ചെറിയരുതെന്ന് അറിയിപ്പുണ്ടെങ്കിലും പലരും ഉപേക്ഷിച്ച അടിവസ്ത്രങ്ങൾ മാണിക്യധാരയെ വികൃതമാക്കുന്നത് വേദനയോടെ കണ്ടു. എന്തെങ്കിലും ത്യജിക്കണമെന്ന വിശ്വാസമുണ്ടെ ങ്കിൽ വസ്ത്രങ്ങളാണല്ലോ എളുപ്പം ഉപേക്ഷിക്കാവുന്നത്. കൈയിലുള്ള നല്ലവസ്ത്രങ്ങൾ നഷ്ടബോധമില്ലാതെ ത്യജിക്കാനും അവ ആവശ്യമുള്ളവ ർക്ക് ഉപകരിക്കപ്പെടാനും കഴിഞ്ഞെങ്കിൽ ഇത്തരം വിശ്വാസങ്ങൾകൊ ണ്ട് പ്രയോജനമുണ്ടായേനെ.

തിരിച്ചുപോരുമ്പോൾ മറ്റൊരു പർവ്വതശിഖരത്തിൽ സ്ഥിതിചെ യ്യുന്ന തേവരമ്മ ക്ഷേത്രവും മൈക്കിൾ കാണിച്ചുതന്നു -തേവരമ്മഘട്ട.

ക്ഷേത്രമെന്ന് പറയാനൊന്നുമില്ല. മലയുടെ മുകൾത്തട്ടും ചുറ്റുമുള്ള പ്രദക്ഷിണ വഴികളും, അത്രമാത്രം. വർഷത്തിൽ ഒരു ദിവസം ലക്ഷ കണക്കിന് വിശ്വാസികൾ മലയുടെ കഠിനവഴികൾ താണ്ടി അവിടെയെത്തി പ്രാർത്ഥിച്ച് തിരിച്ചുപോരും. മോഹങ്ങളും സങ്കടങ്ങളുമിറക്കി, പ്രതീക്ഷയോടെ അവർ വീണ്ടും ജീവിതത്തിലേക്ക് യാത്ര തുടരും. ജീവിതത്തിന് അർത്ഥവും പ്രതീക്ഷയും വേണമെങ്കിൽ ഇത്തരം ബിംബങ്ങളും സങ്കല്പനങ്ങളും വേണ്ടത് തന്നെ. മനുഷ്യനെ നേരെനടത്താനും, നിയന്ത്രിക്കാനും വിശ്വാസങ്ങളും വേണമല്ലോ.

ഈ മലയുടെ താഴ്‌വാരത്ത് റോഡിനോട് ചേർന്ന് തേവരമ്മയുടെ വിശാലമായ ഒരു ക്ഷേത്രമുണ്ടെന്നും അവിടെ ഉത്സവങ്ങൾ നടക്കാറുണ്ടെന്നും മൈക്കിൾ പറഞ്ഞു.

സന്ധ്യയായി. തണുപ്പിറങ്ങി. ചന്ദ്രദ്രോണ പർവ്വതനിരകളോട് വിടപറയാൻ സമയമായി. ബാബാ ബുധൻഗിരിവഴി മടങ്ങുമ്പോൾ കടകളൊക്കെ സജീവം. വൈദ്യുതദീപങ്ങളിൽ തിളങ്ങിനിൽക്കുന്ന കൊച്ചു കൊച്ചു ഓർമ്മക്കുറി ശില്പങ്ങളും, ഫോട്ടോകളും വാങ്ങാൻ ആളുകൾ തിരക്കുന്നു.

കഠിന യാത്ര ആയിരുന്നു. എങ്കിലും കൊടുമുടികളിൽനിന്നുള്ള പർവ്വതവിന്യാസക്കാഴ്ചയും നഗരകാഴ്ചകളും മനോഹരം തന്നെ ആയിരുന്നു. വർണ്ണപ്രഭയിൽ കുളിച്ചുനിൽക്കുന്ന നഗരിയിലേക്ക് ഞങ്ങൾ പതിയെ തിരിച്ചിറങ്ങി.

ഹോട്ടൽ ലോബിയിൽ എത്തുമ്പോൾ, പിറ്റേന്നത്തെ ബേലൂർ, ഹാലിബേഡ് യാത്ര പ്ലാൻ ചെയ്യാൻ രമേഷിന്റെ സുഹൃത്ത് ശ്രീകാന്തും ഭാര്യ ശലഭയും ഞങ്ങളെ കാത്ത് നിൽപ്പുണ്ടായിരുന്നു.

2018 മാർച്ച്

ശില്പവൈഭവത്തിന്റെ മാസ്മരിക ഭൂമിക

വേനലിൽ ചിക്മഗളൂരിന്റെ സ്വാഭാവിക ഹരിതസൗന്ദര്യം ശരിക്കും ആസ്വദിക്കാൻ കഴിഞ്ഞില്ലെങ്കിലും, ബേലൂരിലെ ശിലാശിൽപ്പവിസ്മയം കാണാനുള്ള യാത്ര മനസ്സിൽ വർണ്ണവസന്തം തീർക്കുകയായിരുന്നു. ശ്രീകാന്ത് സൗമനസ്യപൂർവം നൽകിയ കാറിൽ രമേഷിനോപ്പം യാത്ര ചെയ്യുമ്പോൾ വായിച്ചറിഞ്ഞ ബേലൂർ കൺമുന്നിൽ ഒരു സുന്ദരകാവ്യമായി ഇതൾ വിരിയുകയായിരുന്നു.

യാഗാച്ചി നദിക്കരയിലെ ഒരു ചെറിയ പട്ടണമാണ് ബേലൂർ. ചിക്മഗളൂരിൽനിന്നും ഹസ്സൻ റൂട്ടിൽ 30 കി. മീറ്റർ ദൂരം.

കലയും, ചരിത്രവും, പൗരാണികതയും കൈകോർക്കുന്ന ഭൂമിയിലെ അഭിനവ വൈകുണ്ഡം ഇവിടെയാണ്. സാക്ഷാൽ ചെന്നകേശവ ക്ഷേത്രം. തലക്കാട് യുദ്ധത്തിൽ ചോളന്മാരെ തോൽപ്പിച്ചതിന്റെ ഓർമ്മയ്ക്ക് വിഷ്ണുവർദ്ധനൻ നിർമ്മിച്ച വിഷ്ണുക്ഷേത്രം ഹൊയ്സാല ദ്രവീഡിയൻ ശില്പകലയുടെ സമസ്ത സൗന്ദര്യവും പേറി നമ്മെ അതിശയിപ്പിക്കുന്നു. പതിനൊന്നാം നൂറ്റാണ്ടുമുതൽ പതിമൂന്നാം നൂറ്റാണ്ടുവരെ ഹൊയ്സാല രാജാക്കന്മാർ ഇവിടെ ഭരിച്ചു. ശിലകളിൽ സൗന്ദര്യ വിസ്മയം തീർത്ത പൗരാണിക ശില്പികളെയും, അവരെ പ്രചോദിപ്പിച്ച സംഗീതനൃത്തകലകളിൽ തല്പരരായ രാജാക്കന്മാരെയും മനസ്സുകൊണ്ട് നമിച്ചുപോകും.

ക്ഷേത്രം പൂർത്തിയാക്കാൻ 103 സംവത്സരങ്ങൾ വേണ്ടിവന്നു എന്നാണ് ചരിത്രരേഖകൾ സൂചിപ്പിക്കുന്നത്. ശിൽപ്പാലംകൃതമായ ജഗതി എന്നറിയപ്പെടുന്ന പ്രദക്ഷിണമണ്ഡപം, കൊത്തുപണികൾ നിറഞ്ഞ. ഇറയം, ശില്പസമൃദ്ധമായ നവരംഗമണ്ഡപം, ഗർഭഗൃഹം

എന്നിവ ചേർന്നതാണ് ക്ഷേത്രസമുച്ചയം. ഉപക്ഷേത്രങ്ങളും, മണ്ഡപങ്ങളും, സ്തംഭങ്ങളുമൊക്കെ വേറെയുമുണ്ട്. രണ്ട് പ്രവേശനകവാടങ്ങളിൽ ഒന്നിന് മാത്രമാണ് ഗോപുരാലങ്കാരമുള്ളത്. ബേലൂർ പട്ടണമടുക്കുമ്പോൾ ഈ ക്ഷേത്രഗോപുരം വ്യക്തമായി കാണാം.

ഉയരത്തിൽ പണിത പ്രദക്ഷിണമണ്ഡപവും, അതിലെ നക്ഷത്രാകൃതിയിലുള്ള ഗർഭഗൃഹവും, സവിശേഷമായ പൂർണ്ണത അവകാശപ്പെടാവുന്ന ശിൽപ്പ വൈവിധ്യവും ഹൊയ്സാല ശില്പകലയുടെ പ്രത്യേകതകളാണ്. ക്ഷേത്രത്തിന്റെ ഉയരമോ, വലുപ്പമോ അല്ല കാര്യം, മറിച്ച് അവയിലെ ശില്പചാരുതയുടെ കൈയടക്കത്തിലാണ് ഹൊയ്സാല ക്ഷേത്രങ്ങൾ വേറിട്ടുനിൽക്കുന്നത്. ചെറിയ ചെറിയ വിശദാംശങ്ങൾ പോലും ശില്പങ്ങളിൽ തെളിഞ്ഞുകാണാം. നൃത്തരൂപങ്ങളിൽ കാണുന്ന അംഗവടിവുകൾ കിറുകൃത്യം. മരത്തിൽ കൊത്തിയതുപോലെ തോന്നിപ്പിക്കുന്ന ശിലാശില്പങ്ങൾ നമ്മെ വിസ്മയിപ്പിക്കും.

ഉയരത്തിൽ പണിത പ്രദക്ഷിണ മണ്ഡപത്തിന്റെ വശങ്ങളിൽ തിരശ്ചീനവിതാനമായി ആനകളും സിംഹങ്ങളും മനുഷ്യരൂപങ്ങളും നിറഞ്ഞിരിക്കുന്നത് കാണാൻ എന്തൊരു ഭംഗിയാണ്. പറഞ്ഞറിയിക്കാനാവില്ലതന്നെ. സ്വന്തം കണ്ണുകൾകൊണ്ട് കാണുകതന്നെവേണം കരവിരുതിന്റെ കമനീയത. ഒരു നിരയിലെ ഓരോ ശില്പവും മറ്റൊന്നിൽനിന്നും വിഭിന്നമാണ് ഭാവത്തിലും സംസ്ഥിതിയിലും.

നവരംഗമണ്ഡപത്തിന്റെ മച്ചിലും ഭിത്തികളിലും സ്തംഭങ്ങളിലും കൊത്തിയിട്ടുള്ള ശിൽപ്പങ്ങളുടെ സൗന്ദര്യം അപാരമാണ്. വൈവിധ്യമാർന്ന തരുണീ ശില്പങ്ങൾ ജീവൻ തുടിക്കുന്ന രീതിയിലാണ് ഭിത്തികളിൽ കൊത്തിയെടുത്തിരിക്കുന്നത്. സ്ത്രീ സൗന്ദര്യത്തിന്റെ

» ബേലൂർ ചെന്ന കേശവ ക്ഷേത്രം

» കരവിരുതിന്റെ അപൂർവ്വ മാതൃക

നിദർശനങ്ങളായി വളർത്തുതത്തയുമായി സംവദിക്കുന്നതും, അംഗലാവണ്യം കണ്ണാടിയിൽ ആസ്വദിക്കുന്നതും, പ്രാണനാഥന് കുറിമാനം രചിക്കുന്നതും, കമിതാവിനെ കാത്തുനിൽക്കുന്നതും പക്ഷിയെ അമ്പെയ്യുന്നതും, കുളി കഴിഞ്ഞു മുടി ഒതുക്കുന്നതും, സമൃദ്ധമായ ഉച്ചയൂണ് കഴിഞ്ഞ് വിശ്രമിക്കുന്നതും, തൃഭംഗി നൃത്തമാടുന്നതും, ഭസ്മമോഹിനി ലാസ്യ നടനവും, വാദ്യങ്ങൾ മുഴക്കുന്നതും, സംഗീതമാലപിക്കുന്നതുമൊക്കെ എത്ര വശ്യമായാണ് ചിത്രീകരിച്ചിരിക്കുന്നത്.

അതുപോലെ ശിവജലന്ധര ശിൽപ്പം, വാമനൻ, മഹാബലി, കൈലാസപർവ്വതമുയർത്തുന്ന രാവണൻ, ചാമുണ്ഡി, ബ്രഹ്മാവ്, അമ്പെയ്യുന്ന അർജ്ജുനൻ എന്നീ ശില്പങ്ങളും ജീവസ്സുറ്റവ തന്നെ.

പന്ത്രണ്ടാം ശതകത്തിലെ മതേതര ജീവിതം പകർത്തുന്ന നർത്തകരും നർത്തകിമാരും, ഗായകരും വാദകരുമൊക്കെ ചുമർ ശില്പങ്ങളിൽ സ്ഥാനം പിടിക്കുന്നു. പുരാണേതിഹാസങ്ങളിലെ നാടകീയവും, സംഭവബഹുലവുമായ ഏടുകൾ ശിലകളിൽ പുനർജനിക്കുന്ന മായാജാലവും നവരംഗ മണ്ഡപത്തിലൂടെ കടന്നുപോകുമ്പോൾ നാമനുഭവിക്കുന്നു.

നവരംഗമണ്ഡപത്തിലെ സ്തൂപങ്ങളുടെ കമനീയതയും വർണ്ണനകൾക്കതീതമെന്നേ പറയാനാകൂ. ഇവയിൽ തെക്ക് പടിഞ്ഞാറുഭാഗത്തെ മോഹിനീ സ്തൂപം നാം നിർനിമേഷരായി നോക്കിനിന്നുപോകും. തെക്ക് കിഴക്ക് ഭാഗത്തെ നരസിംഹ സ്തൂപം കറക്കാവുന്ന രീതിയിലായിരുന്നു ഘടിപ്പിച്ചതെന്നു പറയുന്നു. ഈ സ്തൂപത്തിൽ ഒരൊഴിഞ്ഞ ഭാഗം കാണാം. കൊത്തുപണികളൊന്നുമില്ലാതെ. വരും തലമുറയിലെ സർഗ്ഗധനരായ ശില്പികൾക്ക് പൂർത്തിയാക്കാൻ പൂർവസൂരികളായ ശില്പികൾ മാറ്റിവെച്ചിരിക്കുന്നു. പക്ഷേ ഈ വെല്ലുവിളി ഏറ്റെടുക്കാൻ ആരും ഇതേവരെ ധൈര്യം കാണിച്ചില്ല എന്നതാണ് യാഥാർത്ഥ്യം.

ഗർഭഗൃഹത്തിലെ 6 അടി ഉയരമുള്ള ചെന്നകേശവരൂപം അതിമനോഹരം തന്നെയാണ്. ചതുർഭുജനായ വിഷ്ണുവിന്റെ വശങ്ങളിൽ ഭൂദേവിയും, ശ്രീദേവിയും നിലകൊള്ളുന്നു. ശ്രീകോവിലിന് മുന്നിൽ കൃഷ്ണശിലയിൽ തീർത്ത വൃത്താകൃതിയിലുള്ള നൃത്തമണ്ഡപമുണ്ട്. വിഷ്ണു

വർദ്ധന്റെ ഭാര്യ ശന്തളാദേവി ദേവപ്രീതിക്കായി നടനം ചെയ്തതിവിടെ.

ഹൊയ്സാല ക്ഷേത്രങ്ങളിൽ രാവിലെയും വൈകുന്നേരവും പൂജ നടക്കുന്ന ഒരേ ഒരു ക്ഷേത്രമാണിത്. നൂറ്റാണ്ടുകൾക്ക് മുൻപ് തുടങ്ങിയ പൂജകൾ മുടക്കമില്ലാതെ ഇന്നും തുടരുന്നു.

ചെന്നകേശവക്ഷേത്രത്തിന് തെക്കുഭാഗത്തായി കപ്പെ ചെന്നിഗ രായ ക്ഷേത്രവും, പടിഞ്ഞാറ് ഭാഗത്തായി വീരനാരായണ ക്ഷേത്രവും, തെക്കുപടിഞ്ഞാറായി സൗമ്യനായകി ക്ഷേത്രവും സ്ഥിതിചെയ്യുന്നു.

42 അടി ഉയരമുള്ള ഒറ്റക്കല്ലിൽതീർത്ത ഗുരുത്വാകർഷണസ്തംഭം ക്ഷേത്ര സമുച്ചയത്തിലെ മറ്റൊരു അത്ഭുത നിർമ്മിതിയാണ്.

ബേലൂരിലെ ശിലാവിസ്മയങ്ങൾ പണിയാൻ ഉപയോഗിച്ചിരിക്കുന്നത് തുംകൂരിൽ നിന്നും കുഴിച്ചെടുത്ത സോപ്പ്കല്ലുകളാണ്. സുഭദ്രമായി കൊത്തുപണികൾ ചെയ്യാൻ പാകമുള്ള മൃദുത്വമാർന്ന കല്ലുകൾ അന്തരീക്ഷവുമായി പ്രതിപ്രവർത്തിച്ച് കാലക്രമത്തിൽ ഉറച്ച് കരിങ്കല്ലുപോലെ ബലമുള്ളതായിത്തീരുന്നു.

» തടിയിൽ പണിതപോലെ ശിലാ സ്തംഭങ്ങൾ

ശില്പിയുടെ മനസ്സിൽ വിരിയുന്ന ഭാവനകൾക്ക്, കൈവിരുതിന്റെ ചടുലതാളങ്ങൾക്ക്, രൂപഭംഗിനല്കി കാഴ്ചയുടെ വിരുന്നാകാൻ പ്രകൃതി സൂക്ഷിച്ചൊരുക്കിവെച്ച സോപ്പ കല്ലുകൾ... ലാസ്യവും, നടനവും, പൗരുഷവും, കാമവും, ക്രോധവും ചിത്രീകരിക്കാൻ ഭൂമിയുടെ മടിത്തട്ടിൽ അവ എത്രകാലം കാത്തുകിടന്നിരിക്കാം ! മനുഷ്യനുൾപ്പടെയുള്ള ജീവജാലങ്ങൾക്ക് മാത്രമല്ല, ഇവിടുത്തെ സകല വസ്തുക്കൾക്കും ഭൂമിയെ സുന്ദരമാക്കുന്നതിൽ നിയതമായ സ്ഥാനമുണ്ടെന്ന് നമ്മെ ഓർമ്മിപ്പിക്കുന്ന സത്യം.

ചെന്നകേശവക്ഷേത്ര സമുച്ചയത്തിലൂടെ ശില്പസൗന്ദര്യമാസ്വദിച്ച് നടന്നു നീങ്ങുമ്പോൾ, ഈ ശിലാ ശില്പവിസ്മയംതീർക്കാൻ ആളും അർത്ഥവും നൽകിയ ഹൊയ്സാലാ

» മനസ്സിനെ കീഴടക്കുന്ന ശിൽപ ശിലാ കാവ്യം

രാജാക്കന്മാരെ ഓർക്കാതിരിക്കാൻ വയ്യ. കൃതഹസ്തരായ ശില്പികളെ ഓർക്കാതിരിക്കാൻ വയ്യ. നൂറിൽപ്പരം വർഷങ്ങളിലെ നിരന്തരമായ അവരുടെ കലാസപര്യയെ നമിക്കാതിരിക്കാൻ വയ്യ.

ഓരോ മേഖലയിലെയും കഴിവുള്ളവരെ കണ്ടെത്തി, അവരുടെ സർഗ്ഗസിദ്ധികൾ നാടിനുവേണ്ടി, മനുഷ്യകുലത്തിനുവേണ്ടി പ്രയോജനപ്പെടുത്താൻ, അവർക്ക് അല്ലലില്ലാതെ സ്വജീവിതവൃത്തി നടത്തി മുന്നേറുവാൻ, ഭരണാധികാരികൾ കാണിച്ച ശ്രദ്ധയും താല്പര്യവും. എടുത്ത് പറയേണ്ടതാണ്. അതിന്റെ പരിണതിയാണ് അമൂല്യ ചരിത്ര സൂക്ഷിപ്പുകളായി പിൻതലമുറയ്ക്ക് ലഭിച്ച സൗഭാഗ്യങ്ങളെല്ലാം.

ഇന്ന് സ്വാതന്ത്ര്യവും സമത്വവും ഉറപ്പാക്കാനെന്ന് നാം ഉദ്ഘോഷിക്കുന്ന ജനാധിപത്യ സോഷ്യലിസ ക്രമത്തിൽ, വ്യവസ്ഥിതികളോട് മാത്രമല്ല, സ്വന്തം ജീവിതത്തോട് തന്നെ യുദ്ധം ചെയ്യേണ്ടിവരുന്നവർക്ക് ഇതുപോലെ അത്ഭുതങ്ങൾ രചിക്കാൻ എങ്ങനെ കഴിയും? സർഗ്ഗധനരായവരെ ആർക്ക് വേണം? കപടനാട്യവും വിധേയത്വവുമൊക്കെ അംഗീകാരത്തിന്റെ മാനദണ്ഡങ്ങളായും, ഉയർച്ചയുടെ പടവുകൾ കയറാനുള്ള മാർഗ്ഗമായും മാറുന്ന കാലത്ത് കഴിവുകൾ മാത്രമല്ല മൂല്യങ്ങളും ചവുട്ടിമെതിക്കപ്പെടുന്നുവല്ലോ.

ഭാവിതലമുറക്കായി പ്രകൃതി വിഭവങ്ങൾപോലും കരുതിവെക്കാൻ കഴിയാത്ത നമ്മൾ ഇതുപോലെയുള്ള അത്ഭുത നിർമ്മിതികളും പൈതൃകസ്വത്തുക്കളും എങ്ങനെ നിർമ്മിച്ച് കൈമാറുമെന്ന് വെറുതെ ഓർത്തുപോയി ഹാലിബീഡിലേക്കുള്ള യാത്രയിൽ.

2018 മാർച്ച്

ഹാലിബീഡ്...
ശിൽപ്പകലയുടെ മായികലോകം.

യാത്ര അറിവ് പകർന്ന് നൽകുന്ന അനുഭവം എന്നതിനപ്പുറം ഒരനുഭൂതി കൂടിയാണ്. പഴയ കാലം ഓർമ്മ്മപ്പെടുത്തുന്ന സഞ്ചാരമായി അത് മാറുമ്പോൾ ഇന്നിവിടെ കുത്തി ഒഴുകുന്ന ലോകത്തിന്റെ പിന്നണിയിൽ എന്തൊക്കെ നടന്നു എന്ന് നാമറിയുന്നു. അന്നത്തെ ജനത അനുഭവിച്ച വേദനയും സങ്കടങ്ങളും, സന്തോഷങ്ങളും നമ്മുടെ മുന്നിൽ മിന്നിമറയുന്നു.

യന്ത്രങ്ങളും സാങ്കേതികവിദ്യയുമൊക്കെ ആവിർഭവിക്കുന്നതിന് മുമ്പേ, കരവിരുതും മനുഷ്യ അധ്വാനവും കഠിനപ്രയത്നവും ഒന്നിച്ചപ്പോൾ രൂപമെടുത്ത അത്ഭുതങ്ങൾ സംഘശക്തിയുടെയും നിശ്ചയദാർഢ്യത്തിന്റെയും പ്രതീകങ്ങൾ മാത്രമല്ല, ഒരു സംസ്കാരത്തിന്റെ ശേഷിപ്പുകൾ കൂടിയാണെന്ന് നാമറിയണം.

ബേലൂർ വിസ്മയം കണ്ട് ഹൊയ്സാല രാജാക്കന്മാരുടെ പഴയ തലസ്ഥാനപട്ടണമായ ഹാലിബീഡിലേക്ക് പോകുമ്പോൾ മറ്റൊരു കാഴ്ച്ചാ വസന്തത്തിന് സാക്ഷിയാകാനുള്ള ഒരുക്കത്തിലായിരുന്നു.

പുറത്ത് നല്ല ചൂടാണ്. മനം കുളിർക്കാനുള്ള യാത്രയാണല്ലോ എന്ന ആശ്വാസമാണ് ഉള്ളിൽ.

ഹാലിബീഡിലെ ഹൊയ്സാലേശ്വര ശിവ ക്ഷേത്രം, ഹൊയ്സാല ക്ഷേത്രങ്ങളിൽ വലുതും ശിൽപ ധാരാളിമയിൽ അദ്വിതീയവുമത്രെ. ബേലൂർ ക്ഷേത്രം പോലെയാണെങ്കിലും, ഉൾഭിത്തികളിൽ ശിലാശില്പവിന്യാസം പ്രായേണ കുറവാണ്. പകരം പുറം ഭിത്തികൾ ശിൽപ

» ഹാലെബീഡിലെ ഹൊയ്സാലേശ്വര ക്ഷേത്രം

വൈവിധ്യംകൊണ്ട് നമ്മെ അത്ഭുതപ്പെടുത്തും. കോരിത്തരിപ്പിക്കും.

ജെയിംസ് ഫെർഗ്ഗസനെന്ന വിഖ്യാതനായ ശിൽപ്പകലാ വിദഗ്ധനെ അമ്പരപ്പിച്ച ശില്പ വിസ്മയം. പത്തൊമ്പതാം നൂറ്റാണ്ടിലെ അത്ഭുതമായ ഏതൻസിലെ പാർഥിനോൺ ശില്പങ്ങളുമായാണ് അദ്ദേഹം ഹാലിബീഡിലെ ശില്പങ്ങളെ താരതമ്യം ചെയ്യുന്നത്. ദൃശ്യാവിഷ്കാരവിതാനങ്ങളിൽ ആയിരക്കണക്കിന് ജീവരൂപങ്ങൾ ആവർത്തിക്കപ്പെട്ടപ്പോഴും, അവയിൽ ഓരോന്നും പരസ്പരം വ്യത്യസ്തമാണെന്നത് വലിയ അത്ഭുതമാണ്. രാമായണ -മഹാഭാരത-ഭാഗവത പുരാണേതിഹാസങ്ങളിലെ കഥാപാത്രങ്ങളും, കഥാസന്ദർഭങ്ങളും ശില്പ സമ്പന്നതക്ക് മിഴിവേകുന്നു. മനുഷ്യ വിശ്വാസങ്ങളിലെ വന്യവും അതേസമയം മനുഷ്യവികാരങ്ങളിലെ ആർദ്രവുമായ സമസ്ത ഭാവങ്ങളും ഈ ശില്പങ്ങളിൽ കാണാമെന്നും അദ്ദേഹം സാക്ഷ്യപ്പെടുത്തുന്നു.

ഭാരതീയ ശില്പകലാരംഗത്തെ ആധികാരിക ശബ്ദമായ പേർസി ബ്രൗണിന്റെ വാക്കുകളിൽ പറഞ്ഞാൽ-

“ഭൂമിയിൽ മനുഷ്യകരങ്ങളാൽ വിരചിക്കപ്പെട്ട മഹാസ്മാരകം”

-അതാണ് ഹാലിബീഡിലെ ഹൊയ്സാലേശ്വര ക്ഷേത്രം.

ഇത്രയും വിശേഷമായ കാഴ്ച കാണാനാണല്ലോ ഈ യാത്രയെന്ന് നിരൂപിച്ചപ്പോൾ ഇതൊരു മഹാസൗഭാഗ്യമാണല്ലോ എന്ന് തോന്നി.

മുഗൾ രാജാക്കന്മാരുടെ രണ്ട് ആക്രമണങ്ങൾക്ക് ഈ ക്ഷേത്രം വിധേയമായിട്ടുണ്ട്. അതിനെത്തുടർന്നാണ് ഹൊയ്സാല രാജവംശത്തിന്റെ തലസ്ഥാനം ബേലൂരിലേക്ക് മാറ്റിയത്.

ഒരേപോലെയുള്ള രണ്ട് ക്ഷേത്രങ്ങളുടെ സംഘാതമാണ് ഈ ക്ഷേത്രം. ഹൊയ്സാലേശ്വര-സന്താലേശ്വര പുരുഷ സ്ത്രീ സങ്കൽപം. ഓരോ ക്ഷേത്രത്തിനും നവരംഗമണ്ഡപം, ഇറയം, ഗർഭഗൃഹം എന്നിവ പ്രത്യേകമുണ്ട്. ജഗതിയെന്ന സമതലമണ്ഡപത്തിലാണ് ഇവ

» കടഞ്ഞെടുത്തപോലെ ശിലാസ്തംഭങ്ങളും വിശാലമായ ഇടനാഴിയും

ഉയർത്തിയിരിക്കുന്നത്. ഇരു ക്ഷേത്രങ്ങളുടെയും ശിൽപ്പാലംകൃതമായ നവരംഗമണ്ഡപം മനോഹരമായ ഒരു ഇടനാഴിയായി മാറിയിരിക്കുന്നു

ജഗതിയുടെ വശങ്ങളിലെ ശില്പങ്ങൾ അതി സമ്പന്നമാണ്. ആനകളും, സിംഹങ്ങളും, കുതിര സവാരിക്കാരും, അരയന്നങ്ങളും, മറ്റ് ആലങ്കാരികരൂപങ്ങളും വ്യത്യസ്ത രൂപ ഭാവങ്ങളിൽ നിരനിരയായ ങ്ങിനെ ഒരുങ്ങി നിൽക്കുന്നത് കാഴ്ചയുടെ വിരുന്ന് തന്നെയാണ്.

ജഗതിക്ക് മേലെയുള്ള വലിയ ശില്പങ്ങൾ പൗരാണിക കഥകളിലെ വിവിധങ്ങളായ സന്ദർഭങ്ങളെ അധികരിച്ചാണ്. ശിവഭഗവാന്റെ ദർബാർ, അർജ്ജുനനും കർണ്ണനുമായുള്ള യുദ്ധം, ഗോവർദ്ധനഗിരി ഉയർത്തുന്ന കൃഷ്ണൻ, ആനന്ദനടനമാടുന്ന ശിവൻ, കൈലാസമുയർത്തുന്ന രാവണൻ, ഉമാ മഹേശ്വരൻ, പാണ്ഡവരുടെ വിജയം ആഘോഷിക്കുന്ന പ്രജകൾ, മഹിഷാസുരമർദ്ദിനി, പന്ത്രണ്ടാം നൂറ്റാണ്ടിലെ സംഗീത ഉപകരണങ്ങൾ വായിക്കുന്ന വാദകർ, ശൃംഗാര ചേഷ്ടകൾ... ഇങ്ങനെ പോകുന്നു ശില്പ വൈവിധ്യം.

കിഴക്ക് ഭാഗത്തായി രണ്ട് നന്ദി ക്ഷേത്രങ്ങളാണ്. ശിവ വാഹനമായ നന്ദിയുടെ കൂറ്റൻ ശില്പങ്ങളാണിവിടെ. നന്ദിമണ്ഡപത്തിനുള്ളിലും നിറയെ ശില്പങ്ങൾ കൊത്തിയിരിക്കുന്നു. ഇവിടുത്തെ കരിങ്കൽ ഇരുത്തികളിൽ ഇളം കാറ്റേറ്റ് വിശ്രമിക്കാൻ ഒരു പ്രത്യേക സുഖമാണ്.

ക്ഷേത്രത്തിന് മുന്നിൽ ഒരു പുരാവസ്തു മ്യൂസിയം സജ്ജീകരിച്ചിരിക്കുന്നു. ഹൊയ്സാല ശില്പങ്ങളുടെ നല്ല ഒരു ശേഖരമുണ്ടിവിടെ.

കലാകാരന്റെ ഭാവനക്കിണങ്ങും വിധം രൂപകൽപ്പന ചെയ്തെടുക്കാൻ പ്രകൃതി ഒരുക്കിയ വിഭവസമ്പത്തായ സോപ്പ് കല്ലുകൾ. ഈ

കല്ലുകളിൽ തീർത്ത ശിലാവിസ്മയം മനുഷ്യന്റെ കഴിവിന്റെ, സർഗ്ഗവൈഭവത്തിന്റെ, ക്ഷമയോടെയുള്ള കഠിന അധ്വാനത്തിന്റെ പ്രതീകമായി നമ്മെ അതിശയിപ്പിച്ചുകൊണ്ട് കാലാതീതമായി നിലനിൽക്കും. തലമുറകൾ ഇവിടെവന്ന് അത്ഭുതാദരങ്ങളോടെ കൈ കൂപ്പി പ്രണാമമർപ്പിച്ച്, നിറഞ്ഞ മനസ്സോടെ തിരിച്ചുപോകും. ഈ ഒഴുക്ക് തുടർന്നുകൊണ്ടേയിരിക്കും.

ബെൽവാടിയിലേക്ക്.

ഹാലിബീഡിൽനിന്നും സുമാർ 10 കി. മീറ്റർ യാത്രചെയ്താൽ ബെൽവാടിയെന്ന ശാന്തസുന്ദരമായൊരു ഗ്രാമത്തിൽ നാം എത്തിച്ചേരും. മഹാഭാരതത്തിൽ ഭീമൻ ബകാസുരനെ വധിച്ച സ്ഥലമാണ് ബെൽവാടി എന്ന് വിശ്വസിക്കപ്പെടുന്നു.

അവിടെ ചെന്നകേശവ ക്ഷേത്രം പോലെ, ഹൊയ്സാലേശ്വര ക്ഷേത്രം പോലെ അത്ര പ്രസിദ്ധമല്ലാത്ത ഒരു വൈഷ്ണവ ക്ഷേത്രമുണ്ട്- വീരനാരായണസ്വാമി ക്ഷേത്രം. ശില്പവൈവിധ്യം കൊണ്ടല്ല ഈ ക്ഷേത്രം വേറിട്ടുനിൽക്കുന്നത്, മറിച്ച് വാസ്തുനിർമാണ പ്രത്യേകത കൊണ്ടാണ്. പ്രവേശനദ്വാരവും, ഗോപുരവും വിജയനഗര ശൈലിയിലും രംഗമണ്ഡപവും, ഗരുഡസ്തംഭവും ഹൊയ്സാല ശൈലിയിലും, ഉൾത്തളങ്ങൾ ചാലൂക്യ ശൈലിയിലും പണിതിരിക്കുന്നു എന്നാണ് അറിഞ്ഞത്.

മൂന്ന് പ്രതിഷ്ഠകളാണിവിടെയുള്ളത്. നവരംഗമണ്ഡപത്തിന്റെ ആദ്യഭാഗത്തായി വടക്ക് മുഖമായി വേണുഗോപാല പ്രതിഷ്ഠയും, തെക്ക് മുഖമായി യോഗ നരസിംഹ പ്രതിഷ്ഠയും. 270 അടി നീളമുള്ള,

» കൃത്യതയും പൂർണതയുമാർന്ന കൊത്തുപണികൾ

കൊത്തുപണികളാൽ സമ്പന്നമായ സ്തംഭങ്ങളോടുകൂടിയ നവരംഗമണ്ഡപം അവസാനിക്കുന്നത് മഹാവിഷ്ണുവിന്റെ മറ്റൊരു അവതാരമായ വീരനാരായണ ക്ഷേത്രത്തിലാണ്.

ക്ഷേത്രച്ചുമരുകളിൽ ശില്പങ്ങളൊന്നുമില്ല. പക്ഷേ സ്തംഭങ്ങളിലും, മച്ചുകളിലും സവിശേഷമായ കൊത്തുപണികൾ കാണാം.

നവരംഗമണ്ഡപത്തിന്റെ ഘടനയും സ്തംഭങ്ങളുടെ വിന്യാസഭംഗിയും എടുത്തുപറയേണ്ടതാണ്.

ഞങ്ങളെത്തിയത് ഉച്ചസമയത്തായതിനാൽ, ക്ഷേത്രം അടച്ചിരിക്കുകയായിരുന്നു. അതുകൊണ്ടുതന്നെ, വിശേഷപ്പെട്ട ഇവിടുത്തെ വിഗ്രഹങ്ങൾ കാണാൻ ഒത്തില്ല. ഓടക്കുഴലൂതുന്ന സുന്ദരരൂപനായ കൃഷ്ണനും, ധ്യാനലീനനായ യോഗനരസിംഹമൂർത്തിയും, വീരയോദ്ധാവിന്റെ രൂപത്തിലുള്ള നാരായണസ്വാമിയും ഞങ്ങൾക്ക് അദൃശ്യരായി. എങ്കിലും ഖേദമില്ല. ഗ്രാമ്യാന്തരീക്ഷത്തിലെ തലയെടുപ്പുള്ള മറ്റൊരു ഹൊയ്സാല നിർമിതികൂടി കാണാനൊത്തല്ലോ.

നേടിയതും കണ്ടതും അനുഭവിച്ചതും മാത്രമല്ലല്ലോ ജീവിതം, നഷ്ടമായതും കാണാതെപോയതും അനുഭവവേദ്യമാകാതെ മറഞ്ഞുനിന്നതും, മോഹിച്ച് നേടാനാവാതെ പോയതുമൊക്കെ ജീവിതത്തിന്റെ ഭാഗമല്ലോ. ഒന്നുമില്ലാതെ വന്നതിനും, ഒന്നുംകൊണ്ടുപോകാതെ പോകുന്നതിനുമിടയിൽ എല്ലാം വിലയുള്ളത് തന്നെ.

മറ്റൊരു വഴിയിൽ 28 കി. മീറ്റർ യാത്രചെയ്ത് ചിക്മഗളൂരിലെത്തി. വൈകുന്നേരം ചന്ദ്രദ്രോണപാർവ്വതത്തിന്റെ താഴ്വാരത്തെ, പുതിയശൈലിയിൽ പണിത തേവാരമ്മാ ക്ഷേത്രവും കണ്ട്, ശ്രീകാന്തിന്റെ വീട്ടിൽ ഹ്രസ്വ സന്ദർശനവും കഴിഞ്ഞ് ഹോട്ടലിലെത്തുമ്പോൾ 'ചെറിയ മകളുടെ ഊര്' ഉറക്കത്തിന്റെ ആലസ്യത്തിലേക്ക് വീഴാൻ തുടങ്ങിയിരുന്നു.

2018 മാർച്ച്

തുംഗാനദിക്കരയിലെ അദ്വൈത പീഠം

ചിക്മഗളൂരിൽനിന്നും 88 കി. മീറ്റർ ദൂരമുണ്ട് ശൃംഗേരിയിലേക്ക്. കർണാടകയിൽ ഏറ്റവും കൂടുതൽ മഴ ലഭിക്കുന്ന അഗുംബെ മഴക്കാടുകൾക്കടുത്താണ് ശൃംഗേരി എന്ന ചെറിയ പട്ടണം.

നമ്മുടെ കാലടിയിൽ ജനിച്ച്, ധിഷണകൊണ്ട് ലോകം കീഴടക്കിയ ആദിശങ്കരൻ സ്ഥാപിച്ച ആദ്യ പീഠം. സ്വദേശികളും, വിദേശികളും ഒഴുകിയെത്തുന്ന ശൃംഗേരി മഠം.

വീതി കുറവെങ്കിലും, നല്ല റോഡാണ്. വഴിയിൽ ധാരാളം കാപ്പിത്തോട്ടങ്ങൾ. പിന്നെ ഏറെ ദൂരം വനപ്രദേശങ്ങൾ, ഒടുവിൽ വിശാലമായ കൃഷിഇടങ്ങളും പിന്നിട്ട് ശൃംഗേരി മഠത്തിലെത്തുമ്പോൾ വെയിലിന് വീര്യം കൂടിയിരുന്നുവെങ്കിലും, തുംഗാ നദിയിലെ തെളിനീര് തഴുകിയെത്തുന്ന കുളിർകാറ്റ് ക്ഷീണമെല്ലാം അകറ്റി.

ഋഷ്യശൃംഗന്റെ കഥ ഓർമ്മയുണ്ടല്ലോ. എം.ടി. ഭരതൻ കൂട്ടുകെട്ടിൽ പിറന്ന വൈശാലി എന്ന മനോഹരമായ അഭ്രകാവ്യവും ഓർക്കാം. വിഭാണ്ഡകമുനി ബ്രഹ്മചാരിയായി വളർത്തിയ ബാലൻ. സ്വന്തം പിതാവിനെ കൂടാതെ പക്ഷികളെയും, വന്യ മൃഗങ്ങളെയും, വൃക്ഷ ലതാദികളെയും മാത്രം പരിചയപ്പെട്ട കുമാരൻ. ആധ്യാത്മിക ഉന്നതി കൈവരിക്കാൻ ഇഹലോക വിചാരങ്ങളിൽനിന്നെല്ലാം അകന്ന് കൊടുംവനത്തിൽ ഏകനായി വളർന്ന മുനി കുമാരൻ.

ഋഷ്യശൃംഗന്റെ തപോവന ഭൂമി ഉൾക്കൊള്ളുന്ന കുന്നിൻപ്രദേശം പിൽക്കാലത്ത് ഋഷ്യശൃംഗഗിരിയായും ഒടുവിൽ ശൃംഗേരിയായും പരിണമിക്കുകയായിരുന്നു.

ഋഷ്യശൃംഗൻ ലോമപാദരാജാവിന്റെ സുന്ദരിമാരിൽ ആകൃഷ്ടനായതും, പാദസ്പർശത്താൽ വേനലിൽ വറ്റിവരണ്ട രാജ്യത്ത് മഴപെയ്യിച്ചതും, രാജാവിന്റെ മകളെ വരിച്ചതുമൊക്കെ പിന്നത്തെ കഥ.

ഭാരതത്തിന്റെ ആദ്ധ്യാത്മിക ജ്യോതിസ്സായിമാറിയ ശ്രീ ശങ്കരാചാര്യർ 1200 വർഷങ്ങൾക്കുമുമ്പ് സനാതന ധർമ പ്രചാരണത്തിന് വേണ്ടിയുള്ള ആദ്യമഠം സ്ഥാപിക്കാൻ തുംഗാനദിക്കരയിലെ പ്രകൃതി രമണീയമായ ശൃംഗേരി തന്നെ തെരഞ്ഞെടുത്തത് ആകസ്മികമാവില്ല.

ഇതുമായി ബന്ധപ്പെട്ട് പ്രചാരത്തിലുള്ള പഴയൊരു കഥയുണ്ട്. ആത്മാന്വേഷണത്തിന്റെ ഭാഗമായി തുംഗാനദിക്കരയിലൂടെ നടക്കുകയായിരുന്ന ആദി ശങ്കരൻ വ്യത്യസ്തമായ ഒരു കാഴ്ച കണ്ടു. ക്ഷീണിതയായ ഒരു തവളയെ സൂര്യതാപത്തിൽനിന്നും സംരക്ഷിക്കാൻ ഫണമുയർത്തി കാവൽ നിൽക്കുന്ന ഒരു സർപ്പം. ഇരപിടിയൻ തന്നെ ഇരയുടെ കാവലാളാകുന്ന കാഴ്ച. സ്വാഭാവിക ശത്രുക്കൾ ശത്രുത കൈവെടിയുന്ന ഉദാത്തമായ സ്ഥലം. അദ്വൈത വേദാന്തസാരം പഠിപ്പിക്കാനും, പ്രചരിപ്പിക്കാനും പറ്റിയ ഇടം ഇതുതന്നെയെന്ന് സ്വാമിജി തീരുമാനിക്കുകയായിരുന്നു. ശൃംഗേരി ദക്ഷിണാംനായ ശ്രീ ശാരദാ പീഠത്തിന്റെ സമാരംഭം. 12 വർഷം സ്വാമിജി ഇവിടെ തങ്ങിയിരുന്നു.

വേദാന്ത ശിരോമണികളായ ആചാര്യന്മാരുടെ നേതൃത്വത്തിൽ പീഠം അതിന്റെ ഉദ്ദേശ ലക്ഷ്യങ്ങൾ പൂർത്തീകരിക്കണമെന്ന് സ്വാമിജി ആഗ്രഹിച്ചു. പീഠാധിപതികൾ മനുഷ്യകുലത്തിന്റെ ആത്മീയോന്നതിക്ക്വേണ്ടി പ്രവൃത്തിക്കുന്ന ജഗദ് ഗുരുക്കന്മാരായി അറിയപ്പെടണമെന്നും സ്വാമിജി നിഷ്കർഷിച്ചു. അങ്ങനെ ശൃംഗേരി ജഗദ് ഗുരു പരമ്പരയുടെ തുടക്കമായി. ശിഷ്യഗണങ്ങൾ പീഠാധിപതികളെ ബഹുമാനപുരസ്സരം ശങ്കരാചാര്യരെന്ന് വിളിക്കുന്നു.

സ്വത്വാന്വേഷികളും, ആധ്യാത്മിക സായൂജ്യം തേടുന്നവരും മാത്രമല്ല, നൈഷ്ഠികരും, പ്രകൃതി സ്നേഹികളും, പരിസ്ഥിതിവാദികളും സസ്യവർഗ്ഗീകരണ തൽപ്പരരുമൊക്കെ ശൃംഗേരിയിലേക്ക് സദാ വന്നുകൊണ്ടേ ഇരിക്കുന്നു. അവരവരുടെ മനസ്സിന്റെ ചോദനകൾക്ക് അർത്ഥം തേടുന്നു. ശ്രിംഗേരി ആരെയും നിരാശപ്പെടുത്തുന്നില്ല.

ശൃംഗേരി, ക്ഷേത്രസമുച്ചയങ്ങളും, പ്രാർത്ഥനാലയങ്ങളും, ആശ്രമങ്ങളുമൊക്കെ ചേർന്ന ഒരു ആധ്യാത്മിക കേന്ദ്രമത്രെ.

തുംഗാനദിയുടെ ഇരുകരയിലുമായി ഇവ വ്യാപിച്ചുകിടക്കുന്നു. പുഴക്ക് മേലേ പണിത നടപ്പാത ഇവയെ പരസ്പരം ബന്ധിപ്പിക്കുന്നു. നൃസിംഹവനവും, ആശ്രമങ്ങളും, ഗുരുനിവാസുമൊക്കെ അക്കരെയാണ്.

» വിദ്യാശങ്കര ക്ഷേത്രം

ക്ഷേത്രങ്ങളും, മ്യൂസിയവും, വിശ്രമമന്ദിരവും, ഓഫീസും, ഭോജനശാലയു മൊക്കെ ഇക്കരെയും.

ശാന്തവും സ്വസ്ഥവും ഭക്തിസാന്ദ്രവുമായ അന്തരീക്ഷം. ജീവിതവ്യാ പാരങ്ങളുടെ ചുമടുകളും സങ്കടങ്ങളും, സമ്മർദങ്ങളുമായി ഇവിടെയെത്തു ന്നവരുടെ മനസ്സിനെ വിമലീകരിക്കാനും ജീവിതത്തിന്റെ നശ്വരതയും, നേട്ടങ്ങളുടെയും സമ്പാദ്യങ്ങളുടെയും അർത്ഥശൂന്യതയുമൊക്കെ മനുഷ്യൻ ഒരു പക്ഷേ തിരിച്ചറിയുന്നത് ഇത്തരം മുഹൂർത്തങ്ങളിലാണ്. അവനവനെ കണ്ടെത്താനും, സ്വയം തിരിച്ചറിയാനും, മനുഷ്യജീവിത ത്തിന്റെ യഥാർത്ഥ മൂല്യവും, ലക്ഷ്യവും മനസ്സിലാക്കാനും ഇതുപോലെ യുള്ള പുണ്യസങ്കേതങ്ങൾ നമ്മെ സഹായിക്കുന്നു. മഹാഗുരുക്കന്മാർ വഴിവിളക്കായിമാറുന്നത് ഇങ്ങനെയൊക്കെ ആവാം.

ശ്രീ ശാരദാംബാ ക്ഷേത്രം

സരസ്വതിദേവിയെ ശങ്കരാചാര്യർ പ്രതിഷ്ഠിച്ചത് ചന്ദനത്തടിയിലാ യിരുന്നു. പന്തണ്ടാമത്തെ ആചാര്യൻ ജഗദ് ഗുരു ശ്രീ വിദ്യാരണ്യയാണ് പിന്നീട് ദേവിയുടെ സ്വർണ്ണവിഗ്രഹം സ്ഥാപിക്കുന്നത്. ക്ഷേത്രവും പിൽക്കാലത്ത് വിശദമായ മാറ്റങ്ങൾക്ക് വിധേയമായി. പോളിഷ് ചെയ്ത ഗ്രാനൈറ്റ് സ്ലാബുകൾകൊണ്ട് ഭിത്തികൾ മാറ്റിപ്പണിതു. വെള്ളിയിൽ തീർത്ത ഗർഭ ഗൃഹത്തിന്റെ വാതിലുകൾ സ്വർണ്ണംകൊണ്ട് പൂതുക്കി. അതാത് കാലത്തെ ചക്രവർത്തിമാരും ധനാഢ്യരും കാണിക്കയായി അർപ്പിച്ച സ്വർണ്ണ, വജ്ര ആഭരണങ്ങളുംമറ്റും ക്ഷേത്രത്തിൽ സൂക്ഷിച്ചിരി ക്കുന്നു. നവരംഗ മണ്ഡപത്തിലെ തൂണുകളിൽ മനോഹരമായ കൊത്തു പണികളും കാണാം.

ശ്രീ വിദ്യാശങ്കര ക്ഷേത്രം

പത്താമത്തെ ജഗദ് ഗുരു ശ്രീ വിദ്യാതീർത്ഥ സ്വാമികളുടെ സമാധി ഗുഹക്ക് മുകളിൽ, വിജയനഗരരാജാക്കന്മാർ പണിത വിദ്യാശങ്കര ക്ഷേത്രം ഹൊയ്സാലാ ദ്രാവിഡ വാസ്തു ശില്പ ശൈലിയുടെ മകുടോദാഹരണമാണ്. മഹാമണ്ഡപത്തിലെ 12 സ്തംഭങ്ങൾ സൂര്യചന്ദ്രഗ്രഹങ്ങളുടെ സഞ്ചാരപഥങ്ങൾക്കനുസരിച്ച് സവിശേഷമായി ഒരുക്കിയിരിക്കുന്നു. സൂര്യകിരണങ്ങൾ 12 മാസങ്ങളിൽ ഇവയിലോരോന്നിലും മാറി മാറി പതിക്കുന്നു. രൂപഭംഗികൊണ്ടും, നിർമ്മാണ വൈദഗ്ധ്യംകൊണ്ടും മികച്ചുനിൽക്കുന്ന വിദ്യാശങ്കര ക്ഷേത്രം ശൃംഗേരിയിലെത്തുന്ന സകലരുടെയും മനസ്സ് കവരുന്നു.

ശ്രീ ആദി ശങ്കരാചാര്യ ക്ഷേത്രം

ആദി ശങ്കരന്റെപേരിൽ പണിത ഈ ക്ഷേത്രം മനോഹരമായ കൊത്തുപണികൾകൊണ്ടും, ശില്പസമൃദ്ധികൊണ്ടും ശ്രദ്ധേയമാണ്. സർഗ്ഗധനരായ ശില്പികളുടെ കരവിരുതിന്റെ ലാവണ്യം നാം നോക്കിനിന്നുപോകും. കൊത്തുപണികളുടെ ശില്പസൗകുമാര്യമില്ലാത്ത ഒരിഞ്ച് സ്ഥലംപോലും ക്ഷേത്രത്തിന്റെ അകവും പുറവുമായി നമുക്ക് കണ്ടെത്താനാവില്ല.

ശ്രീ ശാരദാംബാ ക്ഷേത്രത്തിന്റെ ഇടത് ഭാഗത്ത് മലയാളിയായ ഒരു ബ്രാഹ്മണന്റെപേരിലും ഒരു ക്ഷേത്രം കാണാം. ഇതുമായി ബന്ധപ്പെട്ട് ഒരു കഥയുണ്ട്. മതഗ്രന്ഥങ്ങളിലൊക്കെ പ്രവീണനായ ഒരു

» ആദിശങ്കര ക്ഷേത്രം

മലയാളി ബ്രാഹ്മണൻ. പക്ഷേ അദ്ദേഹത്തിന് പഠിച്ചത് മറ്റുള്ളവർക്ക് പകർന്നുകൊടുക്കാനുള്ള കഴിവില്ലായിരുന്നുപോലും. മരണാനന്തരം നൈരാശ്യംമൂലം ബ്രഹ്മ രാക്ഷസനായിമാറിയ അദ്ദേഹം വിദ്യാരണ്യ ഗുരുവിനോട് മോക്ഷത്തിന് അപേക്ഷിച്ചുവെന്നും, ഗുരു, ശാരദാ പീഠത്തിന് സമീപമിരുന്ന് ഭക്തരെ അനുഗ്രഹിച്ച് സായുജ്യമടയാൻ അനുഗ്രഹിച്ചതായും കഥ. അതാണ് മലയാള ബ്രാഹ്മ ക്ഷേത്രം.

നൃസിംഹവനവും, ആശ്രമങ്ങളും

തുംഗാനദിക്ക് തെക്കായി വൃക്ഷലതാദികൾ നിറഞ്ഞ വിശാലമായ ആശ്രമ ഭൂമിയാണ്. പണ്ട് വനമായിരുന്ന ഈ പ്രദേശത്തുള്ള ഒരു പാറയിൽ മുപ്പത്തിമൂന്നാമത്ത് ജഗദ് ഗുരു സച്ചിദാനന്ദ ശിവാഭിനവ നൃസിംഹഭാരതി ധ്യാനലീനനായി ഇരിക്കുമായിരുന്നു.

കാടൊക്കെ വൃത്തിയാക്കി ഇവിടെ പണിത ആശ്രമമാണ് വിപുലീകരിച്ച് പിൽകാലത്ത് ജഗദ് ഗുരുക്കന്മാരുടെ നിവാസകേന്ദ്രമായ 'സച്ചിദാനന്ദ വിലാസ് ' ആയി മാറിയത്.

വിശ്വാസികളുടെ തിരക്ക് വർദ്ധിച്ചപ്പോൾ കൂടുതൽ ആളുകളെ ഉൾക്കൊള്ളാനായി വലിയൊരു ആശ്രമ മന്ദിരം കൂടിപണിയുകയായിരുന്നു 'ഗുരുനിവാസ്'.

ആദിശങ്കരൻ പ്രതിഷ്ഠിച്ച സ്പടിക ചന്ദ്രമൗലീശ്വര ലിംഗം ഗുരുനിവാസിലെ പൂജാമുറിയിൽ മറ്റ് വിഗ്രഹങ്ങളോടൊപ്പം ഇന്നും പുരോഹിതരാൽ പൂജിക്കപ്പെടുന്നു. രാത്രിയിൽ ജഗദ് ഗുരു നേരിട്ട് നടത്തുന്ന പൂജാകർമങ്ങൾക്ക് സാക്ഷിയാകാൻ ആയിരങ്ങൾ ഇവിടെയെത്താറുണ്ട്.

തപസ്വി കുടീരം, വേദ പാഠശാല, ശങ്കരഅദ്വൈത ഗവേഷണ കേന്ദ്രം, ശ്രീ വേദവ്യാസ ദേവാലയം, ശ്രീ കാലഭൈരവ ദേവാലയം, ഗോശാല, ഗജശാല, അശ്വശാല എന്നിവയും, നൃസിംഹവനഭൂമിയിലാണ് സ്ഥാപിച്ചിരിക്കുന്നത്.

ആദിശങ്കരൻ ശൃംഗേരിക്ക് കാവലായി നാലു ക്ഷേത്രങ്ങൾ കൂടി സ്ഥാപിച്ചിരുന്നു എന്നറിഞ്ഞു. പടിഞ്ഞാറ് ആഞ്ജനേയനും, കിഴക്ക് കാലഭൈരവനും, വടക്ക് കാളികാംബയും, തെക്ക് വനദുർഗയും ഈ പവിത്രഭൂമിയെ സംരക്ഷിക്കുന്നു എന്നാണ് വിശ്വാസം.

ശൃംഗേരിയിലെ ഇപ്പോഴത്തെ മഠാധിപതി മുപ്പത്തിആറാമത് ജഗദ് ഗുരു ശ്രീ ഭാരതി തീർത്ഥ സ്വാമികളാണ്. ഭാരതം മുഴുവൻ സഞ്ചരിക്കുന്ന ബഹുഭാഷാപണ്ഡിതനായ സ്വാമികളുടെ പ്രഭാഷണം ആളുകളുടെ ചിന്തയെയും, പ്രവൃത്തികളെയും ആഴത്തിൽ സ്വാധീനിക്കുന്നു. ആദി

ശങ്കരന്റെ ജന്മസ്ഥലമായ കാലടിയിലെ സംസ്കൃത സർവകലാശാല ഭാരതി തീർത്ഥ സ്വാമികളുടെ സങ്കൽപ്പത്തിലും പ്രയത്നത്തിലും രൂപപ്പെട്ട ഉന്നത വിദ്യാഭ്യാസ കേന്ദ്രമാണ്.

തുംഗാനദിയിലെ സ്ഫടികസമാനമായ തണുത്ത ജലം കൈക്കുമ്പിളിൽ നിറയ്ക്കാതെ ശൃംഗേരി സന്ദർശനം പൂർത്തിയാവില്ല. വെള്ളത്തിൽ നിറയെ വൻമൽസ്യങ്ങളാണ്. നൂറ് കണക്കിന് മൽസ്യങ്ങൾ പടവുകൾക്ക് അരികെവന്ന് നമ്മുടെ ശ്രദ്ധ ആകർഷിക്കും. ശൃംഗേരിയുടെ പ്രവേശനകവാടത്തിന്നരികെ പൊരി കച്ചവടക്കാരെ കണ്ടതിന്റെ കാര്യം ഇപ്പോഴാണ് പിടികിട്ടിയത്. ആളുകൾ മത്സ്യങ്ങൾക്ക് പൊരിയിട്ടുകൊടുക്കുന്നു. വെള്ളത്തിൽവീഴുന്ന വെള്ളത്തരികൾ കണ്ട് അവ പുളച്ചുമറിയുന്നു. അവയുടെ ഇഷ്ടഭക്ഷണം എന്തായാലും പൊരിയാകാൻ വഴിയില്ല. എങ്കിലും നാം നൽകുന്ന അർഘ്യം അവ സ്നേഹവായ്പോടെ സ്വീകരിക്കുന്നു.

ഇനി ഭോജനശാലയിലേക്ക് പോകാം.

എല്ലാ സൗകര്യങ്ങളും തികഞ്ഞ വലിയ ഭക്ഷണ ശാലയാണ്. പക്ഷേ നിലത്തിരുന്ന് കഴിക്കണം. വളരെ പ്രായം ചെന്നവർക്ക് ഒരു വശത്തുള്ള കസേരയും മേശയും ഉപയോഗിക്കാം. ഏറിയാൽ പത്ത് പേർക്ക് ഒരേസമയം അവിടെ ഇരിക്കാം.

ശരീരത്തെ പരുവപ്പെടുത്തി നിലത്തുതന്നെ ഇരുന്നു. സ്വാദിഷ്ടമായ പായസമാണ് ആദ്യം. പിന്നെ ചോറും, കറികളും, മോരും. ദിവസവും ആയിരക്കണക്കിന് ആളുകൾ ഈ പ്രസാദസദ്യ ഉണ്ണുന്നു. ഇവിടെ

» തുംഗാ നദിയിലെ മീൻക്കൂട്ടങ്ങളെ തേടി

എല്ലാവരും സമന്മാർ. വേവലാതികളൊ ഇടപെടലുകളോ ഒന്നുമി ല്ലാതെ ക്ഷമയോടെ കാത്തിരിക്കുന്നു.

പകൽ എത്ര സമയം വേണമെങ്കിലും ശൃംഗേരിയിൽ ചെലവഴിക്കാം. ആദി ശങ്കരന്റെ ജീവിതവും ദർശനങ്ങളും മനസ്സിലാക്കി, ക്ഷേത്രങ്ങളും, ആശ്രമങ്ങളും അനുബന്ധ സ്ഥാപനങ്ങളും കണ്ട്, ഗുരുപരമ്പരയിലെ പിന്മുറക്കാരെയുമൊക്കെ അറിഞ്ഞ്, നദിയിലെ മൽസ്യക്കൂട്ടങ്ങളോടു സല്ലപിച്ച്, ഇളംകാറ്റിൽ വിശ്രമിച്ച്, പ്രശാന്തിയുടെ സുഖമറിഞ്ഞ്, ശുദ്ധമായ ഭക്ഷണവും ആസ്വദിച്ച് വേണമെങ്കിൽ സൂര്യാസ്തമയംവരെ നമുക്കിവിടെ കഴിയാം. ആദ്ധ്യാത്മിക ചൈതന്യ ഭൂവിൽ ഒരു ദിനം ചെലവഴിക്കാൻ സ്വദേശികളും, വിദേശികളുമായ സന്ദർശകർ എന്നും വന്നുകൊണ്ടേയിരിക്കുന്നു.

ദൂരം നല്ലോണം പിന്നിടാനുള്ളതുകൊണ്ട് ഊണും കഴിഞ്ഞ് അധികം വൈകാതെ ഞങ്ങൾ ശൃംഗേരിയോട് വിടപറഞ്ഞു, ധന്യമായ ഒരു പകൽ ഓർമ്മകളുമായി. കാപ്പി പൂത്തുനിൽക്കുന്ന വിശാലമായ തോട്ടങ്ങൾക്കിടയിലൂടെയാണ് മടക്ക യാത്ര. കടും പച്ചയിലകൾക്ക് മുകളിൽ അരിപ്പൊടിക്കോലം വരച്ചത്പോലെ കാപ്പി പൂക്കൾ. ഇളം കാറ്റിൽ നമ്മെ പൊതിയുന്ന മാദക ഗന്ധം. ശരിക്കും ഇന്ദ്രിയങ്ങളെ ഉത്തേജിപ്പിക്കുന്ന യാത്ര.

വൈകുന്നേരം ചിക്മഗളൂരിൽ തിരിച്ചെത്തി. ചിക്മഗളൂർതന്നെ ആസ്ഥാനമായ കോഫി ഡേ ഗ്ലോബൽ കമ്പനിയുടെ കഫേ കോഫി ഡേ ഷോപ്പിൽ കയറി ഓരോ കപ്പ് ഉശിരൻ കാപ്പിയും കുടിച്ച് ഹോട്ടലിൽ എത്തി അല്പം വിശ്രമിച്ചു.

ചിക്മഗളൂരിൽ ഒരു കാര്യം കൂടി ബാക്കിയുണ്ട്. നഗരത്തിലെ ടൌൺ കാന്റീൻ മസാലദോശക്ക് ഏറെ പ്രസിദ്ധമാണെന്ന് കേട്ടിട്ടുണ്ട്. സന്ധ്യയോടെ അവിടെപ്പോയി മസാലക്കൂട്ടുകളുടെ വീര്യം തുളുമ്പുന്ന അസ്സൽ മസാലദോശയും കഴിച്ചു. ഒന്നുകൂടി നഗരം ചുറ്റി. ഷോപ്പിംഗ് തകൃതിയായി നടക്കുമ്പോഴും ബഹളങ്ങൾ പ്രായേണ കുറഞ്ഞ എം. ജി റോഡിൽ വെറുതെ നടക്കാൻതന്നെ ഒരു സുഖമുണ്ട്.

വീണ്ടും ഹോട്ടലിൽ. ഒൻപതു മണിയോടെ രമേഷിനൊപ്പം ശ്രീകാന്തും, ശലഭയും, പ്രേമും വന്നു. ചിക്മഗളൂരിൽ ഇവരുടെ അതിഥ്യം മറക്കാൻ വയ്യ. യാത്രചെയ്യാൻ താല്പര്യമുള്ളവരാണ് എന്ന തരംഗദൈർഘ്യസമാനതയും ഞങ്ങൾ തമ്മിലുണ്ടെന്നത് ആഹ്ലാദകരമായ ഒരു തിരിച്ചറിവായിരുന്നു. കുറഞ്ഞൊരു ദിവസംകൊണ്ട് അവർ ഞങ്ങളുടെ പ്രിയപ്പെട്ടവരായിമാറിയിരുന്നു.

നാളെ ഇവരോടും, ചിക്മഗളൂർ എന്ന പ്രിയം നിറഞ്ഞ നാടിനോടും വിട. യാത്രചെയ്ത പല ഇടങ്ങളിൽനിന്നും തിരിച്ചുപോകുമ്പോൾ അവിടേക്ക് വീണ്ടും വരുമെന്ന് ചിന്തിക്കാറില്ല. കാണാത്ത സ്ഥലങ്ങൾ ഇനിയുമേറെ ഉണ്ടെന്നത് കൊണ്ടുമാത്രം. പക്ഷേ ഇവിടെ വീണ്ടും വരാതെവയ്യ.

ചിക്മഗളൂരിലെ മലനിരകൾ പച്ചപ്പട്ടണിയുന്ന നേരം, തണുപ്പിന്റെ അലയൊലികൾ നഗരത്തെ മൂടുന്ന നേരം മനസ്സിലൊരു ഉൾവിളി തീർച്ചയായും വരും. ഒരു യാത്ര കൂടി പോകാൻ. ഓർമ്മകളുടെ ഓളങ്ങളിലേറി ഈ സ്നേഹത്തണലിലേക്ക് ഒരുവട്ടം കൂടി വരും.

2018 മാർച്ച്

സഞ്ചാരികളുടെ പറുദീസയിലേക്ക്

കാശ്മീർ മനോഹരമായൊരു സ്വപ്നമായിരുന്നു. ബാല്യം മുതൽ കേട്ടുതുടങ്ങിയ സ്വപ്നഭൂമി. മഞ്ഞ് മൂടിയ പർവ്വതനിരകളും, പച്ചയണിഞ്ഞ താഴ്വാരങ്ങളും, പതഞ്ഞൊഴുകുന്ന നദികളും, നീലത്തടാകങ്ങളും, വിശാലമായ പൂന്തോട്ടങ്ങളും, പുൽമേടുകളും, സമൃദ്ധമായ കൃഷിയിടങ്ങളും തണുപ്പിന്റെ രോമാഞ്ചവുമായി മോഹിപ്പിക്കുകയായിരുന്നു വളരെ നാളായി. ഭൂമിയിലെ സ്വർഗം പിന്നീട് അശാന്തിയുടെ താഴ്വരയായി പരിണമിച്ചെങ്കിലും കാശ്മീരിന്റെ സൗന്ദര്യം പ്രഭ മങ്ങാതെ ഇന്നും നിലനിൽക്കുന്നു. സഞ്ചാരികൾ ഒഴുകിയെത്തുന്നത് ഈ പ്രകൃതി സൗകുമാര്യത്തിന് നേർസാക്ഷികളാകാനാണല്ലോ.

മുമ്പൊരിക്കൽ കാശ്മീർ യാത്രക്ക് തയാറെടുത്തെങ്കിലും അന്നത്തെ ആഭ്യന്തര പ്രശ്നങ്ങളാൽ നടന്നില്ല. ഏപ്രിൽ അവസാനവാരം ഫോർച്യൂൺ ടൂർസ് ഒരുക്കിയ യാത്രയിൽ ആവേശത്തോടെ ചേരുമ്പോൾ, ഒരു സ്വപ്നം യാഥാർഥ്യമാവുകയായിരുന്നു. 18 പേരടങ്ങിയ ചെറിയൊരു സംഘം. യുവ സംഘാടകനായി ഫിജോ ചാക്കോയും.

കൊച്ചിയിൽനിന്നും ഡൽഹി വഴി ശ്രീനഗറിലെത്താൻ സഞ്ചാരവും കാത്തുനിൽപ്പുമൊക്കെയായി പത്ത് മണിക്കൂറോളം വേണ്ടിവന്നു. ശ്രീനഗർ വിമാനത്താവളത്തിൽ ഇറങ്ങിയപ്പോൾ സാധാരണമായ സുരക്ഷാ പരിശോധനകൾ മാത്രമേ ഉണ്ടായുള്ളൂ. (ശ്രീനഗറിൽനിന്നും വിമാനം കയറുമ്പോഴുള്ള തീവ്ര പരിശോധനകളെക്കുറിച്ച് അപ്പോൾ ഞങ്ങൾക്കറിയില്ലല്ലോ).

വിമാനത്താവളത്തിൽനിന്നും ഒന്നരമണിക്കൂർ റോഡ് യാത്ര ചെയ്യവേണം ശ്രീനഗറിലെത്താൻ. റോഡുകളിലും, തന്ത്രപ്രധാനമായ ഇടങ്ങളിലും പട്ടാളത്തിന്റെ വൻ സാന്നിദ്ധ്യമുണ്ട്. വേനലിലും, മഴയിലും, കൊടും തണുപ്പിലും ജാഗരൂകരായി കാവൽ നിൽക്കുന്ന, തീവ്രവാദികൾക്കെതിരെയുള്ള പോരാട്ടത്തിൽ ജീവൻ പോലും ബലിനൽകേണ്ടിവരുന്ന, വിദേശ ശക്തികളുടെ അധിനിവേശങ്ങളെ ചെറുത്ത് തോൽപ്പിക്കുന്ന ധീരജവാന്മാർക്ക് ഒരു വലിയ നമസ്കാരം. സ്വാതന്ത്ര്യം അനുഭവിക്കുകയും, ആസ്വദിക്കുകയും ദുരുപയോഗം ചെയ്യുകയും ചെയ്യുന്ന ബഹുഭൂരിപക്ഷം ജനങ്ങൾക്ക് അറിയില്ലല്ലോ ഇവരുടെ ത്യാഗത്തിന്റെയും, സഹനത്തിന്റെയും വിലയെന്തെന്ന്. തത്വശാസ്ത്രങ്ങളുടെ പേരിൽ, രാഷ്ട്രീയ ആവേശത്തിന്റെ പേരിൽ സർവ്വതും തല്ലിത്തകർക്കുന്ന യുവാക്കൾക്കറിയില്ലല്ലോ രാജ്യാതിർത്തിയിൽ കാവൽ നിൽക്കുന്ന സൈനികരുടെ യാതനകളും ധർമ്മസങ്കടങ്ങളുമെന്തൊക്കെയാണെന്ന്.

ജമ്മു കശ്മീരിന്റെ വേനൽക്കാല തലസ്ഥാനം. ശ്രീ നിറഞ്ഞ നഗരമെന്നാണ് പേര് സൂചിപ്പിക്കുന്നത്.

ഝലം നദിയുടെ ഇരു കരകളിലുമായി സ്ഥിതി ചെയ്യുന്ന സുന്ദര നഗരം. ശൈവ സൂഫി പാരമ്പര്യം മുറുകെപ്പിടിക്കുന്ന സാംസ്കാരിക ഭൂമി. അശാന്തിയുടെ കനലുകൾ ഒളിപ്പിച്ച് വെച്ചുകൊണ്ട് ഇന്നും സഞ്ചാരികളെ ഇരു കയ്യും നീട്ടി സ്വീകരിക്കുന്ന ലാവണ്യഭൂമി.

» മഞ്ഞു മൂടിയ കൊടുമുടികൾ

» പാൽമഞ്ഞിൽ കുളിച്ച പിർപാഞ്ചൽ പർവ്വതനിരകൾ

ആധുനിക നഗരത്തിന്റെ പകിട്ടും ഭംഗിയുമൊന്നും പക്ഷേ ഈ നഗരത്തിനില്ല. വഴിയിലൊക്കെ റോഡുകളുടെയും, മേൽപ്പാലങ്ങളുടെയും പണികൾ നടക്കുന്നു. പൊടിപടലങ്ങൾ വേണ്ടുവോളമുണ്ട്. ചിലയിടങ്ങളിൽ ഇടുങ്ങിയ റോഡുകൾ. പഴയതും, പുതിയതുമായ കെട്ടിടങ്ങൾ. ഒന്നിനും ആകർഷകമായ നിറലാവണ്യമില്ല. ബഹുനിലകെട്ടിടങ്ങൾ അധികമില്ലതാനും.

വികസനം വേണ്ട പോലെ നടന്നിട്ടില്ലാത്ത നഗരം. അശാന്തിയുടെ പശ്ചാത്തലത്തിൽ മുതൽമുടക്കിന് കോർപറേറ്റുകളൊന്നും തയ്യാറാവില്ലല്ലോ. എല്ലാം സർക്കാർതന്നെ ചെയ്യണം. അതും തൃപ്തികരമാണെന്ന് കാഴ്ച്ചയിൽ തോന്നിയില്ല. സാമൂഹ്യ രാഷ്ട്രീയ അവ്യവസ്ഥയും, മതതീവ്രവാദവും, പാകിസ്ഥാനിൽനിന്നുള്ള ഇടപെടലുകളും എല്ലാം ചേരുന്ന അതി സങ്കീർണ്ണാവസ്ഥയിൽ സമയബന്ധിതമായി പദ്ധതികളൊന്നും പൂർത്തിയാവുന്നുമില്ല. ഈ പോരായ്മ വികസനത്തെ സാരമായി ബാധിക്കുന്നു എന്ന് കണ്ടാലറിയാം.

ഖയാംചൗക്കിൽ, ദാൽഗേറ്റിലെ ഹോട്ടൽ റോയൽ ബാട്ടുവിലായിരുന്നു ഞങ്ങൾ താമസിച്ചത്. നല്ല ഹോട്ടൽ. നല്ല ജീവനക്കാർ. സ്വാഗത പാനീയമായ കാശ്മീരി കാവയുടെ മാധുര്യം, പോരുവോളം അവരുടെ പെരുമാറ്റത്തിലും പ്രകടമായിരുന്നു.

അന്നത്തെ രാത്രി വിശ്രമത്തിനുള്ളതായിരുന്നു.

ഗുൽമാർഗിലേക്ക്

പ്രഭാതഭക്ഷണം നേരത്തെകഴിച്ച് ഏഴേമുക്കാലിന് എല്ലാവരും തയ്യാറായി. കാഴ്ചകളുടെ വസന്തം ഞങ്ങളെ കാത്തിരിക്കുകയാണല്ലോ. പുഷ്പവീഥി എന്നറിയപ്പെടുന്ന ഗുൽമാർഗ് ലോകത്തിലെ മനോഹരമായ ടൂറിസ്റ്റ് കേന്ദ്രങ്ങളിലൊന്നാണ്. അഫാർവാട് പർവ്വതനിരകളുടെ താഴ്വാരത്തുള്ള സമതലപ്രദേശമാണിത്. പുൽമേട് നിറഞ്ഞ താഴ്വരകളുടെ മേലേയായി മഞ്ഞണിഞ്ഞ ഗിരിനിരകൾ. ദേവദാരുവും, പൈനും നിറഞ്ഞ മലഞ്ചെരിവുകൾ. റോഡിനിരുവശവും നിരന്നുനിൽക്കുന്ന ചിനാർ മരങ്ങളുടെ ദൃശ്യ ഭംഗി.

ശ്രീനഗറിൽ നിന്നും 55 കി. മീറ്റർ ദൂരമുണ്ട് ഗുൽമാർഗിലേക്ക്. താങ്മാർഗ് കഴിഞ്ഞാൽ വളഞ്ഞ് പുളഞ്ഞ് കയറിപ്പോകുന്ന റോഡാണ്. ചുറ്റുമുള്ള കാഴ്ചകൾ നമ്മെ വിസ്മയിപ്പിക്കും. മേലെ അകലങ്ങളിൽ കാണുന്ന ഹിമാലയത്തിലെ പിർപാഞ്ചൽ പർവ്വതനിരകളിലെ മഞ്ഞുപാളികളുടെ ധവളഭംഗി കണ്ണെടുക്കാതെ നോക്കിനിന്നുപോകും.

കണ്ണെത്താദൂരം പച്ചപ്പുൽമേട് നിറഞ്ഞ മൈതാനത്തിലാണ് നാമെത്തിച്ചേരുന്നത്. പച്ചപ്പിന്റെ നിമ്നോന്നത സൗന്ദര്യത്തിൽ നാം മതിമറന്ന് നിന്നുപോകും. നടുവിൽ ഒരു ശിവക്ഷേത്രവും, അല്പം മാറി ഒരു ചർച്ചും കാണാം. ടൂറിസം വകുപ്പിന്റെ മരത്തിൽ പണിത കെട്ടിടങ്ങളും ഉണ്ട്. ഡിസംബർ മുതൽ ഏപ്രിൽ വരെയാണ് സീസൺ. നാല്പതോളം ഹോട്ടലുകൾ ഇവിടെയുണ്ടെന്നറിയുന്നു. ചെറിയ ഭക്ഷണശാലകളും, കടകളും വേറെയും.

ലോകത്തിലെ ഏറ്റവും ഉയരത്തിലുള്ള ഗോൾഫ് ക്ലബ് ഇവിടെയാണ്. 1911 ൽ ബ്രിട്ടീഷുകാർ സ്ഥാപിച്ച ഗോൾഫ് ക്ലബ് പല ചാംമ്പ്യൻഷിപ്പുകൾക്കും വേദിയായിട്ടുണ്ട്. കുതിരകളും, കുതിരാവാലക്കാരും, ഫോട്ടോഗ്രാഫർമാരും, ടാക്സി ഡ്രൈവർമാരും, ടൂർ ഗൈഡുമാരും, ടൂറിസം ഉദ്യോഗസ്ഥരും, സഞ്ചാരികളും, സന്ദർശകരുമൊക്കെ സംഗമിക്കുന്ന തിരക്കാർന്ന താഴ്വാരപ്പട്ടണമത്രെ ഗുൽമാർഗ്.

പാർക്കിംഗ് സ്ഥലത്തുനിന്നും സുമാർ രണ്ടു കി. മീറ്റർ ദൂരം കാൽനടയായി സഞ്ചരിച്ചുവേണം ഗൊണ്ടോളാ സ്റ്റേഷനിലെത്താൻ. കുതിരസ്സവാരിയുമാകാം. ഏഷ്യയിലെ ഏറ്റവും ഉയരമുള്ള കേബിൾ കാറായ ഗൊണ്ടോളയിൽ കയറി ഹിമഗിരികളും, മഞ്ഞണിഞ്ഞ താഴ്വാരങ്ങളും, പുൽമേടുകളും, വൈവിധ്യമാർന്ന വൃക്ഷനിബിഡതയുമൊക്കെ കാണാനുള്ള സൗകര്യവും ഗുൽമാർഗിന്റെ പ്രത്യേകതയാണ്.

ആളൊന്നിന് 700 (ഒന്നാം ഘട്ടം) + 950 (രണ്ടാം ഘട്ടം) അതായത്

» ഗുൽമാർഗ് താഴ്വര

1650 രൂപയാണ് ടിക്കറ്റ് നിരക്ക്.

ഒരു ഗൊണ്ടോളയിൽ 6 പേർക്ക് കയറാം.

13500 അടിവരെ ഉയരത്തിലേക്ക് നമ്മെ കൊണ്ടുപോകുന്ന ഗോണ്ടോളാ റൈഡിന് രണ്ട് ഘട്ടങ്ങളുണ്ട്. ആദ്യ ഘട്ടം ഗുൽമാർഗ് മുതൽ കോംദോർ പർവ്വതനിരയിലെ സ്റ്റേഷൻവരെയാണ്.

ഇവിടെയിറങ്ങി അര മണിക്കൂർ സഞ്ചരിച്ചാൽ ഖിലൻമാർഗ് എന്ന വിശാലമായ പുൽമൈതാനത്തിലെത്താം. വേനൽകാലത്ത് പൂക്കളുടെ പരവതാനിയായി മാറുമത്രേ ഇവിടം. പൂക്കളില്ലാത്ത ഖിലൻമാർഗിലേക്ക് ഞങ്ങൾ പോയില്ല.

മേഘങ്ങളുടെ വിതാനത്തിലേക്കുള്ള രണ്ടാം യാത്ര കോംദോർ മുതൽ അഫാർവാട് മലനിരവരെയാണ്. പഞ്ചസാരപോലെ തരിതരിയായ മഞ്ഞണിഞ്ഞ പർവ്വതമേലാപ്പാണ് നമുക്കിവിടെ കാണാൻ കഴിയുക. പച്ചപ്പിന്റെ ലോകത്തുനിന്നും മഞ്ഞിന്റെ വിശാലഭൂമിയിലെത്തിയ അനുഭവം. മഞ്ഞ് മൂടിയ അതിവിശാലമായ പർവ്വതനിരകൾ നോക്കിനിൽക്കുമ്പോൾ, ഭൂമിയിൽനിന്നും ഇത്രയും ഉയരെ മറ്റേതോ ലോകത്തെത്തിയ പ്രതീതിയിൽ എല്ലാം മറന്ന് നാം നിശബ്ദരായി നിന്നുപോകും. കാഴ്ചയുടെ ഈ വ്യത്യസ്ത ലോകത്തിൽ സുഖ ദുഃഖങ്ങളും, പേരും, വേരും, പദവിയും പ്രശസ്തിയും, വേദനയും സങ്കടങ്ങളുമെല്ലാം കൂട് വിട്ടൊഴിയുംപോലെ. ശരിക്കും ഒരു നിർവാണാവസ്ഥ.

അഫാർവാട് കൊടുമുടിയിൽനിന്നും നോക്കിയാൽ ഇന്ത്യക്കും പാകിസ്ഥാനുമിടയിലുള്ള ലൈൻ ഓഫ് കൺട്രോൾ (LOC) ദൂരെ കാണാൻ കഴിയും. സ്കീയിങ്, സ്ലെഡ്ജിങ് എന്നീ വിനോദങ്ങൾക്കുള്ള സൗകര്യം ലഭ്യമാണിവിടെ. പക്ഷേ പണം കൊടുക്കണം. പ്രായമൊന്നും നോക്കാതെ ഇത്തരം വിനോദങ്ങളിലേർപ്പെടുന്ന ധാരാളം ആളുകളെ കാണാൻ കഴിഞ്ഞു. വിനോദസഞ്ചാര കേന്ദ്രങ്ങളിലെത്തുമ്പോൾ

മനസ്സുകൊണ്ടും, ശരീരം കൊണ്ടും കുട്ടികളാകാൻ കഴിയുന്നത് ഒരു ഭാഗ്യം തന്നെയാണ്.

മഞ്ഞ് കാലത്ത് ഗുൽമാർഗ് ഒരു അന്താരാഷ്ട്ര സ്കീയിങ് കേന്ദ്രമാകും. സാഹസികരായ സഞ്ചാരികൾക്ക് ട്രെക്കിങ്ങ് നടത്താനുള്ള സൗകര്യവുമുണ്ട്.

കൊടുംതണുപ്പിൽ അധികനേരം ചെലവഴിക്കാൻ നല്ല ശാരീരികക്ഷമത വേണം. എങ്കിലും ജീവിതത്തിൽ ലഭിക്കുന്ന അത്യപൂർവ സൗഭാഗ്യത്തിൽ സ്വയം മറന്ന് ഏറെനേരം ഞങ്ങൾ ഇവിടെ തങ്ങി. ഒരു മണിക്കൂർ കൊണ്ട് താഴെയെത്തി.

മനോഹരമായ താഴ്വരയോട് വിടപറഞ്ഞ് മടക്കയാത്ര. ഉച്ചഭക്ഷണവും, കാശ്മീർ സിൽക്ക് എംപോറിയത്തിലെ ഷോപ്പിങ്ങും കഴിഞ്ഞ് വൈകുന്നേരത്തോടെ 'റോയൽ ബാട്ട്'വിലേക്ക് വീണ്ടും.

2018 ഏപ്രിൽ

പഹൽഗാമിന്റെ സൗന്ദര്യം

ഫിജോയുടെ നിർദേശം വന്നു. ഇന്നും കാലത്ത് ഏഴേമുക്കാലിന് തന്നെ പുറപ്പെടണം. 96 കി. മീറ്റർ ദൂരമുണ്ട് പഹൽഗാമിലേക്ക്.

ശ്രീനഗർ ജമ്മു ഹൈവെയിലൂടെ, അനന്തനാഗ് വഴിയൊക്കെ പോകേണ്ടതാണ്. പ്രശ്നഭരിതമായ പ്രദേശങ്ങളായതിനാൽ നല്ല കരുതൽ വേണം. കാശ്മീരിൽ യാത്ര ചെയ്യുമ്പോൾ പരിചയസമ്പന്നരായ ഗൈഡുകളുടെ നിർദ്ദേശങ്ങൾ പാലിക്കുന്നതാണ് അഭികാമ്യം.

ചിനാർ മരങ്ങൾ അതിരിടുന്ന നഗരപാതയിലൂടെ ഹൈവെയിൽ എത്തി. പഴയ NH 1A ഇന്ന് NH 44 ആണ്. ഹൈവെയിൽ സുസജ്ജരായി പട്ടാളക്കാർ നിരന്നിരിക്കുന്നു. പട്ടാള ട്രക്കുകൾ നിരനിരയായി ഓടിക്കൊണ്ടിരിക്കുന്നു. ദൂരെ പാടങ്ങളിൽപോലും നിരീക്ഷണം ശക്തമാണ്. സുരക്ഷാ പരിശോധനയും സജീവം.

ഏകദേശം 15 കി. മീറ്റർ പിന്നിട്ടപ്പോൾ ഡ്രൈ ഫ്രൂട്ട് കടകൾ കേന്ദ്രീകരിച്ചിരിക്കുന്ന ഒരു ചെറിയ അങ്ങാടി. ഒരു ബ്രേക്ക്. എല്ലാവരും ഉണക്കപ്പഴ കടയിലേക്ക്. ആവി പറക്കുന്ന കാവയുടെ സൽക്കാരം. ഇനിയാണ് കച്ചവടം.

കാശ്മീരി ഡ്രൈ ഫ്രൂട്ടുകൾ പ്രിയമേറിയവയാണ്. വാൾനട്ട്, അൽമണ്ട്, ബദാം, പിസ്ത, ക്രാൻബെറി, ആപ്രിക്കോട്ട്, കാഷ്യു, അൻജീർ, കുങ്കുമപ്പൂവ്, ജീരകം, തേൻ... കണ്ണാടി അറകളിൽ നിറയെ വൈവിധ്യമാർന്ന ഇനങ്ങൾ. കാവപൊടിയുമുണ്ട് കൂട്ടത്തിൽ. താൽപര്യമനുസരിച്ച് പലരും പലതും വാങ്ങി.

» അവന്തി സ്വാമി ക്ഷേത്രത്തിന്റെ ചരിത്രശേഷിപ്പുകൾ

മുക്കാൽ മണിക്കൂർ കഴിഞ്ഞ് ആപ്പിൾ ഗാർഡൻ എത്തിയപ്പോൾ വീണ്ടുമൊരു ബ്രേക്ക്. പൂവിട്ടതിനുശേഷം ആപ്പിൾ മരങ്ങളിൽ കായ്കൾ വന്നുതുടങ്ങിയതേയുള്ളൂ. ചെറിയ പച്ചക്കായ്കൾ. ഇലകൾ കാണാൻപോലുമാവാത്ത രീതിയിൽ പാടല വർണ്ണത്തിലുള്ള ആപ്പിളുകൾ നിറഞ്ഞ് തലകുനിച്ച് നിൽക്കുന്ന ആപ്പിൾമരങ്ങൾ ഞങ്ങൾ ഭാവനയിൽ കണ്ടു. ഫല സമൃദ്ധമായ ആപ്പിൾത്തോട്ടങ്ങൾ കാണാൻ വീണ്ടുമൊരു കാശ്മീർ യാത്ര സാധ്യമാവണമെന്നില്ലല്ലോ.

ആപ്പിൾ തോട്ടങ്ങളോട് ചേർന്ന് ധാരാളം കോഫി ഷോപ്പുകളുമുണ്ട്. നല്ല പാൽ ചായയും, കാപ്പിയും കിട്ടും. കാശ്മീരി തുണിത്തരങ്ങളുടെ പ്രദർശനശാലകളും ഇവിടെ സജീവം.

അനന്തനാഗ് എത്തുന്നതിനുമുമ്പായി ദേശീയ പാതയിൽനിന്നും അല്പം മാറി ഒരു ക്ഷേത്ര നഗരമുണ്ട് അവന്തിപുര. അവന്തിവർമ രാജാവ് (885 883 AD) നിർമ്മിച്ച അവന്തിപുരയിൽ ക്ഷേത്രാവശിഷ്ടങ്ങൾ മാത്രമേ ഇന്ന് കാണാനുള്ളൂ. അവശിഷ്ടങ്ങൾക്കിടയിലും കൊത്തുപണികളുടെ വിരുതും, ചാരുതയും ഒളിഞ്ഞിരിക്കുന്നു. ഝലം നദിയുടെ തീരത്തുള്ള ശിവക്ഷേത്രമായ അവന്തീശ്വര ക്ഷേത്രവും, ഒരു കി. മീറ്റർ ചുറ്റളവിലുള്ള അവന്തിസ്വാമി വിഷ്ണു ക്ഷേത്രവുമാണ് ഇവിടുത്തെ ആകർഷണം. പുരാവസ്തു വകുപ്പ് ഏറ്റെടുത്തതിനുശേഷം ചെറിയ പുനർ നിർമ്മാണ പ്രവർത്തനങ്ങൾ നടത്തിയെന്ന് പറയുന്നു. കലയുടെയും വാസ്തുശില്പ വൈഭവത്തിന്റെയും കൊടി അടയാളമായി, ഗതകാല പ്രഭാവത്തിന്റെ ഓർമ്മയും പേറി ഈ ക്ഷേത്രനഗരി സഞ്ചാരികൾക്കുമുന്നിൽ ഒരു ചരിത്ര പാഠമായി നിൽക്കുന്നു.

ഒരു മണിക്കൂർ കൊണ്ട് അനന്തനാഗിലെത്തി. തിരക്ക് പിടിച്ച പട്ടണം. നല്ല ട്രാഫിക് ബ്ലോക്കും. ഇനിയും 45 കി. മീറ്റർ പോകേണ്ടതുണ്ട് പഹൽഗാമിലെത്താൻ. വില്ലോ മരങ്ങളും, പൈൻ മരങ്ങളും നിറഞ്ഞ വഴികളിലൂടെയുള്ള യാത്ര നല്ലൊരനുഭവമാണ്. റോഡിനൊപ്പം ലിഡ്ഡർ

നദി എതിർ ദിശയിൽ പതഞ്ഞൊഴുകുന്നു. പഹൽഗാം വരെ ലിഡ്ഡർ കാഴ്ചയിൽനിന്നും മാറുന്നതേയില്ല.

ലിഡ്ഡർ താഴ്‌വരയിലെ സുന്ദരമായ പീഠഭൂമിയാണ് പഹൽഗാം. സമുദ്രനിരപ്പിൽനിന്നും 7200 അടി ഉയരത്തിൽ സ്ഥിതി ചെയ്യുന്ന ലോകപ്രശസ്തമായ സുഖവാസകേന്ദ്രം. ചുറ്റും വിശാലമായ മേച്ചിൽ പ്രദേശങ്ങളാണ്. അവയ്ക്കപ്പുറം നിബിഡ വനങ്ങളും. വാലി ഓഫ് ഷെപ്പേർഡ്സ് എന്നാണ് അപരനാമം. ലിഡ്ഡർ നദിയും, ശേഷനാഗ് നദിയും ചേരുന്ന താഴ്വാരഭൂമി. മഞ്ഞണിഞ്ഞ മലനിരകളും, ഉരുളൻകല്ലുകൾക്കിടയിലൂടെ തുള്ളിച്ചാടി ഒഴുകിയിറങ്ങുന്ന അരുവികളും, പൈൻ മരക്കാടുകളുടെ ദൃശ്യ ഭംഗിയും ഹരിത ശോഭയുമായി സഞ്ചാരികളെ മാടിവിളിക്കുന്ന പഹൽഗാം.

കരടിയും, ഹിമപ്പുലിയും, കസ്തൂരിമാനുമൊക്കെ വിഹരിക്കുന്ന ജൈവ വൈവിധ്യ മേഖല. അമർനാഥ് യാത്രക്കുള്ള ബേസ് ക്യാമ്പ് കൂടിയാണ് പഹൽഗാം. വലിയ സ്വാഗത കമാനവും കഴിഞ്ഞ് പഹൽഗാമിലെ പാർക്കിംഗ് കേന്ദ്രത്തിലെത്തി. സാമാന്യം തരക്കേടില്ലാത്തൊരു പട്ടണമാണ് പഹൽഗാം. ഇനി യാത്ര അവിടെയുള്ള ചെറിയ വാഹനങ്ങളിലാണ്. ഹെയർപിൻ വളവുകൾ കയറി, വീതി കുറഞ്ഞ റോഡുകളിലൂടെ 6 പേർക്ക് സവാരി ചെയ്യാൻ പാകത്തിലുള്ള കൊച്ചു വണ്ടികളിലേക്ക് ഞങ്ങൾ മാറി.

തണുത്ത കാറ്റും, ലിഡ്ഡറിന്റെ ആരവവും, ബഹുവിതാനത്തിലുള്ള പൈൻ മരങ്ങളുടെ വിന്യാസഭംഗിയും, നിരനിരയായി ചേർന്നുനിൽക്കുന്ന കുന്നുകളും, അവയ്ക്കിടയിലെ താഴ്വാരഭംഗിയുമൊക്കെ ആസ്വദിച്ചുള്ള

» പ്രകൃതിയുടെ അപൂർവ്വ മിശ്രിത സൗന്ദര്യം... പഹൽഗാം താഴ്വര

» കുതിരകളും സന്ദർശകരും നിറഞ്ഞ ആരു താഴ്‌വര

യാത്ര വേറിട്ടൊരു അനുഭവം തന്നെ.

12 കി. മീറ്റർ ദൂരെയുള്ള ആരു വാലിയിലേക്കാണ് ആദ്യം ഞങ്ങൾ പോയത്. കുറച്ച് കടകളുള്ള ഒരു കവലയിലാണ് പാർക്കിംഗ്. വിശാലമായ താഴ്വര. എവിടെ നോക്കിയാലും പൈൻ മരങ്ങൾ. കോണിഫെറസ് കാടുകളുടെ ഹരിതഭംഗി. നിരനിരയായി കുന്നുകളും മനോഹരമായ പുൽമേട്ടുകളും. കുതിരകളും, കുതിരാവാലക്കാരും. ദൂരെ ആട്ടിടയന്മാരോടൊപ്പം നീങ്ങുന്ന ചെമ്മരി ആട്ടിൻ കൂട്ടങ്ങളും. സ്വച്ഛവും, ശാന്തവുമായ അന്തരീക്ഷം. ഭാഗ്യത്തിന് സന്ദർശകരുടെ വലിയ ബഹളമില്ല.

കുറെ താഴ്വരകളുടെ സംഘാതമാണ് വാസ്തവത്തിൽ ആരു വാലി. അല്പം സാഹസികത കൂട്ടിനുണ്ടെങ്കിൽ കുതിരപ്പുറത്തു കയറി ഉയരെയുള്ള താഴ്വരകളിലേക്ക് പോകാം. 300 രൂപയാണ് ചാർജ്. മുകളിലേക്കുള്ള കുതിരസവാരി ആവേശഭരിതമായ അനുഭവമാണ്. നാം നിരുത്സാഹപ്പെടുത്തിയാലും ഫോട്ടോഗ്രാഫർമാർ നമ്മെ അനുഗമിക്കും. അനവദ്യ സൗന്ദര്യം വഴിഞ്ഞൊഴുകുന്ന പ്രകൃതിയുടെ അപൂർവ സുന്ദര ഭൂമിയിൽ ലഹരിനിറക്കുന്ന ഫ്രെയിമുകൾ ധാരാളമുണ്ടെന്നും അപ്പോൾ അവരുടെ സേവനം നാം ആഗ്രഹിക്കുമെന്നും അവർക്കറിയാമല്ലോ.

അശ്വാരൂഢരായി ഒന്നര കി.മീറ്റർ കയറ്റം കയറി ഞങ്ങളെത്തിയ താഴ്വാരം ഹോ, വർണ്ണനകൾക്കതീതമെന്നേ പറയേണ്ടൂ. ഇന്നേവരെ കാണാത്ത ചേതോഹരമായ കാഴ്ച. മനുഷ്യനിർമ്മിതമായ

യാതൊന്നുമില്ല. കുന്നുകളും മരങ്ങളും, താഴ്വരകളും പുൽമൈതാനങ്ങളും, അങ്ങകലെ മഞ്ഞിൻ തലക്കെട്ടുമായി നിൽക്കുന്ന ഉത്തുംഗ ഗിരിനിരകളും ഒരുക്കുന്ന കാഴ്ചയുടെ അപൂർവ്വ വസന്തം തന്നെ. ഇളം കാറ്റിൽ ഇലക്കാടുകളുടെ മർമരം. ശരീരത്തെ പൊതിയുന്ന സുഖമുള്ള തണുപ്പ്. മുകളിൽ തെളിഞ്ഞ നീലാകാശം. മെല്ലെ ഒഴുകുന്ന മേഘചീന്തുകൾ. കാശ്മീർ യാത്രയിലെ അവിസ്മരണീയമായ അനുഭവമേതെന്ന് ചോദിച്ചാൽ ഒരുത്തരമേയുള്ളൂ ആരുവാലിയിലെ ചേതോഹരമായ ഈ പച്ചപ്പുൽമേടും താഴ്വാരവും തന്നെ.

ആരുവാലിയെ പിരിയാൻ മടി ആയിരുന്നു. പക്ഷേ പറ്റില്ലല്ലോ. തിരികെപ്പോരാൻ കുതിരപ്പുറത്തേറുമ്പോൾ ഇന്ദ്രിയാതീതമായ അനുഭൂതി പകർന്നു നൽകിയ സർവാംഗസുന്ദരിയെ ഒന്നുകൂടി നോക്കി. അവിസ്മരണീയമായ അനുഭവ സാക്ഷ്യം.

അടുത്ത യാത്ര ചന്ദൻവാരിയിലേക്കായിരുന്നു. ആരുവാലിയിൽ നിന്നും മടങ്ങി, മുക്കാൽ മണിക്കൂർ അപകടകരമായ വളവുകളും, തിരിവുകളും ഉള്ള റോഡിലൂടെ യാത്ര ചെയ്യുവേണം ചന്ദൻവാരിയിലെത്താൻ. ശേഷ് നാഗ് നദി കൂടെ ഒഴുകി വരുന്നുണ്ട്. ചെങ്കുത്തായ മലയടിവാരമാണിത്. കുത്തനെയുള്ള പർവ്വതശിഖരത്തിൽനിന്നും പതഞ്ഞൊഴുകി വരുന്ന മഞ്ഞ് പാളികൾ വെള്ളച്ചാട്ടത്തെ ഓർമ്മപ്പെടുത്തും. ഗുൽമാർഗിൽ ഏറെക്കുറെ നിരപ്പായ മഞ്ഞു മലകളാണെങ്കിൽ ചന്ദൻവാരി കുത്തനെയുള്ള മഞ്ഞു മലയടിവാരമാണ്. മഞ്ഞിൽ കയറിപ്പോകണമെങ്കിൽ കുത്തുവടികളും മറ്റും വേണ്ടിവരും. ഞങ്ങളാരും ഈ സാഹസത്തിന് മുതിർന്നില്ല. പ്രാദേശിക ഗൈഡുമാരും, ഫോട്ടോഗ്രാഫർമാരും ഏറെ പ്രലോഭിപ്പിച്ചെങ്കിലും ഞങ്ങൾ വഴങ്ങിയില്ല.

ചെങ്കുത്തായി പതിക്കുന്ന ഹിമപാളികൾ നോക്കി ദൂരെമാറി അല്പനേരം നിർനിമേഷരായി നിന്നു. സമീപ പർവ്വതനിരകളിൽനിന്നും കുത്തി ഒഴുകുന്ന ചെറിയ നീർച്ചാലുകൾ ഹിമപാതങ്ങളിൽ സംഗമിക്കുന്നത് കണ്ടുനിൽക്കാൻ രസമാണ്.

ശൈവ ഭക്തരുടെ പ്രധാന തീർത്ഥാടന കേന്ദ്രമായ അമർനാഥിലേക്ക് പോകാനുള്ള പരമ്പരാഗത പാത ചന്ദൻവാരിയിൽ തുടങ്ങി ഷേഷാംഗ്, പഞ്ചതമി വഴിയാണ്. 47 കി. മീറ്റർ ദൂരം പിന്നിട്ട് നാല് ദിവസം കൊണ്ടാണ് തീർത്ഥാടകർ അമർനാഥിലെത്തുന്നത്. പഹൽഗാം മുതൽ ചന്ദൻവാരിവരെ റോഡ്വഴിവന്ന് ശേഷനാഗ് വരെ കുതിരപ്പുറത്തുകയറിയും പോകാം. ഹെലികോപ്റ്റർ സൗകര്യവും ലഭ്യമാണ്. പ്രതികൂല കാലാവസ്ഥയെ ഭേദിച്ചുള്ള യാത്ര അതിസാഹസികം തന്നെയാണെന്ന് അനുഭവസ്ഥർ സാക്ഷ്യപ്പെടുത്തുന്നു.

ബേതാബ് വാലിയിലേക്കാണ് ഇനിപോകേണ്ടത്. വളഞ്ഞും തിരിഞ്ഞും കയറി ഇറങ്ങിപ്പോകുന്ന റോഡിലൂടെ കുറച്ചുദൂരം മടങ്ങിവന്ന്, നല്ലൊരു ഇറക്കം കഴിഞ്ഞ്, ബേതാബ് താഴ്വരയുടെ കമാനത്തിലൂടെ ഞങ്ങളുടെ വാഹനം സമതലത്തിലെത്തി.

പണ്ട് ഹാഗൺ വാലി എന്നറിയപ്പെട്ടിരുന്ന ഇവിടം ബേതാബ് എന്ന ബോളിവുഡ് സിനിമ ചിത്രീകരിച്ചതോടെ താഴ്വരയുടെ പേരും അതായിമാറി. വടക്ക് സിഡ് വാലിയും പടിഞ്ഞാറ് ലിഡ്ഡർ വാലിയും അതിരിടുന്ന ബേതാബ് വാലി ട്രെക്കിങ്ങിന് ഏറെ അനുയോജ്യമായ പ്രദേശമാണ്. ബേതാബ് വാലിയുടെ തെക്ക് കിഴക്ക് ഭാഗത്താണ് ട്യൂലിയാൻ തടാകം.

ജലഘോഷത്തോടെ പതഞ്ഞൊഴുകിപ്പോകുന്ന ശേഷനാഗ് നദിക്ക് കുറുകെയുള്ള കൊച്ചുപാലത്തിൽ നിന്ന് ചുറ്റും നോക്കുമ്പോൾ പച്ചപ്പിന്റെ വിസ്മയിപ്പിക്കുന്ന ഒരു ലോകം കൺമുന്നിൽ. നദിയുടെ ഓരങ്ങളിലും ഉൾഭാഗങ്ങളിലും നിറയെ വില്ലോമരങ്ങളാണ്.

വിശാലമായ പുൽത്തകിടിയും, പൂന്തോട്ടവും, വിനോദ പാർക്കും, കൃത്രിമ തടാകവും, നിബിഡവനപശ്ചാത്തലവുമൊക്കെ സഞ്ചാരികളുടെ ഹൃദയം കവരുന്ന കാഴ്ചയായി മാറുന്നു.

ബേതാബ് താഴ്വരയുടെ സമഗ്രഭംഗി ആസ്വദിക്കാൻ പക്ഷേ സാഹചര്യം അനുവദിച്ചില്ല. അനന്തനാഗ് ജില്ലയിലെ ബാരാമുള്ളക്കടുത്ത് തീവ്രവാദികളുമായി ഒരേറ്റുമുട്ടൽ നടന്നെന്നും മൂന്ന് തദ്ദേശവാസികൾ കൊല്ലപ്പെട്ടുവെന്നുമുള്ള വാർത്ത വന്നതോടെ പെട്ടെന്ന് മടങ്ങാനുള്ള തീരുമാനം ജിജോ എടുക്കുകയായിരുന്നു. തിരിച്ചുപോരാനുള്ള വഴി പ്രശ്നബാധിത മേഖലകളിലൂടെ ആയതിനാൽ നേരം ഇരുട്ടുന്നതിനുമുമ്പേ മടങ്ങുക എന്നത് ബുദ്ധിപരമായ നീക്കമായിരുന്നു.

» ആരു വാലിയിൽ ഒരു കുതിരസവാരി

» ബേതാബ് വാലിയുടെ ചേതോഹര ദൃശ്യം

ഹൈവേയിൽ എത്തിയതോടെ എല്ലാവർക്കും ആശ്വാസമായി. കാശ്മീരി വില്ലോമരങ്ങൾകൊണ്ട് നിർമ്മിക്കുന്ന ക്രിക്കറ്റ് ബാറ്റ് പ്രസിദ്ധമാണ്. ബാറ്റ്നിർമ്മാണ യൂണിറ്റുകളിലൊന്നിൽ ഒരു ഹ്രസ്വ സന്ദർശനവും നടത്തി രാത്രി എട്ട് മണിയോടെ ഹോട്ടലിൽ തിരിച്ചെത്തി, കാഴ്ചകളുടെ വൈവിധ്യ സമ്പന്നമായ പകലോർമ്മകളുമായി.

2018 ഏപ്രിൽ

ഉദ്യാനങ്ങളുടെ നഗരം

'ശ്രീ' ഇല്ലാത്ത നഗരമാണോ ശ്രീനഗർ എന്ന് തോന്നിയിരുന്നു, എയർ പോർട്ടിൽനിന്നും ശ്രീനഗറിലേക്ക് ആദ്യ ദിവസം റോഡിലൂടെ യാത്ര ചെയ്തപ്പൊഴും, ഖയാം ചൗക്കിലെ ഹോട്ടലിൽനിന്നും അല്പദൂരം വെറുതെ ചുറ്റി നടന്നപ്പോഴും.

നിറം മങ്ങിയ പഴയ കെട്ടിടങ്ങൾ. പൊടിയിൽ മുങ്ങിയ റോഡുകൾ. ശുഷ്കമായ നടപ്പാതകൾ. അനാകർഷകങ്ങളായ വാണിഭ കേന്ദ്ര ങ്ങൾ. ആളുകളെ കുത്തിനിറച്ച് കൊണ്ടുപോകുന്ന ചെറുവാഹനങ്ങൾ. തോക്കിൻകുഴൽ നീണ്ടു വരുന്ന നഗരവീഥികൾ. സൈന്യത്തിന്റെ നിതാന്ത കാവലിൽ പൊതു ഇടങ്ങൾ. എല്ലാറ്റിനുമുപരി സഞ്ചാരികളെ കാണുമ്പോൾ മനസ്സ് തുറന്ന് ചിരിക്കാൻ മടിക്കുന്ന മട്ടിൽ നാട്ടുകാരും. സഞ്ചാരികളെ മാടിവിളിക്കുന്ന കാശ്മീർ ഇതു തന്നെയോ, വിനോദ സഞ്ചാരം മുഖ്യ വരുമാനമായ കാശ്മീർ ഇങ്ങനെയോ എന്ന് നിരാശയും പരിഭവവും തോന്നിയ നിമിഷങ്ങൾ.

ഗുൽമാർഗും, പഹൽഗാമുമൊക്കെ കണ്ടു വിസ്മയിച്ചപ്പോഴും ശ്രീനഗറിന്റെ സൗന്ദര്യം ഒളിഞ്ഞിരിക്കുന്നതെവിടെ എന്ന് അന്വേഷി ക്കുകയായിരുന്നു. തെറ്റി. നേരത്തെ കണ്ടത് നഗരത്തിന്റെ ഒരു മുഖം മാത്രമായിരുന്നു.

ഹിമഗിരികളിൽനിന്നും ഒഴുകിയിറങ്ങുന്ന നിർഝരികൾ സംഗമിക്കു ന്ന വിശാല സരോവരവും, പുഷ്പ വൈവിധ്യം കൊണ്ട് നയനാഭിരാമമായ ഉദ്യാനങ്ങളും, വലിയ തണൽമരങ്ങൾ നിറഞ്ഞ ജൈവ വൈവിധ്യ കലവറകളും വിളിപ്പുറത്തുണ്ടായിരുന്നു.

» ചെഷ്മഷാഹി ഉദ്യാനം

സഞ്ചാരികളെ സ്നേഹത്തോടെ, നിറഞ്ഞ ചിരിയോടെ സ്വീകരിക്കുന്ന നിഷ്കളങ്കരായ കാശ്മീരികൾ ചുറ്റുമുണ്ടായിരുന്നു. സമൂഹമനസ്സിൽ കനലെരിയുമ്പോഴും നാടിനെ സ്നേഹിക്കുന്ന, സമാധാനം കാംക്ഷിക്കുന്ന സാധാരണക്കാരുടെ നിസ്സഹായത തുടക്കത്തിൽ വായിച്ചെടുക്കാനാവാതിരുന്നത് എന്റെ പിഴ.

കടുക് പാടങ്ങളുടെ പീതളകാന്തിയും, വിളഞ്ഞുനിൽക്കുന്ന ആപ്പിൾ മരങ്ങളും, വിരിച്ചിട്ട ചിത്രകംബളം പോലെയുള്ള ട്യൂലിപ് ഉദ്യാനങ്ങളും കണ്ടില്ലയെന്നത് നേരാണ്.

എങ്കിലും വൃക്ഷ വൈവിധ്യംകൊണ്ട് ഹരിതസമൃദ്ധമായ ഇടങ്ങൾ, ജൈവ വൈവിധ്യ കലവറയായ സംരക്ഷിത വന പ്രദേശം ഉൾക്കൊള്ളുന്ന നഗരം, പ്രകൃതിസ്നേഹികൾക്ക് അപൂർവ വിരുന്നൊരുക്കുകയായിരുന്നു.

വിശാലമായ തടാകത്തിന്റെ ജലശിഖരങ്ങൾ തഴുകുന്ന നഗരവീഥികളിൽ കാശ്മീരിന്റെ പ്രകൃതി വിഭവങ്ങൾ നിരന്നുനിൽപ്പുണ്ടായിരുന്നു. പടുകൂറ്റൻ ചിനാർമരങ്ങളുടെ തണലും തലയെടുപ്പും, പൈൻ മരക്കാടുകളുടെ ഹരിതശോഭയും നഗര പ്രാന്തങ്ങളിൽ തെളിഞ്ഞുനിൽപ്പുണ്ടായിരുന്നു.

പുരവഞ്ചികളുടെ ആഢംബരസമൃദ്ധിയിൽ യാത്രികരെ വിസ്മയിപ്പിക്കുകയും, ഒഴുകുന്ന അങ്ങാടിവഞ്ചികളാൽ സഞ്ചാരിയുടെ കൗതുക

തൃഷ്ണകളെ ശമിപ്പിക്കുകയും, രുചിക്കൂട്ടുകൾ നൽകി, അലങ്കാരവേഷങ്ങളണിയിച്ച് അതിഥികളെ ചേർത്തുപിടിക്കുകയും ചെയ്യുന്ന നഗരം ഇതല്ലാതെ വേറെ ഏത്. തുടക്കത്തിലെ പരിഭവം ആത്മഹർഷമായി മാറിയപ്പോൾ മനസ്സ് മൌനമായി മന്ത്രിച്ചു. ഇത് 'ശ്രീ'നഗർ തന്നെ.

മുഗൾ ഉദ്യാനങ്ങൾ

ശ്രീനഗർ ഉദ്യാനങ്ങളുടെ നഗരമാണ്. ചെറിയ പൂന്തോട്ടങ്ങളൊന്നുമല്ല, മുപ്പതും നാല്പതുമൊക്കെ ഏക്കറിൽ വ്യാപിച്ചുകിടക്കുന്ന വലിയ പൂന്തോപ്പുകളാണവ. ജലസ്രോതസ്സുകളും ജലധാരയുമൊക്കെയുള്ള വിശാലമായ മലർവാടികൾ.

പതിനാലാം നൂറ്റാണ്ടിലാണ് ഇസ്ലാം മതം കാശ്മീരിൽ വേരൂന്നുന്നത്. രണ്ടു നൂറ്റാണ്ടുകൾകൊണ്ട് കാശ്മീർ മുഗൾ ആധിപത്യത്തിന് കീഴിൽ വന്നു. മുഗൾ രാജാക്കന്മാരുടെ ഇഷ്ട വിനോദങ്ങളിലൊന്നായി മാറി പുഷ്പവാടികളുടെ നിർമ്മാണം. പേർഷ്യയിൽനിന്നും വന്ന മുഗൾ രാജാക്കന്മാരുടെ മുൻഗാമികൾ, ഭാഷയിലും കലയിലും, നിർമ്മാണരീതിയിലുമെന്നപോലെ, ഉദ്യാന നിർമ്മിതിയിലും പേർഷ്യൻ ശൈലിതന്നെ പിന്തുടർന്നു.

പർവ്വതനിരകൾക്കും തടാകങ്ങൾക്കുമിടയിലുള്ള വിശാലമായ ഭൂപ്രദേശങ്ങളെ തട്ടുതട്ടുകളായി തിരിച്ച്, മധ്യത്തിലൂടെ ജലസ്രോതസ്സുകൾ ഒഴുക്കിയിറക്കി, മനോഹരമായ ജലധാരകൾ നിർമ്മിച്ച്, ചുറ്റും പുഷ്പമെത്ത ഒരുക്കി, പുൽത്തകിടിയും തണൽ മരങ്ങളും വെച്ചുപിടിപ്പിച്ചു. സവിശേഷമായ മുഗൾ ഉദ്യാനങ്ങൾ രൂപപ്പെട്ടത് ഈ വിധമാണ്. കിളികളും, ചിത്രശലഭങ്ങളുമൊക്കെ കുടിയേറിവന്നതോടെ ഈ മലർവാടികൾ സംഗീതസാന്ദ്രമായി മാറി.

വേനൽക്കാല വിശ്രമ സങ്കേതങ്ങളായും, പ്രാണപ്രേയസികൾക്കുള്ള പ്രേമോപഹാരമായും നിർമ്മിക്കപ്പെട്ട ഉദ്യാനങ്ങൾ പിൽക്കാലത്ത് സഞ്ചാരികളുടെയും, സൗന്ദര്യാരാധകരുടെയും, പ്രണയികളുടെയുംഇഷ്ട സ്വർഗ്ഗമായി മാറി. ശ്രീനഗർ സന്ദർശിക്കുന്ന ആരും മുഗൾ ഉദ്യാനങ്ങൾ കാണാതെ പോകില്ല.

സൗന്ദര്യ ആരാധകരായ മുഗൾ രാജാക്കന്മാരുടെ ഭരണത്തിന്റെ തുടക്കത്തിൽതന്നെ കാശ്മീർ താഴ്വരയിൽ പേർഷ്യൻ ഉദ്യാനങ്ങളുടെ മാതൃകയിൽ അവ നിർമ്മിക്കപ്പെട്ടു. ഭരണസിരാകേന്ദ്രങ്ങളായ കൊട്ടാരങ്ങളുടെയും കോട്ടകളുടെയും ഉള്ളിൽ പണിയുന്നതിന് പകരം പർവതനിരകൾക്കരികെ, ദാൽ തടാകത്തിനഭിമുഖമായി ഉദ്യാനങ്ങൾ

» നിഷാദ് ബാഗ് ഉദ്യാനവും തടാക കാഴ്ചയും

രൂപപ്പെടുത്തിയതിന് പിന്നിൽ പ്രായോഗികതയുടെയും, കാല്പനികതയുടെയും, പ്രജാ താല്പര്യത്തിന്റെയും ലാഞ്ചന പ്രകടമാണ്.

അടിസ്ഥാനപരമായി പരിമഹൽ, ചെഷ്മഷാഹി, നിഷാത്ബാഗ്, ഷാലിമാർ ബാഗ് ഉദ്യാനങ്ങൾ കെട്ടിലും മട്ടിലും സമാനമാണ്. വിസ്തീർണത്തിലും വൈപുല്യത്തിലും കാഴ്ചാ അനുഭവത്തിലും വ്യത്യാസമുണ്ടെന്നു മാത്രം.

പരിമഹൽ ഉദ്യാനത്തിൽ ഒഴികെ, മറ്റ് മൂന്നിടത്തും സബർവാൻ ഗിരിനിരകളിൽനിന്നും ഊർന്നിറങ്ങുന്ന സ്വാഭാവിക ജലസ്രോതസ്സിനെ തട്ടുകളുടെ മധ്യത്തിലുള്ള വലിയ തുറന്ന ചാലുകളിലൂടെ ഒഴുക്കി ഇറക്കി, ജലധാരകളാക്കി മാറ്റി സൂക്ഷ്മമായി ഉപയോഗിക്കുന്ന സാങ്കേതിക രീതിയാണ് അവലംബിച്ചിരിക്കുന്നത്. അവസാനം പ്രകൃതിയുടെ വരദാനമായ ജലം ദാൽ തടാകത്തിൽ ചേരുന്നതോടെ പ്രകൃതിയിൽത്തന്നെ വിലയം പ്രാപിക്കുന്നു. എത്ര ഭാവനാത്മകമായ ആസൂത്രണം.

ഷാജഹാൻ രാജാവിന്റെ പുത്രൻ ദാരാ ഷികൊഹ് നിർമ്മിച്ച പരിമഹൽ ഏഴ് തട്ടുകളിൽ വ്യാപിച്ചുകിടക്കുന്ന മലർവാടിയത്രേ. മുകളിലെ അരുവിയിൽനിന്നും ഭൂമിക്കടിയിലെ മൺ കുഴലുകളിലൂടെ ജലമെത്തിച്ചാണ് ഉദ്യാനത്തിന് വേണ്ട ജലം ശേഖരിക്കുന്നത്.

ഉത്തുംഗസ്ഥായിയായ പൂന്തോട്ടം പിന്നീട് ജ്യോതി ശാസ്ത്ര നിരീക്ഷണ ത്തിനും വേദിയായി മാറി. പരിമഹലിൽനിന്നുമുള്ള ദാൽ തടാകക്കാഴ്ച അനവദ്യ സുന്ദരമാണ്. അകലങ്ങളിൽ ഒളിഞ്ഞും തെളിഞ്ഞും കാണുന്ന പർവ്വതനിരകളുടെ വിന്യാസ ഭംഗി നോക്കിനിന്നുപോകും.

ഷാജഹാൻ സ്ഥാപിച്ച ചെഷ്മഷാഹി ഉദ്യാനം മൂന്ന് വലിയ തട്ടുക ളായാണ്. സാഹിബ് കുലത്തിൽ പിറന്ന കാശ്മീരി സന്ന്യാസിനി രൂപ ഭവാനിയുടെ പേരിലുള്ള പ്രകൃതിദത്തമായൊരു നീരരുവിക്ക് ചുറ്റുമായി രൂപപ്പെടുത്തിയ ഉദ്യാനം ചെഷ്മ സാഹിബി എന്നറിയപ്പെട്ടു. പിന്നീട് അല്പം ചുരുങ്ങി ചെഷ്മാഷാഹിയായി. കാശ്മീരിലെത്തിയാൽ തനത് കാശ്മീരി വേഷമണിയുന്നത് ഒരു ഹരമല്ലേ. അത് വർണ്ണാഭമായ ഉദ്യാ നത്തിന്റെ മോടിയിലാണെങ്കിലോ. കേമമായിരിക്കും. വേണമെങ്കിൽ ഈ സൗകര്യം പ്രയോജനപ്പെടുത്താം.

നൂർജഹാന്റെ സഹോദരനും, മുംതാസ് മഹലിന്റെ പിതാവും, കാശ്മീർ ഗവർണ്ണറുമായ അസഫ് ഖാൻ പണിയിപ്പിച്ച നിഷാത് ബാഗ് 12 തട്ടുക ളിൽ വ്യാപിച്ചുകിടക്കുന്ന വിശാലമായ ഉദ്യാനമാണ്. ദാൽ തടാകത്തിൽ മുഖം നോക്കിയിരിക്കുന്ന ഈ പുഷ്പവാടി ഷാജഹാൻ ചക്രവർത്തിയെ പ്പോലും കൊതിപ്പിച്ചുവത്രെ. കൊതി മൂത്ത് അസൂയയായി മാറിയപ്പോൾ രാജാവ് ഉദ്യാനത്തിലേക്കുള്ള ജലമാർഗം തടസ്സപ്പെടുത്തിയതും, പുനഃ സ്ഥാപിച്ചതും കഥ. ആരവമുയർത്തി ഒഴുകുന്ന അരുവിയിലെ ജലധാരാ സംവിധാനങ്ങൾ ആകർഷകങ്ങളാണ്. പൂക്കളുടെ സമൃദ്ധിയിൽ ഈ സമയം നിഷാത് ബാഗാണ് മുന്നിൽ.

ചക്രവർത്തിമാർക്ക് ആർക്കും എന്തും നൽകാമല്ലോ. എന്തും തട്ടി പ്പറിച്ച് എടുക്കുകയുമാകാം. ജഹാംഗീർ ചക്രവർത്തി പ്രിയതമയായ നൂർജഹാന് സമ്മാനമായി നൽകിയത് 30 ഏക്കർ വിസ്തൃതിയുള്ള ഒരു ഉദ്യാനമാണ്. ഷാലിമാർ ബാഗ്. സ്നേഹത്തിന്റെ കുടീരമായി ഒരു പൂങ്കാവനം.

താഴത്തെ മൂന്ന് തട്ടുകൾ ഉൾക്കൊള്ളുന്ന ഭാഗം 'ദിവാനി ആം' എന്നറിയപ്പെടുന്നു. ചക്രവർത്തി പ്രജകൾക്ക് മുഖം കൊടുക്കുന്നത് ഇവിടെവെച്ചായിരുന്നു. മുകളിലെ രണ്ട് തട്ടുകൾ ചേർന്ന 'ദിവാൻ കി ഖാസ്' രാജ കുടുംബത്തിലുള്ളവർക്ക് മാത്രമുള്ളതായിരുന്നു. ഷാ നഹാർ എന്ന കൃത്രിമ അരുവി നടുവിലൂടെ ഒഴുകുന്നു. നിശ്ചിത അകലം പാലിച്ച് ജലധാരകൾ. അരുവിയുടെ ഓരങ്ങളിൽ നിരന്ന് നിൽക്കുന്ന പടുകൂറ്റൻ ചിനാർ മരങ്ങൾ. തട്ടുകൾക്കലങ്കാരമായി മുഗൾ വാസ്തു ശൈലിയിൽ പണിത രണ്ട് പവലിയനുകൾ ഉദ്യാനത്തിന്റെ സവിശേഷതയാണ്.

» സ്നേഹ കുടീരമായ ഷാലിമാർ ബാഗ്.

സമാധികളെയും, സ്മാരകമന്ദിരങ്ങളെയും അലങ്കരിക്കുന്ന ഉദ്യാനങ്ങളിൽനിന്നും വ്യത്യസ്തമായി, കേവലം സന്തോഷത്തിനും, ആസ്വാദനത്തിനും, പ്രജാസമ്പർക്കത്തിനും വേണ്ടി പണിത ശ്രീനഗറിലെ മുഗൾഉദ്യാനങ്ങൾ കാല്പനികരായ രാജാക്കന്മാരുടെ പ്രതാപത്തിന്റെയും, ധാരാളിത്തത്തിന്റെയും ജീവൽ പ്രതീകങ്ങളായി ഇന്നും സഞ്ചാരികളുടെ മനസ്സിനെ കീഴടക്കുന്നു.

പൂന്തോട്ടങ്ങളുടെ വർണ്ണ കാഴ്ചകളിൽനിന്നും വെണ്ണക്കല്ലുകൊണ്ട് തീർത്ത ഹസ്രത് ബാൽ പള്ളിയിലേക്കാണ് പോയത്. പ്രവാചകന്റെ തിരുകേശം സൂക്ഷിച്ചിരിക്കുന്നു എന്ന് വിശ്വസിക്കപ്പെടുന്ന വിശുദ്ധ ദേവാലയം ദാൽ തടാകത്തിന്റെ കരയിലാണ്.

ദാൽ തടാകം

കാശ്മീർ മനസ്സിലെത്തുമ്പോൾ ശിക്കാരയിൽ പൂക്കളുമായി ശാന്തമായ തടാകപ്പരപ്പിൽ തനിയെ തുഴഞ്ഞുനീങ്ങുന്ന സുന്ദരിയുടെ ചിത്രം തെളിയുമായിരുന്നു. ശ്രീനഗറിന്റെ ഹൃദയമാണ് ദാൽ തടാകം. ദാലിന്റെ ഓളത്തുടിപ്പുകൾ നഗരത്തിന്റെ ജീവതാളമാണ്. ഋതുക്കൾക്കനുസരിച്ച് സ്വയം മാറുന്ന ജലാശയം. വേനലിലും, മഴയിലും, മഞ്ഞിലും ദാൽ തടാകത്തിന്റെ വേഷപ്പകർച്ച കാണേണ്ടത് തന്നെയാണ്. പ്രഭാതത്തിൽ മഞ്ഞിന്റെ നേരിയ തുകിൽകൊണ്ട് മുഖം മറക്കുന്ന സുന്ദരി. അസ്തമയ ശോണിമ പടരുമ്പോൾ സൗന്ദര്യം വഴിഞ്ഞൊഴുകുന്ന സർവാംഗ മനോഹരി.

പൂങ്കാവനങ്ങളിലിരുന്ന് തടാകത്തെ പ്രണയിച്ച പഴയ രാജാക്കന്മാർ ഒരിക്കലും വിചാരിച്ചു കാണില്ല ദാൽ തടാകം കാണുന്നവരുടെ മനസ്സിലും, കേൾക്കുന്നവരുടെ ഭാവനയിലും ഇങ്ങനെ നിറഞ്ഞുനിൽക്കുമെന്ന്. ദാൽ നിരന്തരം മാറിക്കൊണ്ടിരിക്കുന്ന ഒരു കാഴ്ചയാണ്. ഒരു അനുഭവമാണ്. ഒരു യാഥാർഥ്യമാണ്. ആയിരങ്ങളുടെ ജീവനോപാധിയാണ്. വൈകുന്നേരങ്ങളിലാണ് തടാകവും തീരവും കൂടുതൽ സജീവമാകുന്നത്. നൂറുകണക്കിന് ശിക്കാരകൾ ഓളപ്പരപ്പിൽ ഒഴുകി നീങ്ങുകയാണ്. അങ്ങേക്കരയിൽ നങ്കൂരമിട്ട് കിടക്കുന്ന ആഡംബര ഹൗസ് ബോട്ടുകൾ സഞ്ചാരികളെ മാടിവിളിക്കുന്നു. ഒഴുകുന്ന മാർക്കറ്റുകൾ. രുചിയേറുന്ന വിഭവങ്ങളുമായി റസ്റ്റോറന്റുകൾ. സഞ്ചാരികളുടെ മാത്രമല്ല, നാട്ടുകാരുടെ മനസ്സും ഇവിടെ നിറയുന്നു.

ആറുപേർക്ക് യാത്ര ചെയ്യാവുന്ന പല്ലക്ക് പോലെയുള്ള അലങ്കാര തുഴ ബോട്ടുകളാണ് ശിക്കാരകൾ. രണ്ടു മണിക്കൂർ ജല സവാരിക്ക് 1000 രൂപ നൽകണം. ശിക്കാരയിലിരുന്ന്, തടാകനീലിമയിൽ അലിഞ്ഞ്, പർവതങ്ങളുടെ ഇളകിയാടുന്ന നിഴലുകൾ നോക്കി, നിമിഷനേരം കൊണ്ട് പൊങ്ങിത്താഴുന്ന നീർപക്ഷികളുടെ ചടുല നീക്കങ്ങളും കണ്ട്, ജലപ്പരപ്പിന് താഴെ ഓളങ്ങൾക്കൊപ്പം താളം തുള്ളുന്ന ലില്ലിച്ചെടികൾക്കിടയിലെ മീനോട്ടങ്ങളും ആസ്വദിച്ച് അങ്ങനെ പോകുമ്പോൾ, ഒഴുകുന്ന മാർക്കറ്റുകൾ നമ്മെത്തേടിയെത്തും. പൂവും, പഴവർഗങ്ങളും, കരകൗശല വസ്തുക്കളും നിറഞ്ഞ തുഴവഞ്ചികൾ. ശിക്കാരയുടെ തുഴവേഗങ്ങളിൽ ചേർന്നുനിന്ന്, വാക് ചാതുരിയോടെ നമ്മെക്കൊണ്ടവർ വാങ്ങിപ്പിക്കും. ഇതാ റസ്റ്റോറന്റുകളായി. കാവയുടെ സ്വാദ് ഒന്നുകൂടി നുണയാം. ചെറു വിഭവങ്ങളും കഴിക്കാം.

» സന്ദർശകരെ കാത്ത് പുരവഞ്ചികൾ

» ഹൃദയം കവരുന്ന ദാൽ തടാകം

ശിക്കാരകളുടെ മടക്ക യാത്ര വാസ്തുഭംഗിയിൽ തീർത്ത വലിയ ഹൗസ് ബോട്ടുകൾക്കരികിലൂടെയാണ്. ആധുനിക സംവിധാനങ്ങളും, പൂമുഖവും പടിക്കെട്ടുകളുമൊക്കെയായി അസ്സൽ ഭവനങ്ങൾ. തടാക കാഴ്ചകൾ കണ്ട് അവിടെ രാപ്പാർക്കുന്നവരുമായി വേണമെങ്കിൽ ഒരു ലോഹ്യം കൂടലുവുമാവാം. ഹൗസ് ബോട്ടുകൾക്ക് സമീപമുള്ള ഭൂപ്രദേശം പഴങ്ങളും, പച്ചക്കറികളും കൊണ്ട് സമൃദ്ധമാണ്.

ഹൗസ് ബോട്ടുകൾ നിരന്ന് നിൽക്കുന്ന ഇടങ്ങൾക്കടുത്തായി ഗ്രാമവാസികളുടെ വീടുകൾ കേന്ദ്രീകരിച്ചിരിക്കുന്നു. ഉപയോഗശൂന്യമായ പഴയ ഹൗസ് ബോട്ടുകളും ഇവർക്ക് വീടുകൾതന്നെ.

അതിനിടയിൽ സ്റ്റുഡിയോ ശിക്കാരകൾ നമ്മെത്തേടിയെത്തും. തനത് കാശ്മീരി വേഷവും ആഭരണങ്ങളും ചാർത്തി അവർ നിങ്ങളെ ചമയിച്ചൊരുക്കും. ഫോട്ടോയുമെടുത്ത്, യാത്ര അവസാനിക്കുമ്പോൾ കാണാമെന്ന് പറഞ്ഞ് പിരിയും.

ഇനി നമ്മൾ പോകുന്നത് തടാകത്തിൽ തടമിട്ട കച്ചവട കേന്ദ്രങ്ങൾക്കിടയിലൂടെയുള്ള ചാലുകളിലൂടെയാണ്. കാശ്മീരി പട്ടും, കമ്പിളിയും, കരകൗശല വസ്തുക്കളും, ഡ്രൈ ഫ്രൂട്ട്സും ഒക്കെ വിൽക്കുന്ന ധാരാളം കടകൾ തീരത്തോട് ചേർത്ത് നിർമ്മിച്ചിരിക്കുന്നു. ശിക്കാരയിൽനിന്ന് പടവുകൾ കയറി ഷോപ്പിംഗ് നടത്താം.

വെളിച്ചം മങ്ങുന്നു. ഗ്രാമവാസികൾ സ്വന്തം തുഴ വഞ്ചിയിൽ മൂളിപ്പാട്ടും പാടി വീടുകളിലേക്ക് പോയിത്തുടങ്ങുന്നു. ഞങ്ങളുടെ തുഴക്കാരൻ അവരുമായി എന്തൊക്കെയോ പറയുന്നുണ്ട്. ഹൃദയം തുറന്നുള്ള

നർമഭാഷണങ്ങളാവും. ഗ്രാമത്തിൽ എല്ലാവർക്കും പരസ്പരം അറിയാം. അവരുടെ ലോകം ഈ തടാകവും, അതിന്റെ പരിധിയിൽ ഒഴുകുന്ന ജീവിതവും, സഞ്ചാരികളും ചേർന്നതാണല്ലോ. പ്രായം ചെന്ന മുഖങ്ങളിൽപോലും കലർപ്പില്ലാത്ത സന്തോഷം കണ്ടു. വിശാലമായ ജലാശയ ജീവിതം അവർ ആസ്വദിക്കുന്നു.

രണ്ട് മണിക്കൂർ പോയതറിഞ്ഞില്ല. ശിക്കാര യാത്ര അവസാനിക്കുന്നു. പർവതപുരിയിലെ മഹാസരോവരത്തിൽ പക്ഷേ ആളൊഴിയുന്നില്ല. തെരുവ് വിളക്കുകൾ തെളിഞ്ഞു. ഹൗസ് ബോട്ടുകളിലും പ്രകാശം പരന്നു. അനുഭവങ്ങളുടെ അക്ഷയഖനിയായ ദാൽ തടാകത്തിലെ ഓളങ്ങൾക്ക് വിശ്രമമില്ല.

'റാഡ്ധ'കളെന്ന് വിളിപ്പേരുള്ള ദാൽ തടാകത്തിലെ ഒഴുകുന്നപൂന്തോപ്പുകൾ ഞങ്ങൾ കണ്ടില്ല. സമയമായില്ല. വർണ്ണവസന്തം തീർക്കുന്ന ട്യൂലിപ് ഉദ്യാനവും ഞങ്ങൾ കണ്ടില്ല. സമയം കഴിഞ്ഞുപോയി. സമയവുമായി യുദ്ധം ചെയ്യാൻ നമ്മളാര്. കണ്ട കാഴ്ചകൾ കാണാത്തവയെക്കാളും സുന്ദരം. അങ്ങനെ കരുതാം.

ശ്രീനഗറിൽ നിന്നും മടങ്ങുമ്പോൾ, തീവ്രമായ സുരക്ഷാ പരിശോധനകൾക്ക് വിധേയമാകുമ്പോൾ, ഡൽഹി വിമാനത്താവളത്തിലിറങ്ങാൻനേരം വിമാനം പൊടിക്കാറ്റിലുലഞ്ഞ് ഭയപ്പെടുത്തിയപ്പോൾ, പാതിരാമയക്കത്തിന്റെ ആലസ്യവുമായി കൊച്ചിയിലിറങ്ങുമ്പോൾ, ഭൂമിയിൽത്തന്നെയാണ് സ്വർഗ്ഗമെന്ന തിരിച്ചറിവ് മനസ്സിനെ ശാന്തമാക്കിയോ. സ്വർഗ്ഗവും നരകവും ഇവിടെത്തന്നെയാണെന്ന് നിരൂപിച്ചാൽ എല്ലാം ഭദ്രം.

2018 ഏപ്രിൽ

മൂകാംബികയിൽ ഒരു മഴക്കാലത്ത്

മഴ ഒരു അത്ഭുത പ്രതിഭാസമാണ്.
ചാറ്റൽ മഴ... പാറൽ മഴ... ചരൽ മഴ...
മുഴക്കവുമായി ഓടിവരുന്ന പെരുമഴ...
തുള്ളിക്കൊരുകുടം പെയ്യുന്ന കൊട്ടും മഴ...
മരക്കൂട്ടങ്ങൾക്കിടയിലൂടെ പെയ്തു വീഴുന്ന ഇരുണ്ട മഴ...
ഇടിയും മിന്നലും അകമ്പടിയായിവരുന്ന ഘോര മഴ...
അങ്ങനെ തരാതരം മഴകൾ. നേർത്തൊരു സംഗീതമായി, ശ്രുതി ശുദ്ധമായൊരു രാഗ ലയമായി, കാറ്റുംകോളുംനിറഞ്ഞ പേമാരിയായി ഭയപ്പെടുത്തുന്ന കോരിച്ചൊരിയലായി ഒക്കെ വരുന്ന പ്രകൃതിയുടെ ഈ വേഷപ്പകർച്ച ആരെയും വിസ്മയിപ്പിക്കും. ദുരന്തങ്ങൾ വിതച്ച മഴക്കാലവും ഓർക്കാതെ വയ്യ.

അൻപത്തഞ്ചാണ്ടുകൾക്കപ്പുറത്തെ ബാല്യകാലം. കുത്തിയൊലിച്ചുപെയ്ത് നാടാകെ വെള്ളത്തിൽ മുങ്ങുന്ന മഴക്കാലം മറക്കാനാവില്ല. മഴയിൽ കുതിർന്ന്, പുസ്തകങ്ങൾ മാറോടടുക്കിപ്പിടിച്ച് മൂരിപ്പാറ സ്കൂളിലേക്ക് പോയ ഓർമ്മകൾ. മഴയുടെ ഇടവേളകളിലെ ഓട്ടപ്പാച്ചിലുകൾ... കാറ്റടിക്കുമ്പോൾ അരമതിലിന് മുകളിലൂടെ മഴച്ചാറുകൾ ഏൽക്കാതിരിക്കാൻ, ഒപ്പം കുളിര് മാറ്റാൻ ബെഞ്ചിൽ കൂട്ടുകാരെല്ലാവരും ചേർന്ന് എതിർവശത്തേക്ക് ഒരു ചാഞ്ഞിരിപ്പുണ്ട്. അതിന്റെ രസവും ചൂടും ഇപ്പോഴും മറന്നിട്ടില്ല.

പെരിങ്ങത്തൂർ പുഴ കരകവിഞ്ഞൊഴുകി വയലും, തോടും നിറയുന്നതും, ഇടവഴികളിലൂടെ വെള്ളം കുത്തിഒഴുകിവരുന്നതും, വാഴത്തടകൾ

» തിരക്കൊഴിഞ്ഞ മൂകാംബിക സന്നിധി

ചേർത്തുവെച്ച ചങ്ങാടത്തിൽ കയറി തുഴഞ്ഞ് പറമ്പുകളുടെ ഇടവഴിച്ചാലുകൾ ചുറ്റുന്നതും അന്നത്തെ മറ്റൊരു വിനോദം.

നാട്ടിൻ പുറത്തെ ഇടവഴികളെ കോരിത്തരിപ്പിക്കാൻ ഇന്ന് വയലും തോടും നിറഞ്ഞ് കവിയാറില്ല. വയലുകളേറെയും നികന്നു കഴിഞ്ഞു. തോടുകൾ കൈയ്യേറി നശിപ്പിച്ചു. പിന്നെ എവിടെ കരകവിയാൻ! വർഷങ്ങളേറെ കടന്നുപോയി. കാലം മാറി. മഴയും മാറി. അനുഭവത്തിന്റെ ശീതവും വേനലും മാറിമാറി വന്നു. ജീവിതസായന്തനത്തിൽ പഴയ ഓർമ്മകൾക്കെന്തു മധുരം.

മഴക്കാലത്ത് വീട്ടിൽ അടങ്ങിയിരിക്കാനാണ് പൊതുവെ താൽപര്യം. പ്രായം മനസ്സിനെയും ശരീരത്തെയും അടക്കിനിർത്താൻ പ്രേരിപ്പിക്കുക സ്വാഭാവികം. പക്ഷേ ഈ മഴക്കാലത്ത് മഴയുമാസ്വദിച്ചുകൊണ്ട് ഒരു യാത്ര വേണമെന്ന് തോന്നാൻ പഴയ കുളിരോർമ്മകളാവുമോ കാരണം. ആവാം.

കൊല്ലൂർ മൂകാംബികാദേവീ സന്നിധിയിലേക്കാവാം യാത്രയെന്ന് ഒടുവിൽ ഞങ്ങൾ തീരുമാനിച്ചു. ഗീതയും അമ്മായിയും ഒപ്പം ചേർന്നു. മുമ്പ് പലതവണ പോയിട്ടുണ്ടെങ്കിലും പെരുംമഴക്കാലത്ത് ഇതാദ്യമാണ്.

ഒരു വഴിക്ക് 286 കി. മീറ്റർ ദൂരം കാർ ഓടിക്കണം. മഴയുടെ താളലയങ്ങളുമായി ഇഴുകിച്ചേർന്ന് ഒരു ഡ്രൈവിങ്ങ്. അതിന്റെ സുഖവുമറിയാമല്ലോ. മംഗലാപുരം ഉഡുപ്പി കുന്താപുരം വഴി കൊല്ലൂരിലേക്കാണ് യാത്ര. മൂകാംബികാ ദേശീയ ഉദ്യാനത്തിന് നടുവിൽ, സഹ്യപർവതനിരകളിലെ പ്രകൃതി രമണീയമായ കുടജാദ്രി കുന്നുകൾക്ക് താഴെ, സൗപർണികാ

നദിയുടെ തെക്കേക്കരയിൽ സ്ഥിതി ചെയ്യുന്ന പ്രസിദ്ധമായ ക്ഷേത്രം. ശക്തിയുടെയും, അറിവിന്റെയും, ഐശ്വര്യത്തിന്റെയും ദേവി കുടികൊള്ളുന്ന പുണ്യസ്ഥലം. മൂകാംബികാദേവിയുടെ മൂലസ്ഥാനമെന്ന് കരുതപ്പെടുന്ന കുടജാദ്രിയിലാണ് ആദിശങ്കരൻ തപസ്സ് ചെയ്തു എന്ന് പറയപ്പെടുന്ന ചിത്രമൂല ഗുഹയും, ശങ്കരപീഠവും ഉള്ളത്.

വംശനാശം നേരിടുന്ന നിരവധി സസ്യജാലങ്ങളുടെയും, പക്ഷിമൃഗാദികളുടെയും ആവാസകേന്ദ്രമാണ് മൂകാംബികാ ദേശീയ ഉദ്യാനം. മഞ്ഞ് മൂടികിടക്കുന്ന മഴക്കാടുകളാൽ ചുറ്റപ്പെട്ട പർവ്വതനിരകൾ ജൈവവൈവിധ്യത്താൽ സമ്പന്നമത്രെ. നിശബ്ദമായ നിബിഡവനങ്ങൾ. ഇരുൾ മൂടിയ അന്തരീക്ഷം. തണലും തണുപ്പും ചേരുന്ന അഭൗമമായ അനുഭവവിശേഷം. വശീകരിക്കുന്ന പച്ചപ്പിന്റെ നിമ്നോന്നത സമൃദ്ധി. വനാന്തരങ്ങളിൽ എവിടേയോ മുഴങ്ങി കേൾക്കുന്ന ഇടിനാദങ്ങൾ. വളരെ ചെറിയ ഇടവേളകളിൽ പെയ്യുന്ന സാമാന്യം ശക്തമായ മഴ. മഴത്തുള്ളികൾ പതിക്കുമ്പോൾ ഇളകിയാടുന്ന ഇലച്ചാർത്തുകളുടെ മർമരം.

ലംബമായും, ചെരിഞ്ഞും, ശബ്ദഘോഷത്തോടെ ഭൂമിയിലേക്ക് പതിക്കുന്ന അമൃതധാര. വാഹനങ്ങൾ കുറഞ്ഞ, സാമാന്യം വീതിയുള്ള നല്ല റോഡിലൂടെയാണ് യാത്ര. ഇന്ദ്രിയാതീതമായൊരു അനുഭൂതിയിൽ മനസ്സ് വിലയം പ്രാപിക്കുന്നതുപോലെ. മനുഷ്യനിർമ്മിതമായ യാതൊന്നുമില്ലാത്ത പ്രകൃതിയുടെ വന്യതയിലൂടെ ഒഴുകുന്നത് പോലെ.

മഴയായതുകൊണ്ടാവാം പക്ഷികളുടെ പാട്ടുകളൊന്നും കേട്ടില്ല. സിംഹവാലൻ കുരങ്ങുകളുടെ ചില്ലാട്ടങ്ങളും കണ്ടില്ല. മാൻ പേടകളോ, കാട്ടുനായ്ക്കളോ, കാട്ടുകാലികളോ ഒന്നും എത്തിനോക്കിയതുപോലുമില്ല. എല്ലാവരും ഉൾക്കാടുകളിൽ തങ്ങുകയായിരിക്കും. കടുവ, പുള്ളിപ്പുലി, കരടി, ലോറിസ്, നീർ നായ, മലയണ്ണാൻ തുടങ്ങി എത്രയോ ജാതി സസ്തനികളുടെ ആവാസ ഭൂമിയാണ് ഈ വനപ്രദേശം. ജന്തുജാലങ്ങളെ കാണാനുള്ള യാത്ര ആയിരുന്നില്ല ഇത്. വനപാതയിലൂടെ മഴയെ അറിഞ്ഞനുഭവിച്ച് ക്ഷേത്രഭൂവിലേക്കൊരു സ്വൈര സഞ്ചാരം. അതായിരുന്നല്ലോ ഉദ്ദേശം.

കൊല്ലൂരിലെത്തുമ്പോൾ മഴയൊന്ന് തോർന്നത് പോലെയായി. 'മഹാലക്ഷ്മി റെസിഡെൻസി'യിൽ മുറിയെടുത്തു. പുതിയ ഹോട്ടലാണ്. വൃത്തിയും വെടിപ്പുമുണ്ട്. നല്ല ഭക്ഷണവും.

വൈകുന്നേരമായി. ദേവിയെ തൊഴണം. പുറത്ത് മഴ തകർത്ത് പെയ്യുകയാണ്. മഴ ചുറ്റമ്പലത്തിന്റെ പ്രവേശന കവാടംവരെ കൂടെ വന്നു. പ്രദക്ഷിണവഴികളൊക്കെ ശൂന്യം. ആൾത്തിരക്കില്ലാതെ ദേവീ

» അതിവർഷത്തിൽ സൗപർണികയുടെ രൗദ്ര ഭാവം

സന്നിധി. നേരെ ശ്രീകോവിലിന് മുന്നിലേക്ക്. ക്ഷേത്രപാലകരുടെ തിരക്ക് കൂട്ടലുകളോ നിയന്ത്രണങ്ങളോ ഒന്നുമില്ല. സ്വസ്ഥമായ മനസ്സോടെ, കൺനിറയെ ദേവിയെ കണ്ടു.

ഈ ഭൂമിയിൽ ജനിച്ചതിനും, ജീവിച്ചതിനും, ജീവിതത്തിൽ അവസരങ്ങൾ നൽകിയതിനും, പരീക്ഷണങ്ങളിലൂടെ കൊണ്ടുനടത്തിയതിനും പ്രപഞ്ചാതീതമായ ശക്തിയോടല്ലാതെ ആരോട് നന്ദി പറയണം. മനുഷ്യകോടികൾക്ക് ശാന്തിയും, സമാധാനവും, ആത്മവിശ്വാസവും പകർന്ന് നൽകാൻ വിശ്വാസം വേണമല്ലോ. വിനയത്തോടെ ജീവിതത്തെ അഭിമുഖീകരിക്കാൻ ദൈവഭയവും.

ശ്രീകോവിൽ നടയിൽ നിന്നും പുറത്തു കടന്ന് ഉപദൈവങ്ങളെയും വണങ്ങി, ഇടത് വശത്തെ ഗ്രാനൈറ് ബഞ്ചിലിരിക്കുമ്പോഴും മഴയങ്ങനെ പെയ്യുക തന്നെയാണ്. ചുറ്റമ്പലത്തിന്റെ ചെമ്പ് മേൽക്കൂരപ്പാളികളിൽ ദ്രുതതാളത്തിൽ പെയ്യുന്ന മഴ ചെണ്ടമേളങ്ങൾക്ക് പകരമെന്ന് തോന്നിയോ... പാത്തികളിലൂടെ ഒഴുകിവീഴുന്ന ജലം പലവഴി ക്ഷേത്രമതിൽക്കെട്ടിന് പുറത്തേക്ക് അതിവേഗം ഒഴുകിപ്പോകുന്നു. മഴയും നോക്കി പരസ്പരം ഒന്നും പറയാതെ ഏറെനേരം ഞങ്ങൾ ചുറ്റമ്പലത്തിലെ ചാരു ബെഞ്ചിലിരുന്നു. ആളുകളുടെ എണ്ണം അൽപ്പം കൂടിവരുന്നു. എങ്കിലും തിരക്കെന്നു പറയാൻ വയ്യ.

സന്ധ്യയോടെ മഴയിലേക്കിറങ്ങി. വീണ്ടും മുറിയിലെത്തി. രാത്രി മുഴുവൻ മഴ തന്നെ. നല്ല തണുപ്പം.

നേരം പുലർന്നപ്പോൾ മഴയുടെ രീതിയൊന്ന് മാറിയപോലെ. രണ്ട് മിനിറ്റ് വീതം ഇടവേളയിട്ട് കൊണ്ട്, കാറ്റും കോളുമൊന്നുമില്ലാതെ, തുടർച്ചയായി പെയ്യുന്ന മഴ. നനഞ്ഞ പ്രഭാതത്തിന്റെ നൈർമല്യമേറ്റുവാങ്ങി തിരക്കൊഴിഞ്ഞ് ക്ഷേത്രനഗരി.

രാവിലെയും ദേവിയെ തൊഴുതു. തൊഴു കയ്യുമായി ദേവീസന്നിധിയിൽ നിന്നും നിറഞ്ഞ മനസ്സോടെ ഇറങ്ങി. സൗപർണികാ നദിക്കരയിലേക്കാണ് ഇനി യാത്ര. നിറഞ്ഞ് തുളുമ്പി ആരവത്തോടെ ഒഴുകുകയാണ് സൗപർണിക. മലയിൽ മഴ പെയ്തതിനാൽ വെള്ളം കലങ്ങി മഞ്ഞനിറമായിരിക്കുന്നു.

അതി ശക്തമായ ഒഴുക്കാണ്. ഇറങ്ങുന്നത് സുരക്ഷിതമല്ല. കൈകുമ്പിളിൽ ജലമെടുത്ത് തിരികെയൊഴുക്കി. താഴേക്ക് പതിക്കുന്ന പുഴയുടെ തിരിവിൽ ഒഴുക്കിന്റെ ശക്തിയിൽ വട്ടം കറങ്ങുന്ന പ്ലാസ്റ്റിക് കുപ്പികളും, കവറുകളും കാഴ്ചയുടെ സൗന്ദര്യം കെടുത്തിയെന്നത് സത്യം. എങ്കിലും മഴയിൽ മലകളുടെ മേൽമണ്ണിളക്കി ആർത്തലച്ച് നിറഞ്ഞൊഴുകുന്ന സൗപർണിക ഒരു കാഴ്ച തന്നെയാണ്. ഇനി മടക്കം. അനുയാത്രചെയ്ത മഴയോടും, മഴയോർമകളോടുമൊപ്പം.

മാനത്ത് നിറഞ്ഞ കരി മേഘങ്ങൾ നാനാതരം മഴയായി പെയ്യുമ്പോൾ ഭൂമിയുടെ മനം കുളിർപ്പിച്ചുകൊണ്ടുള്ള ജലനടനം കാണുമ്പോൾ, മൂകാംബികയിലെ മഴക്കാലം കുളിരുള്ളൊരോർമയായി, ഒരു അനുഭൂതിയായി, സാന്ത്വനമായി എന്നും മനസ്സിലുണ്ടാകും.

2018 ജൂലൈ

ഭുവനേശ്വറിൽനിന്നും അതിശയങ്ങളുടെ കൊണാർക്കിലേക്ക്

ചരിത്രവും സംസ്കാരവും ആധുനികതയും സംഗമിക്കുന്ന ഒഡീഷയുടെ തലസ്ഥാന നഗരിയായ ഭുവനേശ്വറിൽ വിമാനമിറങ്ങുമ്പോൾ യാത്രയുടെ തേരാളിയായ ബിനീഷും സഹയാത്രികയായ അനുരൂപയും ഞങ്ങളോടോപ്പമുണ്ടായിരുന്നു. ബാക്കിയുള്ള വലിയൊരു സംഘം പലയിടങ്ങളിൽനിന്നും അപ്പോഴും വന്നുകൊണ്ടിരിക്കുകയായിരുന്നു.

എയർപോർട്ട് ലോബിയിൽ ഗണേശ ചതുർഥിയോടനുബന്ധിച്ച് പൂഴിയിൽ ചെയ്തുവെച്ച അതിമനോഹരമായ വലിയ ഗണേശ രൂപം ആദ്യമേ കണ്ണിലുടക്കി. സാൻഡ് ആർട്ടിൽ ഇത്രയും കൃത്യതയോടെ പൂർണ്ണതയോടെ ശില്പങ്ങൾ മെനയുന്നത് ആദ്യമായി കാണുകയായിരുന്നു.

പാരമ്പര്യത്തിന്റെ അടയാളങ്ങൾ മുറുകെപിടിച്ചുകൊണ്ട്, പുതിയ കാലത്തിന്റെ കാഴ്ചകളും സങ്കേതങ്ങളുമായി ഒഡീഷ ഏതൊരു സഞ്ചാരിയെയും തന്റെ ശക്തമായ ആകർഷണവലയത്തിലൊതുക്കുന്നു. കാഴ്ചയുടെ വിരുന്നൊരുക്കുന്ന കടലോരങ്ങളും കൊത്തുപണികൾ നിറഞ്ഞ പുരാതന ക്ഷേത്രങ്ങളുമാണ് നമ്മെ കാത്തിരിക്കുന്നത്.

ഇന്ത്യയുടെ ക്ഷേത്രനഗരമാണ് ഭുവനേശ്വർ.

തലങ്ങും വിലങ്ങും അമ്പലങ്ങൾതന്നെ. ഒഡീഷാ വിനോദ സഞ്ചാരവകുപ്പിന്റെ കണക്കനുസരിച്ച് എ. ഡി. ഒന്നും രണ്ടും ദശകങ്ങളിലായി

» സ്നേഹകുടീരമായ രാജാറാണി ക്ഷേത്രം

നിർമ്മിച്ച 54 പുരാതന ക്ഷേത്രങ്ങൾ ഈ നഗര പരിധിയിലുണ്ട്.

നഗരത്തിലെ ക്ഷേത്ര ങ്ങൾ കണ്ടതിനുശേഷമാകാം കൊണാർക്കിലേക്കുള്ള യാത്രയെന്ന് തീരുമാനിച്ചു.

സ്നേഹകുടീരമെന്നറിയപ്പെടുന്ന രാജാറാണി ക്ഷേ ത്ര ത്തി ലേ ക്കാ ണ് ആദ്യം പോയത്. സ്ത്രീസൗന്ദര്യത്തിന്റെയും ദാമ്പത്യത്തിന്റെയും മുഗ്ദ്ധ ഭാവങ്ങൾ പേറുന്ന ശില്പ സൗകുമാര്യം. ജീവൻ തുടിക്കുന്ന അനുരാഗ ചേഷ്ടകൾ നിറഞ്ഞ പുറം ചുമരുകൾ.

പഞ്ചരഥ ശൈലിയിൽ ഉയർന്ന പീഠത്തിൽ പണിത ശ്രീകോവിലും അനുബന്ധമായി ജഗമ്മോഹമണ്ഡപവും. ഉള്ളിൽ പ്രതിഷ്ഠയൊന്നും കാണാനില്ല. ക്ഷേത്ര ചുമരുകളിൽ അഷ്ട ദിക്പാലകരുടെ സ്ഥാനങ്ങൾ കൃത്യമായി അടയാളപ്പെടുത്തിയിരിക്കുന്നു എന്നത് ഈ ക്ഷേത്രത്തിന്റെ പ്രത്യേകതയാണ്. ചുവപ്പും മഞ്ഞയും കലർന്ന നിറമുള്ള കല്ലിൽ (രാജാറാണി എന്ന് നാടോടി പ്രയോഗം) പണിത ക്ഷേത്രമായതിനാലാണ് രാജാറാണി ക്ഷേത്രമെന്ന പേര് വന്നതെന്ന് പറയുന്നു.

കലിംഗ വാസ്തുവിദ്യയുടെ നിദർശനമായി, 1000 വർഷത്തിലേറെ പഴക്കമുള്ള ലിംഗരാജ ക്ഷേത്രം... ശൈവ വൈഷ്ണവ സമന്വയമായുള്ള ആരാധനാമൂർത്തിയാണിവിടെ. ഗർഭഗൃഹത്തിന് ചുറ്റുമായി നൂറ്റി അൻപതോളം ഉപദേവ പ്രതിഷ്ഠകളും ഇവിടുത്തെ സവിശേഷതയാണ്. ക്യാമറകൾക്ക് കടുത്ത വിലക്കാണിവിടെ. ക്ഷേത്ര മതിൽകെട്ടിനകത്ത് കേരളീയ ക്ഷേത്രങ്ങളിൽ അനുഭവവേദ്യമാകുന്ന വിശുദ്ധിയും ആത്മീയ ശാന്തിയും, മാനസിക ഉത്തേജനവും നഷ്ടമാകുന്നു എന്നതൊരു യാഥാർത്ഥ്യമാണ്.

ഭക്തി, ശരീരത്തിനും മനസ്സിനും സാന്ത്വനമാകുന്നതിന് പകരം കേവലമൊരു ലഹരിയാകുമ്പോൾ, സ്വത്വശുദ്ധിയും അന്തരീക്ഷ വിശുദ്ധിയുമൊക്കെ മാറിനിൽക്കും. എല്ലാം കേവലമായ കെട്ടുകാഴ്ചകൾ

മാത്രമാകും.

എങ്കിലും സങ്കല്പങ്ങളും വിശ്വാസങ്ങളും തീർക്കുന്ന അയഥാർത്ഥ ഭൂമികയിൽ സങ്കടങ്ങൾ ഇറക്കിവെക്കാൻ കഴിയുന്നത് ഒരു ആശ്വാസം തന്നെയാണ്. അഹംബോധം ഇറക്കിവെയ്ക്കാൻ കഴിയുന്നതും.

പ്രപഞ്ചാതീതമായ ശക്തിക്ക് മുന്നിൽ ആദരവോടെ കൈകൂപ്പിനിൽക്കുന്നതായി സ്വയം സങ്കൽപ്പിച്ചുകൊണ്ട് വേണം ദൈവ സങ്കൽപ്പങ്ങൾക്ക് മുന്നിലും പ്രാർത്ഥനാനിരതരായി നില്ക്കാൻ.

ജീവന്റെ താളം പ്രപഞ്ച താളമാണ്. ജീവിതം ആടി തീരുന്നത് പ്രപഞ്ചത്തിന്റെ വൈവിധ്യമാർന്ന സ്ഥലികളിലാണ്. ദൈവ വിശ്വാസം അഗോചരമായ പ്രപഞ്ചാതീത ശക്തിയോടുള്ള സാധു മനുഷ്യന്റെ ആദരവ് തന്നെയാണ്. അനിയന്ത്രിതമായ ജീവിതകാമനകളെ നിലക്ക് നിർത്താനുള്ള നല്ലൊരു പരിശീലനവുമാണത്.

ഹരിഹര സങ്കല്പവും, ഉപദേവ പ്രതിഷ്ഠകളും ചേർന്ന പ്രദക്ഷിണ വഴികളിലൂടെ നടക്കുമ്പോൾ ചിന്തകൾ ഈ വഴി പോയി. കാഴ്ചകൾ ആലോചനകൾക്ക് വഴിമരുന്നിടുന്നത് ഇങ്ങനെയൊക്കെയാണല്ലോ.

ധൗളഗിരിയിൽ ദയാ നദിക്കരയിലെ ശാന്തി സ്തൂപം. ആകാശത്തേക്ക് ശിരസ്സുയർത്തി നിൽക്കുന്ന ശുഭ്ര മിനാരം.

ലക്ഷക്കണക്കിന് ആളുകൾ കൊല്ലപ്പെട്ടുകയും അതിലേറെ പേർ അംഗ വിഹീനരാവുകയും ചെയ്ത കലിംഗ യുദ്ധ കെടുതിയിൽ ഹൃദയം തകർന്ന അശോക ചക്രവർത്തി ഹിംസ വെടിഞ്ഞ് ചരാചര പ്രേമത്തിന്റെ പ്രവാചകനായി മാറിയത് ഇവിടെ വെച്ചാണല്ലോ. ശാന്തിയും നന്മയും പുലരാൻ വേണ്ട നിർദ്ദേശങ്ങൾ ശിലാ ശാസനങ്ങളായി അദ്ദേഹം രാജ്യത്തെമ്പാടും സ്ഥാപിച്ചു. ഇവയിൽ ധൗളി ഗിരിയുടെ

» ധൗള ഗിരിയിലെ ശാന്തി സ്തൂപം

» മുക്തേശ്വർ ക്ഷേത്രം

താഴ്വരയിൽനിന്ന് കണ്ടെത്തിയ ആനയുടെ ശിൽപ്പവും അതിനുതാഴെയുള്ള ശിലാശാസനവും പ്രധാനപ്പെട്ടതാണ്.

പടവുകൾ കയറി മുകളിലെത്തുമ്പോൾ സിംഹങ്ങൾ കാവൽ നിൽക്കുന്ന കവാടം. മുന്നിൽ ധ്യാനസ്ഥനായ ബുദ്ധൻ.

ബുദ്ധ ചരിതം രേഖപ്പെടുത്തിയിരിക്കുന്ന കൽച്ചുവരുകൾ. സാധർമ വിഹാര എന്നറിയപ്പെടുന്ന ഒരു ബുദ്ധ വിഹാരവും സമീപത്തായുണ്ട്.

ബുദ്ധിസ്റ്റ് ഹൈന്ദവ നിർമ്മാണശൈലിയിൽ, സവിശേഷാലംകൃതമായ ശിലാ കമാനവുമായി മുക്തേശ്വർ ക്ഷേത്രം. 'തോരണ' എന്നറിയപ്പെടുന്ന കമാനത്തിലെ ശിൽപ്പവേലകൾ അതി ഗംഭീരമാണ്. ഇരുവശങ്ങളിലുമായി അലസശയനം ചെയ്യുന്ന അപ്സരസ്സുകൾ. നടുവിലും വശങ്ങളിലുമായി ധ്യാനസ്ഥരായ സന്യാസികളും. കമാനം കടന്നാൽ അഷ്ട കോണുകളുള്ള അര മതിൽ. ഉള്ളിലായി ചെറുതും വലുതുമായ ഏഴെട്ട് നിർമ്മിതികൾ. മുഖ്യ ക്ഷേത്രത്തിലെ പ്രതിഷ്ഠ ശിവനാണ്. അനവദ്യമായ ശിൽപ്പ ചാതുര്യവും, കൃത്യതയും പൂർണ്ണതയും തികഞ്ഞ നിർമ്മിതി വൈദഗ്ധ്യവും, ഹൈന്ദവ ബൗദ്ധ ശില്പ ശൈലിയുടെ മനോഹരമായ ഇഴചേരലും ഒത്തു ചേർന്ന മുക്തേശ്വർ ക്ഷേത്രം ഒഡീഷയിലെ ഇതര ക്ഷേത്രങ്ങളിൽനിന്നും വേറിട്ട് നിൽക്കുന്നു. വർഷം തോറും മൂന്ന്ദിവസം നീണ്ടുനിൽക്കുന്ന ഒഡീസി നൃത്ത സംഗീതോത്സവത്തിന്റെ വേദിയാണിവിടം.

മുക്തേശ്വർ ക്ഷേത്രത്തിൽ നിന്നും അധികം അകലെയല്ലാതെ കേദാർ ഗൗരി ക്ഷേത്രം. ശിവ പർവ്വതിമാരുടെ രണ്ട് ക്ഷേത്രങ്ങളാണിവിടെ. ക്ഷേത്രവുമായി ബന്ധപ്പെട്ട ഒരൈതിഹ്യം ഇതാണ്. പണ്ടെങ്ങോ കേദാർ എന്നും ഗൗരി എന്നും പേരുള്ള കമിതാക്കൾ

ഇവിടെ ജീവിച്ചിരുന്നുവെന്നും, നാട്ടാരുടെ എതിർപ്പിനെത്തുടർന്ന് പലായനം ചെയ്യവേ കേദാർ വന്യമൃഗങ്ങളുടെ ആക്രമണത്തിൽ മരണമടഞ്ഞുവെന്നും, അനാഥയായ ഗൗരി പുഴയിൽ ചാടി സ്വയം ഹത്യ ചെയ്തെന്നും കഥ. ഇവരുടെ പ്രണയ സ്മാരകമായി ലാലതേന്ദു കേസരി രാജാവ് പണി കഴിപ്പിച്ചതാണ് ക്ഷേത്രമെന്നതാണ് ഐതിഹ്യം.

കഥ എന്തായാലും ഒരു പ്രണയ കുടീരമായി ഇന്നും ക്ഷേത്രം കരുതിപ്പോരുന്നു. പ്രണയസാക്ഷാത്ക്കാരത്തിനും സന്തുഷ്ടമായ കുടുംബജീവിതത്തിനുമായി കമിതാക്കൾ ഇവിടെ വന്ന് മനസ്സുരുകി പ്രാർത്ഥിക്കുന്നു ഇന്നും.

ഭുവനേശ്വറിലെത്തുന്ന ഏതൊരു സഞ്ചാരിയും ഉദയഗിരി ഖണ്ഡഗിരി ഗുഹാക്ഷേത്രങ്ങൾ കാണാതെ പോവില്ല. നഗരത്തിൽനിന്നും ഏകദേശം 8 കിലോ മീറ്റർ മാറി സ്ഥിതി ചെയ്യുന്ന രണ്ട് ചെങ്കൽ കുന്നുകളിലാണ് ഈ ഗുഹാക്ഷേത്രങ്ങൾ ഉള്ളത്. ബി. സി. ഒന്നാം നൂറ്റാണ്ടിൽ കലിംഗ സാമ്രാജ്യത്തിലെ ഖരവേല രാജാവിന്റെ കാലത്ത് നിർമ്മിച്ച ക്ഷേത്രങ്ങളാണിവയെന്ന് പറയുന്നു. ഉദയഗിരിയിൽ 18 ഗുഹകളും ഖണ്ഡഗിരിയിൽ 15 ഗുഹകളുമാണുള്ളത്. എല്ലാം ജൈന സന്ന്യാസിമാർക്ക് വേണ്ടി പണിത ഏകാന്ത ധ്യാന കേന്ദ്രങ്ങളാണ്. ഗുഹകളുടെ ഉൾഭാഗം പ്രായേണ വിസ്താരം കുറഞ്ഞവയാണ്. സ്തൂപങ്ങളും, ശില്പങ്ങളും, ധ്യാന ബുദ്ധ രൂപങ്ങളുമൊക്കെച്ചേർന്ന നിർമ്മിതികളും, കൽച്ചുവരുകളിലെ ലിഖിതങ്ങളും ചരിത്രാന്വേഷികളുടെ സവിശേഷ ശ്രദ്ധയാകർഷിക്കുന്നു. ഉദയഗിരിയിലെ രണ്ട് നിലയുള്ള റാണി ഗുംഫ ഏറെ പ്രശസ്തമാണ്. അതുപോലെ നരിയുടെ പിളർന്ന വായയുടെ ആകൃതിയിൽ പണിത ഖണ്ഡഗിരിയിലെ ബഘ ഗുംഫയും. ഖണ്ഡഗിരി കുന്നുകളിൽ ഗുഹകളുടെ അടുത്തായുള്ള ജൈന ക്ഷേത്രവും സന്ദർശകരെ ഏറെ ആകർഷിക്കുന്നു.

ശില്പസൗന്ദര്യത്തിൽ അജന്ത എല്ലോറ ഗുഹാക്ഷേത്രങ്ങളോട് കിടപിടിക്കാൻ ഇവയ്ക്ക് കഴിയില്ലെങ്കിലും, പ്രകൃതി ദുരന്തങ്ങളെ അതിജീവിച്ച, പാറകളിൽ തുരന്നെടുത്ത ധ്യാനകേന്ദ്രങ്ങളുടെ പ്രാധാന്യവും, ജൈനമത വിശ്വാസവുമായി ബന്ധപ്പെട്ട ശിലാ ലിഖിതങ്ങളുടെ ചരിത്രപരമായ പ്രസക്തിയും എടുത്ത് പറയാതെ വയ്യ.

കരവിരുതിന്റെ വിസ്മയലോകത്ത് നിന്നും ജൈവ വൈവിധ്യത്തിന്റെ മഹിത കലവറയിലേക്കാവട്ടെ ഇനി യാത്ര. വിസ്തൃതിയിലും, ജന്തു വൈവിധ്യത്തിലും, വെള്ള കടുവയുടെ ജന്മത്താലും പ്രസിദ്ധമായ നന്ദൻകാനൻ വന്യജീവി സങ്കേതം.

സ്വതന്ത്ര വിഹാരയിടങ്ങളിൽ മേയുന്ന വന്യ മൃഗങ്ങളെ കാണാനുള്ള സഫാരിയുടെ സൗകര്യം. വൃക്ഷനിബിഡതയുടെ വന്യസൗന്ദര്യവും,

» ഉദയഗിരി ഗുഹാ ക്ഷേത്രങ്ങൾ

കാൻജിയാ തടാകത്തിന്റെ നീല വിശാലതയും നുകരാനുള്ള അപൂർവ്വാവസരം. ഉച്ചച്ചൂടിന്റെ കാഠിന്യം അറിഞ്ഞതേയില്ല. വലിയ മാർക്കറ്റിലെ ചെറിയ ഷോപ്പിങ്ങും കൂടി ആയപ്പോൾ സംഗതി ജോറായി. മൂന്ന് മണിക്കൂർ ഹരിത സമൃദ്ധിയുടെ സ്നേഹാശ്ലേഷത്തിലായിരുന്നു ഞങ്ങൾ.

ക്ഷേത്ര നഗരിയായ ഭുവനേശ്വറിലെ രണ്ടുദിനങ്ങൾ സംഭവബഹുലമെന്നല്ലാതെന്തുപറയാൻ.

സൂര്യന്റെ ക്ഷേത്രം

ഇനി യാത്ര വാസ്തു വിദ്യയുടെ അതി മായിക ലോകത്തേക്കാണ്.

സാക്ഷാൽ കൊണാർക്കിലേക്ക്. ടാഗോറിന്റെ ഭാഷയിൽ 'കല്ലുകളുടെ ഭാഷ മനുഷ്യന്റെ ഭാഷയെ നിർവീര്യമാക്കുന്ന ഇടം'.

പുരിയിൽനിന്നും കൊണാർക്കിലേക്കുള്ള വഴിനീളെ റോഡിനിരുവശവും ചതുപ്പനിലങ്ങളുടെ വിശാലമായ ആവാസ വ്യവസ്ഥയാണ്. കാറ്റാടിമരങ്ങൾ അതിരിടുന്ന വഴികൾ. കടലിന്റെ കയറ്റിറക്കങ്ങൾ കൂടെയുണ്ട്. ഒരുമണിക്കൂർ യാത്രകൊണ്ട് ചന്ദ്രഭാഗയിലെത്താം. ഇന്ത്യയിലെ മനോഹര കടൽത്തീരങ്ങളിലൊന്നാണ് ചന്ദ്രഭാഗ. ഇവിടെനിന്നും എട്ട് കിലോമീറ്റർ ദൂരമേയുള്ളൂ സൂര്യക്ഷേത്രത്തിലേക്ക്.

കല്ലിൽ കൊത്തിയെടുത്ത ഒരു രഥചക്രമാണ് ഭാവനയിലെ കൊണാർക്ക്. എട്ട് ആരക്കാലുകളുള്ള മനോഹരമായ ചക്രം യാത്രാസ്വപ്നങ്ങളിൽ പലപ്പോഴും കൂടെയുണ്ടായിരുന്നു. ഇതാ ഇവിടെ ശില്പസൗന്ദര്യങ്ങളുടെ ആ കൽക്കൊട്ടാരത്തിലേക്ക് ഞങ്ങൾ എത്തുകയായി.

ദൂരെനിന്ന് തന്നെ കാണാം കിഴക്കുദിച്ച സൂര്യന്റെ ക്ഷേത്രം. പ്രധാന റോഡിൽനിന്നും 300 മീറ്റർ ദൂരം നടന്നാൽ ശില്പ സമുച്ചയം കാവ്യഭംഗി യോടെ നമ്മുടെ കൺമുന്നിൽ.

നട്ടുച്ചയാണ് സമയം. ചൂടിന്റെ കാഠിന്യം മയപ്പെടുത്താൻ കാറ്റിന്റെ വിഫലശ്രമം. പൂന്തോട്ടങ്ങൾക്കിടയിലെ വിശാലമായ നടപ്പാതകൾ. വഴിയിൽ സഞ്ചാരികളുടെ ചെറുതും വലുതുമായ കൂട്ടങ്ങൾ. ശാരീരിക പരിമിതികൾപോലും മറന്ന് ചക്രകസേരയിൽ സൂര്യക്ഷേത്രം കാണാ നെത്തുന്നവരും കുറവല്ല. വിദേശികളും ധാരാളം. കരകൗശലവസ്തുക്കൾ നിറഞ്ഞ കടകളുടെ നീണ്ട നിരകൾ.

വർണ്ണനകളിലും, ശരീരഭാഷയിലും തുടിക്കുന്ന പ്രലോഭനങ്ങൾ. ഫോട്ടോഗ്രാഫർമാരുടെയും, ഗൈഡുകളുടെയും സ്നേഹ നിർബ്ബ ന്ധങ്ങൾ.

ഒരുനിമിഷം പ്രധാന കവാടത്തിൽനിന്നു. കണ്ണുകൾ ഇറുക്കിയടച്ചു. കാലത്തെയും കടന്നാക്രമണങ്ങളെയും അതിജീവിച്ച്, മനുഷ്യമനസ്സു കളെ കീഴടക്കി നിലകൊള്ളുന്ന ശില്പവിസ്മയത്തെ മനസ്സ് കൊണ്ട് നമിച്ചു. ഒപ്പം സർഗ്ഗധനരായ മഹാശിൽപ്പികളെയും. അവരുടെ കൈകളെ സുഭദ്രതാളത്തിൽ ചലിപ്പിച്ച പ്രപഞ്ചാതീതമായ ശക്തിയെയും.

ശ്രീകൃഷ്ണന്റെ പുത്രൻ സാംബൻ പണിതതാണത്രേ ഈ ക്ഷേത്രവി സ്മയം. അച്ഛന്റെ ശാപമേറ്റ് കുഷ്ഠ രോഗബാധിതനായ സാംബൻ 12 വർഷം സൂര്യദേവനെ ഭജിച്ചു. സൂര്യപ്രീതിയിൽ രോഗം മാറി. നന്ദിസൂച കമായി സാംബൻ കൊണാർക്കിൽ സൂര്യക്ഷേത്രം പണിതു എന്നാണ് കഥ.

പതിനൊന്ന് മുതൽ പതിനഞ്ച്‌വരെയുള്ള നൂറ്റാണ്ടുകളിൽ ഇന്നത്തെ ഒഡിഷയും, പശ്ചിമ ബംഗാളും, ആന്ധ്രാ പ്രദേശിന്റെയും, ഛതീഷ്ഗഢി ന്റെയും ഭാഗങ്ങളും ചേർന്ന വിശാലമായ പ്രദേശം ഭരിച്ചിരുന്ന കിഴക്കൻ ഗംഗാ രാജവംശത്തിലെ നരസിംഹദേവൻ ഒന്നാമന്റെ കാലത്താണ് ക്ഷേത്രം നിർമ്മിച്ചത് എന്നാണ് ചരിത്ര ഭാഷ്യം.

ഗംഗാ രാജ്യത്തിന്റെ 12 വർഷത്തെ വരുമാനം ഉപയോഗിച്ചാണ് ഈ ക്ഷേത്രവിസ്മയം പൂർത്തിയാക്കിയതെന്ന് പറയുന്നു. 1200 ശില്പികൾ 12 വർഷം കഠിനാദ്ധ്വാനം ചെയ്ത് യാഥാർഥ്യമാക്കിയതത്രെ കലിംഗ ത്തിലെ ശില്പവിദ്യയുടെ മികവും മിഴിവും സംഗമിക്കുന്ന സൂര്യ ക്ഷേത്രം. അതെ ഇത് മനുഷ്യാധ്വാനത്തിന്റെ പ്രോജ്വല ഗാംഭീര്യം.

കടൽക്കരയിൽ പണിത സൂര്യക്ഷേത്രം കാലാന്തരത്തിൽ കടൽ പിന്മാറിയതോടെ ഇന്ന് കാണുന്ന വിശാലമായ തീരഭൂമിയിൽ

» സൂര്യക്ഷേത്രം... ശിലകളിൽ വിരിഞ്ഞ കാവ്യവിസ്മയം

സ്ഥിതിചെയ്യുന്ന അവസ്ഥയിലായി.

കിഴക്കുപടിഞ്ഞാറായിട്ടാണ് ക്ഷേത്രത്തിന്റെ കിടപ്പ്. പ്രധാന ക്ഷേത്രത്തിന് മുന്നിലായി ഉയർന്ന പീഠത്തിൽ നൃത്തമണ്ഡപം. കവാടത്തിൽ ദ്വാരപാലകരെപ്പോലെ രണ്ട് വ്യാഘ്രങ്ങളുടെ ശിൽപ്പങ്ങൾ. മണ്ഡപത്തിന്റെ മേൽക്കൂര തകർന്ന നിലയിലാണ്. പക്ഷേ തൂണുകളിലൊക്കെ സമൃദ്ധമായി കൊത്തുപണികളുണ്ട്. നൃത്തമണ്ഡപത്തിന്റെ പിൻഭാഗത്തെ പടികളിറങ്ങി പ്രധാന ക്ഷേത്രത്തിലേക്ക് പോകാം. പ്രവേശന കവാടത്തിൽ രണ്ടു സിംഹരൂപങ്ങൾ കാണാം.

പ്രധാനക്ഷേത്രവും ഉയർന്ന പ്ലാറ്റ്ഫോമിലാണ് നിലകൊള്ളുന്നത്. മുകളിലേക്ക് കയറാൻ വിശാലമായ പടികളുണ്ട്. പക്ഷേ ഉള്ളിലേക്ക് പ്രവേശനമില്ല. ക്ഷേത്രത്തിന് ചുറ്റിലും, അസ്ഥിവാരങ്ങൾക്ക് മുകളിലായി 12 അടി വ്യാസമുള്ള 24 സൂര്യ ചക്രങ്ങൾ കാണാം. സൂര്യഭഗവാന്റെ മഹാരഥം പോലെയാണ് നിർമ്മിതി. 12 ജോടി ചക്രങ്ങളുള്ള ഏഴ് കുതിരകളെ പൂട്ടിയ രഥം. ഉദയ സൂര്യന്റെ കിരണങ്ങൾ ആദ്യം ശ്രീകോവിലിലെ പ്രതിഷ്ഠയിൽ പതിക്കുന്ന രീതിയിലാണ് ക്ഷേത്രനിർമ്മാണം. ശ്രീകോവിൽ, നൃത്ത മണ്ഡപം, ജഗ്മോഹ മണ്ഡപം, ഭോഗമണ്ഡപം എന്നിങ്ങിനെ നാല് ഭാഗങ്ങളായിട്ടാണ് ക്ഷേത്രം രൂപപ്പെട്ടത്. ശ്രീകോവിൽ തകർന്ന് പോയിരിക്കുന്നു. ക്ഷേത്രത്തിലുണ്ടായിരുന്ന അരുണസ്തംഭം പുരിയിലെ ജഗന്നാഥ ക്ഷേത്രത്തിന് മുന്നിലാണുള്ളത്. മൂന്ന് വശങ്ങളിലായി സൂര്യന്റെ പ്രഭാത മധ്യാഹ്ന പ്രദോഷ ഭാവങ്ങൾ

കൊത്തിവെച്ചിരിക്കുന്നു.

ജഗ്മോഹ മണ്ഡപവും, നാട്യ മണ്ഡപവും ശില്പവൈവിധ്യംകൊണ്ട് നമ്മെ അത്ഭുതസ്തബ്ധരാക്കും. സൂര്യന്റെ തേര് വലിക്കുന്ന കുതിരകളും, തേരാളികളായി അപ്സരസ്സുകളും യക്ഷന്മാരും രാക്ഷസന്മാരും മഹർഷിമാരും ഗന്ധർവൻമാരും സർപ്പങ്ങളും അണിനിരന്നിരിക്കുന്നു. ചുമരുകളിൽ ദേവീദേവന്മാരുടെ രൂപങ്ങളും, പുരാണകഥാപാത്രങ്ങളും, പുരാണകഥാ സന്ദർഭങ്ങളും ചിത്രീകരിച്ചിരിക്കുന്നു.

കാമശാസ്ത്രത്തിൽ പ്രതിപാദിക്കുന്ന ലൈംഗിക ചേഷ്ടകളുടെ ശില്പ വിന്യാസം പൂർണ്ണതകൊണ്ടും വൈവിധ്യംകൊണ്ടും അന്യാദൃശമാണ്. ആലിംഗനത്തിൽ മുഴുകുകയും, രതി ക്രീഡകളിൽ വ്യാപൃതരാവുകയും ചെയ്യുന്ന യുവമിഥുനങ്ങൾ. രതി പാപമല്ലെന്നും അത് സ്വാഭാവിക മായൊരു ജീവൽ പ്രക്രിയ ആണെന്നും അവ ചിത്രീകരിക്കുന്നതിൽ യാതൊരു മടിയും ആവശ്യമില്ലെന്ന് ശിൽപ്പികൾ പരോക്ഷമായി നമ്മോട് പറയുന്നു. പാഠപുസ്തകങ്ങളും ബോധന രീതികളുമൊന്നുമില്ലാത്ത കാലത്ത് രതിശില്പങ്ങൾ രതിയുടെ സാദ്ധ്യതകൾ പരിചയപ്പെടുത്താനും സഹായിച്ചിരിക്കാം.

പ്രധാന ക്ഷേത്രത്തിന് ചുറ്റിലും അടിഭാഗത്തായി 2000 ആനകളെ കൊത്തിവെച്ചിരിക്കുന്നതും ശ്രദ്ധേയമായി തോന്നി.

ഓരോ തൂണിന് കീഴിലും ചിത്രം പകർത്താൻ വൻ തിരക്കാണ്. രഥ ചക്രങ്ങൾക്കടുത്ത് നിന്ന് ചിത്രമെടുക്കാൻ ഊഴമിട്ട് കാത്തുനിൽക്കുകതന്നെ വേണം. ശില്പങ്ങളില്ലാത്ത ഒരിടം തേടിപ്പോയാൽ നിരാശതന്നെ ഫലം. എവിടെ നോക്കണം, ഏത് പകർത്തണം എന്ന വിഭ്രാന്തിയിൽ പെട്ടുപോവുന്ന അവസ്ഥ.

നല്ല കറുത്ത കരിങ്കല്ലിലാണ് സൂര്യ ക്ഷേത്രം പണിതിരിക്കുന്നത്. ബ്ലാക് പഗോഡ എന്ന് വിളിക്കപ്പെടാൻ കാരണമിതാകാം. ഒരിക്കലും നിർമ്മാണം പൂർത്തിയാകാത്ത ക്ഷേത്രമാണത്രെ ഇത്. കുംഭഗോപുരം താങ്ങാനുള്ള കരുത്ത് അസ്ഥിവാരത്തിന് ഉണ്ടായിരുന്നില്ലപോലും. പ്രധാന ഗോപുരത്തിന് മുകളിലും, താഴെയുമൊക്കെയായി ടൺ കണക്കിന് കാന്തിക കട്ടകൾ സജ്ജീകരിച്ചിരുന്നു എന്നാണ് പറയപ്പെടുന്നത്. ചുമരുകളുടെ കരിങ്കൽ കെട്ടുകൾക്കിടയിൽ ക്രമബദ്ധമായി സ്ഥാപിച്ച ഇരുമ്പുപാളികളും ചേരുമ്പോൾ രൂപീകൃതമായ കാന്തികവലയത്തിന്റെ സ്വാധീനത്തിൽ ഗർഭഗൃഹത്തിലെ സൂര്യഭഗവാന്റെ വിഗ്രഹം ഭൂമിയിൽതൊടാതെ അന്തരീക്ഷത്തിൽ നിലനിർത്തിയെന്നും പറയപ്പെടുന്നു.

» രഥചക്രശില്പങ്ങൾ

പണിതീർന്നപ്പോഴേക്കും ഗോപുരത്തിലെ കാന്തങ്ങൾ നിമിത്തം കടലിൽ കപ്പലുകൾക്ക് ദിശതെറ്റാനും അവയ്ക്ക് നാശങ്ങൾ സംഭവിക്കാനും തുടങ്ങി. അങ്ങനെ കുംഭഗോപുരത്തിലെ കാന്തിക സംവിധാനങ്ങൾ മാറ്റുകയും അതോടെ കുംഭഗോപുരം തകരുകയും ചെയ്തു എന്ന് പറയപ്പെടുന്നു. സൂര്യഭഗവാന്റെ വിഗ്രഹം പുരിയിലേക്ക് കൊണ്ടുപോവുകയും ചെയ്തു.

1901ൽ പുരാവസ്തു വകുപ്പിന്റെ നേതൃത്വത്തിൽ പുനരുദ്ധാരണപ്രവർത്തനങ്ങൾ തുടങ്ങി. പ്രധാനക്ഷേത്രത്തിന്റെ ഒരുഭാഗം ഇരുമ്പ് പൈപ്പുകളാൽ താങ്ങിനിർത്തിയിരിക്കുകയാണ്. ഉൾഭാഗം കല്ലും മണ്ണും നിറച്ച് അടച്ചിരിക്കുന്നു. ക്ഷേത്രശേഷിപ്പുകളും ഉത്ഖനനത്തിനിടയിൽ ലഭിച്ച ശില്പങ്ങളും ആർക്കിയോളോജിക്കൽ സർവേ ഓഫ് ഇന്ത്യയുടെ മ്യൂസിയത്തിൽ പ്രദർശിപ്പിച്ചിരിക്കുന്നു.

കൊണാർക് ഫെസ്റ്റിവൽ പ്രസിദ്ധമാണ്. അറിയപ്പെടുന്ന നൃത്തപ്രതിഭകളെല്ലാം സൂര്യക്ഷേത്രാങ്കണത്തിൽ ചുവട് വെയ്ക്കുന്ന അസുലഭ മുഹൂർത്തം.

ശില്പവൈഭവത്തിന്റെ പഴയകാലവും നൃത്തവൈവിധ്യത്തിന്റെ പുതിയകാലവും നേർക്കുനേർ നിൽക്കുന്ന സംഗീതസാന്ദ്രമായ ദിനരാത്രങ്ങൾക്ക് സാക്ഷിയായി പതിനായിരങ്ങളും തിരയൊഴിയാത്ത കടലും പഞ്ചാരമണൽതിട്ടയിലെ കാറ്റിന്റെ ഇരമ്പവും. ഈ സമയം കൊണാർക്കിലെത്താൻ കഴിഞ്ഞെങ്കിൽ. ആഗ്രഹങ്ങൾ കുതിരകളാണല്ലോ. അവയെ പിടിച്ചുകെട്ടാൻ ആർക്ക് കഴിയും.

2018 സെപ്റ്റംബർ

ജഗന്നാഥന്റെ പുരിയിലേക്ക്

അനന്തമായി പരന്നുകിടക്കുന്ന പച്ചപ്പാടങ്ങൾ. നാടിനെ പോറ്റുന്ന വിശാലമായ കൃഷിയിടങ്ങൾ. കാറ്റിൽ ഇളകിയാടുന്ന കരിമ്പനകൾ. പാടങ്ങൾ കടന്നാൽ കൊച്ചു കൊച്ചു മൺകുടിലുകൾ. വൈക്കോൽ മേഞ്ഞ ചാണകഗന്ധമുള്ള വീടുകൾ. ചാണകവരളികൾ ഉണക്കാനിട്ടിരിക്കുന്ന ചെറു മുറ്റങ്ങൾ. ആടും പശുക്കളും മേയുന്ന ഗൃഹ പരിസരങ്ങൾ. ഒറ്റപ്പെട്ട ചായക്കടക്ക് മുന്നിൽ നാട്ടുവർത്തമാനങ്ങൾ പറയുന്ന ആൾക്കൂട്ടങ്ങൾ. മുറുക്കി ചുണ്ട് ചുവപ്പിച്ച് നടക്കുന്ന കുട്ടികളും മുതിർന്നവരും. ഗ്രാമ്യ ശാലീനത മുറ്റി നിൽക്കുന്ന ഒഡീഷയിലൂടെ യാത്ര ചെയ്യുമ്പോൾ ഇത്തരം ദൃശ്യങ്ങളിലൂടെയാണ് നമ്മൾ കടന്നുപോവുക. കലയുടെയും, കരകൗശലവേലയുടെയും അക്ഷയഖനികൾ ഒളിപ്പിച്ചു വെച്ച പെരുമയാർന്ന ഗ്രാമങ്ങളും ഏറെയാണ്.

ഒറിയൻ ജീവിതത്തിന്റെ പരംപൊരുളായ ജഗന്നാഥ പുരിയിലേക്കാണ് യാത്ര. ഹിന്ദു വിശ്വാസപ്രകാരം ഏറ്റവും പ്രധാനപ്പെട്ട നാല് പുണ്യ ക്ഷേത്രങ്ങളിൽ (ചാർ ധാം) ഒന്നാണ് പുരി ജഗന്നാഥ ക്ഷേത്രം. തെക്ക് രാമേശ്വരം, പടിഞ്ഞാറ് ദ്വാരക, വടക്ക് ബദരീനാഥ്, കിഴക്ക് പുരി. ഒരു ഹിന്ദു വിശ്വാസി ജീവിതകാലയളവിൽ ദർശനം നടത്തിയിരിക്കേണ്ട നാല് ദേവാലയങ്ങൾ ഇവയാണെന്ന് ശങ്കരാചാര്യർ നിർവചിച്ചിരിക്കുന്നു.

പന്ത്രണ്ടാം നൂറ്റാണ്ടിൽ പൂർവ ഗംഗാ സാമ്രാജ്യത്തിലെ രാജാവായിരുന്ന ആനന്ദവർമന്റെ കാലത്ത് നിർമ്മിക്കപ്പെട്ടതാണ് ഈ ക്ഷേത്രമെന്ന് ചരിത്ര രേഖകൾ. ഒഡിഷയുടെ മഹോത്സവമത്രേ പുരിയിലെ രഥഘോഷ യാത്ര.

പുരിയിലെ നാഥൻ ഈ നാടിന്റെ നിശ്വാസമാണ്. വികാരമാണ്. പ്രതീക്ഷയാണ്.

'ഭക്തനും മൂർത്തിയും ഇത്രമേൽ ലയിച്ച ചേർന്ന മന്ദിരം വേറെയുണ്ടാവില്ല' പാണ്ഡയുടെ വാക്കുകൾ എത്ര കൃത്യമാണെന്ന് എളുപ്പം നമുക്ക് ബോധ്യമാകും. കളിസ്ഥലം പോലെ വിശാലമായ റോഡുകൾ. ക്ഷേത്രദർശനത്തിനായൊഴുകിയെത്തുന്ന പുരുഷാരം. മനുഷ്യരും, പശുക്കളും, ലക്കില്ലാതെ ബൈക്കുകളും. ചെറുവാഹനങ്ങളും തിരക്ക് മുറിച്ച് നീങ്ങുന്ന വീഥികൾ. കാഷായ വേഷ ധാരികളും, കച്ചവടക്കാരും, യാചകരും, ദർശന സൗകര്യം വാഗ്ദാനം ചെയ്യുന്ന പാണ്ഡകളും അനുചരന്മാരും എന്നുവേണ്ട നമ്മളെ പൊതിയുന്ന പല കൂട്ടമാളുകൾ. ഭക്തിയിൽ സ്വയം മറന്ന് ആടുകയും ഡോലക്ക് കൊട്ടി പാടുകയും ചെയ്യുന്ന ഗായകസംഘങ്ങൾ. കൊതിപ്പിക്കുന്ന മധുരപലഹാരതട്ടുകൾ നിറഞ്ഞ ഒറ്റമുറിക്കടകൾ. ഉച്ചഭാഷിണിയിൽ മുഴങ്ങുന്ന ജഗന്നാഥ സ്തുതികൾ. വിശ്വാസവും ഭക്തിയും കച്ചവടവും മുതലെടുപ്പും എല്ലാം ഇവിടെയുണ്ട്. ജനസാഗരമാകുന്ന അതിവിശാലമായ ക്ഷേത്ര നഗരി.

ഒറ്റയ്ക്കും കൂട്ടമായും ആശ്വാസത്തിന്റെ തീരമണയുവാൻ ദൂരദേശത്തുനിന്നുപോലും പുരിയിലെത്തുന്നവർ. കൈകൾ ആകാശത്തേക്കുയർത്തിയും, നെഞ്ചിൽ അമർത്തിപ്പിടിച്ചും, നിലത്തു മുട്ടുകുത്തിയും ജഗന്നാഥനെ തൊഴുത് പ്രാർത്ഥിക്കുന്നവർ. മനസ്സ് ശരീരവും, പ്രാർത്ഥനാമന്ത്രവുമാകുന്ന സവിശേഷ മുഹൂർത്തങ്ങൾ. കൂട്ട ആരവമായി മാറുന്ന ജയ് ജഗന്നാഥ സ്തുതികൾ. കുടിൽ തൊട്ട് കൊട്ടാരം വരെ വന്നണയുന്ന മഹാസന്നിധി. ആദ്യമായി ദർശനത്തിനെത്തുന്നവർ ഒന്ന് ഭയക്കും, അമ്പരക്കും. പിന്നെ ആശ്വസിക്കും. ജഗന്നാഥൻ കാത്തുകൊള്ളും. വിശ്വാസം ഒരു ശക്തിയാണ്, കവചമാണ്, ആപൽസന്ധികളെ മറികടക്കാനുള്ള പിടിവള്ളിയാണ്. കേവലനായ മനുഷ്യന് പ്രശ്നഭരിതമായ ജീവിതത്തിൽ മനസ്സിനെ നിയന്ത്രിക്കാൻ നല്ലൊരൗഷധവുമാണ്. പ്രതിസന്ധികളിൽ പണ്ട് മനസ്സറിഞ്ഞ് പ്രാർത്ഥിച്ചിരിക്കും. പരിശ്രമങ്ങളാലും നിയതമായ വിധിയാലും അത് ഫലിച്ചാൽ ജഗന്നാഥനെ നേരിൽ കണ്ട് വണങ്ങണമല്ലോ. ആഗ്രഹങ്ങളും അഭിലാഷങ്ങളും ജഗന്നാഥനോടല്ലാതെ ആരോട് പറയാൻ. ആളുകൾ ഒഴുകിയെത്തുകയാണ് പുരിയിൽ. ഭക്തി ചിലപ്പോൾ ഒരു ലഹരിയാണ്. ഭ്രാന്തുമാണ്. എങ്ങനെയായാലും, എത്ര ഏറ്റക്കുറച്ചിലുകൾ ഉണ്ടായാലും വിശ്വാസവും, അതുമായി ബന്ധപ്പെട്ട ആചാരങ്ങളും ജീവിതത്തിന്റെ ആയാസങ്ങളും തീവ്രതകളും ലഘൂകരിക്കുകതന്നെ ചെയ്യും. അവിടെ യുക്തിക്ക് വലിയ സ്ഥാനമില്ല.

മനസ്സിന്റെ അറിയാക്കയങ്ങളിൽ അലകളുയർത്തുന്ന ആ അന്തർധാരയെ നിയമത്തിന്റെയോ, വ്യക്തിസ്വാതന്ത്ര്യത്തിന്റെയോ കണ്ണിലൂടെ കാണാൻ ശ്രമിക്കുന്നത് ബുദ്ധിയല്ല. തെന്നിപ്പോകുന്ന മനസ്സിനെ നേരെ നിർത്താൻ വിശ്വാസത്തിനാകുമെങ്കിൽ, താളംതെറ്റിപ്പോകുന്ന മനസ്സിനെ ശാന്തമാക്കാൻ വിശ്വാസത്തിനാകുമെങ്കിൽ അതൊരു ചികിത്സ തന്നെയാണ്. അംഗീകരിക്കപ്പെടുന്ന ചികിത്സാരീതികൾക്ക് പോലും പരിമിതിയുണ്ടെന്ന് നാം അറിയണം. അപ്പോൾ വിശ്വാസത്തിന്റെ ശക്തിയെ വിലകുറച്ചുകാണാനാവില്ല. ആചാരങ്ങളുടെ പ്രസക്തിയെ തള്ളിക്കളയാനുമാവില്ല.

എല്ലാമറിയുന്ന ദേവൻ

പുരിയിലെ തിക്കും തിരക്കും നേരിയതോതിൽ നമ്മെ വിഭ്രമിപ്പിക്കും. ഒരു അവ്യവസ്ഥയുടെ ചൂടും ചൂരും നമ്മെ അലോസരപ്പെടുത്തും.

യാത്രി ടൂർസ് ഞങ്ങൾക്കുവേണ്ടി മാന്യനും മൃദുഭാഷിയുമായ ഒരു വഴികാട്ടിയെ ഏർപ്പാട് ചെയ്തിരുന്നു. അദ്ദേഹം നയിച്ച വഴികളിലൂടെ പാദരക്ഷകൾ അഴിച്ചുവെച്ച്, കാലുകൾ കഴുകി, 'പായിസി പഹച്ച' കയറി (22 പടികൾ) എല്ലാവരും ഭോഗമണ്ഡപത്തിലേക്ക്.

പുരിയുടെ കഥ തുടങ്ങുന്നത് മൽവ രാജ്യത്തെ രാജാവായ ഇന്ദ്രദ്യുമ്നന് മഹാവിഷ്ണു സ്വപ്നദർശനം നൽകുന്നതോടെയാണ്. ഉത്കല ദേശത്ത് ചെന്നാൽ തന്നെ പൂർണ്ണ സ്വരൂപനായി കാണാമെന്നായിരുന്നു അത്. വിഷ്ണുവിന്റെ പൂർണ്ണ രൂപമായ നിലമാധവനെ കണ്ടുപിടിക്കാൻ കൊട്ടാര പുരോഹിതന്റെ സഹോദരൻ വിദ്യാപതി നിയുക്തനായി.

സാവര കുലത്തിന്റെ തലവൻ വിശ്വവസുവിന്റെ കുടുംബ ദേവനായ നിലമാധവനെ വനാന്തരത്തിൽ രഹസ്യമായി പൂജിച്ചുവരികയായിരുന്നു. അവിടം കണ്ടെത്തുന്നതിൽ പരാജയപ്പെട്ട വിദ്യാപതി സമർത്ഥമായ മറ്റൊരു വഴികണ്ടെത്തി. അദ്ദേഹം വിശ്വവസുവിന്റെ മകളെ വിവാഹം ചെയ്തു. ജാമാതാവിനെ പൂജ നടക്കുന്ന ഗുഹയിലേക്ക് കൊണ്ടുപോകാൻ വിശ്വവസു തയ്യാറായി. കണ്ണ് കെട്ടിയായിരുന്നു യാത്ര. സമർത്ഥനായ വിദ്യാപതി വഴിയിൽ കടുകുമണികൾ വിതറിയെന്നും, പിന്നീട് മുളച്ചു വന്ന കടുക് ചെടികളുടെ വഴിയിലൂടെ പോയി ഗുഹ കണ്ടുപിടിച്ചെന്നുമാണ് കഥ. ഇന്ദ്രദ്യുമ്നൻ ഉത്കല ദേശത്തെത്തുമ്പോഴേക്കും നിലമാധവൻ അപ്രത്യക്ഷനായെന്നതാണ് കഥയുടെ മറിയൽ.

പുരിയുടെ കടൽത്തീരത്ത് ചെന്നാൽ ഒഴുകിനടക്കുന്ന ഒരു തടിക്കഷണം കാണാമെന്നും അത് കരയിലെത്തിച്ചാൽ വിഷ്ണു രൂപം

» പുരിയിലെ ജഗന്നാഥ ക്ഷേത്രം

കൊത്തിയെടുക്കാമെന്നും രാജാവിന് അരുളപ്പാടുണ്ടായി. കാണാത്ത വിഷ്ണുരൂപം കൊത്തുക അസാധ്യമാണല്ലോ. പ്രതിവിധിയായി വിഷ്ണുതന്നെ വൃദ്ധനായ ആശാരിയുടെ രൂപത്തിൽ പ്രത്യക്ഷപ്പെട്ടു. അടച്ചിട്ട മുറിയിൽ വിഗ്രഹം കൊത്തിയെടുക്കാൻ തുടങ്ങി. 21 ദിവസം കാത്തിരിക്കാനായിരുന്നു കല്പന. 15 ദിവസം കടന്നുപോയി.

മുറിയിൽനിന്നും ഒച്ചയനക്കങ്ങളൊന്നും കേൾക്കാതായപ്പോൾ വാതിൽ തുറക്കാൻ രാജ്ഞി രാജാവിനെ പ്രേരിപ്പിച്ചു. വാതിൽ തുറന്നപ്പോൾ ആശാരിയെ കാണാനില്ല. പക്ഷേ നാല് വിഗ്രഹങ്ങൾ പൂർത്തീകരിച്ചനിലയിൽ ഭദ്രം. ജഗന്നാഥനും, ബലഭദ്രനും, സുഭദ്രയും.ഒപ്പം സുദർശനനും.

പുരിയിൽ ജഗന്നാഥനും, ബലഭദ്രനും, സുഭദ്രയും ത്രിമൂർത്തികളായി ഇന്നും ആരാധിക്കപ്പെടുന്നു. കൂടെ സുദർശനനും.

ഭോഗമണ്ഡപം കഴിഞ്ഞാൽ നാട്യമണ്ഡപം. തുടർന്ന് ജഗ്മോഹൻ. അതും കഴിഞ്ഞാണ് പ്രധാന ക്ഷേത്രം. ഏഴ് മീറ്ററോളം ഉയരമുള്ള മതിൽകെട്ടിനകത്താണ് ക്ഷേത്ര സമുച്ചയം. നേപ്പാളിൽനിന്നും കൊണ്ടുവന്ന സാളഗ്രാം ഉപയോഗിച്ചാണ് ക്ഷേത്രം പണിതിരിക്കുന്നത്.

65 മീറ്റർ ഉയരമുണ്ടത്രെ പ്രധാന ക്ഷേത്രഗോപുരത്തിന്. ഗോപുരത്തിന് മുകളിൽ വിഷ്ണുവിന്റെ നീല സുദർശനചക്രം. സൂര്യാസ്തമയത്തിന് ശേഷം ചക്രത്തിൽകെട്ടിയ കൊടി എന്നും മാറ്റുന്നു. നേർച്ച നേർന്നവരിൽനിന്നും നറുക്കിട്ടാണ് ഇതിനുള്ള നിയോഗം ആർക്കെന്ന് നിശ്ചയിക്കുന്നത്. നാല് ദിക്കുകളിലായി നാല് കവാടങ്ങളുണ്ട്. കിഴക്കേ കവാടത്തിനടുത്താണ് കൊണാർക്കിൽനിന്നും കൊണ്ടുവന്ന ഒറ്റക്കല്ലിൽ തീർത്ത അരുണസ്തംഭം സ്ഥാപിച്ചിരിക്കുന്നത്. 30 ഓളം ഉപക്ഷേത്രങ്ങളും മതിൽകെട്ടിനകത്തായി കാണാം. ജഗന്നാഥൻ ദൈവമല്ല, ആൾക്കൂട്ടത്തിൽ

ഒരുവൻ തന്നെയാണെന്ന് പുരിയിലെ ഓരോ ചലനവും നമ്മോട് പറയുന്നു. യൂസഫലിയുടെ ഒരു ഗാനം ഓർക്കുന്നില്ലേ. 'ദൈവം മനുഷ്യനായ് പിറന്നാൽ ജീവിതമനുഭവിച്ചറിഞ്ഞാൽ തിരിച്ചുപോകുംമുമ്പേ ദൈവം പറയും മനുഷ്യാ നീയാണെന്റെ ദൈവം.' നിയോഗമനുസരിച്ചുള്ള കർമ്മം ഭംഗിയായി ചെയ്യുന്നവൻ ദൈവതുല്യനാണെന്നു സാരം.

അതെ... ഇവിടെ ജഗന്നാഥൻ ദൈവമല്ല.

ഭക്തനെപ്പോലെ പൈദാഹമുള്ളവൻ.

സുഖവും ദു:ഖവുമുള്ളവൻ.

ക്ഷീണവും വയ്യായ്കയുമുള്ളവൻ.

നിയതമായ കർമങ്ങളുള്ളവൻ.

മധുരക്കൊതിയുള്ളവൻ.

മരണമുള്ളവൻ.

ഒരു മനുഷ്യൻ ഒരു ദിവസം ചെയ്യുന്നതെല്ലാം ജഗന്നാഥനും ചെയ്യും. രാവിലെ പല്ല് തേക്കുന്നത് മുതൽ എല്ലാം. 56 ലേറെ വിഭവങ്ങൾ ചേർന്ന ഉച്ച ഊട്ട് മഹാപ്രസാദം ദേവന് ഏറെ പ്രിയതരമാണ്. വിഷ്ണു, പുരിയിൽ ഉച്ചഭക്ഷണം കഴിക്കുന്നു എന്നാണ് വിശ്വാസം. അതു കൊണ്ട് തന്നെ ഭക്ഷണത്തിന് സവിശേഷമായ പ്രാധാന്യമാണ് ചടങ്ങുകളിൽ.

മനുഷ്യനും ദൈവവും തമ്മിൽ വ്യത്യാസമൊന്നുമില്ലെന്ന സന്ദേശം പൂജാ വിധികളിലും ചടങ്ങുകളിലും അന്തർധാരയായി വർത്തിക്കുന്നു. രണ്ട് ആഷാഢങ്ങൾ ഒത്തുവരുന്ന നവകളേബര ഉത്സവ വേളയിൽ ജഗന്നാഥനും മറ്റ് മൂർത്തികളും പുതിയ വിഗ്രഹങ്ങളിലേക്ക് ആവാഹിക്കപ്പെടും. ഒരു വള്ളിപോലും പടരാത്ത, ഒരു ഇത്തിൾ കണ്ണിപോലും വേരിറക്കാത്ത, ഒരു പക്ഷി പോലും കൂട് കൂട്ടാത്ത, ജഗന്നാഥന്റെ പ്രതിരൂപമാകാൻ വിധിക്കപ്പെട്ട വേപ്പുമരങ്ങൾ എവിടെയെന്ന് പുരിയിലെ ദയിതാപതിക്ക് സ്വപ്നത്തിൽ കാട്ടിക്കൊടുക്കുന്നത് കകട്പൂരിന്റെ ദേവിയായ മംഗളാദേവി.

ആചാരപൂർവം മുറിച്ചെടുക്കുന്ന തടികൾ ക്ഷേത്രനിലവറയിലെത്തിയാൽ ശിൽപ്പികളുടെ ഏകാഗ്രമായ കൈവിരുതിൽ തൂമൂർത്തികളായി രൂപാന്തരപ്പെടുന്നു.

ജഗന്നാഥനും സഹമൂർത്തികൾക്കും നവയൗവനം. നവകളേബരം. 'ജീവൻ വെടിഞ്ഞ' പഴയ വിഗ്രഹങ്ങൾ ക്ഷേത്രത്തോടുചേർന്ന കൊയിലി ബൈകുണ്ഠിൽ ആചാരപ്രകാരം സംസ്കരിക്കും.

ഭക്ഷണപ്രിയനായ ദേവന്റെ അടുക്കള പ്രസിദ്ധമാണ്. മണിക്കൂറുകൾ കൊണ്ട് ഒരു ലക്ഷം ആളുകൾക്ക് വിഭവസമൃദ്ധമായ സദ്യ ഇവിടെ ഒരുങ്ങുന്നു. ക്ഷേത്രത്തിന്റെ വലത് ഭാഗത്തുള്ള ഭക്ഷണ മാർക്കറ്റായ ആനന്ദ ബജാറിൽ നിന്ന് നമുക്കത് വാങ്ങി കഴിക്കാം.കൊണ്ടുപോവുകയുമാകാം.

പുരിയിലെ രഥയാത്ര പുകൾപെറ്റതാണ്. ആഷാഡ ശുക്ല പക്ഷ ദ്വിദീയ നാളിൽ, ഭീമാകാരങ്ങളായ അലങ്കാര രഥങ്ങളിൽ ജഗന്നാഥ വിഗ്രഹവും, ബലഭദ്ര, സുഭദ്രാ വിഗ്രഹങ്ങളും എഴുന്നള്ളിച്ച് കൊണ്ടുപോകുന്ന ചടങ്ങ്കാണാൻ ലോകത്തിന്റെ നാനാ ദിക്കുകളിൽനിന്നും സഞ്ചാരികൾ ഒഴുകിയെത്തും. പിപ്പിലി ഗ്രാമത്തിൽ തുന്നിയ കൊടിതോരണങ്ങളും ചമയങ്ങളും യാത്രയെ വർണ്ണമനോഹരമാക്കുന്നു.

ഗോകുലത്തിൽനിന്നും മഥുരയിലേക്കുള്ള കൃഷ്ണന്റെ യാത്രയെ അനുസ്മരിക്കുന്നതാണ് രഥ യാത്ര. രണ്ട് കിലോമീറ്റർ ദൂരെയുള്ള ഗുണ്ഡിച്ച ക്ഷേത്രത്തിലേക്കാണ് യാത്ര. ഒൻപത് നാൾ കഴിഞ്ഞ് മടക്കയാത്ര.

മനുഷ്യനെപ്പോലെ ജീവിക്കുകയും മരിക്കുകയും ചെയ്യുന്ന ജഗന്നാഥൻ ഒറിയക്കാരുടെ വികാരമാണ്. ശക്തിയും ആത്മവിശ്വാസവുമാണ്. ജഗന്നാഥനറിയാതെ ഒന്നും നടക്കില്ല. ജഗന്നാഥനോട് പറയാതെ അവരൊന്നും ചെയ്യില്ല. പുരിയിൽനിന്ന് മടങ്ങുമ്പോൾ ആരും ആഗ്രഹിച്ചുപോകും... ഇങ്ങനെയൊരാൾ കൂടെയുണ്ടായിരുന്നെങ്കിൽ...

അദ്വൈത വേദാന്ത ദർശനം പ്രചരിപ്പിക്കുന്നതിന്റെ ഭാഗമായി ശങ്കരാചാര്യർ സ്ഥാപിച്ച ചതുർധാമങ്ങളിൽ കിഴക്ക് ദേശത്തുള്ള മഠം പുരിയിലാണ്. മഠം ഇന്നൊരു വേദാന്ത പാഠശാലകൂടിയാണ്.

***

പുരിയിലെ അവസാനത്തെ കാഴ്ചയിലേക്ക്. സ്വർണ്ണനിറമുള്ള മണൽ തരികൾകൊണ്ട് പ്രസിദ്ധമായ ഗോൾഡൻ ബീച്ച്.

8 കിലോമീറ്റർ ദൈർഘ്യമേറിയ അതിവിശാലമായ കടൽത്തീരം. ജലകേളികളിൽ മുഴുകി തിരമാലകളിൽ നനഞ്ഞ് കുതിരുന്ന യുവത്വം.

കടൽത്തിരകളെ നോക്കി കാറ്റുകൊണ്ടിരിക്കുന്ന ആയിരങ്ങൾ. പ്ലാസ്റ്റിക് നിർമ്മിതമായ ചാരുകസേരകളും നിരത്തിയിരിക്കുന്നു. ഇരിക്കാൻ പക്ഷേ ചെറിയ വാടക കൊടുക്കണം. ഞങ്ങളും രണ്ട് കസേരകളിൽ സ്ഥാനം പിടിച്ചു. ഒരു മണിക്കൂർ കടലിനെ നോക്കി അങ്ങനെ ഇരുന്നു. ചിന്തകൾ കടിഞ്ഞാണില്ലാതെ പാറിനടന്നു.

മുന്നിൽ തിരയൊടുങ്ങാത്ത കടൽ. പിന്നിൽ വൈദ്യുതദീപപ്രഭയിൽകുളിച്ച നടപ്പാത. സമാന്തരമായി വിശാലമായ റോഡിൽ വാഹനങ്ങളുടെ നീണ്ട നിര. റോഡിനുമപ്പുറം പുരിയിലെ നക്ഷത്രഹോട്ടലുകൾ. നേരം ഇരുട്ടുന്നു. കടൽത്തിരകൾ ശക്തി പ്രാപിക്കുന്നു.

ഒട്ടക സവാരിയും ചായ കപ്പലണ്ടി കരകൗശലക്കച്ചവടവും അപ്പോഴും തകൃതിയായി നടക്കുന്നു. ഇരുട്ടിന് കനം കൂടുന്നു. തിരക്കിനിടയിൽ ഒരുകൂട്ടം വർണ്ണബലൂണുകളുമായി ഒരു പൈതൽ അടുത്തുവന്നു. പരിക്ഷീണഭാവം മുഖത്ത് വായിച്ചെടുക്കാം.

മണിക്കൂറുകളായി ബലൂണുകളേന്തി അവൻ നടക്കുകയാവാം. അത് തീർന്നിട്ടുവേണം അവന് വീട്ടിൽ പോകാൻ. വീടെവിടെയാണ്? അമ്മയുമച്ഛനും? സഹോദരങ്ങൾ?

എത്ര കുട്ടികൾ ഈവിധം കുഞ്ഞ് പ്രായത്തിൽ ചെറിയ വരുമാനത്തിന് വേണ്ടി അലയുന്നു. ബലൂൺ വാങ്ങാതെ ഒരു നോട്ട് കൈയിൽ വെച്ചുകൊടുത്തു. ഇരുണ്ട മുഖത്ത് ഒരു ചെറു പുഞ്ചിരി മിന്നിമാഞ്ഞുവോ. പ്രാർത്ഥനയോടെ തലയിൽ കൈവെച്ചനുഗ്രഹിച്ചു. മകനെ... അധ്വാനത്തിനും അലച്ചിലിനുമപ്പുറം നല്ലൊരു ജീവിതം നിനക്കുണ്ടാവട്ടെ. നിന്റെ ആഗ്രഹങ്ങളും സഫലമാവട്ടെ. എത്രപേരെ ഈ ക്ഷേത്ര നഗരം പോറ്റി വളർത്തുന്നു. എത്രപേരുടെ ജീവിതകാമനകൾക്കിവിടെ മോക്ഷമുണ്ടാകുന്നു.

തീരാത്ത ആഗ്രഹങ്ങളുമായി ഇവിടെയെത്തുന്ന പതിനായിരങ്ങളുടെ പ്രാർത്ഥനയാവുമോ ജഗന്നാഥൻ കേൾക്കുക, അതോ ഇത് പോലെയുള്ള നിസ്സഹായ ജന്മങ്ങളുടെ പരിദേവനമോ. എല്ലാം ജഗന്നാഥനറിയാം. എല്ലാം ജഗന്നാഥൻ തീരുമാനിക്കും.

2018 സെപ്തംബർ

ശാന്തിയുടെ മടിത്തട്ടിൽ ശിക്ഷണമധുരം

കൊൽക്കത്തയിൽ നിന്നും 180 കിലോമീറ്റർ ദൂരെയുള്ള വിശ്വപ്രസിദ്ധമായ ശാന്തിനികേതൻ. പഠന വൈവിധ്യത്തിന്റെ സാക്ഷാൽ സർവ്വകലാശാല. ദേശഭാഷാന്തരങ്ങൾക്കപ്പുറത്ത് മനുഷ്യസ്നേഹത്തിന്റെയും, അന്തർദേശീയതയുടെയും, നിലനിൽപ്പുള്ള വികസനത്തിന്റെയും പാഠശാലയായ ടാഗോറിന്റെ സ്വപ്നഭൂമി. അദ്ദേഹത്തിന്റെ സ്വപ്നങ്ങൾ യാഥാർത്ഥ്യമായ ഭൂമി.

ഭുവനേശ്വറിൽനിന്നും കൊൽക്കത്തയിലേക്കാണ് ഞങ്ങൾ പോയത്. കൊൽക്കത്തയിലേക്കുള്ള രണ്ടാം യാത്ര. ഇത്തവണ ശാന്തിനികേതൻ കാണുക എന്നതായിരുന്നു പ്രധാന അജണ്ട. യാത്രയുടെ രൂപരേഖ തയ്യാറാക്കിയ ഗീതയും ഗിരീഷും അവധിയെടുത്ത് ഞങ്ങളോടൊപ്പം ചേർന്നു ഈ യാത്രയിൽ.

ബോൽപൂർ സ്റ്റേഷനിൽ വണ്ടിയിറങ്ങുമ്പോൾ തന്നെ ഒരു വ്യത്യസ്തത തോന്നി. വൃത്തിയും വെടിപ്പുമുള്ള സ്റ്റേഷൻ. കലയുടെ നിഴലാട്ടങ്ങൾ ചുമരുകളിൽപോലും തെളിഞ്ഞുകാണുന്നു. പുറത്തിറങ്ങുമ്പോൾ നിരനിരയായി ടോട്ടോകൾ. ബാറ്ററിയിൽ ഓടുന്ന ശബ്ദരഹിതമായ ഓട്ടോകൾ ആണിവ. ഒരു ടോട്ടോയിൽ ഹോം സ്റ്റേയിലേക്കാണാദ്യം പോയത്. പേര് കൊണ്ട് തന്നെ വ്യത്യസ്തമായ ഹോം സ്റ്റേ.

'രാതേർ താരാ ദിനേർ രബി'.

നക്ഷത്രാങ്കിതമായ രാത്രി... സൂര്യ ശോഭിതമായ പകൽ. എന്നാണർത്ഥം.

» ശാന്തിനികേതൻ...ടാഗോറിൻ്റെ കുടുംബവീട്

കൊള്ളാം. ദിനരാത്രങ്ങളുടെ പ്രപഞ്ചതാളശ്രുതി ധ്വനിപ്പിക്കുന്ന പേര് തന്നെ.

സാമാന്യം നല്ല സൗകര്യങ്ങളൊക്കെയുണ്ട്. മുന്നിൽ വലിയ പൂന്തോട്ടവും പൊയ്കയും കിളിക്കൂടുകളും. ചുറ്റും മരങ്ങളും. കടുപ്പമുള്ള ഒരു ചായയും കുടിച്ച്സമയം കളയാതെ ശാന്തിനികേതൻ ക്യാമ്പസ്സിലേക്ക് പുറപ്പെട്ടു.

ചരിത്രപഥങ്ങളിലൂടെ ഒന്ന് പിറകോട്ടു പോയ് വരാം.

1862 ൽ മഹർഷി ദേവേന്ദ്രനാഥ് ടാഗോർ പശ്ചിമ ബംഗാളിലെ ബിർബം ജില്ലയിലൂടെ ബോട്ടിലൂടെ സഞ്ചരിക്കുമ്പോൾ അദ്ദേഹത്തിന്റെ മനസ്സിൽ പതിഞ്ഞ ഭൂപ്രദേശം. ഏകാന്ത ധ്യാനത്തിനും സ്വസ്ഥമായ മനനത്തിനും ഉത്തമമെന്ന് അദ്ദേഹത്തിന് തോന്നിയ വിശാലമായ ഭൂമി. മരങ്ങളും പക്ഷികളും തണലും തണുപ്പും നിറഞ്ഞ പ്രകൃതിരമണീയമായ ഈ സ്ഥലം വാങ്ങി അദ്ദേഹം ഒരു മന്ദിരം പണിതു. പ്രശാന്തിയുടെ തീരഭൂവിലെ സുന്ദര വീടിന്'ശാന്തിനികേതൻ' എന്ന് തന്നെ പേരുമിട്ടു.

1863 ൽ ഇതൊരു ധ്യാനകേന്ദ്രമായി മാറി. നാനാ ജാതി മതസ്ഥർക്കും വന്ന് പ്രാർത്ഥിക്കാനും ധ്യാനിക്കാനും വേണ്ടിയുള്ള ഒരു കേന്ദ്രം.

1921 ൽ ദേവേന്ദ്രനാഥിന്റെ പ്രശസ്തനായ മകൻ, ഇന്ത്യയുടെ മഹാനായ സാഹിത്യകാരൻ രവീന്ദ്രനാഥ ടാഗോർ ഇവിടെ ഒരു പരീക്ഷണ പാഠശാല തുടങ്ങി. 'ബ്രഹ്മചര്യ ആശ്രമം'. പ്രകൃതിയോടും, സമൂഹത്തോടും ഇണങ്ങി, പാശ്ചാത്യപൗരസ്ത്യ ബോധന രീതികളെ സമന്വയിപ്പിച്ചുള്ളൊരു ഗുരുകുല സമ്പ്രദായത്തിലുള്ള പഠന കേന്ദ്രം.

ബ്രിട്ടീഷ് ഭരണകർത്താക്കളുടെ നിയതമായ താൽപ്പര്യത്തിന് ഉതകും വിധം ഗുമസ്തരെ സൃഷ്ടിച്ചെടുക്കുന്ന വിദ്യാഭ്യാസരീതിയിൽനിന്നും തികച്ചും വ്യത്യസ്തമായി ഭാരതീയ തത്വജ്ഞാനത്തിന്റെ സത്ത പകർന്നുനൽകുന്ന മൂല്യാധിഷ്ഠിതമായ വിദ്യാഭ്യാസമായിരുന്നു ടാഗോർ ലക്ഷ്യമിട്ടത്.

അടഞ്ഞ മുറികളിൽ പുസ്തക കേന്ദ്രീകൃതമായിരുന്ന നിലവിലെ

വിദ്യാഭ്യാസത്തിൽ നിന്നും ഏറെ വ്യത്യസ്തമായിരുന്നു ഈ രീതി. വ്യവസ്ഥാപിതമായ അവസ്ഥയിലും പഠിതാക്കൾക്ക് നിർലോഭമായ സ്വാതന്ത്ര്യം. നിയമാവലികൾ അവരുടെ മൗലിക വാസനകളെ, അന്വേഷണതൃഷ്ണകളെ ഒരു തരത്തിലും ബാധിക്കരുതെന്ന നിഷ്കർഷ. ക്ലാസ് മുറികൾ നാല് ചുമരുകളും, മേലാപ്പും ഇല്ലാതെ പ്രകൃതിയുടെ മടിത്തട്ടിൽ വലിയ മരങ്ങളുടെ തണലിൽ.

തുടക്കത്തിൽ അധ്യാപകർക്ക് വേതനം നൽകാനും മറ്റ് അനുബന്ധ ചെലവുകൾ നിർവഹിക്കാനും ടാഗോർ ഏറെ ബുദ്ധിമുട്ടിയിരുന്നു. പിതാവ് സൗമനസ്യപൂർവ്വം നൽകിയിരുന്ന ചെറിയ ഗ്രാന്റുപയോഗിച്ചും, തികയാതെ വന്നപ്പോൾ സഹധർമിണി മൃണാളിനിയുടെ സ്വർണ്ണാഭരണങ്ങൾ പോലും വിറ്റ് കാര്യങ്ങൾ നടത്തേണ്ടിവന്നു എന്ന് അരുണ ചക്രവർത്തി രചിച്ച ജോറാസങ്കോ എന്ന പുസ്തകത്തിൽ രേഖപ്പെടുത്തിയിരിക്കുന്നു.

മഹത്തായ ഏതൊരു ലക്ഷ്യത്തിലേക്കുമുള്ള പ്രാരംഭ യാത്ര യാതനഭരിതവും കഠിനവുമായിരിക്കുമെന്ന് അദ്ദേഹം സമാധാനിച്ചുകാണും.

'The highest education is that which does not merely give us information but makes our life in harmony with all existence.'

ടാഗോറിന്റെ ബോധന സങ്കൽപം ഇതായിരുന്നു.

» ടാഗോറിന്റെ സൃഷ്ടികൾക്കു പ്രചോദനമായ 'പുനശ്ച'

» ശ്രീജനി ശില്പഗ്രാമം

മരങ്ങളുടെ ശീതളച്ഛായയിൽ പുല്പായകളിലിരുന്ന് കുട്ടികൾപഠിച്ചു. മരങ്ങളിൽ കയറിയും ചുറ്റമോടിയും ഇടവേളകൾ അവർ ആസ്വദിച്ചു.

പ്രകൃതിയെ അറിയാൻ ചെറു യാത്രകൾ നടത്തി. ചിത്രശലഭങ്ങളുടെയും, പക്ഷികളുടെയും ജീവിതരീതികൾ നേരിട്ട് കണ്ട് മനസ്സിലാക്കി. ചെറിയ തൊഴിലുകൾ ചെയ്യാനും പഠിച്ചു. ഋതുഭേദങ്ങൾ അറിഞ്ഞാസ്വദിച്ചു.

തൊട്ടടുത്തുള്ള ഗ്രാമങ്ങളുമായി പഠനത്തെ ബന്ധിപ്പിച്ച് ഗ്രാമീണ പുനരുദ്ധാരണ പ്രവർത്തനങ്ങളിൽ വിദ്യാർത്ഥികളെ ഉൾപ്പെടുത്തി 1913 ൽ ടാഗോറിന് സാഹിത്യത്തിനുള്ള നൊബേൽ സമ്മാനം ലഭിച്ചതോടെ ശാന്തിനികേതനും അവിടുത്തെ പാഠശാലകളും ലോകശ്രദ്ധ നേടി. കൂടുതൽ വിദ്യാർത്ഥികൾ വന്നു തുടങ്ങി. സൗകര്യങ്ങൾ വർധിച്ചു.

വികസനവും വൈവിധ്യവൽക്കരണവും കൂടുതൽ വേഗത്തിലായി. 1921ൽ ഉന്നത വിദ്യാഭ്യാസത്തിന് പുതിയ സാദ്ധ്യതകൾ തുറന്ന് വിശ്വഭാരതി സർവകലാശാല സ്ഥാപിതമായി.

കിൻഡർ ഗാർടൻ മുതൽ ഗവേഷണ ബിരുദം വരെയുള്ള പഠനവിഭാഗങ്ങളുള്ള ബൃഹത്തായ കാമ്പസ്സായി ശാന്തിനികേതൻ മാറി. 1951 ൽ കേന്ദ്ര സർവ്വകലാശാലയായി ഉയർത്തപ്പെട്ടു ഈ കലാശാല.

അതെ... വ്യത്യസ്തമായ പഠനരീതികളും, വ്യത്യസ്തമായ അക്കാദമിക പ്രവർത്തനങ്ങളും നടക്കുന്ന ശാന്തിനികേതൻ ടാഗോറിന്റെ സ്വപ്നങ്ങളും സങ്കല്പങ്ങളും അനുസരിച്ച്തന്നെ വളരുകയായിരുന്നു. ശാന്തമായ അന്തരീക്ഷത്തിൽ, സമ്മർദ്ദങ്ങളേതുമില്ലാതെ, മൗലികവും സ്വതപരവുമായ വാസനകളെ പരിപോഷിപ്പിക്കുന്ന കലാ സാംസ്കാരിക പാഠശാലയായി ലോകത്തിന് മുമ്പിൽ ശാന്തിനികേതൻ ഇന്ന് തല ഉയർത്തിനിൽക്കുന്നു.

ഭാരതത്തിന്റെ യശസ്സുയർത്തിയ എത്രയോ മഹൽവ്യക്തികളെ സൃഷ്ടിച്ച ഉന്നതപാഠശാല ഇന്നും ലോകരാഷ്ട്രങ്ങളിൽനിന്നെല്ലാം

പഠിതാക്കളെ ആകർഷിച്ചുകൊണ്ടിരിക്കുന്നു. 1128 ഏക്കറിൽ വ്യാപിച്ചു കിടക്കുന്ന അതിവിശാലമായ ക്യാമ്പസ് സ്വയം പൂരിതമായ ഒരു ലോകം തന്നെയാണ്.

ശാന്തിനികേതൻ എന്ന സർവകലാശാലയുടെ ഭൂതകാലവും വർത്തമാനകാല അവസ്ഥയും കാഴ്ചയുടെ വൈവിധ്യമായി നമ്മുടെ മുന്നിൽ അനാവരണം ചെയ്യപ്പെട്ടപ്പോൾ ടാഗോർ എന്ന വീക്ഷണ പടുവായ കലാകാരന്റെ വ്യക്തിത്വത്തിന്റെ വൈജാത്യങ്ങളും നമുക്ക് സുപരിചിതമായി മാറുന്നു.

ദേവേന്ദ്രനാഥ ടാഗോർ ധ്യാനലീനനായിരുന്ന ഛാതിം മരങ്ങളുടെ പിന്മുറക്കാരായ തണൽ മരങ്ങളുടെ ശീതള ഛായ ഛാതിംതാല, ബാകുൾ മരത്തണലിലെ ഉന്മേഷദായകമായ തുറന്ന ക്ലാസ് മുറികൾ, ദേവേന്ദ്രനാഥ് ടാഗോർ താമസിച്ച ശാന്തിനികേതൻ എന്ന വീട്, ദേവേന്ദ്രനാഥിന്റെ മൂത്ത മകൻ ദ്വിജേന്ദ്രനാഥ് സ്ഥാപിച്ച പ്രാർത്ഥനാമന്ദിരം, തത്വചിന്തയിൽ താല്പരനായിരുന്ന ദ്വിജേന്ദ്രനാഥിന്റെ സങ്കേതമായിരുന്ന ദ്വിജാഭിരാം, നിരവധി ആഘോഷ സുമുഹൂർത്തങ്ങൾക്ക് സാക്ഷ്യം വഹിച്ച മാവിൻ തോട്ടം, അമ്ര കൻജ്, മൃണാളിനി ആനന്ദ പാഠശാലയെന്ന കിൻഡർ ഗാർടൻ വിഭാഗം, മ്യൂറൽ ചിത്രങ്ങൾ നിറഞ്ഞ കൊച്ചു കുട്ടികളുടെ ഹോസ്റ്റൽ -സന്തോഷാലയം, ചടങ്ങുകൾ നടക്കുന്ന സിംഹസദനം, സ്കൂൾ ലൈബ്രറി, സ്കൂൾ ഓഫീസ് വിഭാഗം, പഠിതാക്കളുടെ കരകൗശല രചനകൾ പ്രദർശിപ്പിക്കുന്ന ചൈത്യ ഹാൾ, വിവിധ പ്രായപരിധിയിലുള്ള ആൺകുട്ടികളുടെയും പെൺകുട്ടികളുടെയും 26 ഓളം ഹോസ്റ്റലുകൾ, ചെറുതും വലുതുമായ 7 അതിഥി മന്ദിരങ്ങൾ, ഭക്ഷണശാലകൾ, കോഫി ഷോപ്പുകൾ, കലാഭവനം എന്ന ശില്പഗൃഹം, രാഗസാന്ദ്രമായ സംഗീത ഭവനം, കൂട്ടായ്മകളുടെ സംഗമ സ്ഥാനമായ നാട്യഗൃഹം. ലിപിക ആഡിറ്റോറിയം, കമ്മ്യൂണിറ്റി ഹാൾ, കലാവിരുതിന്റെ വിസ്മയങ്ങളുമായി നന്ദൻ ആർട്സ് മ്യൂസിയം & ഗാലറി, മാൻ കൂട്ടങ്ങൾ സ്വതന്ത്രരായി വിഹരിക്കുന്ന ഡീർ പാർക്ക്, ഗോത്രകലയുടെ പ്രദർശനശാലകൾ ഉൾപ്പെടുന്ന ശ്രീജനി ശില്പഗ്രാമം, കരകൗശലവസ്തുക്കളുടെ തുറന്ന വിപണികൾ, സഹകരണ സ്റ്റാളുകൾ, ടാഗോറിന്റെ ജീവിതവും, പ്രശസ്തിയും പ്രതിപാദിക്കുന്ന ബിചിത്ര എന്ന രവീന്ദ്ര മ്യൂസിയം, ടാഗോർ വിവിധ ഘട്ടങ്ങളിൽ താമസിക്കുകയും, തന്റെ സുദീർഘമായ സംഗീത സാഹിത്യ രചനകളിൽ മുഴുകുകയും ചെയ്ത ഉദയൻ, കൊണാർക്, ശ്യാമലി, പുനസ്ച, ഉഡിച്ചി എന്നീ ഭവനങ്ങൾ, ടാഗോറും നവവധു മൃണാളിനിദേവിയും ആദ്യം താമസിച്ചിരുന്ന ബേണുകഞ്ച്, ഭവന സമുച്ചയങ്ങളുള്ള ഉത്തരായൺ കോംപ്ലെക്സിനോട് ചേർന്നുള്ള

» ട്രൈബൽ ഹട്ട്സ്

പുൽതകിടികളും, പൂന്തോട്ടങ്ങളും, വലിയ തണൽ മരങ്ങളും. ജോലിയുടെ ഇടവേളകളിൽ ജീവനക്കാർ ചായ കുടിക്കാൻ സമ്മേളിച്ചിരുന്ന അഷ്ടകോൺ മുറിയായ ദിനാന്തിക, ഇൻഡോ ചൈന ചരിത്ര സംസ്കൃതിയുടെ പഠനകേന്ദ്രമായ ചൈന ഭവൻ, പോസ്റ്റ് ഓഫീസ്, ഫയർ സ്റ്റേഷൻ, പോലീസ് സ്റ്റേഷൻ, ബാങ്ക് ശാഖകൾ, റെയിൽവേ ബുക്കിംഗ് കൌണ്ടർ, ടാഗോറിന്റെ ആരാധകനായിരുന്ന വില്യം പിയേഴ്സന്റെ സ്മാരകമായി സ്ഥാപിച്ച ആശുപത്രി, വിശ്വഭാരതി യൂണിവേഴ്സിറ്റി കേന്ദ്ര ഓഫീസ് സമുച്ചയം, യൂണിവേഴ്സിറ്റി പഠന വിഭാഗങ്ങൾ, കല, സാഹിത്യം, നൃത്തം, ചിത്രകല, കരകൗശലവേല, മാനവിക വിഷയങ്ങൾ, ചരിത്രം, സാമൂഹ്യശാസ്ത്രം, സാമ്പത്തിക ശാസ്ത്രം, തത്വചിന്താ വിഭാഗം, അടിസ്ഥാന ശാസ്ത്രവിഭാഗങ്ങൾ, കമ്പ്യൂട്ടർസയൻസ് വിഭാഗം, പരിസ്ഥിതിശാസ്ത്രം, ജൈവസാങ്കേതികവിഭാഗം, കാർഷിക ശാസ്ത്രം, ഗ്രാമീണ പുനരുദ്ധാരണ വിഭാഗം, ഡയറി & പോൾട്രീ വിഭാഗം, യൂണിവേഴ്സിറ്റി ലൈബ്രറി എന്ന് വേണ്ട, മനുഷ്യവിഭവശേഷി വർധിപ്പിക്കാനുള്ള സമസ്ത മേഖലകളും ഇവിടെ സക്രിയമായി പ്രവർത്തിക്കുന്നു.

ഹോസ്റ്റലുകൾക്ക് സമീപം കുട്ടികൾക്ക് കളിക്കാൻ വിശാലമായ കളിസ്ഥലങ്ങൾ. പഠനവിഭാഗങ്ങൾ പലതും 24 മണിക്കൂറും പ്രവൃത്തിക്കുന്നു എന്നത് ശാന്തിനികേതന്റെ പ്രത്യേകതയാണ്. വിദ്യാർത്ഥികൾക്ക് ഡിപാർട്മെന്റ് സൗകര്യങ്ങൾ ഇഷ്ടാനുസരണം ഉപയോഗിക്കാൻ വേണ്ട സ്വാതന്ത്ര്യം നൽകിയിരിക്കുന്നു. ഈ സ്വാതന്ത്ര്യം ആരും ദുരുപയോഗം ചെയ്യുന്നില്ലെന്ന് ഉറപ്പ് വരുത്താനുള്ള സംവിധാനവും ഫലപ്രദമായി പ്രവൃത്തിക്കുന്നു.

കഴിവുറ്റ അധ്യാപകരുടെ ശിക്ഷണം മാത്രമല്ല, ഓരോ മേഖലയിലും ലോക പ്രശസ്തരും മഹാരഥന്മാരുമായ വ്യക്തികളുമായി ഇടപഴകാൻ വിദ്യാർത്ഥികൾക്ക് ധാരാളം അവസരങ്ങൾ ലഭിക്കുന്നു.

പഠനം പൂർത്തിയാകുമ്പോഴേക്കും സ്വന്തം വിഷയത്തിൽ അവശ്യം വേണ്ട വ്യുല്പത്തി നേടാനും അതത് മേഖലയിലെ വികാസപരിണാമങ്ങൾ മനസ്സിലാക്കാനും, സാദ്ധ്യതകൾ തിരിച്ചറിയാനും വിദ്യാർത്ഥികൾക്ക് കഴിയുന്നു എന്നത് ഈ കലാശാലയുടെ വ്യതിരിക്തമായ മേന്മയാണ്.

അതിവിശാലമായ ക്യാമ്പസും അനുബന്ധ സൗകര്യങ്ങളും നടന്ന് കാണുക അസാധ്യമാണെന്ന് പറയേണ്ടതില്ലല്ലോ.ടോട്ടോ തന്നെ ആശ്രയം.

എവിടെയും മരങ്ങൾ... മരത്തണലുകൾ. മുളംകാടുകൾ. അരുവികൾ. മണിക്കൂറുകൾ പിന്നിട്ടാലും വലിയ ക്ഷീണമൊന്നും തോന്നില്ല.

തദ്ദേശീയമായ നാടോടി നൃത്തം, മണിപ്പൂരി, കഥക് നൃത്തരൂപങ്ങൾ, കഥകളി എന്നിവയെ പ്രോത്സാഹിപ്പിക്കുന്നതിൽ ശാന്തിനികേതൻ വഹിക്കുന്ന പങ്ക് അദ്വിതീയമാണെന്ന് പറയാതെ വയ്യ.

ആഘോഷങ്ങൾ ശാന്തിനികേതന്റെ വലിയൊരു സവിശേഷതയാണ്. ഒന്നിന് പിറകെ മറ്റൊന്നായി ആഘോഷങ്ങൾ വന്ന് പോയ്ക്കൊണ്ടിരിക്കും. ഋതുഭേദങ്ങൾക്കനുസരിച്ച്, ഓർമ്മ മുഹൂർത്തങ്ങൾക്കനുസരിച്ച് ശാന്തിനികേതൻ സ്വയം മറക്കുന്ന നാളുകൾ...

രവീന്ദ്ര നാഥ് ജയന്തി, വൃക്ഷാരോപണ ഉത്സവം, ഹലകർഷണ ഉത്സവം, ശാരദോത്സവം, വസന്തോത്സവം, ആനന്ദ ബസാർ, നന്ദൻ മേള, പൗഷ് ഉത്സവം, മാഘ്മേള അങ്ങനെയങ്ങിനെ ആഘോഷ തിമർപ്പിന്റെ സവിശേഷ നാളുകൾ...

വിദ്യാർത്ഥികളും, കലാകാരന്മാരും, നാട്ടുകാരും, പൊതുസമൂഹവും ആവേശപൂർവം സഹപ്രവൃത്തിക്കുന്ന ആഘോഷവേളകൾ...

പഠനവും തൊഴിൽ പരിചയവും ജീവിതവും ഒന്നിച്ചു പോകുന്ന ശിക്ഷണ രീതികൾ ഇതുപോലെ മറ്റൊരിടത്തും നാം കാണില്ല. ഇവിടുത്തെ വിദ്യാർത്ഥിയായിരുന്ന അമർത്യ സെന്നിന്റെ പൈതൃക വീടും വിശാലമായ തൊടിയും ഈ ക്യാമ്പസ്സിൽ തന്നെയാണ്.

രണ്ട് ദിനങ്ങൾ ഞങ്ങൾ ശാന്തിനികേതനിൽ ചെലവഴിച്ചു. മൂന്ന് പതിറ്റാണ്ടിലേറെ ഉന്നത വിദ്യാഭ്യാസമേഖലയിൽ പ്രവർത്തിച്ച അനുഭവങ്ങൾക്കൊരു തിലകക്കുറിയായി ഈ സന്ദർശനാനുഭവം മാറിയെന്നു വേണം പറയാൻ. പരമശാന്തമായ അന്തരീക്ഷത്തിൽ അർപ്പണ മനോഭാവത്തോടെ കുട്ടികൾ കലയുടെയും, അറിവിന്റെയും ജ്ഞാനത്തിന്റെയും, അന്വേഷണത്തിന്റെയും, തൊഴിൽ പരിചയത്തിന്റെയും

» പച്ചപ്പിന്റെ സമൃദ്ധിയിൽ തുറന്ന ക്ലാസ് മുറികൾ

മേച്ചിൽപുറങ്ങളിലേക്ക് നടന്നുകയറുന്നത് കാണുന്നത് ഒരു സുകൃതക്കാഴ്ചയല്ലേ.

നാടിന്റെ പാരമ്പര്യവും പൈതൃകവും കാത്തുസൂക്ഷിക്കുന്ന ഈ മഹാപാഠശാല ഓരോ ഭാരതീയന്റെയും സ്വകാര്യ അഹങ്കാരമായി മാറുന്നുവെങ്കിൽ അതിശയമില്ലതന്നെ.

ശാന്തിനികേതന് ചുറ്റുമുള്ള ഗ്രാമങ്ങളും ഒന്ന് കാണണമെന്ന് തോന്നി. അധ്വാനശീലരായ മനുഷ്യരുടെ കൊച്ചു കൊച്ചു ഭവനങ്ങൾ. കൃഷിയിടങ്ങൾ. കാർഷികവൃത്തി തന്നെയാണ് ജീവിത മാർഗം.

ഭക്രേശ്വർ നദി കടന്ന്, കാശ് ഫൂൾ പൂക്കൾ വിരിഞ്ഞു നിൽക്കുന്ന പാടങ്ങളിലൂടെ താരാപീട് വരെ പോയി. നവരാത്രി ഉത്സവത്തിന്റെ വരവിനെ വിളിച്ചോതുന്ന കാശ് ഫൂൾ പൂക്കൾ കൊണ്ട് മൂടിയ പാടങ്ങളുടെ മനോഹാരിത ഒന്ന് വേറെ തന്നെയായാണ്.

ബോൽപൂരിൽ നിന്നും തിരിച്ച് ട്രെയിൻ കയറുമ്പോൾ ശാന്തിനികേതൻ ത്രസിക്കുന്നൊരു ബഹുവർണ്ണചിത്രമായി മനസിന്റെ വലിയ ക്യാൻവാസിൽ നിറഞ്ഞുനിന്നു.

2018 സെപ്തംബർ

നീലഗിരിയുടെ സഖികളേ...

ഉദഗമണ്ഡലം എന്നും കുളിരുള്ള ഒരു ഓർമ്മയാണ്.

ബാല്യകൗമാരങ്ങൾക്കും, നിറയൗവനങ്ങൾക്കും, സൗഹൃദ കുടുംബ കൂട്ടായ്മകൾക്കുമെല്ലാം ഒരുപോലെ ഹരം പകരുന്ന ഇടം വേറെയില്ല. ഒരിക്കലെങ്കിലും ഇവിടെവരാൻ ആഗ്രഹിക്കാത്തവർ ആരുമില്ല. മരം കോച്ചുന്ന തണുപ്പും, മൂടിപ്പിടിച്ച് നിൽക്കുന്ന അന്തരീക്ഷവും, കാടും കുന്നും മലയും താഴ്വാരങ്ങളും തടാകങ്ങളും വിസ്തൃത പുൽ മൈതാനങ്ങളുമൊക്കെ ചേരുന്ന വശ്യഹരിത സമൃദ്ധിയുടെ മടിത്തട്ടിൽ നാം സ്വയം മറന്നിരുന്നുപോകും.

ഊട്ടിയിൽ എത്ര തവണ വന്നുകാണും. കൃത്യമായ കണക്കില്ല. മഞ്ചേരി, മട്ടന്നൂർ കോളേജിലെ ജന്തുശാസ്ത്ര ബിരുദ വിദ്യാർത്ഥികളുടെ പഠന യാത്രയുടെ ഭാഗമായി എത്രയോ തവണ ഈ നീലഗിരി കുന്നുകളേറി വന്നിട്ടുണ്ട്. തടാകവും, ബോട്ട് ഹൗസും, സസ്യോദ്യാനവും, ലൂയി പാസ്ചർ ഇൻസ്റ്റിട്യൂട്ടുമൊക്കെ കണ്ട്, ഊട്ടിയുടെ ഭ്രമ സൗന്ദര്യത്തിൽ മുഴുകി വിദ്യാർത്ഥികളോടൊപ്പം ചെലവഴിച്ച ദിന രാത്രങ്ങൾ.

അവരുടെ ആഹ്ലാദങ്ങൾ. ആവേശത്തിരമാലകൾ. യുവത്വത്തിന്റെ ചടുല ഭാവങ്ങൾ. ചാപല്യങ്ങൾ എല്ലാം ഓർമ്മയിലിന്നുമുണ്ട്. ആ കാലമൊക്കെ കഴിഞ്ഞു. ശിഷ്യഗണങ്ങളൊക്കെ ജീവിതത്തിന്റെ വ്യത്യസ്ത തുറകളിലെത്തിക്കാണും. വർഷങ്ങളെത്ര കടന്നു പോയി.

ഓർമ്മയിൽ തെളിയുന്ന മുഖങ്ങളേറെയുണ്ടിപ്പോഴും. ഓർമ്മയിലെത്താത്ത മുഖങ്ങൾ വളരെയേറെയായിരിക്കും. അത് തികച്ചും സ്വാഭാവികം.

ഊട്ടിയുടെ ആശ്ലേഷത്തിലലിയാൻ ഇന്നും മനസ്സ് കൊതിക്കുന്നു. അരുവങ്കാടിലുള്ള നിഷയും ദിലീപും പലപ്പോഴായി ക്ഷണിക്കുന്നു. അങ്ങനെ ഞങ്ങൾ വീണ്ടും ഊട്ടിയിലേക്ക് പുറപ്പെട്ടു. വ്യവസ്ഥാനുരൂപമായ ഊട്ടി പലവട്ടം കണ്ടതാണല്ലോ. വ്യത്യസ്തമായി ഇത്തവണ ഊട്ടിയുടെ പ്രാന്തപ്രദേശങ്ങളിലേക്ക് പോകണം. നീലഗിരിയുടെ സമഗ്ര സൗന്ദര്യം അറിയാനൊരു യാത്ര.

മാനന്തവാടി, നടവയൽ, പനമരം, സുൽത്താൻ ബത്തേരി, ഗൂഡല്ലൂർ വഴി ആദ്യമായി കാർ ഓടിച്ചുകൊണ്ടുള്ള യാത്ര. സാവകാശം പോകുമ്പോൾ യാത്രയ്ക്കൊരു സുഖമുണ്ട്. പോകും വഴിയിൽ എവിടെയും നിർത്താം. നാട്ടുകാരോടൊക്കെ വർത്തമാനം പറയാം. നല്ല കാഴ്ച്ചയിടങ്ങളിൽ ഇറങ്ങാം. നല്ല തട്ടുകടകളൊക്കെ കാണുമ്പോൾ നാടൻ ചായ കുടിക്കാം. മടുക്കുമ്പോൾ വേണ്ടത്ര വിശ്രമിക്കാം. ഗൂഡല്ലൂരിൽനിന്നും കയറ്റം തുടങ്ങുകയായി. വൻ യൂക്കാലിപ്റ്റസ് മലനിരകൾ അതിരിടുന്ന റോഡിലൂടെ വളവും തിരിവും താണ്ടി യാത്ര തുടർന്നു. ആകാശനീലിമയെ മറച്ച് വൃക്ഷത്തലപ്പുകൾ. ചുറ്റും നോക്കുമ്പോൾ മേൽവസ്ത്രം ഉരിഞ്ഞ് മിനുപ്പാർന്ന സ്തംഭങ്ങൾപോലെ ഉരുളൻ മരത്തടികൾ. ചീവീടുകളുടെ നിലയ്ക്കാത്ത ശബ്ദവീചികൾ. ഒപ്പം കൃത്യമായ ഇടവേളകളിൽ വിദൂരതയിൽനിന്നും ഒഴുകിയെത്തുന്ന അറിയാത്ത പക്ഷികളുടെ പാട്ടും.

സ്നേഹത്തോടെ ആലിംഗനം ചെയ്യുന്ന തണുത്ത കാറ്റും. മനസ്സൊരു പട്ടുതൂവൽ പോലെ പാറിപ്പറക്കുന്ന അവസ്ഥ. യാത്ര തുടരുമ്പോൾ അതാ മഞ്ഞ് മൂടിയ മലനിരകളുടെ അഭിരാമ സൗന്ദര്യം അനാവൃതമായി വരുന്നു. മലയുടെ ഉയരഭേദങ്ങളിൽ നിറയെ തേയിലത്തോട്ടങ്ങൾ.

അങ്ങ് ദൂരെ കാണാം ഒരു തവളയെപ്പോലെ വീണു കിടക്കുന്ന തവളമല. പിന്നെയും പോകുമ്പോൾ ഒസെയ് മാല എന്ന നീഡിൽ റോക്ക് വ്യൂ പോയിന്റ്. റോഡിൽ അടയാള ലിഖിതമുണ്ട്. നീലഗിരിക്കുന്നുകളുടെ 360 ഡിഗ്രി കാഴ്ച തരുന്ന ടൂറിസം പോയിന്റാണിത്.

ഇനി ഏറെ ദൂരമില്ല. ഉച്ചയോടെ ഞങ്ങൾ ഊട്ടിയിലെത്തി. ചെറിയ മഴയുണ്ട്. ഊട്ടി പട്ടണമല്ലല്ലോ ഞങ്ങളുടെ ആത്യന്തികമായ ലക്ഷ്യം. അതിനാൽ നേരെ അരുവങ്കാടിലേക്ക്. റോഡ് പണി തകൃതിയായി നടക്കുന്നു. വശങ്ങളിലെ കിടങ്ങുകൾ കെട്ടി ഉയർത്തുന്ന പണിയും നടക്കുന്നു. നിഷയുടെയും ദിലീപിന്റെയും താമസസ്ഥലത്തായിരുന്നു ഉച്ച ഭക്ഷണം. വൈകുന്നേരം അരുവങ്കാട് ഓർഡ്നൻസ് ഫാക്ടറിയുടെ അതിഥി മന്ദിരത്തിലെത്തി.

» സസ്യജനുസ്സുകളുടെ കലവറ..ബൊട്ടാണിക്കൽ ഗാർഡൻ

ചാറ്റൽ മഴ വിടാതെ ഞങ്ങളോടൊപ്പം കൂടി. നേരത്തെ ഏൽപ്പിച്ച പ്രകാരം ദിലീപ് ഇവിടെയാണ് മുറി ബുക്ക് ചെയ്തിരിക്കുന്നത്. ഊട്ടിക്കും കൂനൂരിനുമിടയിലുള്ള ചെറിയൊരു പട്ടണമാണ് അരുവങ്കാട്. ഇന്ത്യൻ പ്രതിരോധ വകുപ്പിന്റെ 39 കോർഡയിറ്റ് ഫാക്ടറികളിൽ ഒരെണ്ണം ഇവിടെയാണെന്നത് തന്നെയാണ് ഈ പട്ടണത്തിന്റെ പ്രാധാന്യം. ഡിഫൻസ് ആയുധങ്ങളിലും ടാങ്കുകളിലുമൊക്കെ ഉപയോഗിക്കുന്ന സ്ഫോടക വസ്തുവാണ് കോർഡയിറ്റ്. അരുവങ്കാടിന്റെ അതിവിശാലമായ സമതലഭൂമിയിൽ തന്ത്ര പ്രധാനമായ ഈ ഫാക്ടറി 1904 ൽ സ്ഥാപിതമായതത്രെ. ഇവിടുത്തെ അതിഥി മന്ദിരത്തിനും ആ പ്രൗഢിയുണ്ട്. മുൻകൂട്ടി ബുക്ക് ചെയ്താൽ ഇവിടെ നമുക്ക് താമസിക്കാം. ദിലീപ് ഓർഡ്നൻസ് ഫാക്ടറിയിൽ ജോലി ചെയ്യുന്നത് കൊണ്ട് കാര്യം എളുപ്പമായി.

കെട്ടിടം പഴയതെങ്കിലും വിശാലമായ മുറികളാണ്. നല്ലൊരു റെസ്റ്റോറന്റുമുണ്ട്. പകൽ മുഴുവൻ യാത്ര ആയിരുന്നല്ലോ. രാത്രി സുഖമായുറങ്ങി.

രാവിലെ ഉണർന്നപ്പോൾ നല്ല തണുപ്പുണ്ട്. പക്ഷേ മഴ മാറിയിരുന്നു. ആവി പറക്കുന്ന ചായ കിട്ടിയപ്പോൾ എന്തൊരുന്മേഷം. പ്രഭാത നടത്തം ഓർഡനൻസ് ഫാക്ടറി കോമ്പൗണ്ട് വിശദമായി കാണാൻ വേണ്ടി ഉപയോഗിച്ചു. സ്കൂളും, കളിസ്ഥലവും, ബംഗ്ലാവുകളും, ക്വാർട്ടേഴ്സുകളും, ഡിപ്പാർട്മെന്റ് സ്റ്റോറുമൊക്കെയുള്ള വിശാലമായ ക്യാമ്പസ് തന്നെ. ബ്രിട്ടീഷുകാർ പണിതതാതാണല്ലോ. അടിസ്ഥാന സൗകര്യങ്ങളൊക്കെ വേണ്ടുവോളമുണ്ട്. നാലാൾ പിടിച്ചാൽ പിടികിട്ടാത്ത വന്മരങ്ങൾ ഇപ്പോഴും തല ഉയർത്തി നിൽക്കുന്നു.

ഇന്ന് കൂനൂരിലേക്കാണ് യാത്ര. നീലഗിരിയുടെ തോഴിയാണ് കൂനൂർ. തോഴിയും സൗന്ദര്യവതിതന്നെ. സിംസ് പാർക്ക് തോഴിയുടെ തിലകക്കുറിയാണ്. 1874 ൽ ജെ. ഡി. സിംസ് സ്ഥാപിച്ചതാണ് ഈ പൂങ്കാവനം.

12 ഏക്കറിൽ പരന്ന് കിടക്കുന്ന ഉദ്യാനത്തിൽ ദേശീയവും അന്തർദേശീയയവുമായ ഫല വൃക്ഷങ്ങളും, പൂക്കളും നിറഞ്ഞിരിക്കുന്നു. സ്വാഭാവികമായി വളർന്ന തണൽമരങ്ങളും, മുല്ലവള്ളികളും, പുൽമൈതാനങ്ങളും, തടാകവും, നട്ടു വളർത്തിയ ആയിരക്കണക്കിന് ജാതി പുഷ്പങ്ങളും, വെനസ്വേലയിൽ നിന്നും, കാനറി ദ്വീപുകളിൽനിന്നുമൊക്കെ കൊണ്ടുവന്ന അപൂർവ വൃക്ഷങ്ങളും ഒക്കെ ചേരുമ്പോൾ ജൈവ വൈവിധ്യത്തിന്റെ അമൂല്യ ദൃശ്യാനുഭവമായി മാറുന്നു സിംസ് പാർക്ക്. ഭൂമിയുടെ സ്വാഭാവിക സ്ഥിതിക്ക് യോജിച്ച രീതിയിൽ ക്രമീകരിച്ചിരിക്കുന്ന ഉദ്യാനത്തിന്റെ അകൃത്രിമ സൗന്ദര്യം ആരെയും ആകർഷിക്കും.

» ചായത്തോട്ടങ്ങളുടെ അപാരത

പാർക്കിന് നേരെ എതിർവശത്താണ് ലൂയി പാസ്ചർ ഇൻസ്റ്റിറ്റ്യൂട്ട്. പേപ്പട്ടി വിഷത്തിനെതിരെയുള്ള വാക്സിൻ നിർമ്മിക്കുന്ന ഗവേഷണ കേന്ദ്രം. വിദ്യാർത്ഥികളോടോത്തുള്ള പണ്ടത്തെ പഠനയാത്രകളിൽ അവിടെ മണിക്കൂറുകൾ ചെലവിട്ടിട്ടുണ്ട്. ശിഷ്യഗണത്തിൽ പെടുന്ന വരാരെങ്കിലും ഇന്നീ സ്ഥാപനത്തിൽ ഗവേഷണത്തിന് നേതൃത്വം കൊടുക്കുന്നവരായി ഉണ്ടായിക്കൂടെന്നില്ല. ഏതായാലും ഈ യാത്രയിൽ അവിടേക്ക് പോകേണ്ടതില്ല.

നീലഗിരിയുടെ സൗന്ദര്യം ആസ്വദിക്കാൻ കൂനൂരിൽ പ്രകൃതി ഒരുക്കിയ ചില കാഴ്ചത്തട്ടുകളുണ്ട്. അവിടേക്കാണിനി യാത്ര. കൂനൂർ കോത്തഗിരി റോഡിൽ 10 കിലോമീറ്റർ പോയാൽ ഡോൾഫിൻ നോസ് വ്യൂ പോയിന്റിൽ നമ്മളെത്തും. സമുദ്ര നിരപ്പിൽനിന്നും 1550 മീറ്റർ ഉയരെ സ്ഥിതി ചെയ്യുന്ന ഈ കൊടുമുടിയുടെ അറ്റം ഡോൾഫിന്റെ മൂക്ക് പോലെ, തള്ളിനിൽക്കുന്ന വൃക്ഷങ്ങളും, തേയിലത്തോട്ടങ്ങളും മൂടിയ വലിയൊരു ശിലാഖണ്ഡമായി രൂപാന്തരം പ്രാപിച്ചിരിക്കുന്നു. അൽപ്പം ദൂരെയായി നെടുനീളൻ വെള്ളിയരഞ്ഞാണംപോലെ കാതറിൻ വെള്ളച്ചാട്ടം താഴേക്ക് പതിക്കുന്ന മനോഹര ദൃശ്യം. മുന്നിൽ കാണുന്ന സാന്ദ്രമായ ഹരിത വനങ്ങളുടെ അപൂർവ്വ ഭംഗിയിൽ പരിസരം മറന്നിരുന്നുപോകും നമ്മൾ.

ഇവിടെനിന്നും മൂന്ന് കിലോമീറ്റർ സഞ്ചരിച്ചാൽ നാമെത്തുന്നത് ലാംബ്സ് റോക്കിലാണ്. നോക്കുമ്പോൾ മുന്നിൽ കാണുന്നതെല്ലാം പച്ചപ്പിന്റെ അപൂർവ്വ നിബിഡതയാണ്. ഇടയിൽ കാപ്പി തേയിലത്തോട്ടങ്ങൾ നിറഞ്ഞ മലനിരകൾ. അങ്ങ് താഴെ കോയമ്പത്തൂർ ജില്ലയുടെ സമതല പ്രദേശങ്ങൾ നന്നായി കാണാം.

സൂര്യകിരണങ്ങളാൽ തെളിഞ്ഞ പകലെങ്കിലും കുളിരുള്ള കാറ്റ് വന്ന് പൊതിയുമ്പോൾ അറിയാതെ കൈ പിണച്ച് നെഞ്ചോട് ചേർത്തു പോകും നമ്മൾ. ഊട്ടിയിൽ മധുവിധു ആഘോഷിക്കാനെത്തിയ യുവ മിഥുനങ്ങൾ ഡോൾഫിൻ പോയിന്റിലും, ലാംബ്സ് റോക്കിലുമൊക്കെ പരസ്പരം കൈകൾ കോർത്ത് പുതു ജീവിതം ശരിക്കും ആവേശപൂർവ്വം കൊണ്ടാടുന്നത് ഒരു സാധാരണ കാഴ്ച തന്നെ.

കൂനൂരിനടുത്തുള്ള വെല്ലിങ്ടൺ കൺടോൺമെന്റ് ഒരു പ്രത്യേക ലോകമാണ്. മദ്രാസ് റെജിമെന്റിന്റെ റെജിമെന്റ് സെന്റർ ആണിത്. ഗേറ്റ് കഴിഞ്ഞ് മുഖ ചത്വരത്തിൽ എത്തുമ്പോൾ നാം കാണുന്നത് രണ്ടാം ലോക മഹാ യുദ്ധത്തിൽ വീരചരമം പ്രാപിച്ച യോദ്ധാക്കളുടെ ഓർമ്മക്ക് വേണ്ടി സ്ഥാപിച്ച യുദ്ധ സ്മാരകമാണ്. സൈനിക പരിശീലനത്തിനായുള്ള ഡിഫെൻസ് സെർവീസസ്സ് സ്റ്റാഫ് കോളേജ് ഇവിടെ പ്രവൃത്തിക്കുന്നു. നമ്മുടെ മൂന്ന് സൈനിക വിഭാഗത്തിലെ ഓഫീസർമാർക്ക് പുറമെ ഇന്ത്യൻ സിവിൽ സർവീസിലുള്ളവർക്കും, സുഹൃത് രാഷ്ട്രങ്ങളിലെ ഉദ്യോഗസ്ഥർക്കും ഈ സ്ഥാപനം പരിശീലനം നൽകുന്നു. ഫീൽഡ് മാർഷൽ സാം മനേക് ഷാ, ഫീജിയൻ പ്രധാനമന്ത്രി സികിവേണി റബുക്ക, നൈജീരിയൻ പ്രസിഡണ്ട് ഒലുസെഗുൻ ഒബാസാഞ്ചോ, റിസേർവ് ബാങ്ക് മുൻ ഗവർണ്ണർ ആർ. എൻ. മൽഹോത്ര എന്നിവരൊക്കെ ഈ ഡിഫൻസ് കോളേജിലെ പ്രശസ്തരായ പൂർവ വിദ്യാർത്ഥികളത്രെ. ഓഫീസർമാരുടെ താമസസ്ഥലങ്ങളും, മെസ്സും, ട്രെയിനിങ് സംവിധാനങ്ങളുമുൾപ്പടെ വലിയൊരു സമുച്ചയമാണ് വെല്ലിംഗ്ടൺ കന്റോൺമെന്റ്. ബോട്ടിങ് സൗകര്യമൊക്കെയുള്ള വിശാലമായ വെല്ലിങ്ടൺ തടാകവും ഇതിനകത്താണ്. ബോട്ടിങ്ങ് വേണ്ടെങ്കിൽ പച്ചക്കുന്നുകളാൽ ചുറ്റപ്പെട്ട തടാകത്തെ വലം വെച്ചുകൊണ്ട് നടപ്പാതയിലൂടെ മെല്ലെ നടക്കാം. തടാകത്തിൽ അലസഗമനം ചെയ്യുന്ന താറാവ് കൂട്ടങ്ങളെയും, അരയന്നങ്ങളെയും നോക്കി വെറുതെയിരിക്കാം.

ലോകത്തിലെ രണ്ടാമത്തെ വലിയ ഗിരികന്ദരമായ (Gorge) കെറ്റി വാലി കൂനൂരിനും ഊട്ടിക്കുമിടയിലാണ്. മഞ്ഞണിഞ്ഞ നീലഗിരി മലനിരകളാൽ ചുറ്റപ്പെട്ട ഈ മലയിടുക്ക് ഹരിതസമൃദ്ധിയാൽ നമ്മെ വിസ്മയിപ്പിക്കും. തോഡ, ബഡഗ വിഭാഗത്തിലുള്ള ആദിവാസികൾ

അധിവസിക്കുന്ന ഗ്രാമ സംഘാതമാണ് സത്യത്തിൽ ഈ വാലി. നീല മലകൾക്കിടയിലെ വിശാലമായ തേയിലക്കാടുകളും, ഗ്രീൻ ഓക്ക് മരങ്ങളും, പുൽമെത്തവിരിച്ച താഴ്വാരങ്ങളും, പാടങ്ങളും, അടുത്തടുത്തായി വെള്ള തീപ്പെട്ടി കൂടുകൾ പോലെ കൊച്ചു കൊച്ചു വീടുകളും ഒക്കെച്ചേർന്ന ഈ വാലി കൂനൂർ യാത്രയിലെ മറക്കാനാവാത്തൊരു ദൃശ്യാനുഭവമായി മാറുന്നു. സമയമുണ്ടെങ്കിൽ എമറാൾഡ് തേയില ത്തോട്ടവും, വാക്സ് മ്യൂസിയവും, ടെലിസ്കോപ്പ് ഹൗസും, ശിവലിംഗ ക്ഷേത്രവും കണ്ട് യാത്ര തുടരാം.

നീലഗിരിയിൽ ഏറ്റവും ഉയരം കൂടിയ കൊടുമുടിയാണ് ദൊഡ്ഡബേട്ട. ദൊഡ്ഡബേട്ട എന്നാൽ വലിയ മല. പീക്കിലേക്കുള്ള യാത്രയിൽ ചോല വനങ്ങൾ നമ്മുടെ മനം കവരും. ദൊഡ്ഡബേട്ടയുടെ താഴ്വാരങ്ങൾ ഔഷധവീര്യമുള്ള റോഡോഡെൻഡ്രോൺ സസ്യ ജനുസ്സുകളുടെ കലവറയാണ്. റോഡ് വളരെ മോശമായ അവസ്ഥയിലാണ്. സമുദ്ര നിരപ്പിൽനിന്നും 8650 അടി ഉയരത്തിലുള്ള ഈ പീക്കിൽനിന്ന് വേണം ഊട്ടിയുടെ സമഗ്രസൗന്ദര്യം കാണാൻ. വനം വകുപ്പ് ഒരുക്കിയ വാച്ച് ടവർ കാഴ്ചകൾക്ക് അധിക സൗകര്യമൊരുക്കുന്നു. ഹിമാവൃതമായ മലകളും, വന്യമായ താഴ്വാരങ്ങളും, വെസ്റ്റേൺ ഘാട്സിനും ഈസ്റ്റേൺ ഘാട്സിനുമിടയിലുള്ള ഹരിതവൈവിധ്യ സമൃദ്ധിയും നഗ്നനേത്രങ്ങളാലും, ദൂരദർശിനിയിലൂടെയും ആവോളം നമുക്കാസ്വദിക്കാം. ദൂരെ ദൂരെ കർണാടകാ അതിർത്തിയും കാണാം. ദൊഡ്ഡബേട്ട തേയില ഫാക്ടറിയിൽ കയറിയാൽ തേയിലയുടെ ചരിത്രം ഗ്രഹിക്കാം. ഉശിരൻ ചായ കുടിക്കാം. നല്ല ഇനം തേയില വാങ്ങുകയുമാകാം.

പ്രകൃതിയിലെ ജൈവവൈവിധ്യം അത്യപാരമാണെന്ന് നമുക്കറിയാം. കോശ ഘടനപോലുമില്ലാത്ത വൈറസ്സിൽ തുടങ്ങി ഏകകോശ ജീവികൾ മുതൽ ആയിരക്കണക്കിന് ജാതി അകശേരുകികളിലൂടെ, കശേരുകികളിലൂടെ ഒടുവിൽ എല്ലാറ്റിനെയും കീഴ്പ്പെടുത്താമെന്ന് വ്യാമോഹിക്കുന്ന മനുഷ്യൻ വരെ. വിസ്മയിപ്പിക്കുന്ന സസ്യജാലങ്ങൾ വേറെയും. ഈ സസ്യ ജന്തുജാല വൈവിധ്യങ്ങളിലൂടെ പിറകോട്ട് നടന്ന് പ്രകൃതിയിലേക്കൊന്ന് തിരിച്ചുപോയാലോ... ഇവയ്ക്കെല്ലാമാധാരമായ ഭൂപ്രകൃതി. സർവ്വ ഗുണസമ്പുഷ്ടയായ ഭൂമി. സർവ്വം സഹയായ ഭൂമി. ഭൂമിയുടെ അനന്ത വൈവിധ്യം. അത് നമ്മെ വിസ്മയിപ്പിക്കും.

സമതലവും, കുന്നും, മലയും, വനവും, താഴ്വരയും, അരുവിയും, തടാകവും, നദിയും, കായലും, കടലും, മരുഭൂവും, ഹിമ സാനുവും അങ്ങനെ അങ്ങനെ എന്തെല്ലാം വേഷപ്പകർച്ചകൾ. എത്രതരം ആവാസ വ്യവസ്ഥകൾ. കണ്ടാലും കണ്ടാലും മതിവരാത്ത പ്രകൃതിയുടെ അത്ഭുത

വേഷങ്ങൾ. നീലഗിരിയിൽ ഇവയിൽ പലതും സ്വാഭാവികതയോടെ അതേസമയം അധിനിവേശത്തിന് വിധേയമാവാതെ ഉൾച്ചേർന്നിരിക്കു ന്നു. ഊട്ടിയിലെ അവലാഞ്ചെ പ്രകൃതി വൈവിധ്യത്തിന്റെ ഒരു മഹനീയ ചേരുവയത്രെ. ഊട്ടി കാണാനെത്തുന്നവർ അധികം ചെന്നെത്താത്ത പ്രദേശമാണ് ഇവിടം. ഊട്ടിയിൽനിന്നും അപ്പർ ഭവാനിയിലേക്കുള്ള വഴിയിൽ 28 കിലോമീറ്റർ യാത്രചെയ്താൽ ആരെയും അതിശയിപ്പി ക്കുന്ന അവലാഞ്ചെയിലെത്താം. സമ്പന്നരുടെ മക്കൾ പഠിക്കുന്ന തെന്ന് വിശേഷിപ്പിക്കപ്പെടുന്ന ഗുഡ്സ് ഷെപ്പേർഡ് റെസിഡെൻഷ്യൽ സ്കൂളിനോട് ചേർന്ന് പോകുന്ന റോഡിലൂടെയാണ് യാത്ര.

ഏഴെട്ട് കിലോമീറ്ററോളം ദൂരത്തിൽ താഴ്വാരങ്ങളിലെല്ലാം വിപുലമായ പച്ചക്കറി തോട്ടങ്ങളാണ്. കാബ്ബേജ്, ഉരുളക്കിഴങ്ങ്, കാരറ്റ്, പാഷൻ ഫ്രൂട്ട്, പീച്ച്, സ്ട്രോബെറി ഇവയൊക്കെ സമൃദ്ധമായി വളരുന്നു. പോകെപ്പോകെ മലകളുടെയും താഴ്വാരങ്ങളുടെയും മട്ടും ഭാവവും മാറുന്നു. തേയിലക്കാടുകൾ, മഞ്ഞ് മലകൾ, അരുവികൾ, വെള്ളച്ചാട്ടങ്ങൾ, തടാകങ്ങൾ, സാന്ദ്രമായ ഹരിതവനങ്ങൾ... റോഡിന്റെ അവസ്ഥ പക്ഷേ കൂടുതൽ കൂടുതൽ മോശമായി വരുന്നു. ചിലയിടങ്ങളിൽ വളരെ ഇടുങ്ങിയ വഴികളാണ്. നിബിഡവനത്തിന് ഉള്ളിലൂടെയുള്ള കാട്ടുവഴികൾ പോലെ. വല്ലപ്പോഴും എതിർ ദിശയിൽ കടന്നുവരുന്ന ചെറു വാഹനങ്ങൾ.

വൃക്ഷശിഖരങ്ങൾ അധികാരത്തോടെ അതിക്രമിച്ചുകടക്കുന്ന വഴിയിലൂടെ ശീതക്കാറ്റേറ്റ് ഒന്നര മണിക്കൂർ യാത്ര. ഇനി മുന്നോട്ട് പോകണമോ എന്ന് ശങ്കിച്ചുപ്പോയ നിമിഷങ്ങൾ. സ്വയം ഓടിച്ചുപോ കേണ്ടെന്ന് പറഞ്ഞ് പരിചയസമ്പന്നനായ ഒരു സാരഥിയെ ഏർപ്പാട് ചെയ്തു തന്ന ദിലീപിന് നല്ല നമസ്കാരം.

ഒരു ചെറിയ ഡൈവേർഷൻ എടുത്ത് എമറാൾഡ് ഡാം കാണാമെന്ന് വെച്ചു. തടാകത്തിന്റെ കൈവഴിയെ തടഞ്ഞുനിർത്തി ഡാം പണിതിരിക്കുന്നു. അതിവിശാലമായ ജലസംഭരണി. മയക്കത്തി ലാണ്ട ഓളപ്പരപ്പ്. ദ്വീപുകൾ പോലെ തടാകത്തിലേക്ക് ഇറങ്ങിനിൽക്കു ന്ന നിബിഡ വന ഖണ്ഡങ്ങൾ. തെളിഞ്ഞ നീലാകാശത്ത് വേഗത്തിൽ നീങ്ങുന്ന പഞ്ഞിക്കെട്ടുകൾപോലെ ശുഭ്ര മേഘങ്ങൾ. നേരിയ ശീതക്കാ റ്റ്. തികഞ്ഞ നിശബ്ദത. ലോകം ചുരുങ്ങി ചുരുങ്ങി നീല ജലവും മൂടൽ മഞ്ഞും ഹരിതമലകളുമായി മാറുന്ന ഇന്ദ്രജാലം. പ്രകൃതി ഒരുക്കിയ മാസ്മരിക സൗന്ദര്യ സംഗമസ്ഥലിയിൽ സ്വയം മറന്ന് നിന്നുപോയി.

തിരിച്ച് വീണ്ടും അവലാഞ്ചെയിലേക്കുള്ള ദുർഘട സഞ്ചാരപാത യിൽ. 1800 കളിൽ സംഭവിച്ച ഒരു വലിയ ഹിമപാതത്തെ തുടർന്ന്

മലനിരകൾക്കിടെയിൽ വലിയൊരു തടാകം രൂപപ്പെടുകയായിരുന്നു. ഈ തടാകവും ചുറ്റുമുള്ള പർവ്വതനിരകളും, വനമേഖലയും ചേർന്നതാണ് ഇന്നത്തെ അവലാഞ്ചെ. 5000 മില്ലി മീറ്റർ മഴ ലഭിക്കുന്ന പ്രദേശമാണിത്. ഫോറെസ്റ്റ് റസ്റ്റ് ഹൗസ് വരെ നമുക്ക് സ്വന്തം വാഹനത്തിൽ പോകാം. അത് കഴിഞ്ഞ് വനം വകുപ്പ് ഒരുക്കുന്ന വാഹനങ്ങളിലേ യാത്ര തുടരാൻ പറ്റൂ. തിങ്കളാഴ്ച ഒഴികെയുള്ള ദിവസങ്ങളിൽ രാവിലെ 8 മണി മുതൽ വൈകീട്ട് 3 മണിവരെയാണ് സന്ദർശന സമയം.

സൂര്യവെളിച്ചംപോലും പതിക്കാത്ത സാന്ദ്രമായ വനമധ്യത്തിലൂടെയാവും ചിലപ്പോൾ യാത്ര. മുന്നോട്ട് പോകുമ്പോൾ ഉയരങ്ങളിലെ മരതക വിരിപ്പ് പോലുള്ള പുൽമേടുകളും, ചോലക്കാടുകളും കാണും. കളകൂജനങ്ങൾ കാതുകൾക്കിമ്പമാവും. ചീവീടുകളുടെ കഠിനസംഗീതവും ഇടയിൽ മുഴങ്ങിക്കേൾക്കാം. കാട്ടുപോത്ത്, ചെങ്കീരി, പുള്ളിമാൻ തുടങ്ങിയ വന്യ മൃഗങ്ങൾ കുറുകെ വരാം. ഭാഗ്യമുണ്ടെങ്കിൽ മരക്കൊമ്പുകളിൽ തൂങ്ങിയാടുന്ന സ്വർണ്ണത്തലമുടിയുള്ള നീലഗിരി ലങ്കൂറിനെയും കാണാം. മലനിരകളുടെ മകളായി, നീല ജലത്തിന്റെ അപാരതയായി പരന്നു കിടക്കുകയാണ് എമറാൾഡ് തടാകം. ചുറ്റും പുൽമേടുകളും, ചോലവനങ്ങളും. വശങ്ങളിൽ അവിടവിടെയായി എടുത്തൊരുക്കിവെച്ചപോലെ പാറക്കൂട്ടങ്ങൾ. പൂത്തുലഞ്ഞുനിൽക്കുന്ന ഓർക്കിഡുകൾ. ഇതെന്തൊരു ലോകം? തണുപ്പൊരു പുതപ്പായി നമ്മെ പൊതിയുന്നു. ശരിക്കും ഇന്ദ്രിയാതീതമായ അനുഭൂതിയിൽ നമ്മൾ എല്ലാം മറന്നിരിക്കും. നീലഗിരി മലകളിൽ പ്രകൃതി ഒളിപ്പിച്ചുവെച്ച ജൈവ കലവറയുടെ പുളകകാഴ്ചകൾ എത്ര കണ്ടാലും മതിവരില്ല. മോഹങ്ങളില്ല. ഉത്കണ്ഠയില്ല. സമ്മർദങ്ങളില്ല. സുഖകരമായ ഒരു മരവിപ്പ് മാത്രം.

നീലഗിരിയുടെ യഥാർത്ഥ സൗന്ദര്യമറിയാൻ മേട്ടുപ്പാളയം മുതൽ ഊട്ടിവരെയുള്ള പൈതൃക തീവണ്ടിയാത്ര അനിവാര്യമാണ്.

46 കിലോ മീറ്റർ ദൂരമുള്ള ഈ മലയോര തീവണ്ടിപ്പാതയിൽ മേട്ടുപ്പാളയം കഴിഞ്ഞാൽ ഹിൽ ഗ്രൂവ്, കൂനൂർ, വെളിയെങ്ങാട്, അരുവങ്കാട്, കെറ്റി, ലവ്ഡെയിൽ, ഊട്ടി എന്നീ സ്റ്റേഷനുകൾ. ഏകദേശം 4 മണിക്കൂർ സമയം വേണം ഊട്ടിയിലെത്താൻ. 10.4 കിലോ മീറ്റർ ആണ് ശരാശരി വേഗം. 208 വളവുകൾ. 16 തുരങ്കങ്ങൾ. 250 പാലങ്ങൾ. റേക്ക് റെയിൽ (Toothed Rack Rail) സംവിധാനത്തിലാണ് വണ്ടി കയറ്റം കയറുന്നത്. അതായത് സാധാരണയുള്ള ഇരു പാളങ്ങൾക്കുമിടയിലായി പല്ലുള്ള ഒരു പാളംകൂടി കാണും. ഇതിലൂടെ കടന്നുപോകുന്നത് പല്ലുള്ള ഒന്നോ അതിൽ കൂടുതലോ ചക്രങ്ങളായിരിക്കും. ചെങ്കുത്തായ കയറ്റങ്ങൾ കയറാനുള്ള 'പിടുത്തം' ഈ പൽ പാളങ്ങളും, പൽ ചക്രങ്ങളും

» ഊട്ടി പൈതൃക റെയിൽവേ സ്റ്റേഷൻ

പ്രദാനം ചെയ്യുന്നു.

ഏറ്റവും മുന്നിലായി രണ്ട് ഫസ്റ്റ് ക്ലാസ്സ് ബോഗികളും പിന്നിൽ നാലോ അഞ്ചോ സാധാരണ ബോഗികളുമാണ് ഉണ്ടാവുക. ഫസ്റ്റ് ക്ലാസ്സിൽ നേരത്തെ ബുക്ക് ചെയ്യണം. കൂനൂരിൽനിന്ന് ഊട്ടിയിലേക്കും തിരിച്ചുമാണ് ഞങ്ങൾ ടിക്കറ്റ് ബുക്ക് ചെയ്തത്. ഗമയോടെ യാത്ര ചെയ്യാമെന്ന് വെച്ച് ഫസ്റ്റ് ക്ലാസ്സിൽ ബുക്ക് ചെയ്തിരുന്നു. പക്ഷേ പ്രതീക്ഷിച്ചത്ര സൗകര്യവും സ്വകാര്യതയുമൊന്നും ഫസ്റ്റ് ക്ലാസ്സിൽ കണ്ടില്ല. പിന്നെ ഗമയുടെ കാര്യം. അത് കേവലമായ മനസ്സിന്റെ ഒരു മായാസഞ്ചാരം.

കാടും, മലയും, പുഷ്പിത താഴ്വാരങ്ങളും പിന്നിട്ടുള്ള യാത്ര ആഹ്ലാദകരം തന്നെയെന്ന് പറയാതെ വയ്യ. മഞ്ഞണിഞ്ഞ മലകൾക്ക് താഴെ, പച്ചയണിഞ്ഞ താഴ്വാരങ്ങളിൽ തുടിക്കുന്ന ജീവിത താളം ഒപ്പിയെടുക്കാൻ ഈ യാത്ര സഹായിക്കും. കൂനൂർ, ഊട്ടി സ്റ്റേഷനുകൾക്ക് സവിശേഷമായ ഒരു കേമത്തമുണ്ട്. ഊട്ടി സ്റ്റേഷനിലെ ഹെറിറ്റേജ് മ്യൂസിയം മൗണ്ടെൻ റെയിൽവേയുടെ ചരിത്രവും, പ്രാചീന സിഗ്നൽ സംവിധാനങ്ങളും പരിചയപ്പെടുത്തുന്നു. പണ്ടത്തെ ആവി എൻജിൻ മാതൃകയും സ്റ്റേഷനിൽ ഒരുക്കിയിരിക്കുന്നു. യുനെസ്കോ പൈതൃക പദവിക്ക് ചേരുന്ന മട്ടിൽ കഴിഞ്ഞ കാലത്തിന്റെ സ്മൃതി ചിത്രങ്ങൾ, സാങ്കേതികവികാസത്തിന് മുമ്പെയുള്ള ഉപകരണങ്ങൾ, ചരിത്രത്തിന്റെ അടയാളങ്ങൾ എല്ലാം നന്നായി ഒരുക്കിയിരിക്കുന്നു. പോയ കാലത്തിന്റെ ഓർമ്മകളിൽ പഴമയുടെ ഗന്ധം ശ്വസിക്കാനാവുന്നു.

നീലഗിരിയുടെ ഹരിതപൂർണ്ണിമ മുഴുവൻ കോരിക്കുടിക്കണമെങ്കിൽ സത്യത്തിൽ വേണ്ടത് മലയടിവാരങ്ങളിലൂടെ, തരംഗമാലകൾപോലെ മാറിമാറി വരുന്ന ഗിരി തടങ്ങളിലൂടെ, വനമേഖലയിലൂടെയൊക്കെയുള്ള ട്രെക്കിങ്ങ് ആണ്. പക്ഷേ ഈ പ്രായത്തിൽ അതാവില്ലല്ലോ. എങ്കിലും ഉദഗമണ്ഡലത്തിന്റെ പ്രാന്തപ്രദേശങ്ങളിലൂടെ നാല് ദിനരാത്രങ്ങൾ നീണ്ട സഞ്ചാരം സവിശേഷമായ അനുഭവമായിരുന്നു.

സഞ്ചാരികളുടെ നിത്യകാമുകിയായ ഊട്ടിയുടെ സ്ഥിരം ഉല്ലാസ കാഴ്ചകൾ ഒഴിവാക്കാനാവില്ലല്ലോ. ആരെയും മയക്കുന്ന മാദക സൗന്ദ ര്യത്തിന് ഇടിവ് വന്നിട്ടില്ലേ എന്ന് തോന്നാതിരുന്നില്ല. നൈർമല്യം കൊഴിഞ്ഞുപോയ ഊട്ടി തടാകക്കരയിലൂടെ വെറുതെ നടന്നു. ബോട്ട് ഹൗസും പരിസരവും വൃത്തിഹീനമായിരിക്കുന്നു. തടാകത്തിലെ ജലം, ഒഴുകിവരുന്ന നഗരമാലിന്യങ്ങളാൽ നിറം കെട്ടിരിക്കുന്നു. ജലോപരി തലത്തിൽ ഖര മാലിന്യങ്ങൾ ഒഴുകി നടക്കുന്നു. ഹണി മൂൺ ബോട്ട് ഹൗസിൽനിന്നും മധുവിധു ആഘോഷിക്കാനെത്തിയ ഇണകൾ കാശ്മീരി ശിക്കാരകളിൽ തടാകത്തിന്റെ മറ്റൊരു ഭാഗത്തേക്ക് തുഴഞ്ഞു പോകുന്നു. സസ്യോദ്യാനവും, റോസ് ഗാർഡനും ഇപ്പോഴും കാഴ്ചയുടെ വസന്തം തീർക്കുന്നു. ഊട്ടിയുടെ മധുരം നുകരാൻ എത്തുന്നവരെ തേടി കൗതുകവസ്തുക്കൾ വിൽക്കുന്നവരും, ഗൈഡുകളും, ടാക്സിവാലകളും പഴയത് പോലെ ഓടിയണയുന്നു. പ്രകൃതി നാശവും ജൈവ വൈവിധ്യ ശോഷണവും നീലഗിരിയുടെ തനിമ തകർക്കുന്നുവെങ്കിലും സഞ്ചാരികൾ എക്കാലവും വന്നുകൊണ്ടേയിരിക്കും. ജീവിത സമ്മർദ്ദങ്ങളിൽനിന്നും വിഭ്രാന്തികളിൽനിന്നും ക്ഷണികമായെങ്കിലും മുക്തിനേടാൻ ഈ ഹരിത സുന്ദര മലനിരകൾ വേണമല്ലോ,

ദിലീപ്, നിഷ, പാർത്ഥിവ്, സനൽ, ശാലിന എല്ലാവരോടും തലേ ദിവസം രാത്രി തന്നെ യാത്ര പറഞ്ഞിരുന്നു. അഞ്ചാം നാൾ അതിരാവിലെ പുറപ്പെട്ടു. ഗൂഡല്ലൂരിൽനിന്നും ദിശ മാറി താമരശ്ശേരി ചുരമിറങ്ങി വരുമ്പോൾ 'പണിതീരാത്തവീട്' എന്ന പഴയ സിനിമയിൽ നീലഗിരിയിലെ നനുത്ത പ്രഭാതത്തെ വരവേറ്റുകൊണ്ട് ഹരിതസുന്ദ രനായകൻ പാടുന്ന പാട്ടും, നീലഗിരിയുടെ തണുപ്പും തുടിപ്പും മധുരമായ അനുരണനങ്ങൾ തീർക്കുകയായിരുന്നു മനസ്സിന്റെ മായിക ആകാശ ത്തിൽ.

2018 ഒക്ടോബർ

ചരിത്രം ഘനീഭവിച്ച ചാലിയാറിന്റെ തീരം

കാഴ്ചകളുടെ വസന്തം തേടിയായിരുന്നില്ല ഈ യാത്ര. കാടിന്റെ സാമീപ്യവും സൗന്ദര്യവും ആസ്വദിക്കുക, വനവിശുദ്ധിയുടെ ലാവണ്യമറിഞ്ഞുകൊണ്ട് ചരിത്രസ്മൃതികളുറങ്ങുന്ന നിലംബൂരിൽ മൂന്ന് ദിനരാത്രങ്ങൾ സ്വസ്ഥമായി ചെലവഴിക്കുക എന്നതായിരുന്നു ഉദ്ദേശം. തേക്കിൻ കാടുകൾ അതിരിടുന്ന നിലംബൂർ ഷൊർണൂർ റെയിൽപാതയിൽ ഒന്ന് യാത്ര ചെയ്യുകയുമാവാം.

1979 ൽ കോഴിക്കോട് സർവകലാശാലയുടെ ജന്തു ശാസ്ത്ര വിഭാഗത്തിൽ ദക്ഷിണേന്ത്യൻ പക്ഷികളുടെ ശബ്ദ സംഗീത വിന്യാസ ഗവേഷണ പദ്ധതിയിൽ ജോലി ചെയ്യുമ്പോൾ കരുളായിയിലും നിലംബൂരിലും നിരവധി ദിനരാത്രങ്ങൾ ചെലവഴിച്ച ഓർമ്മ ഒളിമങ്ങാതെ കിടക്കുന്നു ഇപ്പോഴും. അന്ന് കൂടെ ഉണ്ടായിരുന്ന സുഹൃത്ത് വിജയഗോപാൽ കാല യവനികക്കുള്ളിലേക്ക് മറഞ്ഞുപോയത് ഇന്നും ഒരു വേദനയാണ്. ഗവേഷണമൊക്കെ പൂർത്തിയാക്കി, പി. എച്ച്ഡി. ബിരുദമൊക്കെനേടി, യൂണിവേഴ്സിറ്റിയിൽ പരീക്ഷാ വിഭാഗത്തിൽ ജോലി നേടിയ അദ്ദേഹം അധികം വൈകാതെ രോഗത്തിന് കീഴടങ്ങുകയായിരുന്നു. അർധോക്തിയിൽ ജീവിതം മതിയാക്കി പോകാൻ നിർബന്ധിതരാവുന്നവരുടെയും അവരുടെ കുടുംബത്തിന്റെയും വിധി എത്രമേൽ കഠിനമാണ് എന്ന് വൃഥാ ഓർത്തുപോകുന്നു.

നിലംബൂർ പൂക്കോട്ടുംപാടം വഴി ടികെ കോളനി റോഡിൽ, നെടുങ്കയം സൈലന്റ് വാലി കരുവാരകുണ്ട് വനമേഖലയുടെ താഴ്വരയിൽ സ്ഥിതിചെയ്യുന്ന ഗ്രേറ്റ് ഹോൺ ബിൽ റിസോർട്ട് സ്വസ്ഥവും

» ഗ്രേറ്റ് ഹോൺബിൽ റിസോർട്ട്

ശാന്ത സുന്ദരവുമായ താമസത്തിന് തീർത്തും അനുയോജ്യം തന്നെയായിരുന്നു. ചുറ്റും ഉയർന്ന് നിൽക്കുന്ന വൻമലകൾ. മലകളിൽ മരങ്ങളുടെ സമൃദ്ധി ചമയ്ക്കുന്ന വർണ്ണ വൈവിധ്യ സൗന്ദര്യം. വൃക്ഷ രഹിതമായ ഒരിഞ്ചു സ്ഥലംപോലും കാണാനാവില്ല. സൂര്യപ്രകാശം അരിച്ചിറങ്ങുകപോലും പ്രയാസം. വന്യമൃഗങ്ങൾ സ്വൈരവിഹാരം ചെയ്യുന്ന ഘോരവനം. ചിത്രശലഭങ്ങളും പക്ഷികളും പാറിപ്പറക്കുന്ന കാടകം.

കാണാത്ത, അറിയാത്ത എത്രയോ ജാതി ജന്തു വിഭാഗങ്ങൾ ഈ കാടുകളിൽ അഭിരമിക്കുന്നുണ്ടാവും. മലനിരകളിൽനിന്നും വലുതും ചെറുതുമായ പാറക്കെട്ടുകളിലൂടെ മണ്ണിൽ സ്പർശിക്കാതെ ഊർന്നിറങ്ങിവരുന്ന സ്പടികസമാനമായ ജലധാര റിസോർട്ടിന്നരികിലൂടെ നിലക്കാത്ത ആരവമുയർത്തി ഒഴുകിപോവുന്നു. ജലാരവം കേട്ടുകൊണ്ട് നാം ഇരുന്നുപോകും സമയബോധമില്ലാതെ. മറഞ്ഞിരുന്ന് പാടുന്ന പക്ഷികളുടെ സംഗീതവിരുന്നും കൂടിയാകുമ്പോൾ ഇഹലോകവിചാരങ്ങളൊന്നും നമ്മെ തേടിവരികയില്ല. വ്യത്യസ്തമായ ഏതോ ലോകത്താണ് നാമെന്ന പ്രതീതിയിൽ മണിക്കൂറുകൾ കടന്നുപോകുന്നതറിയാതെ ഇരുന്നുപോകും.

ഉച്ചയ്ക്കാണ് ഞങ്ങൾ റിസോർട്ടിലെത്തിയത്. പ്രവൃത്തിദിവസങ്ങളായതിനാൽ അതിഥികളായി ഞങ്ങൾ മാത്രം. ഉച്ചയൂണ് കഴിഞ്ഞ് എങ്ങോട്ടും പോയില്ല. വനസാമീപ്യത്തിൽ, വൻപാറകളെ മെരുക്കുന്ന ജലമർമരങ്ങളുടെ താളലയത്തിൽ സ്വയം മറന്ന് അങ്ങനെ ഇരുന്നു.

വൈകുന്നേരമായപ്പോൾ താഴത്തെ അരുവിയുടെ പ്രലോഭനം സഹിക്കാനായില്ല. തണുപ്പൊന്നും വകവെക്കാതെ നന്നായി മുങ്ങിക്കുളിച്ചു. മനസ്സും ശരീരവും നവോന്മേഷത്തിന്റെ രുചിയറിഞ്ഞു. കാനനച്ഛായയിലെ രാത്രിയും സവിശേഷമായിരുന്നു. മാവോയിസ്റ്റുകളുടെ സാന്നിധ്യം കൊണ്ട് വാർത്തകളിൽ നിറഞ്ഞ വനമേഖലയിൽ, ആനയും മറ്റ് വന്യമൃഗങ്ങളും ഇറങ്ങുന്ന താഴ്വാരത്ത്, മുന്നിൽ കല്ലുമതിലും വശങ്ങളിൽ വൈദ്യുത വേലിയുടെ സുരക്ഷയുമൊ മൊക്കെയുണ്ടെങ്കിലും,

റിസോർട്ടിന്റെ രണ്ടാം നിലയിലെ മുറിയിൽ വെളിച്ചമണച്ചപ്പോൾ നേരിയ ഒരു ഭയം തോന്നിയോ...

റിസോർട് ജീവനക്കാരും ഞങ്ങളുമല്ലാതെ മറ്റാരുമില്ല. കാടും കാട്ടാറും കൂട്ടിനുണ്ട്. നൂറ് കണക്കിന് ജാതി പക്ഷി മൃഗാദികളും ചാരത്തുണ്ട്. ഇത്രയും സുരക്ഷിതത്വം പോരെ. നന്നായുറങ്ങി. പിറ്റേന്നത്തെ പ്രഭാതം കളകൂജനങ്ങളാൽ സുരഭിലമായിരുന്നു. പുറത്തിറങ്ങി നടന്നപ്പോൾ റിസോർട്ട് ഉടമയും കൂട്ട് വന്നു. സ്വാദേറിയ പ്രഭാത ഭക്ഷണവും കൂടി ആയപ്പോൾ നല്ല തുടക്കം.

ഹരിതതുരംഗത്തിലൂടെ ഒരു തീവണ്ടിയാത്ര

രാവിലെ തന്നെ നിലമ്പൂർ ഷൊർണ്ണൂർ ട്രെയിൻ യാത്രയ്ക്കുവേണ്ടിനിലമ്പൂർ റോഡ് റെയിൽവേ സ്റ്റേഷനിൽ എത്തി. പ്രതാപമൊക്കെ കൊഴിഞ്ഞുപോയെങ്കിലും പഴയ സ്റ്റേഷൻ തരക്കേടില്ലാതെ നിലനിർത്തിയിട്ടുണ്ട്. എതിർവശത്തായി സൗകര്യങ്ങളോടെ പുതിയ സ്റ്റേഷൻ ഉയർന്നു വന്നിരിക്കുന്നു. നല്ല പാർക്കിംഗ് സൗകര്യങ്ങളുമുണ്ട്. ഊട്ടിപോലെ ഒരു ഹെറിട്ടേജ് സ്റ്റേഷൻ ആയി മാറാനുള്ള അർഹതയും അവകാശവും നിലമ്പൂർ സ്റ്റേഷനുമുണ്ട്.

നല്ല തിരക്കാണ് സ്റ്റേഷനിൽ. മലപ്പുറം ജില്ലയുടെ കിഴക്കുഭാഗത്തുള്ളവർക്ക് നാഷണൽ ഹൈവേകളുമായി ബന്ധപ്പെടാൻ ഈ റെയിൽപാത നന്നായി ഉപകരിക്കുന്നു. 66 കി. മീറ്റർ ദൂരമുള്ള ഒറ്റവരിപ്പാത. ഇന്ത്യൻ റെയിൽവേയുടെ ഏറ്റവും നീളം കുറഞ്ഞ ബ്രോഡ് ഗേജ് റെയിൽ പാതയാണ്. തേക്കും, മരുതും, മാഞ്ചിയവും, മറ്റ് നിരവധി മരങ്ങളും തീർക്കുന്ന ഹരിതമേലാപ്പുകൾക്കിടയിലൂടെ ഒരു സഞ്ചാരപാത. സ്റ്റേഷനുകളെല്ലാം പഴയ മാതൃകയിൽ. പ്ലാറ്റഫോമിന് നിബിഡമായ മരത്തലപ്പുകൾ തന്നെ മേലാപ്പുകൾ. തണലും തണുപ്പും സംഗമിക്കുന്ന പ്ലാറ്റഫോമുകൾ. വൃക്ഷ നിബിഡതക്കപ്പുറം

» വനവന്യതയുടെ സുരഭില സൗന്ദര്യം

» കാട്ടരുവിയുടെ സാമീപ്യം

പുതിയ കാഴ്ചകളായി വിശാലമായ റബ്ബർ കവുങ്ങ് തോട്ടങ്ങൾ. ഇടയിൽ പച്ചപ്പാടങ്ങളും.

നിലംബൂരിലെ ലോകോത്തരമായ തേക്കിൻ തടികൾപ്പു റംലോകത്തേക്ക് കടത്താൻ ബ്രിട്ടീഷുകാർ പണിയിപ്പിച്ചതാണ് ഈ റെയിൽപാത. പുരാതന കാലത്ത് കേരളത്തിൽ വന്ന വ്യാപാരികൾക്കും സുഗന്ധദ്രവ്യങ്ങളെക്കാൾ പ്രിയം തേക്കും വീട്ടിയുമായിരുന്നല്ലോ.

കനോലി ജലപാതയും റെയിൽ പാതയും ഈ ഉദ്ദേശം വെച്ചുകൊണ്ട് പൂർത്തിയാക്കിയതാണെന്ന് ചരിത്രം സാക്ഷ്യപ്പെടുത്തുന്നു. 1921ൽ തുടങ്ങിയ റെയിൽ പാത 1927ൽ പണി പൂർത്തിയായി.

രണ്ടാം ലോകമഹായുദ്ധകാലത്ത് ഭാഗികമായി തകർന്നുപോയ പാത 1954 ൽ ഇന്ത്യൻ റെയിൽവേ പുനർനിർമ്മിക്കുകയായിരുന്നു. 1980 ൽ സർക്കാരിന്റെ സാമൂഹ്യവനവൽക്കരണ പദ്ധതിയുടെ ഭാഗമായി റെയിൽ പാതയ്ക്കിരുവശവും ആസൂത്രിതമായി വെച്ചുപിടിപ്പിച്ച തേക്കുമരനിരകളാണ് പാതയുടെ സവിശേഷത. വനാന്തരത്തിലൂടെ വണ്ടി കുതിച്ചുപായുന്ന പ്രതീതി ജനിപ്പിക്കുന്നത് ഈ ഹരിത സമൃദ്ധിതന്നെയാണ്.

നിലംബൂരിനും ഷൊർണൂരിനുമിടയിൽ 10 സ്റ്റേഷനുകൾ. വാണിയമ്പലം, തൊടിയപ്പുലം, തുവ്വൂർ, മേലാറ്റൂർ, പട്ടിക്കാട്, അങ്ങാടിപ്പുറം, ചെറുകര, കുലുക്കല്ലൂർ, വല്ലപ്പുഴ, വാടാനംകുറിശ്ശി.

തിരുവനന്തപുരവുമായി ബന്ധിപ്പിക്കുന്ന രാജ്യറാണി എക്സ്പ്രസ്സ് ഉൾപ്പടെ 14 സർവ്വീസുകൾ ഇപ്പോൾ നിലവിലുണ്ട്. പാസ്സഞ്ചർ സെർവ്വീസുകളിലൊരെണ്ണം പാലക്കാട്ടേക്കും ബാക്കി ഷൊർണ്ണൂരിലേക്കുമാണ്.

'പിന്നെയും പിന്നെയും ആരോ കിനാവിന്റെ പടി കടന്നെത്തുന്ന പദ നിസ്വനം' ഗിരീഷ് പുത്തഞ്ചേരി എഴുതി വിദ്യാസാഗർ സംഗീതം

നൽകി യേശുദാസും ചിത്രയും പാടി അനശ്വരമാക്കിയ ഗാനം ഓർമ്മയില്ലേ. ട്രെയിൻ യാത്രയിലുടനീളം ഈ ഗാനവും അതിന്റെ ആവിഷ്കാര ഭംഗിയും ഓർമ്മയിൽ തെളിഞ്ഞുവന്നു.

1997ൽ പുറത്തിറങ്ങിയ 'കൃഷ്ണഗുഡിയിൽ ഒരു പ്രണയകാലത്ത്' എന്ന കമലിന്റെ സിനിമയിലെ ഈ ഗാനചിത്രീകരണത്തിൽ മഞ്ജു വാരിയർ അവതരിപ്പിച്ച മീനാക്ഷി എന്ന കഥാപാത്രം തീവണ്ടിയിൽ കൃഷ്ണഗുഡിയിലേക്ക് പോകുമ്പോൾ കാണുന്ന മനോഹര കാഴ്ചകൾ നിലമ്പൂർ ഷൊർണ്ണൂർ റെയിൽ പാതയുടെ അനുപമ സൗന്ദര്യം ദൃശ്യവൽക്കരിച്ചതത്രെ. പാതകളോട് ചേർന്ന തേക്കിൻകാടും, കമുകിൻതോപ്പും, തെങ്ങിൻതോപ്പും, നീരൊഴുക്കുകളും, പേരമരങ്ങൾ നിറഞ്ഞ പ്ലാറ്റ്ഫോമുകളുമെല്ലാം ചേരുമ്പോൾ സൃഷ്ടിക്കപ്പെടുന്ന കാൽപ്പനികമായ അനുഭവം നമ്മെ വല്ലാതെ ആകർഷിക്കും.

ഒന്നര മണിക്കൂർകൊണ്ട് ഷൊർണ്ണൂർ സ്റ്റേഷനിലെത്തി. അടുത്ത വണ്ടിയിൽ നിലമ്പൂരിലേക്ക് തന്നെ മടക്കയാത്ര. നിറഞ്ഞ പച്ചപ്പും പൂക്കളുടെ സൗന്ദര്യവും കുളിർമയുടെ തലോടലും ഒത്തുചേരുന്ന മഴക്കാലമായിരുന്നെങ്കിൽ ഈ യാത്ര ഒന്നുകൂടി ഹൃദ്യതരമാകുമായിരുന്നു.

തേക്ക് മ്യൂസിയം

തേക്കിനെപ്പറ്റി പറയുമ്പോൾ നമ്മുടെ മനസ്സിൽ വരിക കാതലിന്റെ ഉറപ്പും തടിയിലെ ചിത്രണ ഭംഗിയുമാണ്. തേക്കിൽ പണിത ഗൃഹോപകരണങ്ങളും, അലങ്കാരങ്ങളും നമുക്കേറെ പ്രിയതരമാണ്. തേക്കിനെ ഒരു മരമായി കാണാൻ നാം പലപ്പോഴും ശ്രമിക്കാറില്ല. വിഭിന്ന ഭാവങ്ങളിൽ തെളിയുന്ന തേക്കിന്റെ വികാസപരിണാമചിത്രം ആകർഷകമായി വരച്ചുവെച്ചിരിക്കുന്നു നിലമ്പൂരിലെ ടീക് മ്യൂസിയത്തിൽ. ഒപ്പം ചരിത്രവും വിന്യാസവും വിപണന സാധ്യതകളും.

"ഈ മഹാ വൃക്ഷം അതിവിനയത്തോടെ, അതിലേറെ തന്മയത്വത്തോടെ ഋതുഭാവങ്ങളെ ഉൾക്കൊള്ളുന്നു. അവസാനത്തെ ഇലയും പൊഴിച്ച് വേനലിൽ നീലാകാശത്തേക്ക് എത്തിനിൽക്കുന്ന കാഴ്ച അതി മനോഹരമാണ്. മഴയുടെ വരവോടെ കുമ്പും തളിരും ഇലയുമായി സർവ്വാഭരണ വിഭൂഷിതയാവുന്ന ഒരു നവവധുവിനെപ്പോലെ."

തേക്ക് മരത്തെ വിശേഷിപ്പിക്കാൻ ഇതിലും ഭേദപ്പെട്ട ഒരു അടിക്കുറിപ്പ് ഉണ്ടായെന്ന് വരില്ല. ഒരു ജീവജാതിയെ ഇങ്ങനെയും സമീപിക്കാൻ നമുക്ക് കഴിയേണ്ടതല്ലേ. പ്രയോജനപരതയുടെ ഹ്രസ്വഅകലക്കണ്ണട മാറ്റിവെച്ചാൽ ഇത് സാധിക്കും.

തേക്കുതടിയുടെ ആകർഷണീയതക്ക് കാരണം അതിന്റെ ഘടനയും വർണ്ണവുമാണ്. കീടങ്ങളെ മാത്രമല്ല, കാലഭേദങ്ങളെപ്പോലും അതി ജീവിക്കാൻ ശക്തമാണ് അതിന്റെ രാസ ഭൗതിക ഘടന. തേക്ക് തടിയിലുള്ള 'ടെക്ടോ ക്വിനോൺ' എന്ന രാസസംയുക്തമത്രെ ഈ ഗുണത്തിന് നിദാനം. തേക്കിനും തെമ്മാടിക്കും എവിടെയും കിടക്കാം എന്ന് പഴമൊഴി.

ഇന്ത്യ, മ്യാന്മാർ, ലാവോസ്, തായ്ലാൻഡ് എന്നീ രാജ്യങ്ങളിലെ ഇലപൊഴിയും കാടുകളിലാണ് തേക്ക് സ്വാഭാവികമായി കണ്ടുവരു ന്നത്. തേക്ക് മരത്തിന്റെ സവിശേഷതകളും അതിന്റെ വിലയും കാരണം എഴുപതോളം രാജ്യങ്ങളിൽ കൃത്രിമ വന തോട്ടങ്ങളിൽ തേക്ക് കൃഷി ചെയ്യപ്പെടുന്നു. സംസ്കാരത്തിനും അതിർത്തികൾക്കുമപ്പുറം അരുമയോടെ വളർത്തപ്പെടുന്നത് ഒരു പക്ഷേ തേക്ക് മാത്രമായിരിക്കും.

നിലമ്പൂർ പട്ടണത്തിൽനിന്നും വഴിക്കടവ് റൂട്ടിൽ 4 കി. മീറ്റർ സഞ്ച രിച്ചാൽ നമുക്ക് ഈ മ്യൂസിയത്തിൽ എത്താം. ലോകത്തിലെതന്നെ ആദ്യ സംരംഭമാണ് ഈ സ്ഥാപനം. കേരളാ വന ഗവേഷണ കേന്ദ്ര മാണ് മ്യൂസിയം പരിപാലിച്ചു പോരുന്നത്. മ്യൂസിയത്തോട് ചേർന്നുള്ള ജൈവ വിഭവ ഉദ്യാനം സമ്പന്നമായ ജൈവ വൈവിധ്യ കാഴ്ചകൾ സമ്മാനിക്കുന്നു. ഓർക്കിഡ് ഗൃഹം, ജലസസ്യോദ്യാനം, പന്നൽ ഗൃഹം, പായലുകളുടെയും മോസ്സുകളുടെയും ഉദ്യാനം, മരുപ്രദേശിനികളുടെയും രസ സമൃദ്ധ സസ്യങ്ങളുടെയും ഉദ്യാനം, ഔഷധ സസ്യ ഉദ്യാനം, ശലഭ ഉദ്യാനം, പനകളുടെ ഉദ്യാനം, മുളകളുടെ ഉദ്യാനം, സസ്യ വർഗ്ഗീകരണ ഉദ്യാനം എന്നിവ ചേരുമ്പോൾ അനന്തമായ വൈവിധ്യത്തിന്റെ അതി വിശാല ലോകം നമ്മുടെ മുമ്പിൽ തുറക്കപ്പെടുന്നു. റോക്ക് ഗാർഡനും കുട്ടികളുടെ പാർക്കും വിനോദത്തിന്റെ ഉപാധിയായി കൂടെയുണ്ട്. വൻ മരങ്ങളുടെ തണലും, മനോഹരമായി രൂപപ്പെടുത്തിയ പുൽത്തകി ടികളും, ശില്പങ്ങളും ജൈവ വിഭവ ഉദ്യാനത്തിന്റെ ആകർഷണീയത വർധിപ്പിക്കുന്നു.

നിലമ്പൂർ തേക്ക് ഈടുറ്റതും, കരുത്തുറ്റതുമാണ്. വളർച്ചയിലും, തടിയുടെ വണ്ണത്തിലും, വർണ്ണത്തിലും, പ്രതിരോധശേഷിയിലും അദ്വി തീയമാണ്. തേക്കിനോടുള്ള ആകർഷണമൊന്നുകൊണ്ട് മാത്രമാണ് നിലമ്പൂരിലേക്കൊരു റെയിൽ പാത പോലും ബ്രിട്ടീഷുകാർ പണിതത്. ചാലിയാറിന്റെ തീരത്ത് ഏക്കർ കണക്കിന് തേക്കിൻ തോട്ടം വെച്ചു പിടിപ്പിച്ചതും രണ്ടാം ലോകമഹായുദ്ധകാലത്ത് സഖ്യ കക്ഷികളുടെ ആവശ്യാർത്ഥം തേക്ക് മരങ്ങൾ വ്യാപകമായി മുറിച്ച് കടത്തിയതും തുടർ ചരിത്രം.

കൊണോലീസ് പ്ലോട്ട്

വടപുരം പാലം മുതലുള്ള രണ്ട് കിലോമീറ്റർ ദൂരം നിലംബൂർ പട്ട ണത്തിലേക്കുള്ള ഗേറ്റ് വേ ആണ്. റോഡിനിരുവശവും വൻ തേക്കമ രങ്ങൾ നിറഞ്ഞ കാടാണ് ശരിക്കും. റോഡിനും മതിലിനുമിടയിലുള്ള വീതിയേറിയ ഫുട് പാത്തുകൾ ഭംഗിയായി ടൈൽസ് പാകി നന്നായി നടക്കാൻ പാകത്തിൽ നിർമ്മിച്ചിരിക്കുന്നു. രണ്ടുഭാഗത്തുനിന്നുമുള്ള മരങ്ങളുടെ ശിഖരങ്ങൾ പരസ്പരം ചേർന്ന് അർദ്ധവൃത്താകൃതിയിൽ ഒരു പന്തൽ പോലെ രൂപാന്തരപ്പെട്ടിരിക്കുന്നു. ഇടതുഭാഗത്താണ് കൊണോലീസ് പ്ലോട്ടിലേക്കുള്ള പ്രവേശന കവാടം.

ലോകത്തിലെ ഏറ്റവും ആദ്യത്തെ മനുഷ്യ നിർമ്മിത തേക്കിൻ തോട്ടം ഇവിടെയാണ്. ചാലിയാർ പുഴയ്ക്ക് കുറുകെയുള്ള വലിയ തൂക്കുപാലം കടന്ന് നമ്മളെത്തുന്നത് നെടുങ്കൻ തേക്കുമരങ്ങളുടെ പ്ര ദർശന തോട്ടത്തിലേക്കാണ്.

1846 കാലഘട്ടത്തിൽ മലബാർ കളക്ടർ ആയിരുന്ന എച്ച്. വി. കൊണോലിയുടെ നിർദ്ദേശപ്രകാരം ഫോറസ്റ്റ് കൺസർവേറ്റർ ചാത്തു മേനവന്റെ നേതൃത്വത്തിൽ 1500 ഏക്കർ ഭൂമിയിൽ ആസൂത്രി തമായ വനരക്ഷാ പദ്ധതിയുടെ ഭാഗമായി തേക്കുമരങ്ങൾ വെച്ചുപിടി പ്പിക്കുകയായിരുന്നു.

റോഡും തീവണ്ടിയുമൊന്നും ഇല്ലാത്ത കാലത്ത് ദൈർഘ്യമേറിയ കനാൽ പണിത് കോഴിക്കോട്ടുകാർക്ക് സൗകര്യപ്രദമായ സഞ്ചാര മാർഗമൊരുക്കിയ കൊണോലി സായ്പ്പ് തന്നെ ഈ കൊണോലി. ഗതാഗതമൊക്കെ വികസിച്ചതോടെ കൊണോലി കനാലിനെ നമ്മൾ മറന്നു. കൊണോലിയെ മറന്നാലും കനാലിനെ വേണ്ട രീതിയിൽ പ്ര യോജനപ്പെടുത്താനെങ്കിലും നമുക്ക് കഴിയണമായിരുന്നു.

തേക്കിൻതോട്ടങ്ങൾ വെച്ചുപിടിപ്പിക്കുന്നതിലും, പരിപാലിക്കുന്ന തിലും അസാമാന്യമായ താല്പര്യവും, വൈഭവവും കാണിച്ച ചാത്തു മേനവന്റെ ഭൗതിക ശരീരം സംസ്കരിച്ചത് ഈ തേക്കിൻതോട്ടത്തി ലാണ് എന്നത് ആ കർമ്മധീരതക്കുള്ള ആദരം തന്നെ.

ബ്രിട്ടീഷ് ഭരണകാലത്തും പിന്നീടും ഏറെ മരങ്ങൾ മുറിച്ചുമാറ്റപ്പെ ട്ടെങ്കിലും 5.675 ഏക്കർ വിസ്തൃതിയിൽ, കൊണോലിയുടെ പേരിൽ ഒരു സംരക്ഷിത തോട്ടമായി വനം വകുപ്പ് പരിപാലിക്കുന്ന കോണോലീസ് പ്ലോട്ടിൽ സന്ദർശകരുടെ തിരക്കാണെന്നും. ലോകത്തിലെ ഏറ്റവും ഉയരം കൂടിയ തേക്ക് മരം ഇവിടെയാണ്. വണ്ണത്തിൽ മൂന്നാം സ്ഥാ നമുള്ള തേക്കും ഇവിടെത്തന്നെ. ഇടമലയാർ വനത്തിലാണ് ഇതിലും

» കൊണോലിസ് തേക്കിൻ തോട്ടം..ലോകോത്തര തേക്കിന്റെ കാഴ്ചകണ്ണാടി

വണ്ണം കൂടിയ തേക്കുകൾ എന്നറിയുന്നു.

നിലവിൽ തേക്ക് തടിയുടെ ക്ഷാമം പരിഹരിക്കാനുള്ള ദീർഘദൃഷ്ടിയോടെയുള്ള തീരുമാനമായിരുന്നു കോണോലിയുടേത്.

അക്കാലത്തെ കളക്ടറുടെ നിർദ്ദേശം നാട്ടിലെ നിയമമാണ്. അക്ഷരം പ്രതി അനുസരിച്ചോളണം. തടസ്സങ്ങളും പ്രായോഗികബുദ്ധിമുട്ടുകളുമെല്ലാം മറികടക്കണം.

ആകാശം മുട്ടെ ഉയർന്നുനിൽക്കുന്ന വൻതേക്കുമരങ്ങൾക്കിടയിലൂടെ നടന്നുപോകുമ്പോൾ ഉഗ്രശാസന ശിരസ്സാവഹിച്ചുകൊണ്ട് നൂറുകണക്കിന് ജോലിക്കാർ അത്യധ്വാനം ചെയ്തതിന്റെ ശേഷിപ്പുകളിലൂടെയാണ് ഈ സഞ്ചാരമെന്ന് ഓർത്തുപോയി. പക്ഷികളും ചിത്രശലഭങ്ങളും നിശാശലഭങ്ങളും വിഹരിക്കുന്ന ഈ സംരക്ഷിത വന പ്രദേശം അപൂർവമായ ഒരു ജൈവ വൈവിധ്യ മേഖലയായി ഇന്ന് മാറിയെങ്കിൽ, പ്രകൃതിസ്നേഹികളും ഗവേഷകരും സഞ്ചാരികളും വീണ്ടും വീണ്ടും ഇവിടെ എത്തുന്നുവെങ്കിൽ നാം കടപ്പെട്ടിരിക്കുന്നത് അറിയപ്പെടുന്നതും അല്ലാത്തതുമായ നൂറുകണക്കിന് പൂർവ്വഗാമികളോടാണ്. അവർ അവരെപ്പറ്റി മാത്രമല്ല ചിന്തിച്ചത്. ഇനി വരാനിരിക്കുന്ന തലമുറകളുടെ ക്ഷേമവും സൗഖ്യവും അവർ സ്വപ്നം കണ്ടു. പ്രകൃതിയെയും പ്രകൃതി വിഭവങ്ങളെയും കാത്തുവെയ്ക്കാനുള്ള കടമയും കരുതലും കാണിച്ചു. അതിനുവേണ്ടി പ്രവൃത്തിച്ചു. നമ്മുടെ തേക്കിന്റെ മഹത്വം ലോകത്തിന് മുന്നിൽ പ്രദർശിപ്പിച്ചുകൊണ്ട്കാഴ്ചയുടെയും അനുഭവത്തിന്റെയും നവീന തലങ്ങൾ വെളിവാക്കികൊണ്ട് കോണോലീസ് പ്ലോട്ട് അനർഘമായ ഒരു പൈതൃകമായി നിലനിൽക്കുന്നു.

നിലംബൂർ കോവിലകം

കോവിലകങ്ങൾ പലതും നഷ്ടസൗഭാഗ്യങ്ങൾ അയവിറക്കി, വശം കെട്ട്, നിറം മങ്ങി നിൽക്കുന്ന ഇക്കാലത്ത് പോയ കാലത്തിന്റെ പ്രതാപവും പേറി ചാലിയാറിന്റെ കരയിൽ ഇന്നും തലയെടുപ്പോടെ നിൽക്കുന്നു നിലംബൂർ കോവിലകം.

കോഴിക്കോട് സാമൂതിരിയുടെ സാമന്ത രാജാക്കന്മാരായിരുന്ന കോവിലകം വാണിരുന്നത്. പഴയ ഏറനാട്ടിലെ ഏറ്റവും വലിയ ഭൂവുടമകളായിരുന്നു ഈ നാടുവാഴികൾ. കോവിലകങ്ങളുടെ കെട്ടും മട്ടും നിർമ്മാണശൈലിയും കേരളീയ ബ്രിട്ടീഷ് വാസ്തു വിദ്യയുടെ മികച്ച നിദർശനങ്ങളാണ്.

നിലംബൂർ കോവിലകത്തിന്റെ തറവാടായ പുതിയകോവിലകം ഒരു പന്ത്രണ്ട് കെട്ടാണ്. വിശാലമായ അകത്തളങ്ങളും, കാറ്റും വെളിച്ചവും സമൃദ്ധമായി കടന്നുവരുന്ന ഇടനാഴികളും മുറികളും. മങ്ങി തുടങ്ങിയ കാവിക്കും തറയോടുകൾക്കും തലമുറകളുടെ കാലടി പതിഞ്ഞതിന്റെ പഴക്കം. പുറത്തെ അന്തരീക്ഷ ഊഷ്മാവിന് കോവിലകത്തിനുള്ളിൽ ഒരു സ്വാധീനവുമില്ല. മിക്കപ്പോഴും സുഖദമായ അന്തരീക്ഷ താപ നില തന്നെ.

നിലംബൂർ കാടുകളിലെ മരങ്ങളുടെ തലയെടുപ്പും ഐശ്വര്യവും നീളൻ തൂണുകളിലും മച്ചുകളിലും ഗൃഹോപകരണങ്ങളിലും തെളിഞ്ഞു കാണാം. കോവിലകത്തെ പൂജാമുറിയിൽ ശ്രീചക്ര പ്രതിഷ്ഠയാണുള്ളത്.

കോവിലകത്തിന് സമീപം വേട്ടക്കൊരുമകൻ ക്ഷേത്രമാണ്. ഇവിടുത്തെ ഉത്സവമാണ് നിലംബൂർ പാട്ടുത്സവമായി അറിയപ്പെടുന്നത്.

» നിലംബൂർ കോവിലകം

കെട്ടിലും മട്ടിലും പഴമ നിറയുന്ന കോവിലകത്ത് പരിമിതമായ രീതിയിൽ ഒരു ഹോം സ്റ്റേ സംവിധാനം പ്രവൃത്തിക്കുന്നു. അതിഥികൾക്ക് താമസിക്കാൻ സമ്പൂർണ്ണ സൗകര്യത്തോടെ രണ്ട് കിടപ്പുമുറികൾ ഒരുക്കിയിട്ടുണ്ട്. നിലമ്പൂരിലേക്ക് വരുന്ന സഞ്ചാരികൾക്ക്, കോവിലകത്തിന്റെ പൗരാണികഛായയിൽ ആതിഥേയർ കഴിക്കുന്ന ഭക്ഷണവും കഴിച്ച് വേണമെങ്കിൽ അന്തിയുറങ്ങാം.

എൻ. കെ. ശ്രീമതി തമ്പാട്ടിയും കണ്ണൂർ ചിറക്കൽ കോവിലകത്തെ സി. കെ. രവിവർമയുമാണ് ഇപ്പോൾ ഇവിടെ താമസിക്കുന്നത്. കോവിലകത്തിന്റെ ചരിത്രവും നിലനിൽക്കുന്ന കൂട്ടായ്മയും അവർ വിശദീകരിച്ചു തന്നു.

ചരിത്ര ഭൂമിയിൽനിന്നും ഓർമ്മകളുമായി ഇനി മടക്കം. 33 വർഷങ്ങൾക്ക് മുമ്പ് മഞ്ചേരി എൻ. എസ്. എസ് കോളേജിൽ മൂന്ന് വർഷം അധ്യാപകനായി ജോലിചെയ്ത കാലം മനസ്സിൽ തെളിയുന്നു. നാഷണൽ സർവീസ് സ്കീം പ്രവർത്തനങ്ങളുമൊക്കെയായി മഞ്ചേരിയുടെ സാമൂഹ്യമേഖലയിലും സജീവമായിരുന്ന കാലം.

ഇന്ന് മഞ്ചേരിക്കെന്തൊരു മാറ്റം. ബൈപാസും അനുബന്ധ റോഡുകളുമൊക്കെ വന്നിരിക്കുന്നു. വഴികൾ തിരിച്ചറിയാൻപോലും പ്രയാസം. കുന്നിൻ മുകളിലെ കോളേജും മാറിയിരിക്കും. 2012 ൽ നാക്ക് അക്രെഡിറ്റേഷന് വേണ്ടി തയ്യാറെടുക്കുമ്പോൾ അധ്യാപകർക്ക് സ്വന്തം കോളേജിന്റെ നാക്ക് അനുഭവങ്ങൾ പങ്ക് വെയ്ക്കാൻ ഒരുതവണ പോയിരുന്നു. മുതിർന്ന സഹപ്രവർത്തകരിൽ ചിലർ ജീവിത രംഗവേദി വിട്ടു. അന്നത്തെ വിദ്യാർത്ഥികൾ എവിടെയൊക്കെ ആയിരിക്കും. അറിയില്ലല്ലോ. ബന്ധം ഇപ്പോഴും നിലനിർത്തുന്ന പൂർവ വിദ്യാർത്ഥിനി തുളസി സൗഭരിയുടെ വീട്ടിലായിരുന്നു ഉച്ച ഭക്ഷണം.

മുതിർന്ന സഹപ്രവർത്തകരായ ശിവരാമൻ മാഷിന്റെയും സരോജം ടീച്ചറുടെയും വീടുകളിലും ചെറു സന്ദർശനം നടത്തി. അവരുടെയൊക്കെ മനസ്സിൽ ഇന്നും സ്ഥാനമുണ്ടെന്നറിയുന്നത് വലിയ സന്തോഷം. പരസ്പരം പ്രയോജനമില്ലാത്ത ബന്ധങ്ങൾക്ക് വിലയില്ലാത്ത പുതിയ കാലത്ത് ഇത്തരം അനുഭവങ്ങൾ വലിയ സ്വത്താണല്ലോ.

സന്ധ്യ മയങ്ങുന്നു. മഴ പെയ്യാൻ തുടങ്ങുന്നു. രാത്രിയിലെ ഡ്രൈവിംഗ് ശ്രമകരമാണ്. എങ്കിലും സുന്ദരമായ മൂന്ന് ദിനരാത്രങ്ങളുടെ ഊർജം കൂടെയുണ്ടല്ലോ, ഇരുട്ടും ദൂരവും താണ്ടാൻ.

2018 നവംബർ

ആഘോഷങ്ങളുടെ കടൽത്തീരങ്ങൾ

സന്ദർശകരെ അഭിരമിപ്പിക്കുന്ന കടൽത്തീരങ്ങളും, കടൽ കടന്നെത്തിയ അധികാരശക്തികൾ കാലത്തിന് മുന്നിൽ മറന്നുവെച്ച കോട്ട കൊത്തളങ്ങളും, ചരിത്രമുറങ്ങുന്ന വെള്ള പൂശിയ പള്ളികളും നിറഞ്ഞ ഗോവ. സ്വാസ്ഥ്യവും, സന്തോഷവും തേടിയെത്തുന്ന സഞ്ചാരികളുടെ പറുദീസ. യുവമിഥുനങ്ങൾ, യുവസംഘങ്ങൾ, യൗവനം ആഘോഷമാക്കുന്നവർ, അവധി ഉല്ലസിക്കാൻ സകുടുംബം എത്തുന്നവർ, സ്വപ്നാടകർ, ഏകാകികൾ ഏവരെയും തൃപ്തിപ്പെടുത്തുന്ന വശ്യമനോഹരമായ 'കിഴക്കിന്റെ റോം'.

നാടും നഗരവും എന്നും സഞ്ചാരികളെ കാത്തിരിക്കുകയാണിവിടെ. പ്രായഭേദമില്ലാതെ ഏവരെയും ചേർത്ത് പിടിക്കുന്ന വിനോദസഞ്ചാര കേന്ദ്രം വേറെ ഏതുണ്ട് പറയാൻ. ടൂറിസം മേഖലയിൽ ഇന്ത്യക്ക് ഏറ്റവും കൂടുതൽ വിദേശനാണ്യം നേടിത്തരുന്ന ഈ കൊച്ചു സംസ്ഥാനം.

നല്ലൊരു ഒഴിവുകാലം ചെലവഴിക്കാൻ, വിനോദത്തിന്റെ വൈവിധ്യ സാദ്ധ്യതകൾ പ്രയോജനപ്പെടുത്താൻ ഇവിടെ എന്തെന്തൊക്കെയാണുള്ളത്? വിശാലമായ കടൽത്തീരങ്ങളിൽ ജലകേളികൾ, സൂര്യസ്നാനം, ഭക്ഷണപ്രിയർക്കായി രുചിക്കൂട്ടുകളൊരുക്കി തീരങ്ങളിൽ തയ്യാറായിനിൽക്കുന്ന ഷാക്കുകൾ, നിശാവിരുന്നുകൾ, ലഹരി നുരയുന്ന റസ്റ്റോറണ്ടുകൾ, സൗന്ദര്യപോഷണത്തിനായി ബോഡി സ്പാകൾ, സുഖചികിത്സക്കായി ആയുർവേദ കേന്ദ്രങ്ങൾ അങ്ങനെ എല്ലാമെല്ലാം.

ഗോവയിൽ എന്നും ഉത്സവമാണ്. സായാഹ്നവും സന്ധ്യയും കടന്ന്

» ആഘോഡ ഫോർട്ട്

പാതിരാത്രി കഴിഞ്ഞും ഒഴിയുന്നില്ല ഇവിടെ നിറയുന്ന മധുചഷകങ്ങൾ. "ഇന്ന് മാത്രമാണ് ഇവർക്ക് യാഥാർത്ഥ്യം, നാളെ എന്നത് ആരോ പറഞ്ഞറിഞ്ഞ സങ്കൽപം മാത്രം." ഇവിടെ എന്തിന് വീണ്ടും വന്നു. അതും ജീവിതത്തിന്റെ ഈ സായംസന്ധ്യയിൽ ? അങ്ങനെ തോന്നേണ്ട കാര്യമില്ലെന്ന് ഉള്ളിൽനിന്നാരോ മൊഴിഞ്ഞു. കാഴ്ചകളുടെ വൈവിധ്യം തേടിയുള്ള യാത്ര ജീവിതത്തിന്റെ ഭാഗമാണല്ലോ.

ചില കാഴ്ചകൾ വീണ്ടും നമ്മെത്തേടിയെത്തും, അല്ലെങ്കിൽ നാം തേടിപോകും. ഓർമ്മയുടെ സൗന്ദര്യമായി, ആസ്വാദനത്തിന്റെ വേറിട്ടൊരു അനുഭൂതിയായി അത് നമ്മുടെ മുന്നിലെത്തും.

യൗവനം ആഘോഷത്തിമർപ്പിൽ അലിയുന്നതും, കുടുംബങ്ങൾ അനുഭൂതിയിൽ സ്വയം മറക്കുന്നതും കാണുക എന്നതും ഒരു കാഴ്ചയല്ലേ. യുവത്വത്തിന്റെ പ്രസരിപ്പും, പ്രകമ്പനം കൊള്ളുന്ന തീരവും മനസ്സിൽ യുവത്വം നിറക്കുമെങ്കിൽ പിന്നെയെന്ത് വേണം.

ഇന്ദുവിന് ഏഴ് വയസ്സുള്ളപ്പോൾ ഗോവയിൽ വന്നതാണ്. കാലമെത്ര കടന്നുപോയി. അതിനിടയിൽ എന്തെല്ലാം മാറ്റങ്ങൾ.

ഗോവയും മാറി. ഞങ്ങളും. പഴയ ഓർമ്മകൾ, പക്ഷേ പുതിയ കാഴ്ചകൾ. അങ്ങനെ ഞങ്ങൾ വീണ്ടും ഗോവയിലെത്തി.

വടക്കൻ മലബാറിന്റെ സ്വപ്നം പൂവണിഞ്ഞ കണ്ണൂർ വിമാനത്താവളത്തിൽ നിന്നുമുള്ള ആദ്യത്തെ യാത്ര. അതൊരു ഹരമായിരുന്നു. നീണ്ട 28 വർഷങ്ങൾ ജോലിചെയ്യു, വിവിധ സാമൂഹിക വിദ്യാഭ്യാസ പ്രവർത്തനങ്ങളുടെ തട്ടകമായിരുന്ന മട്ടന്നൂരിലെ മൂർഖൻപറമ്പിൽ നിന്നും ഇൻഡിഗോ വിമാനം കുതിച്ചുയർന്നപ്പോൾ... ഹോ... അതൊരു

ത്രസിപ്പിക്കുന്ന അനുഭവമായിരുന്നു. മട്ടന്നൂർ നഗരവും, പഴശ്ശി രാജ എൻ. എസ്. എസ്. കോളേജും, പച്ചപ്പിന്റെ സമൃദ്ധസൗന്ദര്യവുമെല്ലാം കാഴ്ച്ചയിൽ വരുന്നതും, പൊട്ടുപോലെ മായുന്നതും കൺനിറയെ കണ്ടു.

ശുഭ്രമേഘങ്ങൾക്ക് താഴെ ഒഴുകി നടക്കുമ്പോൾ ഓർമ്മകളുടെ ഓളങ്ങളിൽ ഒഴുകുകയായിരുന്നു മനസ്സ്. സംഭവബഹുലമായ കോളേജ് ജീവിതവും, പ്രിയപ്പെട്ട വിദ്യാർത്ഥികളും, സഹപ്രവർത്തകരും, ബന്ധുക്കളും സുഹൃത്തുക്കളും, നഷ്ടസൗഹൃദങ്ങളുമൊക്കെ കാലഗതിയേതുമില്ലാതെ ഓർമ്മകളിൽ വന്നുപോയി. ഒന്നേകാൽ മണിക്കൂർ പോയതറിഞ്ഞില്ല. ഗോവ അന്താരാഷ്ട്ര വിമാനത്താവളത്തിൽ എത്തിയിരിക്കുന്നു.

ഹോട്ടലിലെത്താൻ പക്ഷേ ഒന്നര മണിക്കൂർ വേണ്ടി വന്നു. ഗോവയുടെ രാത്രികൾ അപ്പോഴും സജീവമായിരുന്നു.

ഗോവയിൽ തിരക്ക് വർദ്ധിച്ചിരിക്കുന്നു. പകിട്ട് ഏറിയിരിക്കുന്നു. നഗരവീഥികളിൽനിന്ന് പഴയ വൃത്തിയും വെടിപ്പും അപ്രത്യക്ഷമായിരിക്കുന്നു. പ്രഭാതസവാരിയിൽ, ആഘോഷരാവിന്റെ ബാക്കി പത്രമായി യഥേഷ്ടം വലിച്ചെറിഞ്ഞ പ്ലാസ്റ്റിക് മാലിന്യങ്ങൾ റോഡിൽ നിറഞ്ഞിരിക്കുന്നത് കണ്ടു. റോഡുകൾ വൃത്തിയാകണമെങ്കിൽ പത്ത് മണിയെങ്കിലും ആവണം.

കലാൻഗുട്ടെ ബീച്ചിന് സൗന്ദര്യം കൂടിയിരിക്കുന്നു. പ്രവേശനപഥങ്ങൾ ടൈൽസ് പതിച്ച് മോടികൂട്ടിയിരിക്കുന്നു. കരകൗശലശാലകൾ കൂടിയിരിക്കുന്നു. കടലും കാറ്റും തീരവും പഞ്ചാരമണലും പക്ഷേ പഴയത് പോലെതന്നെ.

ബാഗാ ബീച്ചിൽ ജലകേളികളുടെ പൂരം തന്നെയാണ്. സൺബാത്തിനായുള്ള മഞ്ചങ്ങൾ നിരനിരയായിട്ടിരിക്കുന്നു. അവിടെ വിദേശികളുടെ തിരക്കാണ്.

കൊൾവ ബീച്ചിന് വലിയ മാറ്റമൊന്നുമില്ല. തിരക്കൊഴിഞ്ഞ ഭാഗത്തെ റെസ്റ്റോറന്റിന്റെ വിശാലമായ മട്ടുപ്പാവിൽ കാറ്റേറ്റ് ഏറെ നേരമിരുന്നു. ശാന്തമായ കടലിനെ നോക്കി, തിരമാലകളിൽ ഉല്ലസിക്കുന്ന നിറയൗവനം നോക്കി, നുരയുന്ന ചഷകങ്ങളിൽ സ്വയം മറക്കുന്നവരെ നോക്കി, സൂര്യസ്നാനം ചെയ്യുന്ന വിദേശികളെ നോക്കി ഒരു കോഫിയുമായി എത്ര നേരമിരുന്നു? അസ്തമയ സൂര്യൻ പടിഞ്ഞാറൻ സമുദ്രത്തിൽ ചെമപ്പ് രാശി പടർത്തുംവരെ.

പോർച്ചുഗീസ്കാലത്തെ അഗോഡാ കോട്ടയും ഓർമ്മകളിലുണ്ടായിരുന്നു. മറാത്താ ഡച്ച് ആക്രമണങ്ങളെ പ്രതിരോധിക്കാൻവേണ്ടി പണിത വലിയ കോട്ടയും വിളക്ക് മാടവും, ശുദ്ധജല സംഭരണിയും.

» കലാംഗുട്ടെ ബീച്ച്

കോട്ടയുടെ മുകൾപ്പരപ്പിൽ നിന്ന് കാണുന്ന അനന്തമായ നീലക്കടൽ മനസ്സിനെ സ്പർശിക്കുന്ന ഒരപൂർവ സുന്ദര ദൃശ്യം തന്നെയാണ്. കോട്ടയുടെ രണ്ടാം നിലയാണ് സുരക്ഷാ ക്രമീകരണങ്ങൾക്കുവേണ്ടി ഒരുക്കിയിട്ടുള്ളത്. നാല് നിലയുള്ള വിളക്ക് മാടവും, ജലം പമ്പ് ചെയ്യാനുള്ള സജ്ജീകരണങ്ങളുമൊക്കെ ഇവിടെയാണ്. ഒന്നാം നില പോർച്ചുഗീസ് കപ്പലുകൾക്ക് നങ്കൂരമിടാൻ വേണ്ടിയായിരുന്നു. ഫോർട്ടിന്റെ നിലവറ മണ്ഡോവിനദിയുമായി വലിയ ഭൂഗർഭ ടണലുകൾ വഴി ബന്ധപ്പെട്ടുകിടക്കുന്നു. ഈ ശുദ്ധ ജല സംഭരണി കപ്പലുകളിൽ വെള്ളം നിറക്കാൻവേണ്ടി പണ്ട് ഉപയോഗിച്ചിരുന്നു.

ചൂട് സഹിക്കാമെങ്കിൽ നല്ല വെയിലുള്ള പകൽ സമയം അഗോഡ കോട്ടയിൽ വരണം ഗോവയുടെ നീല വിശാല ജലരാശിയുടെ മായിക സൗന്ദര്യം അനുഭവിക്കാൻ.

പഴയ ഗോവ ക്രൈസ്തവ ദേവാലയങ്ങളുടെ നഗരമാണ്. പോർച്ചുഗീസ് കൊളോണിയൽ കാലത്ത് നിർമ്മിക്കപ്പെട്ടവയാണ് മിക്കതും. ഉണ്ണിയേശുവിന്റെ ഭദ്രാസന പള്ളിയായ കാസ്സാ പ്രൊഫെസ്സാ ബോം ജീസസ്സ് കത്തീഡ്രൽ വീണ്ടും കാണാനെത്തുമ്പോൾ പൗരാണിക കാലത്ത് നിർമ്മിച്ച ഈ ദേവാലയത്തിന് ഒരു മാറ്റവുമില്ലല്ലോ എന്ന് ആലോചിക്കുകയായിരുന്നു. നരച്ച ചെങ്കൽ ഭിത്തികൾ കാലത്തെ വിസ്മയിപ്പിച്ചുകൊണ്ട് ഇന്നും തലയെടുപ്പോടെ നിൽക്കുന്നു. തിരുമുറ്റത്ത് സുർക്കിയും ചെങ്കല്ലും കൂട്ടിയുറപ്പിച്ച് നിർത്തിയ വലിയ കുരിശടികൾ. ജെസ്സ്യൂട്ട് വാസ്തുവിദ്യയുടെ ദൃഷ്ടാന്തമായി ആത്മീയ ചൈതന്യം തുളുമ്പുന്ന വിശാലമായ അകത്തളങ്ങൾ. അൾത്താരക്ക് ഇടത് വശത്തായി ഫ്രാൻസിസ് സേവ്യർ പുണ്യാളന്റെ ഭൗതിക ശരീരം വെള്ളി പേടകത്തിൽ സൂക്ഷിച്ചിരിക്കുന്നു. 10 വർഷത്തിലൊരിക്കൽ മൃതശരീരം പുറത്തെടുത്ത് പ്രദർശിപ്പിക്കുന്നു. രോഗശാന്തി പ്രദാനംചെയ്യുന്ന ഒരത്ഭുത ശക്തിവിശേഷം ബസേലിക്കയിൽ കുടികൊള്ളുന്നു എന്ന് വിശ്വാസികൾ കരുതുന്നു.

കടലിലൂടെ ഡോൾഫിനുകളെ തേടിയുള്ള ഹരം പകരുന്ന ബോട്ട് യാത്ര പക്ഷേ പുതുമയാർന്നതായിരുന്നു. ബോട്ടുകൾ വട്ടം കറങ്ങുമ്പോൾ

ഇളകിമറിയുന്ന ജലോപരിതലത്തിൽനിന്നും മേലോട്ട് കുതിക്കുന്ന ഡോൾഫിൻ കൂട്ടങ്ങൾ ഒരു വിസ്മയ കാഴ്ച തന്നെയായിരുന്നു. തിരയും ഒഴുക്കും ശക്തമായ ദൂരക്കടലിലെ 'ഡോൾഫിൻ ചെയ്സ്സിങ്' ഈ യാത്രയിലെ ഒരു നവ്യാനുഭവമായിരുന്നു.

ഇനി ഈ യാത്രയിൽ അവിസ്മരണനീയമായതെന്തെന്ന് ചോദിച്ചാൽ ഒന്നേ പറയാനുള്ളൂ. മണ്ഡോവി നദിയിലെ സ്വച്ഛസുന്ദരമായ ജലയാത്ര തന്നെ.

ബോട്ട് ക്രൂയിസ് ഗോവ ടൂറിസത്തിന്റെ മുഖ്യ ആകർഷണങ്ങളിലൊന്നത്രേ. മൂന്ന് നിലയുള്ള, ആധുനിക സൗകര്യങ്ങളെല്ലാമുള്ള ഒരു വലിയ യാനം. 200 പേർക്ക് ഇരിക്കാവുന്ന മട്ടുപ്പാവും, കലാപ്രകടനങ്ങൾക്കുള്ള വേദിയും, റെസ്റ്റോറണ്ടും, വാഷ് റൂമുകളുമൊക്കെയുള്ള ഭീമൻ ജലവാഹനം തന്നെ.

ഗോവയുടെ തലസ്ഥാനമായ പനാജി മണ്ഡോവിയുടെ തീരത്താണ്. ഗോവയുടെ ജീവനാഡിയാണ് മണ്ഡോവി നദി. കർണാടകത്തിലെ ബെൽഗാം ജില്ലയിലെ ബിംഗഡിൽ വെച്ച് 30 അരുവികൾ സംഗമിച്ച് ജന്മമെടുക്കുന്ന ഈ നദി പടിഞ്ഞാട്ടൊഴുകി അറബിക്കടലിൽ പതിക്കുന്നു.

സ്ഫടികസമാനമായ ജലം പതിഞ്ഞ താളത്തിൽ അങ്ങനെ ഒഴുകുകയാണ്. ജലോപരിതലത്തിൽ ചെറുതും വലുതുമായ യാനങ്ങൾ നിറയെയുണ്ട്. സാന്താ മോണിക്ക ബോട്ടു ജെട്ടി മണ്ഡോവി പാലത്തിന് തൊട്ടടുത്താണ്. മൂന്ന് പാലങ്ങളുടെ ഒരു സഞ്ചയമാണിത്. പഴയപാലവും, പുതിയ പാലവും ഏകദേശം സമനിരപ്പിലാണ്. പനാജിയും പൊർവോറിമും ബന്ധിപ്പിക്കുന്ന അഞ്ച് കിലോമീറ്റർ നീളമുള്ള ഏറ്റവും പുതിയ പാലം മറ്റ് രണ്ട് പാലങ്ങളിൽനിന്നും 49 മീറ്റർ ഉയരത്തിലാണ് പണിതിരിക്കുന്നത്. അടൽ സേതു എന്നാണ് പാലത്തിന്റെ പേര്. ജലയാത്രയിലെ ആകർഷകമായ കാഴ്ച ഈ മൂന്ന് പാലങ്ങളുടെ വിന്യാസ സൗന്ദര്യം കൂടിയാണ്.

» മണ്ഡോവി നദിയിലൊഴുകുന്ന നാലുനില ക്രൂയിസ്

» വൈദ്യുത ദീപ പ്രഭയിൽ അടൽ സേതു.

സൂക്ഷ്മമായ സുരക്ഷാ പരിശോധനകൾക്ക് ശേഷമേ ക്രൂയിസിൽ കടക്കാനാവുകയുള്ളൂ. മട്ടുപ്പാവിലെത്തുമ്പോൾ ചുറ്റും കാണുന്ന കാഴ്ചകൾ നമ്മെ വിസ്മയഭരിതരാക്കും.

പാലങ്ങളുടെ സുഭഗമായ ദൂരക്കാഴ്ച ഒരുഭാഗത്ത്. നദിയുടെ ഇരു കരകളിലും ഉയരഭേദങ്ങളിൽ ഇടതൂർന്ന് നിൽക്കുന്ന സമൃദ്ധമായ പച്ചപ്പ്. അടുത്തും അകലെയുമായി ഒഴുകുന്ന സഹയാനങ്ങൾ. നേരിയ തണുപ്പിൽ ചാലിച്ച കാറ്റിന്റെ തലോടൽ. സായംസന്ധ്യയുടെ വർണ്ണ രാജികൾ പതിഞ്ഞ ആകാശവിതാനം.

പനാജിയിലെ കൊളോണിയൽ കെട്ടിടസമുച്ചയമായ ആദിൽഷാ പാലസ് കടന്ന് നാം യാത്ര തുടരുമ്പോഴേക്കും, വേദിയിൽ സംഗീത ധ്വനികൾ ഉയർന്ന് കഴിയും. ഒപ്പം നൃത്തച്ചുവടുകളും. ദേഖ്നി, ഫുഗ്ഡി കൊങ്കിണി നൃത്തങ്ങളും, പോർച്ചുഗീസ് നാടോടി നൃത്തങ്ങളും, താളവാദ്യങ്ങളും വ്യത്യസ്തമായൊരു അനുഭവസാക്ഷ്യമായി മാറുന്നു. കാണികളും സംഗീത നൃത്തവിരുന്നിൽ ക്ഷണിക്കപ്പെടുന്നതോടെ രംഗം കൊഴുക്കുന്നു. പക്ഷേ ആവേശം പരിധിവിടാതെ നിയന്ത്രിക്കാൻ സംഘാടകർ ബദ്ധശ്രദ്ധരാണ്. കളി പുഴയിലാണല്ലോ.

ധാരമുറിയാതെ വാഹനങ്ങളോടുന്ന അടൽസേതുവിൽ സന്ധ്യ കഴിയുന്നതോടെ നിറ ദീപങ്ങൾ തെളിയുന്നു. ക്രൂയിസുകളിലെ ദീപങ്ങളും തെളിഞ്ഞു. സ്വച്ഛസുന്ദരമായ ജലരാശിയിൽ വർണ്ണക്കൂട്ടുകൾ തെളിഞ്ഞു. സംഗീതവും നൃത്തവും ജലോപരിതലത്തിലെ വർണ്ണവിസ്മയവും സുഖദമായ തണുത്ത കാറ്റും എല്ലാം ചേരുമ്പോൾ മനസ്സും ശരീരവും പതുപതുത്തൊരു പക്ഷിത്തൂവൽ പോലെ അങ്ങനെ ഒഴുകുന്ന അവസ്ഥ.

ഒന്നരമണിക്കൂർ പോയതറിഞ്ഞില്ല. ക്രൂയിസ്സ് മടങ്ങുകയാണ്. ഗോവയിലെ മറക്കാനാവാത്ത രാത്രിയുടെ ഓർമ്മയിൽ മനസ്സ് ശാന്തമായിരുന്നു. ആഴങ്ങളിലെ ഇരുട്ടും നീർച്ചുഴികളുമൊതുക്കി മണ്ഡോവി അപ്പോഴും നിശബ്ദയായി ഒഴുകുകയായിരുന്നു.

2019 ഫെബ്രുവരി

ദുരന്ത സ്മൃതികളുടെ വാഡ

പൂനെയിൽ ആദ്യമായി പോവുകയാണ്. പഴമയുടെയും പുതുമയുടെയും നഗരം. നിരവധി ഉന്നതവിദ്യാഭ്യാസ സ്ഥാപനങ്ങൾ, ഗവേഷണ കേന്ദ്രങ്ങൾ, വിവരസാങ്കേതിക വിദ്യയുടെ പെരുമയുള്ള ഇടം, ഇന്ത്യൻ ആർമി സതേൺ കമാണ്ട് ആസ്ഥാനം, സാംസ്കാരികസമ്പന്നമായ വ്യാവസായിക നഗരം. അങ്ങനെ പൂനെയുടെ വിശേഷണങ്ങൾ ഏറെ.

മൂന്ന് ദിവസമുണ്ട് മുന്നിൽ. ഇടയിൽ ചില ബന്ധു സൗഹൃദ സന്ദർശനങ്ങൾക്കും സമയം കണ്ടെത്തണം. ആദ്യത്തെ യാത്ര ശനിവാർ വാഡയിലേക്ക് തന്നെ.

പൂനെയിലെ മുലാ മുത്താ നദിക്കരയിലെ ദുർഗ്രാഹ്യത തളം കെട്ടിനിൽക്കുന്ന കോട്ട. മനോഹരമായ വാസ്തു സൗന്ദര്യവും, യുദ്ധ പ്രതിരോധ സംവിധാനങ്ങളും, ഭൂഗർഭ വഴികളുമൊക്കെയുള്ള കോട്ട ഇന്ന് വിചിത്രമായ കടിപ്പകയുടെയും, അധിനിവേശത്തിന്റെയും, പ്രകൃതി ക്ഷോഭത്തിന്റെയുമൊക്കെ ചരിത്ര ശേഷിപ്പായി, പൂനെയിലെത്തുന്ന സന്ദർശകരുടെ ആകർഷണ കേന്ദ്രമായി നിലനിൽക്കുന്നു.

മറാത്താ രാജവംശത്തിന്റെ പ്രധാനമന്ത്രിമാരായിരുന്നു പേഷ്വാമാർ. അധികാരം കേന്ദ്രീകരിച്ച് ഒടുവിൽ അവർ സർവ്വാധികാരികളായത് ചരിത്രം. ഛത്രപതി ശിവജിയുടെ പിന്മുറക്കാരനായ ചക്രവർത്തി ഷാഹു മാഹാരാജാവിന്റെ പേഷ്വാ ആയിരുന്ന ബാജിറാവു ഒന്നാമൻ 1732 ൽ പണികഴിപ്പിച്ച കൊട്ടാരം സംഭ്രമജനകമായ ചരിത്ര സംഭവങ്ങളുടെ പെരും കൂടാരമത്രെ. പണിതുടങ്ങിയത് മുതൽ വിവാദവും വിസ്മയവും കൂടെത്തന്നെയുണ്ടായിരുന്നു. കരിങ്കൽശിലയിൽ പണിതുടങ്ങി നിർമ്മാണം മുന്നേറുമ്പോൾ ഷാഹു മാഹാരാജാവിന്റെ മുന്നിൽ ഒരു

» ശനിവാർ വാഡാ...ഒരു ദുരന്ത സ്മൃതി

പരാതി എത്തുന്നു. ശിലയിൽ മന്ദിരങ്ങൾ പണിയാനുള്ള അവകാശം രാജാവിന് മാത്രമുള്ളതാണ്. പേഷ്വാമാർ അങ്ങനെ ചെയ്യുന്നത് രാജനിഷേധമാവും.

നിർമ്മാണം തടഞ്ഞുള്ള രാജകല്പന വന്നെന്ന് പറയേണ്ടതില്ലല്ലോ. പിന്നീട് കൊട്ടാരം ഇഷ്ടിക കൊണ്ട് പൂർത്തിയാക്കുകയായിരുന്നു.

ജന്നാർ കാടുകളിലെ തേക്കും, ചിഞ്ചുവാടിലെ ശിലകളും, ജെജ്ജുരിലെ ചുണ്ണാമ്പുകല്ലുകളുമൊക്കെ ഉപയോഗിച്ച് പണിത കൊട്ടാരം പൂർത്തിയാകാൻ അന്നത്തെ 16110 രൂപ വേണ്ടിവന്നു എന്നത് തന്നെ നിർമ്മിതി വൈപുല്യം എത്രയായിരുന്നു എന്ന് ബോധ്യപ്പെടുത്തുന്നു.

ഏഴ് നിലകൾവരെ പണിത ഭാഗങ്ങൾ ഉൾപ്പെടുന്ന കൊട്ടാരത്തിൽ വിപുലമായ താമസസൗകര്യങ്ങൾ മാത്രമല്ല നൃത്തമണ്ഡപം, ഗണേശ മന്ദിരം, കണ്ണാടി മാളിക, കോർട്ട് ഹാൾ എന്നിവയും സജ്ജീകരിച്ചിരുന്നു. വിശാലമായ ചുമരുകളും, വലിയ ആർച്ചുകളുമൊക്കെ താങ്ങി നിർത്താൻ സൈപ്രസ് മരങ്ങളുടെ രൂപത്തിലുള്ള ആകർഷണീയമായ തൂണുകൾ പ്രത്യേകമായി പണിതിരുന്നു എന്നും രേഖപ്പെടുത്തിയിരിക്കുന്നു. ചുമരുകളിലും, തട്ടുകളിലും രാമായണം മഹാഭാരത കഥാ സന്ദർഭങ്ങൾ മനോഹരമായി ചിത്രീകരിച്ചിരുന്നുപോലും. വലിയ ചുറ്റുമതിലും ഭീമാകാരങ്ങളായ അഞ്ച് പ്രവേശന കവാടങ്ങളും, ഒൻപത് ടവറുകളും, വലിയ പൂന്തോട്ടവും, ജലധാരാ സംവിധാനങ്ങളുമൊക്കെയായി 625 ഏക്കറിൽ തല ഉയർത്തി നിറഞ്ഞുനിന്നു ഈ കൊട്ടാരം.

മറാത്താ രാജവംശത്തിന്റെ അതിപ്രതാപകാലങ്ങളിൽ, പ്രാദേശിക ഭരണാധികാരികളും, സർദാർമാരും, ജനറൽമാരും, വിദേശ രാജാക്കന്മാരും, അംബാസഡർമാരുമൊക്കെ വന്നും പോയുമിരുന്ന കൊട്ടാരത്തിൽ ആയിരത്തോളം അന്തേവാസികൾ ഒരേസമയം ഉണ്ടായിരുന്ന കാലമുണ്ടായിരുന്നു എന്നും ചരിത്രം.

പേഷ്വാ ഭരണപ്രതാപത്തിന്റെ അഭിമാന സ്തംഭമായ കൊട്ടാരം പിന്നീട് ദുരന്തങ്ങളുടെയും, വേദനകളുടെയും, മാത്സര്യത്തിന്റെയും രംഗവേദിയായത് വിധി വൈപരീത്യം. പുകൾപെറ്റ മന്ദിരമായി വിരാജിക്കേണ്ട നിർമ്മിതി ദുഃഖ സ്മരണകളുടെ നിതാന്തസ്മാരകമായി മാറിപ്പോയ കഥ. സംഭവബഹുലമായ ഇടനാഴികളിലൂടെ നടന്ന് നീങ്ങുമ്പോൾ രാജ്യം ഭരിച്ച രാജകേസരികൾ അനുഭവിച്ച തീവ്രവേദനയുടെ ആഴം നമുക്കൂഹിക്കാം.

പണിപൂർത്തിയായ വർഷം തന്നെ ബാജിറാവു ഒന്നാമന് ദുരൂഹമായ സാഹചര്യത്തിൽ മരണത്തിന് കീഴടങ്ങേണ്ടിവന്നു. പുത്രനായ നാനാസാഹേബ് അധികാരം പിടിച്ചെടുത്തു. തുടർന്ന് മൂത്ത മകനായ വിശ്വാസ് റാവു അധികാരത്തിലെത്തുകയും മൂന്നാം പാനിപത് യുദ്ധത്തിൽ മരണം വരിക്കുകയും ചെയ്തു. അധികം വൈകാതെ യുദ്ധതന്ത്രങ്ങളുടെ അണിയറ നായകനായിരുന്ന രണ്ടാമത്തെ മകൻ മാധവറാവുവും രോഗബാധിതനായി അരങ്ങൊഴിഞ്ഞു.

അങ്ങനെ 16 വയസ്സ് മാത്രം പ്രായമുള്ള ഇളയ സഹോദരൻ നാരായണറാവു ഭരണധികാരിയാവുകയായിരുന്നു. പ്രായപൂർത്തിയാകാത്ത രാജാവിനെ സഹായിക്കാൻ അമ്മാവനായ രഘുനാഥ് റാവു നിയുക്തനായി. അധികാരമോഹിയായ അമ്മാവനും, മരുമകനും തമ്മിൽ ഒരിക്കലും ചേർന്നുപോയില്ല. പ്രശ്നങ്ങൾ ഭരണത്തെയും സാരമായി ബാധിച്ചു. സംഘർഷങ്ങൾക്ക് ഒടുവിൽ മരുമകൻ അമ്മാവനെ വീട്ടുതടങ്കലിലാക്കി.

സുരക്ഷാ ഭടന്മാരെ സ്വാധീനിച്ച് പകരംവീട്ടാൻ സാഹചര്യം ലഭിച്ചപ്പോൾ അമ്മാവൻ അവസരം ശരിക്കും ഉപയോഗിച്ചു. മരുമകനെ 'പിടിച്ചുകെട്ടി' കൊണ്ടുവരാൻ അമ്മാവൻ നൽകിയ കൽപ്പന, മരുമകനെ 'വധിച്ചു' കൊണ്ടുവരാനായി അമ്മാവി തിരുത്തിയെന്നത് ചരിത്രം.

നാരായണറാവു അപകടം തിരിച്ചറിഞ്ഞപ്പോഴേക്കും വളരെ വൈകിപ്പോയിരുന്നു. ശബ്ദമുഖരിതമായ ഗണേശോത്സവ രാവിൽ രഘുനാഥറാവു വിമോചിതനാക്കപ്പെട്ടുകയും, ഭടന്മാർ, സുഖസുഷുപ്തിയിലായിരുന്ന നാരായണറാവുവിനെ വധിക്കാൻ അന്തപ്പുരത്തിലെത്തുകയും ചെയ്തു. പ്രാണരക്ഷാർത്ഥം യുവരാജാവ് "കാകാ മാലാ വാച്ച് വാ" (അമ്മാവാ

രക്ഷിക്കൂ... രക്ഷിക്കൂ...)എന്ന് നിലവിളിച്ചുകൊണ്ട് യാചിച്ചുവെങ്കിലും അമ്മാവൻ കനിഞ്ഞില്ല. അതിക്രൂരമായി യുവരാജൻ വധിക്കപ്പെട്ടു. ശരീരം വെട്ടി നുറുക്കി പാത്രത്തിലാക്കി നദിയിലൊഴുക്കിയെന്നു പറയുന്നു.

വൻമതിൽകെട്ടിനകത്ത് വലിയ കൊട്ടാരങ്ങൾ പണിത് അധികാരം കയ്യാളിയാലും സുരക്ഷിതത്വം ഉണ്ടാവണമെന്നില്ലല്ലോ.

പ്രത്യേകിച്ചും ശത്രുക്കൾ ഉള്ളിൽത്തന്നെയാകുമ്പോൾ.

അധികാരം കൈക്കലാക്കിയ രഘുനാഥറാവുവിന് അധികകാലം അത് നിലനിർത്താനായില്ല എന്നത് കാലത്തിന്റെ കാവ്യനീതി.

അകാല ചരമം പ്രാപിച്ച യുവരാജന്റെ പ്രേതം ശനിവാർവാഡയിലുണ്ടെന്നും മോക്ഷം ലഭിക്കാത്ത ആത്മാവിന്റെ രോദനം നിറ പൗർണ്ണമിനാളിൽ ഇന്നും കേൾക്കാമെന്നും പറയപ്പെടുന്നു.

ശനിവാർ വാഡയെന്ന പ്രേതമന്ദിരം ദുർഗ്രഹമായ ചരിത്ര കൗതുകങ്ങൾ പേറി നഗരമധ്യത്തിൽ അങ്ങനെ പരന്നുകിടക്കുന്നു.

വൈകുന്നേരത്തെ ലൈറ്റ് & സൗണ്ട് ഷോ കാണാൻ സാഹചര്യമൊത്തുവന്നില്ല. പേഷ്വാമാരുടെ പാരമ്പര്യ ചരിത്രം നാടകീയ മുഹൂർത്തങ്ങളിലൂടെ ഒന്നറിയാമായിരുന്നു. പറഞ്ഞുകേട്ടതിലും കേമമാവും ചിത്രീകൃതവ്യാഖ്യാനം. പേഷ്വാ രാജാക്കന്മാരുടെ പ്രതാപകാലം 1818 ലെ പാനിപ്പത്ത് യുദ്ധത്തോടെ അവസാനിക്കുകയായിരുന്നു.

1822 ലെ ബ്രിട്ടീഷ് ആക്രമണവും 1828 ലെ വൻ അഗ്നിബാധയും കൊട്ടാരത്തെ തകർത്തുകളഞ്ഞു. ശിലയിൽപണിത ഒന്നാം നിലയൊഴികെ ബാക്കി എല്ലാം നിലം പൊത്തി. ശില്പസുഭഗമായ മന്ദിരം ഘനീഭവിച്ചൊരു ദുരന്ത സ്മൃതിയായി ഇതാ നമ്മുടെ മുൻപിൽ.

പ്രതാപത്തിന്റെ തേരോട്ടങ്ങൾ ഇവിടെ നിശബ്ദമാവുന്നു. വീരേതിഹാസത്തിന്റെ ചരിതങ്ങൾ ഇവിടെ നിശ്ചലമാവുന്നു. മതിൽകെട്ടിനുള്ളിൽനിന്നും ദീനരോദനങ്ങൾ ഉയരുന്നുവോ. ദില്ലി ഗേറ്റിലൂടെ തിരിച്ചിറങ്ങുമ്പോൾ അശ്വാരൂഢനായ ബാജിറാവു ഒന്നാമന്റെ ശിൽപ്പം അൽപ്പമകലെകണ്ടു.

ഭഗ്നമോഹങ്ങളുടെ കടലിരമ്പങ്ങളാണോ ആ മുഖത്ത് മിന്നിമറയുന്നത്? എന്തൊക്കെ നേടിയാലും അനുഭവിക്കാൻ യോഗമില്ലെങ്കിൽ, മോഹിച്ച് പണിതുയർത്തിയ സ്വപ്ന സൗധങ്ങൾ അപ്രതീക്ഷിതമായി തകർന്നുപോയെങ്കിൽ അതെന്തൊരു ദുര്യോഗം? വാഴ്ചയുടെയും വീഴ്ചയുടെയും രംഗഭൂമിയിൽ നിന്ന് വിടവാങ്ങുമ്പോൾ നാമറിയുന്ന അധികാരവും

» വിശാലമായ കൊട്ടാരത്തിന്റെ ബാക്കി പത്രം

പദവിയും ഒന്നും അനശ്വരമല്ലെന്ന്. ഭൗതികമായി നേടുന്നതൊന്നും അനാദിയായി നിലനിർത്താൻ ആർക്കുമാവില്ലെന്ന് തിരിച്ചറിയാൻ രാജാക്കന്മാർക്കായില്ലെങ്കിൽ പാവം പ്രജകളെന്തുചെയ്യും.

ആഗാഖാൻ കൊട്ടാരം

അഭിജാതമായൊരു നിർമ്മിതി ദൗത്യമുള്ള കൊട്ടാരം. അസ്വാതന്ത്യ്രത്തിന്റെയും വിരഹത്തിന്റെയും തടവറയാകുന്ന വിധി വൈപരീത്യം. അതാണ് ആഗാഖാൻ പാലസ്സ്.

പൂനെയിലെ അവസാന സായാഹ്നം മഹാത്മാവിന്റെ ഓർമ്മകൾ അലയടിക്കുന്ന ആഗാഖാൻ പാലസ്സിലായിരുന്നു. ഖ്വാജാ ഇസ്മായിലി വിഭാഗത്തിന്റെ ആത്മീയ ഗുരുവായിരുന്ന സുൽത്താൻ മുഹമ്മദ് ഷാ ആഗാഖാൻ മൂന്നാമൻ പത്തൊൻപതാം നൂറ്റാണ്ടിന്റെ അവസാനം പണി കഴിപ്പിച്ചതാണ് കൊട്ടാരം. കടുത്ത ക്ഷാമം കൊണ്ട് വലയുകയായിരുന്ന ഗ്രാമീണർക്ക് ജീവനോപാധിയായി പണിത മന്ദിരമാണ് പിൽക്കാലത്ത് ഗാന്ധിജിയുടെയും, കസ്തൂർ ബായുടെയും, ഗാന്ധി ശിഷ്യനായ മഹാദേവ് ദേശായിയുടെയുമൊക്കെ തടവറയായി മാറിയത്.

ചാരനിറമുള്ള ചുമരുകളും വെളുത്ത ചിത്രപ്പണികൾ ചെയ്ത വാതായനങ്ങളും അർദ്ധവൃത്താകൃതിയുള്ള വാതിൽ തലപ്പുകളും ചുവന്ന ഓടിൻ മേൽക്കൂരയും കൊട്ടാരത്തെ സവിശേഷമാക്കുന്ന ഘടകങ്ങളാണ്. പത്തേക്കറോളം വിസ്തൃതിയുള്ള പ്രാങ്കണം പൂന്തോട്ടങ്ങളാലും, പുൽത്തകിടികളാലും തണൽ മരങ്ങളാലും ഹരിത സമൃദ്ധമാണ്.

'ക്വിറ്റ് ഇന്ത്യ' നയം പ്രഖ്യാപിക്കപ്പെട്ടപ്പോൾ അതിനെ പ്രതിരോധിക്കാൻ ബ്രിട്ടീഷ് ഭരണ കൂടം ദേശീയ നേതാക്കളെയെല്ലാം തടവിലിടുകയായിരുന്നു.

പതിവിന് വിരുദ്ധമായി ഗാന്ധിജിയെ, നഗരത്തിൽനിന്നും മാറി ഒറ്റപ്പെട്ട് കിടക്കുകയായിരുന്ന ആഗാഖാൻ കൊട്ടാരത്തിൽ തടവിൽ പാർപ്പിക്കുകയായിരുന്നു. സരോജിനി നായിഡുവും, പ്യാരേലാലും, മീരാബെന്നുമൊക്കെ ഇവിടെ തടവുകാരായിരുന്നു. വൈകാതെ അറസ്റ്റിലായ കസ്തൂർ ബായും, സുശീലാ നയ്യാരും സഹതടവുകാരായെത്തി. 21 മാസക്കാലം ഗാന്ധിജിയുടെയും അനുയായികളുടെയും തടവറയായി മാറിയ കൊട്ടാര ചുവരുകൾക്ക് ത്യാഗത്തിന്റെയും സഹനത്തിന്റെയും സങ്കടങ്ങളുടെയും വലിയ കഥകൾ പറയാനുണ്ടാവും.

കേസ്സെടുക്കാതെ തടവിൽ പാർപ്പിക്കുന്ന ബ്രിട്ടീഷ് കരിനിയമത്തിനെതിരെ ഗാന്ധിജി 21 ദിവസത്തെ ഐതിഹാസികമായ ഉപവാസ സമരം നടത്തിയതും ഇവിടെ വെച്ചായിരുന്നു.

1969 ൽ ഗാന്ധിജിയോടുള്ള ആദരസൂചകമായി ആഗാഖാൻ നാലാമൻ ഈ കൊട്ടാരം ഇന്ത്യൻ ജനതക്ക് സമർപ്പിച്ചു. ഇന്ന് പുരാവസ്തു വകുപ്പിന് കീഴിലെ ചരിത്ര സ്മാരകമാണീ കൊട്ടാരം.

പ്രധാന കവാടത്തിൽനിന്നും അൽപ്പം മാറിയാണ് കൊട്ടാരം. കൊട്ടാരത്തിന്റെ വലത് വശത്തുള്ള മുറികളായിരുന്നു തടവറകൾ. എട്ടടിയോളം വീതിയുള്ള വിശാലമായ വരാന്ത കൊട്ടാരത്തിനെ വലം വെച്ചുപോകുന്നു. കൊട്ടാരമെന്നാണ് പേരെങ്കിലും മുറികളിൽ വളരെ പരിമിതമായ സൗകര്യങ്ങൾ മാത്രം. ഗാന്ധിജിയുടെ മുറിയിൽ അദ്ദേഹം ഉപയോഗിച്ചിരുന്ന കുറച്ച് പാത്രങ്ങളും, സ്വയം നൂറ്റ നൂലുകളും, പഴകിയ ഒരു ജോടി ചെരിപ്പും കണ്ടു. ഗാന്ധിജിയുടെ വിശ്വസ്തനായ ശിഷ്യൻ മഹാദേവ് ദേശായിയുടെ തടവറയാണ് തൊട്ടടുത്ത്. അടുത്തുള്ള മുറികളിൽ ഗാന്ധിജിയുടെ ജീവിതത്തിലെ ചില മുഹൂർത്തങ്ങൾ ചിത്രീകരിച്ചിരിക്കുന്നു.

മഹാത്മാവിന്റെ വ്യക്തി ജീവിതത്തിലെ തീരാ നോവിന്റെ വേദികുടിയാവുന്നു ഈ കൊട്ടാരം. നിഴൽ പോലെ പിന്തുടർന്ന ജീവിത സഖി കസ്തൂർബാ ദീർഘമായ രോഗാവസ്ഥയെ തുടർന്ന് അന്ത്യശ്വാസം വലിച്ചതും, പ്രിയ ശിഷ്യൻ മഹാദേവ് ദേശായ് കുഴഞ്ഞ് വീണ് മരിച്ചതും ഇവിടെ വെച്ചായിരുന്നുവല്ലോ.

ബാ അന്ത്യശ്വാസം വലിച്ച മുറി ഇന്നും ഇവിടെ മാറ്റമൊന്നുമില്ലാതെ നിലനിർത്തിയിരിക്കുന്നു. നിലത്ത് വെള്ള വിരിയിട്ട വീതി കുറഞ്ഞ കിടക്ക. മെതിയടി. കൈ കൊണ്ട് തിരിക്കുന്ന ചർക്ക. കിടയ്ക്കക്കരികെയുള്ള ഛായാചിത്രത്തിൽ കസ്തൂർബായുടെ ശിരസ്സ് മടിയിൽ വെച്ചിരിക്കുന്ന ദുഖിതനായ ബാപ്പുജി.

» ആഗാഖാൻ ഫോർട്ട്..

മഹാദേവ് ദേശായിയുടെയും കസ്തൂർബായുടെയും സമാധി തറകളും കൊട്ടാര വളപ്പിൽത്തന്നെ. വലത്ത് വശത്തായി സമാധിയിലേക്ക് ദർശനമായി നിർമ്മിച്ച സ്തൂപത്തിൽ ഗാന്ധിജിയുടെ ചിതാഭസ്മം അടക്കം ചെയ്തിരിക്കുന്നു.

ബാപ്പുജിക്ക് നൊമ്പരങ്ങൾ മാത്രം നൽകിയ കൊട്ടാരത്തിൽനിന്നും പുറത്ത് കടക്കുമ്പോൾ, സ്വന്തം ജീവിതം തന്നെയാണ് തന്റെ സന്ദേശമെന്ന് തെളിയിക്കുകയും ഒടുവിൽ സ്വന്തം ജീവൻതന്നെ വിഭാഗീയതക്കെതിരെയുള്ള പോരാട്ടത്തിൽ ബലി നൽകുകയും ചെയ്ത മഹാത്മാവിന്റെ ത്യാഗോജ്വലമായ ജീവിതത്തിന്റെ ഏടുകൾ മാറിമറയുകയായിരുന്നു മനസ്സിൽ. ഗാന്ധിയൻചിന്തകളിൽനിന്നും ആശയങ്ങളിൽനിന്നും നമ്മുടെ നാട് എത്രമേൽ അകന്ന് പോയെന്ന ദുഃഖവും മനസ്സിനെ കീഴ്പ്പെടുത്തി.

പിറന്ന നാടിന്റെ സ്വാതന്ത്ര്യത്തിനും ഉൽക്കർഷത്തിനും വേണ്ടി ജീവാർപ്പണംചെയ്ത ധീരദേശാഭിമാനികളോട്ചെയ്ത നന്ദികേടിന് കാലം നമുക്ക് മാപ്പ് തരുമോ?

2019 ഫെബ്രുവരി

കലയും കലാപവും ഇഴചേർന്ന ചരിത്രഭൂമി

ശിലകൾ കഥ പറയുന്നത് കേൾക്കാൻ, ശിലകളുടെ സഹശയന സൗകുമാര്യം കാണാൻ ഉത്തര കർണാടകയിലെ ഹംപിയിൽ പോകണം.

കാതോട് കാതോരം സ്വകാര്യം പറയുന്നത് പോലെ പരസ്പരം ചേർന്ന് നിൽക്കുന്ന ഉരുളൻ കല്ലുകൾ. ഇണകളെപ്പോലെ മുട്ടിയുരുമ്മിനിൽക്കുന്ന ഭിന്ന ശിലാരൂപങ്ങൾ. അജ്ഞാതമായ ഏതോ ഒരു ശക്തി തൊട്ടു തൊട്ടില്ലെന്നമട്ടിൽ എടുത്തുവെച്ചപോലെ ശിൽപ്പഭംഗിയാർന്ന ശിലകൾ. ഒന്നിന് മേലെ മറ്റൊന്ന് ഇപ്പോൾ വീഴുമോ എന്ന മട്ടിൽ ഭീമൻ പാറകൾ. വന്യമൃഗങ്ങളെപ്പോലെ തല ഉയർത്തി നോക്കുന്ന ശിലാ ഖണ്ഡങ്ങൾ.

പച്ചപ്പിന്റെ കൊച്ചുതുരുത്തുകളെ താലോലിക്കുന്ന ചാരനിറമാർന്ന ശിലാസുന്ദരികൾ. ഭാവതീവ്രതയോടെ ഇടപെടുന്ന ജീവനുള്ള രൂപങ്ങൾ പോലെ ശിലകളുടെ വിന്യാസഭംഗി നമ്മെ പിടിച്ചുനിർത്തും. സൂക്ഷിച്ചു നോക്കിയാൽ അവ പരസ്പരം എന്തൊക്കെയോ പറയുന്നത്പോലെ തോന്നും. ചിലപ്പോൾ നമ്മോട് എന്തെല്ലാമോ പറയാൻ വെമ്പുന്ന പോലെയും.

അധിനിവേശത്തിന്റെ തേരോട്ടത്തിൽ മുറിവേറ്റെങ്കിലും നെഞ്ചുറപ്പോടെ തല ഉയർത്തിനിൽക്കുന്ന ശിലാ നിർമ്മിതികളാണെവിടെയും.

ഒരാളെപ്പോലെ മറ്റൊരാളില്ല എന്നതാണ് ജന്തുശാസ്ത്രം പറയുന്നത്.

» വിരൂപാക്ഷ ക്ഷേത്രം

അതുപോലെ ഓരോ ശിലയും ഒന്നിനൊന്ന് വ്യത്യസ്തമാണ്. അവയുടെ രൂപ ഭാവ വിന്യാസ വൈവിധ്യം നമ്മെ ശരിക്കും അമ്പരപ്പിക്കും.

അനന്തമായ വൈജാത്യം പുലർത്തുന്ന ശിലാഖണ്ഡങ്ങളെ ചേർത്തടുക്കി പ്രകൃതി ഒരുക്കിയ പർവ്വതനിരകളുടെ മനം കവരുന്ന കാഴ്ചയാണ് ഹംപിയുടെ സൗന്ദര്യം. നാലുപാടും പടർന്ന് കിടക്കുന്ന പർവ്വത നിരകളുടെ ഇടയിലെ വിശാലമായ താഴ്വാരങ്ങളിൽ ചരിത്രം സ്പന്ദിക്കുന്നു. കോട്ടകൾ, കൊട്ടാരങ്ങൾ, കോട്ടമതിലുകൾ, നൃത്തമണ്ഡപങ്ങൾ, സംഗീത ശാലകൾ, മഹാ ക്ഷേത്രങ്ങൾ, കൂത്തമ്പലങ്ങൾ, ആയുധപ്പുരകൾ, ഭോജനശാലകൾ, ഉദ്യാന മന്ദിരങ്ങൾ, ആനപ്പന്തികൾ, കരിങ്കൽ തേരുകൾ, ജലവ്യാപനത്തിനായുള്ള കരിങ്കൽ കനാലുകൾ, പുഷ്ക്കരിണികൾ... വാഴ്ചയുടെയും വീഴ്ചയുടെയും ഗതകാല ചരിത്രം അവയുടെ ശേഷിപ്പുകളിലൂടെ അനാവരണം ചെയ്യപ്പെട്ടുമ്പോൾ നാം വിസ്മയ ഭരിതരായിപ്പോകും.

നൂറ്റാണ്ടുകൾക്ക് മുൻപ് തകർക്കപ്പെട്ട ഒരു മാതൃകാ നാഗരികത അതിന്റെ അവശിഷ്ടങ്ങളിൽ കാലത്തെ അതിജീവിച്ചുകൊണ്ട് ഇവിടെ നിലനിൽക്കുന്നു.

ശിലകളിൽ കാത് ചേർത്ത് നോക്കൂ... ചോരയുടെയും കണ്ണീരിന്റെയും എഴുതപ്പെടാത്ത കഥകൾ കൂടി കേൾക്കാം. ചരിത്രവും കടങ്കഥകളും ഇഴചേരുന്ന ഭൂതകാലത്തിന്റെ സ്പന്ദങ്ങൾ കാഴ്ചയിലൂടെ മനസ്സിലേക്ക് കടന്നു വരും. യുനെസ്കോയുടെ ലോക പൈതൃക പട്ടികയിൽ ഇടം നേടിയ ഹംപിയിൽ സ്വദേശികളും, വിദേശികളും, ഒറ്റയ്ക്കും കൂട്ടമായും എന്നും സന്ദർശകരായെത്തുന്നു.

കണ്ണൂരിൽ നിന്നും ഹുബ്ബള്ളിയിലേക്ക് വിമാന സർവീസുണ്ട്. ഹുബ്ബള്ളിയിൽനിന്ന് നാല് മണിക്കൂർ റോഡ് യാത്ര ചെയ്ത് ഹോസ്പെറ്റിൽ എത്താം. ദേശീയ പാതയിൽ പണികൾ നടക്കുന്നതിനാൽ ഈ യാത്ര അൽപ്പം കഠിനമാണ്. ഖടക്ക് വരെ റോഡ് ഇല്ലെന്ന്തന്നെ പറയാം. കോപ്പാള വരെ വലിയ കുഴപ്പമില്ല. പിന്നെ സാമാന്യം നല്ല റോഡാണ്.

ഹോസ്പെറ്റിൽ നിന്നും 12 കിലോമീറ്റർ ദൂരമേ ഹംപിയിലേക്കുള്ളൂ. ഹോസ്പെറ്റാണ് താമസത്തിന് അനുയോജ്യം. ബെല്ലാരി ഹോസ്പെറ്റ് മേഖല ഇരുമ്പയിരിന്റെ സാന്നിധ്യം കൊണ്ട് പ്രശസ്തമാണ്. കുന്നുകൾ തുരന്ന് ഇരുമ്പയിരുള്ള മണ്ണുമായി സ്റ്റീൽ പ്ളാന്റ്കളിലേക്ക് കുതിക്കുന്ന ലോറികൾ എമ്പാടും കാണാം. ഇരുമ്പ് കടത്തുന്നതിനായുള്ള റെയിൽവേ ലൈനുകളും സ്ഥാപിച്ചിരിക്കുന്നു.

തുംഗഭദ്രാ നദിയുടെ തീരത്ത് വിജയനഗര സാമ്രാജ്യത്തിന്റെ തലസ്ഥാനമായി പണിതുയർത്തിയ നഗരിയായിരുന്നു ഹംപി. പതിനാലാം നൂറ്റാണ്ടിന്റെ ആരംഭത്തിൽ ഡൽഹി സുൽത്താൻ അലാവുദ്ദീൻ ഖിൽജിയുടെ പടത്തലവൻ മാലിക് കാഫർ ദക്ഷിണേന്ത്യ ആക്രമിച്ച് കീഴടക്കുകയുണ്ടായി. പിന്നീട് മുഹമ്മദ് ബിൻ തുഗ്ലക്കും ഡെക്കാൻ പ്രദേശത്ത് ആധിപത്യം സ്ഥാപിച്ചു. എന്നാൽ 1329 ൽ തുഗ്ലക്ക് തലസ്ഥാനം ദൗലത്താബാദിൽനിന്ന് ഡൽഹിയിലേക്ക് മാറ്റിയപ്പോൾ ഡെക്കാൻ പ്രവിശ്യകൾ സ്വാതന്ത്ര്യം നേടാനുള്ള ശ്രമം തുടങ്ങി. കൃഷ്ണാ നദിക്ക് തെക്ക് ഭാഗത്ത് ഭരണം നടത്തിയിരുന്ന ഹിന്ദു രാജാക്കന്മാരുടെ കൂട്ടായ പ്രതിരോധം വിജയിച്ചില്ലെങ്കിലും, തുഗ്ലക്കിന്റെ പ്രതിപുരുഷനായ മാലിക് നൈബിനെതിരെയുള്ള ചെറുത്ത്നിൽപ്പ് തുടർന്നുകൊണ്ടേയിരുന്നു. നൈബിന്റെ ഭരണത്തിൽ അതൃപ്തനായ തുഗ്ലക്ക് ഹംപിക്ക് സമീപമുള്ള അനഗുന്തി എന്ന കൊച്ചുരാജ്യത്തിന്റെ മന്ത്രിയായിരുന്ന ഹരിഹരദേവനെ ഭരണച്ചുമതല ഏൽപ്പിച്ചു. അദ്ദേഹമാകട്ടെ സഹോദരനായ ബുക്കന്റെ സഹായത്തോടെ പുതിയ

» കൊട്ടാരകെട്ടിലെ ആനപന്തി

സാമ്രാജ്യം സ്ഥാപിച്ചു. അങ്ങനെയാണ് വിജയനഗര സാമ്രാജ്യം രൂപീകൃതമാകുന്നത്. പോരാളികൾ മാത്രമല്ല, പ്രജാക്ഷേമ തൽപ്പരരും, കലാസ്നേഹികളുമായിരുന്നു വിജയ നഗര രാജാക്കന്മാർ. അവരിൽ ഏറ്റവും പ്രശസ്തനായിരുന്നു കൃഷ്ണദേവരായർ. ദക്ഷിണേന്ത്യയിലെ ശിൽപ്പികളുടെ പ്രബല വംശങ്ങൾ മുഴുവൻ കൃഷ്ണദേവരായർക്ക് വേണ്ടി അഹോരാത്രം പ്രവൃത്തിച്ചിരുന്നു. കൊട്ടാര സദസ്സിലെ അന്നത്തെ വാദ്യ വൃന്ദങ്ങളും, ഗാനോത്സവങ്ങളും, നൃത്ത നൃത്യങ്ങളുമാണ് ഈ ശിൽപ്പി കൾ ക്ഷേത്രച്ചുമരുകളിൽ ആലേഖനം ചെയ്തിട്ടുള്ളത്.

പതിനാലാം നൂറ്റാണ്ടിന്റെ പകുതിയോടെ ഹൊയ്സാലയും മറ്റ് സമീപപ്രദേശങ്ങളും കീഴടക്കി വിജയ നഗര സാമ്രാജ്യം കൂടുതൽ പ്രബലമായിത്തീർന്നു. ഹംപി നഗരം രൂപപ്പെട്ടത് 1336 ൽ ആണ്. അതിന് മുമ്പ്തന്നെ ഹൊയ്സാല ഭരണകാലത്ത് ഇവിടെ ചില വലിയ ക്ഷേത്രങ്ങളും, കമാനങ്ങളും, താഴികക്കുടങ്ങളുമൊക്കെ ഉണ്ടായിരുന്നു എന്ന് പറയുന്നു. വിശാലമായ പൂന്തോട്ടങ്ങളും, പഴത്തോട്ടങ്ങളും അന്നും ഉണ്ടായിരുന്നു. അറബികളും, പോർച്ചുഗീസുകാരും ഇവിടുത്തെ ചന്തക ളിൽ കച്ചവടം നടത്തിയിരുന്നു. സ്വർണ്ണവും, രത്നങ്ങളുമുൾപ്പടെയുള്ള വിലപിടിപ്പുള്ള വസ്തുക്കൾ ഇവിടുത്തെ കച്ചവട കേന്ദ്രങ്ങളിൽ വിൽപ്പ നക്ക് വെച്ചിരുന്നുപോൽ.

കൃഷിയും, കച്ചവടവും, വ്യാപാരങ്ങളുമൊക്കെയായി സമൃദ്ധവും തിരക്കേറിയതുമായ പട്ടണമായിരുന്നു ഹംപി. സ്വാഭാവികമായും രാജ കൊട്ടാരങ്ങൾ നിധികുംഭങ്ങളായിരുന്നുവത്രെ.

1509-1529 കാലഘട്ടത്തിൽ ലോകത്തിലെ ഏറ്റവും വലിയ കച്ചവട കേന്ദ്രങ്ങളിലൊന്നായിരുന്നു ഹംപി. ഇന്ത്യക്കകത്ത് നിന്നും വിദേശത്ത് നിന്നും വ്യാപാരികളുടെ പ്രവാഹമായിരുന്നു ഇവിടേക്ക്. പതിനാറാം നൂറ്റാണ്ടിൽ വിജയ നഗര സാമ്രാജ്യം അയൽ രാജ്യത്തെ സുൽത്താന്മാ രുടെ സംഘം ചേർന്നുള്ള ആക്രമണത്തിൽ തകർന്നടിയുകയായിരുന്നു. കൊട്ടാരങ്ങളും ക്ഷേത്രങ്ങളും നശിപ്പിക്കപ്പെട്ടു. നിധികളൊക്കെ കവർച്ച ചെയ്യപ്പെട്ടു. എല്ലാം കഴിഞ്ഞുള്ള അവശേഷിപ്പുകളാണ് ഇന്ന് നാം കാണുന്ന ഹംപിയിലെ ചരിത്ര സ്മാരകങ്ങളൊക്കെയും.

ചുറ്റുമുള്ള പർവ്വതനിരകൾ ചുരത്തുന്ന അമൃതധാരകളും, തുങ്കഭദ്രയുടെ തുടർച്ചയായുള്ള ജല കൈവഴിയും സംഗമിച്ചുണ്ടാകുന്ന കമലപുര തടാകം ഹംപിയിലേക്കുള്ള യാത്രയിൽ നമ്മുടെ ശ്രദ്ധ കവരും. കൊട്ട വഞ്ചിയിൽ ജലസഞ്ചാരം നടത്തുന്ന ദേശവാസികളെയും കാണാം. പുരാവസ്തു വകുപ്പിന്റെ സംരക്ഷിത നഗരമായതിനാൽ നിർമ്മാണങ്ങ ൾക്കനുമതിയില്ല. ആയതിനാൽ ബഹുനില കെട്ടിടങ്ങളൊന്നുമില്ല.

» ഭംഗിയായി കെട്ടിപ്പടുത്ത പുഷ്കരണി

ഹേമകൂട കുന്നുകളിലേക്കാണ് ആദ്യം ഞങ്ങൾ പോയത്. ചരിത്രാതീത കാലത്തെ അടുക്കും ചിട്ടയും കാര്യമായില്ലാത്ത ഭീമാകാരമായ ചുറ്റമതിലിനുള്ളിൽ ചെറുതും വലുതുമായ ഏകദേശം 30 ഓളം ക്ഷേത്രങ്ങൾ ഈ കോട്ടയ്ക്കകത്തുണ്ട്. വിജയനഗര സാമ്രാജ്യ സ്ഥാപനത്തിന് മുമ്പെയുള്ള നിർമ്മിതികളും ഇതിൽ പെടും.

ആദ്യം ശ്രദ്ധയിൽ പെടുന്നത് കടലേകലു ഗണേശ ക്ഷേത്രമാണ്. ഒറ്റക്കല്ലിൽ കൊത്തിയെടുത്ത 15 അടി ഉയരമുള്ള ഗണേശ വിഗ്രഹത്തിന്റെ വയർ കടലമണിയുടെ ആകൃതിയിലാണെന്നത് കൊണ്ടാണ് ഇങ്ങനെയൊരു പേര് വന്നത്. മാതാവായ പാർവ്വതി ദേവിയുടെ മടിയിൽ ഇരിക്കുന്ന ഗണപതിയാണ് കടലേകലു ഗണേശൻ. ദേവ ശിൽപ്പങ്ങൾ കൊത്തിയ തൂണുകളിൽ പണിത മണ്ഡപമാണ് മുന്നിൽ. ഗർഭഗൃഹമുള്ള മറ്റൊരു ഗണപതി ക്ഷേത്രവും തൊട്ടടുത്തായി കാണാം.

കുന്നുകളിറങ്ങി വടക്കോട്ട് നടന്നാൽ കാണുന്നതാണ് വിരൂപാക്ഷ ക്ഷേത്രം. പത്താം നൂറ്റാണ്ടിൽ നിർമ്മിക്കപ്പെട്ട ക്ഷേത്രം വിജയനഗര ഭരണകാലത്ത് പൂർത്തീകരിച്ചതാണ്. ഇന്നും പൂജകൾ നടക്കുന്ന ക്ഷേത്രത്തിലെ പ്രധാന പ്രതിഷ്ഠ പംപാപതി എന്ന് വിളിക്കപ്പെടുന്ന ശിവനാണ്.

രണ്ട് വലിയ ഗോപുരങ്ങൾ ദൂരെനിന്ന് തന്നെ കാണാം. പ്രവേശന സ്ഥലിയിൽ തന്നെ നമ്മെ ആകർഷിക്കുന്നതാണ് നന്ദിയുടെ മൂന്ന് തലയുള്ള കരിങ്കൽ ശിൽപ്പം. ക്ഷേത്ര മണ്ഡപങ്ങളുടെ മച്ചുകളിലും ചുവരുകളിലും നിറയെ കൊത്തുപണികളാണ്. രംഗ മണ്ഡപത്തിന്റെ മേൽക്കൂരക്കടിയിലെ ബഹുവർണ്ണ ചുമർ ചിത്രങ്ങൾ അത്യാകർഷകങ്ങളാണ്. വിദ്യാരണ്യമുനിയുടെ യാത്രയും, ദിക്പാലകരും, വിഷ്ണുവിന്റെ ദശാവതാരവുമൊക്കെ ചിത്ര വൈവിധ്യത്തിന്റെ ഒരു മഹാ കാലം കാണിച്ചുതരുന്നു.

ക്ഷേത്രത്തിന്റെ ഓരത്ത് കൂടി തുംഗഭദ്രാ നദി ഒഴുകുന്നു. പുഴയോട് ചേർന്നുള്ള ഭാഗത്തെ ചുവരിൽ ഒരു വലിയ ദ്വാരമുണ്ട്. ഈ ദ്വാരത്തിലൂടെ വരുന്ന സൂര്യ പ്രകാശം എതിർ വശത്തെ ചുവരിൽ പുറത്തുള്ള ഗോപുരത്തിന്റെ തലകീഴായ നിഴൽ രൂപം സൃഷ്ടിക്കുന്നു. വാസ്തുവിദ്യയുടെ മായാജാലമെന്നല്ലാതെന്ത് പറയാൻ!

ക്ഷേത്രത്തിന് പുറത്ത് നദിക്കരയിൽ ഭാഗികമായി തകർന്നതും അല്ലാത്തതുമായ മണ്ഡപങ്ങൾ കണ്ടു. ക്ഷേത്രത്തിന് മുന്നിലെ വീതിയേറിയ രാജപാതയ്ക്കിരുവശവും തകർന്നുപോയ വ്യാപാര കേന്ദ്രങ്ങളുടെ അവശിഷ്ടങ്ങൾ കാണാം.

ഒരു കിലോമീറ്റർ നീളത്തിൽ ഇരുനിലയിലുള്ള സുലെ ബസാർ ഇവിടെ ആയിരുന്നു. വിലയേറിയ രത്നങ്ങളും, ആഭരണങ്ങളുമൊക്കെ വിൽപനക്കായി വെച്ചിരുന്ന വാണിഭ ശാലകളൊക്കെ ഇന്ന് ശൂന്യം. തറകളിലും തൂണുകളിലുമായി ബാക്കിനിൽക്കുന്ന സംഭവ ബഹുലമായ ചരിത്രത്തിന്റെ കരിങ്കൽ ശേഷിപ്പുകൾ... ഹംപി മാർക്കറ്റിൽ കിട്ടാത്തതായി ഒന്നുമില്ലായിരുന്നു. ഉപ്പുതൊട്ട് കർപ്പൂരം വരെ എല്ലാം. സുഗന്ധദ്രവ്യങ്ങളും, സിൽക്ക് കുപ്പായങ്ങളും, വിദേശികളെ ആകൃഷ്ടരാക്കുന്ന നാടൻ ഉൽപ്പന്നങ്ങളും. പശുവും ആനയും കുതിരയും വരെ മാർക്കറ്റിൽ നിന്നും വാങ്ങാമായിരുന്നു. വിരൂപാക്ഷ ക്ഷേത്രത്തിന്റെ കിഴക്ക് ഭാഗം മുതൽ മാതംഗ മലകൾ വരെ ഒരു കിലോമീറ്റർ ദൂരം വ്യാപിച്ചികിടന്നിരുന്നു തിരക്കേറിയ ഹംപി മാർക്കറ്റ്.

ഹേമകൂട മലയിലെ മറ്റൊരു കാഴ്ചയാണ് 22 അടി ഉയരമുള്ള ലക്ഷ്മി നരസിംഹ ശിൽപ്പം. തകർക്കപ്പെട്ട ഭാഗങ്ങൾ കൂട്ടി യോജിപ്പിച്ച് സംരക്ഷിച്ച് നിർത്തിയിരിക്കുന്ന ശിൽപ്പം. നരസിംഹത്തിന്റെ മടിയിൽ ലക്ഷ്മി കുടിയിരിക്കുന്ന രീതിയിലാണ് ശിൽപ്പ നിർമ്മിതി. തുറസ്സായ സ്ഥലത്താണ് ഇന്നീ ശില്പമെങ്കിലും മുൻപ് ഇവിടെ ഒരു ക്ഷേത്രമുണ്ടായിരിക്കാം. തൊട്ടടുത്തായി ബദവി ലിംഗ ക്ഷേത്രം. ഭൂമിയുടെ നിരപ്പിൽനിന്നും താഴെയുള്ള ജലപൂരിതമായ അറയിൽ സ്ഥാപിച്ചിരിക്കുന്ന ശിവലിംഗം. ബദവ എന്നാൽ ദരിദ്രൻ എന്നാണർത്ഥം. ദരിദ്രയായ ഒരു സ്ത്രീ പ്രതിഷ്ഠിച്ചതാണെന്ന് ഐതിഹ്യം.

വിജയനഗര സാമ്രാജ്യത്തിലെ രാജ്ഞിമാരുടെ അന്തപ്പുരങ്ങളെ വലം വെയ്ക്കുന്ന കോട്ട കാഴ്ചയുടെ ഒരു വിരുന്ന് തന്നെയാണ്. നാല് ഭാഗത്തും ഉയരമുള്ള വാച്ച് ടവറുകളാണ്. രാജ്ഞിയുടെ കൊട്ടാരത്തിന്റെ അടിത്തറ മാത്രമേ ഇപ്പോൾ ബാക്കിയുള്ളൂ. താമരയുടെ രൂപത്തിൽ ഓറഞ്ച് നിറത്തിൽ, ഇൻഡോ ഇസ്ലാമിക് ശൈലിയിൽ പണിത ലോട്ടസ് മഹൽ കേടുപാടുകളൊന്നുമില്ലാതെ നിൽപ്പുണ്ട്.

» ലോകപ്രശസ്തമായ ശിലാരഥം

നാല് ഭാഗത്ത് നിന്ന് നോക്കിയാലും ഒരേപോലെ കാണപ്പെടുന്ന ഈ മന്ദിരം നിർമ്മാണ വൈഭവത്തിന്റെ ഒരു സുന്ദരസാക്ഷ്യമാണ്. ദസറ ഉത്സവ കാലത്ത് ദീപപ്രഭയിൽ മുങ്ങി കുളിക്കുമായിരുന്നുവത്രെ രാജ്ഞിയുടെ ഈ വിശ്രമമന്ദിരം. കൊട്ടാരവളപ്പിലെ ആനപ്പന്തി ആരെയും ആകർഷിക്കും. ചതുരാകൃതിയിലുള്ള പതിനൊന്ന് വലിയ മുറികൾ. കമാനാകൃതിയിലുള്ള മുഖ കവാടങ്ങൾ. അവയെ പരസ്പരം ബന്ധിപ്പിക്കുന്ന പാർശ്വ കവാടങ്ങൾ വേറെയും. മുകൾഭാഗത്ത് നിര നിരയായി മകുടങ്ങൾ. ആനകൾക്ക് വേണ്ടി ഔദാര്യപൂർവം പണിത പന്തികൾ രാജാക്കന്മാരുടെ സഹജീവിസ്നേഹം വിളിച്ചോതുന്നു.

വിജയനഗര സാമ്രാജ്യത്തിന്റെ ഭരണസിരാകേന്ദ്രമായിരുന്ന കൊട്ടാരക്കെട്ടിലേക്ക് കടന്നപ്പോൾ (റോയൽ എൻക്ലോഷർ) പൂർണ്ണമായും തകർന്നുപോയ കൊട്ടാരവും അനുബന്ധ മന്ദിരങ്ങളും മനസ്സിനെ നോവിച്ചു എന്നതാണ് യാഥാർത്ഥ്യം. പ്രവേശന വഴിയിൽ കല്ല് കൊണ്ട് നിർമ്മിച്ച രണ്ട് കൊട്ടാര വാതിലുകൾ നിലത്ത് കിടത്തി വെച്ചിരിക്കുന്നത് തകർച്ചയുടെ കൃത്യമായ സൂചനയായി. 20 ഏക്കറോളം വിസ്താരമുള്ള കൊട്ടാര വളപ്പിൽ വലിയ പരിക്കുകളൊന്നും പറ്റാതെ നിൽക്കുന്നത് മഹാനവമി ഡിബ്ബ എന്നറിയപ്പെടുന്ന കല്ല് കൊണ്ട് നിർമ്മിച്ച പ്ലാറ്റ്ഫോം മാത്രമാണ്. എട്ട് മീറ്റർ ഉയരവും 35 ചതുരശ്ര അടി വിസ്താരവുമുള്ള വേദിയിലേക്ക് കയറാൻ കൊത്തുപണികളുള്ള പടവുകളുണ്ട്. കൃഷ്ണദേവരായർ ദസറ ആഘോഷങ്ങൾ വീക്ഷിച്ചിരുന്നത് ഇവിടെവെച്ചായിരുന്നു.

പ്ലാറ്റ്ഫോമിന്റെ വശത്തായി ഭൂമിക്കടിയിലേക്കുള്ള ഒരു അറ കാണാം. മഹാരാജാവ് രഹസ്യ ചർച്ചകൾ നടത്തിയിരുന്നത് ഇവിടെ വെച്ചായിരുന്നു എന്ന് പറയുന്നു. ഡിബ്ബക്ക് സമീപം വാസ്തുശില്പ

വൈദഗ്ധ്യത്തോടെ നിർമ്മിച്ച നിരവധി പടവുകളുള്ള പുഷ്ക്കരിണി നമ്മെ വല്ലാതെ ആകർഷിക്കും. മഹാറാണിക്ക് വേണ്ടി പണിത ജലമഹൾ എന്ന വലിയ കുളപ്പുരയും കേട്പാടുകളില്ലാതെ കിടപ്പുണ്ട്. ഇതിലേക്ക് വെള്ളമെത്തിക്കാനും, ഉപയോഗശേഷം വെള്ളം ഒഴുക്കിവിടാനുള്ള കനാൽ സംവിധാനങ്ങളും അനുബന്ധമായി കാണാം.

ഹംപിയുടെ വടക്ക് കിഴക്ക് ഭാഗത്ത്, തുംഗഭദ്രയുടെ തീരത്താണ് വിട്ടാല ക്ഷേത്രം. സ്വകാര്യ വാഹനങ്ങൾ ഒന്നര കിലോമീറ്റർ മാറി പാർക്ക് ചെയ്യണം. ക്ഷേത്രത്തിലേക്ക് നടന്ന് പോകാം. അല്ലെങ്കിൽ ഏഴെട്ട്പേർക്ക് ഇരിക്കാവുന്ന വൈദ്യുത വണ്ടികളിൽ പോകാം.

എങ്ങനെയായാലും രാജപാതയുടെ ഇരുഭാഗത്തുമുള്ള വലിയ ഉരുളൻ പാറക്കുന്നുകളുടെ അപൂർവ സൗഭഗം ആവോളം ആസ്വദിക്കാം. പാതയുടെ ഓരങ്ങളിൽ പഴയ നിർമ്മിതിയുടെ ഭാഗമായ കരിങ്കൽ തൂണുകൾ നഷ്ടസ്മൃതികൾ പേറി അനാഥമായി നിൽക്കുന്നതും കണ്ടു. കൊത്തുപണികൾകൊണ്ട് സമൃദ്ധമായ കവാടം കടന്ന് വിശാലമായ ചത്വരത്തിലെത്തുമ്പോൾ നമ്മെ വരവേൽക്കുന്നത് കല്ലിൽ കൊത്തി ഉണ്ടാക്കിയ രഥമാണ്. ഹംപിയുടെ പ്രതീകമായി ലോകപ്രശസ്തമായ ശിലാരഥം. 1513 ൽ കൃഷ്ണദേവരായർ നിർമ്മിച്ച ഗരുഡ ക്ഷേത്രമാണിത്. രഥത്തിന് മുകളിലായി ഗോപുരവും, ഗരുഡന്റെ രൂപവുമുണ്ടായിരുന്നു. ഗോപുരം തകർന്നപ്പോൾ അത് മാറ്റുകയായിരുന്നു. രണ്ട് സിംഹങ്ങൾ വലിച്ചുകൊണ്ടുപോകുന്ന രീതിയിലാണിപ്പോൾ രഥം. വാസ്തവത്തിൽ കുതിരകളെ പൂട്ടിയ നിലയിലായിരുന്നു ആദ്യ നിർമ്മാണം.

വിഷ്ണു ക്ഷേത്രവും, രഥവും കൂടാതെ ക്ഷേത്രാങ്കണത്തിൽ വിവിധ മണ്ഡപങ്ങളുണ്ട്. 56 തൂണുകളുള്ള സംഗീത മണ്ഡപം, പിന്നിലായി ഗർഭ മണ്ഡപം, നൃത്ത മണ്ഡപം, പിന്നെ ഉപ മണ്ഡപങ്ങൾ, ഉപദേവന്മാരുടെ ചെറു ക്ഷേത്രങ്ങൾ എന്നിവയൊക്കെ ശിൽപ്പ സമ്പന്നതയുടെ ഒരു വേറിട്ട ലോകം കാണിച്ചു തരുന്നു. സംഗീത മണ്ഡപത്തിന്റെ താഴ്ന്ന തലം മുതൽ ശില്പങ്ങളും കൊത്തുപണികളുമാണ്. തൂണുകളിലാവട്ടെ രാമായണ കഥാസന്ദർഭങ്ങൾ ശിൽപ്പങ്ങളായി പുനർജനിച്ചിരിക്കുന്നു.

വിരൽ തൊടുമ്പോൾ പാടുന്ന സപ്തസ്വര സ്തൂപങ്ങൾ പണിത ശിൽപ്പികളെ സ്തുതിക്കാതെ വയ്യ. 56 മുഖ്യ തൂണുകളും പ്രധാന തൂണുകളെ പൊതിഞ്ഞ് ഏഴ് ചെറിയ തൂണുകളും. ഓരോന്നും കർണാടക സംഗീതത്തിന്റെ മ്യൂസിക് നോട്ടുകളെ പ്രതിനിധാനം ചെയ്യുന്നു.

വെയിലിന് തീവ്രത കുറയുന്നു. അങ്ങ് ദൂരെ ആഞ്ജനേയ പർവ്വതവും, ആഞ്ജനേയ ക്ഷേത്രവും വ്യക്തമായി കാണാം. 575 പടികൾ കയറിവേണം ഹനുമാൻ കോവിലിലെത്താൻ. ഹംപിയിലെ പാടങ്ങളും,

» ലോട്ടസ് മഹൽ. വിജയനഗര സാമ്രാജ്യ ത്തിലെ രാജ്ഞിമാരുടെ വിശ്രമമന്ദിരം

പഴത്തോട്ടങ്ങളും, ചിതറിക്കിടക്കുന്ന ക്ഷേത്രങ്ങളും, ശിലാപർവ്വതങ്ങളും ആഞ്ജനേയ സന്നിധിയിൽനിന്ന് കാണുക എന്നത് അനിർവചനീയമായൊരു അനുഭവമാണ്.

സന്ധ്യ മയങ്ങുന്നു. ഹോസ് പെറ്റിലേക്കുള്ള മടക്കയാത്രയിൽ തുംഗഭദ്രാ ഡാം അപൂർവമായ ഒരു കാഴ്ചയായിരുന്നു. 1953 ൽ പണിപൂർത്തിയായ ഡാം വൈദ്യുതി ഉൽപ്പാദനത്തിനും, ജലസേചനത്തിനും, വെള്ളപ്പൊക്ക നിയന്ത്രണത്തിനും ഉപകരിക്കുന്നു. സിമെന്റും കോൺക്രീറ്റുമൊന്നുമുപയോഗിക്കാതെ പണിത ഡാം. ഡാമിന് മുകളിൽനിന്നുള്ള ഹംപി ഹോസ്പെറ്റ് നഗര കാഴ്ച മനോഹരമായിരുന്നു. ഡാമിലെ വിശാലമായ പൂന്തോട്ടവും, ദീപപ്രഭയിൽ മുങ്ങിനിൽക്കുന്ന ജലധാരാ സംവിധാനങ്ങളും കുളിർമയുള്ള അനുഭവമായി.

സമ്പൽസമൃദ്ധിയുടെ ഔന്നത്യത്തിൽ അധികാരം കൈയ്യാളുകയും, കൃഷിയെയും വ്യാപാരത്തെയും മാത്രമല്ല, കലയെയും സംഗീതത്തെയുമൊക്കെ പരിപോഷിപ്പിച്ച്, പ്രജാക്ഷേമ തല്പരരായി നാട് വാണിരുന്ന വിജയനഗര രാജഭരണം 1564 ലെ തളിക്കോട്ട യുദ്ധത്തോടെ അവസാനിക്കുകയായിരുന്നു. സന്ധി സംഭാഷണത്തിന്റെ മറവിൽ, തന്ത്രപരമായ യുദ്ധത്തിൽ സുൽത്താന്മാർ വിജയനഗരം കീഴടക്കുകയായിരുന്നു. ലക്ഷക്കണക്കിന് വിജയനഗര സൈനികർ മരിച്ചു വീണു. രാജാവിന്റെ ശിരസ്സറുത്ത് പ്രദർശിപ്പിച്ചു. സുൽത്താന്മാരുടെ സൈന്യം വിജയനഗരം കൊള്ളയടിച്ചു. അന്യദേശങ്ങളിൽനിന്നുവന്ന കൊള്ളക്കാരും ഹംപി ശൂന്യമാക്കി. മാർക്കറ്റുകൾ വിജനമായി. ആളുകൾ ഒഴിഞ്ഞുപോയി.

വിലപിടിപ്പുള്ളതെല്ലാം കവർന്നിട്ടും കാലാതിവർത്തിയായി അവശേഷിക്കുന്നു വിജയനഗര സാമ്രാജ്യത്തിന്റെ കലാ പ്രതാപവും, ശിൽപ്പ സമ്പന്നതയും. പതിനെട്ടാം നൂറ്റാണ്ടിൽ മൈസൂർ

സുൽത്താന്മാരായിരുന്ന ഹൈദരാലിയുടെയും ടിപ്പുവിന്റെയും കീഴിലായിരുന്ന പ്രദേശം 1799 ൽ ബ്രിട്ടീഷ് സൈന്യം കൈക്കലാക്കി. ബ്രിട്ടീഷ് സൈന്യത്തിന്റെ സർവേയർ ജനറലായിരുന്ന കേണൽ കോളിൻ മെക്കൻസി ഹംപിയിലെത്തി വിശദമായ സർവേയിലൂടെ നഷ്ടപ്രതാപങ്ങളെ രേഖപ്പെടുത്തി. 1856 ൽ ബ്രിട്ടീഷ് ഫോട്ടോഗ്രാഫറായ അലക്സാണ്ടർ ഗ്രീൻലോ തകർക്കപ്പെട്ട ക്ഷേത്രങ്ങളുടെയും, ശില്പങ്ങളുടെയുമൊക്കെ ചിത്രങ്ങളെടുത്ത് പ്രസിദ്ധപ്പെടുത്തി.

മദ്രാസ് പ്രവിശ്യയുടെ ആർക്കിയോളോജിക്കൽ സർവ്വേയിലെ അലക്സാണ്ടർ റിയയും, പുരാവസ്തു വകുപ്പിലെ റോബർട്ട് സെവലും, റോബർട്ട് ലോങ്ങ്ഹേസ്റ്റും ഹംപിയിൽ തുടർ പഠനങ്ങൾ നടത്തി. അങ്ങനെ ഹംപി ലോക ശ്രദ്ധയിൽ വന്നു. നമ്മുടെ പുരാവസ്തു വിഭാഗം ഹംപിയിൽ ഇന്നും പര്യവേക്ഷണം തുടരുന്നു. ഇനിയും കണ്ടെത്താനിരിക്കുന്ന അതിശയങ്ങൾക്ക്വേണ്ടി കാത്തിരിക്കാം.

2020 ഫെബ്രുവരി

ചാലൂക്യ പ്രതാപത്തിന്റെ തിരുശേഷിപ്പുകൾ

ബദാമി

തെക്കേ ഇന്ത്യയുടെയും മധ്യ ഇന്ത്യയുടെയും ഒരു വലിയ ഭൂവിഭാഗം ആറാം നൂറ്റാണ്ടിനും പന്ത്രണ്ടാം നൂറ്റാണ്ടിനുമിടയിൽ ചാലൂക്യ രാജവംശത്തിന്റെ അധീനതയിലായിരുന്നു. ഇവരുടെ ആദ്യ തലസ്ഥാനം ഉത്തര കർണാടകയിലെ ബഗൽകോട്ട് ജില്ലയിലെ ഐഹോളെ ആയിരുന്നു. പിന്നീടാണ് ബദാമിയായത്.

മുത്തുസ്വാമി ദീക്ഷിതരുടെ 'വാതാപി ഗണപതിം ഭജേ ഹം...' കീർത്തനത്തിലെ വാതാപിയാണ് ഇന്നത്തെ ബദാമി.

ഹോസ്പെറ്റിൽ നിന്നും നാല് മണിക്കൂർ റോഡ് യാത്ര ചെയ്താൽ ബദാമിയിലെത്താം. നല്ല റോഡാണ്. റോഡിനിരുവശവും വിശാലമായ പാടങ്ങൾ. പാടങ്ങൾക്കിരുവശവും മുന്തിരി, കരിമ്പ്, പരുത്തി തോട്ടങ്ങൾ. മുളകും, ചോളവും കൃഷി ചെയ്യുന്ന പാടങ്ങളും കണ്ടു. കണ്ണെത്താദൂരം പരന്നുകിടക്കുന്ന വയലുകൾക്കുടുത്തൊന്നും വീടുകളോ കെട്ടിടങ്ങളോ കണ്ടില്ല. വലിയ ദൂരങ്ങൾക്കിടയിൽ ചെറിയ താമസകേന്ദ്രങ്ങളും കുറച്ച് പീടികകളും.

പകിട്ടുകളൊന്നുമില്ലാത്ത ബദാമി പട്ടണത്തിൽ നാമെത്തുകയാണ്. ഇടുങ്ങിയ വഴികൾ. റോഡിനോട് ചേർന്ന് സങ്കീർണ്ണമായ ജനവാസ കേന്ദ്രങ്ങൾ. ചെറിയ ചെറിയ കല്ലമ്പലങ്ങളോട് ചേർന്ന് കൊച്ചു കൊച്ചു വീടുകൾ.

അഴുക്ക് ചാലുകളിലൂടെ പതിയെ നീങ്ങുന്ന പന്നിക്കൂട്ടങ്ങൾ. കൃഷിയിൽ മുഴുകി, ചെറിയ സൗകര്യങ്ങൾകൊണ്ട് തൃപ്തരായി ജീവിതം കഴിച്ചുകൂട്ടുന്ന മനുഷ്യർ. ബദാമിന്റെ നിറമുള്ള കല്ലുകളുടെ സാന്നിധ്യമാവാം ഈ ദേശത്തിന് ബദാമി എന്ന പേര് ചാർത്തിക്കൊടുത്തത്. ബദാമിയിലെ ചരിത്ര ശേഷിപ്പുകൾ അഗസ്ത്യതടാകത്തിന്റെ ഇരുകരയിലുമായി ചിതറിക്കിടക്കുന്നു. ഗുഹാക്ഷേത്രങ്ങൾ തടാകത്തിന്റെ ദക്ഷിണഭാഗത്തും, ശിവാലയങ്ങൾ ഉത്തര ഭാഗത്തുമായി വിന്യസിക്കപ്പെട്ടിരിക്കുന്നു. ബദാമി പട്ടണത്തിന്റെ വീർപ്പുമുട്ടലും ദൈന്യതയൊന്നും ഇവിടെ നാം കാണില്ല. ഗുഹാക്ഷേത്രങ്ങൾക്ക് മുന്നിലെ വിശാലമായ സമചത്വരം നല്ല വൃത്തിയായി പരിപാലിച്ചിരിക്കുന്നു. വാഹനങ്ങൾ പാർക്ക് ചെയ്യാൻ വേണ്ടത്ര സൗകര്യമുണ്ട്. വിദൂരദേശത്ത്നിന്നുൾപ്പടെയുള്ള സന്ദർശകരുടെ പ്രവാഹമാണിവിടെ.

നാല് ഗുഹാക്ഷേത്രങ്ങളാണിവിടെയുള്ളത്. ചുവന്ന വലിയ പാറകുന്നുകളാണ് (Sand Stones) ബദാമിയുടെ മൂന്ന് വശവും. വലിയ പാറയിൽനിന്ന് മണ്ണ് തുരന്ന് മാറ്റിയാണ് ഓരോ ഗുഹാക്ഷേത്രങ്ങളും നിർമ്മിച്ചിരിക്കുന്നത്. തുരക്കുമ്പോൾ കാലുകളും വിഗ്രഹങ്ങളും വേണ്ടയിടത്ത് കല്ല് അതെ പടി നിലനിർത്തും. ഈ കല്ലുകളിൽ മനോഹരങ്ങളായ കൊത്തുപണികൾ നടത്തും. ഇതാണ് ഇവിടെ അവലംബിച്ച നിർമ്മാണരീതി. ഗുഹയിലെ ചുവരുകളിലെ ശില്പങ്ങൾ ഒറ്റക്കല്ലിൽ നിർമ്മിച്ചിരിക്കുന്ന പൂർണ്ണ കായ പ്രതിമകൾ പോലെയാണ് കാണപ്പെടുന്നത്.

എ. ഡി. 550 ൽ ആണ് ആദ്യത്തെ ഗുഹ നിർമ്മിച്ചതെന്ന് വിശ്വസിക്കപ്പെടുന്നു. അധികം വിശാലമല്ലാത്തൊരു പൂമുഖം. പിന്നിലായി വലിയ തൂണുകളുള്ള ഹാൾ. ഹാളിൽനിന്നും കടക്കാവുന്ന ശ്രീകോവിൽ. ശ്രീകോവിലിൽ ശിവലിംഗ പ്രതിഷ്ഠ. പ്രതിഷ്ഠയുണ്ടെങ്കിലും പൂജയോ ആരാധനയോ പതിവില്ല. പൂമുഖത്തിന്റെ മേൽക്കൂരയിൽ വളഞ്ഞു പുളഞ്ഞു കിടക്കുന്ന നാഗരാജ ശിൽപ്പം. വലത് വശത്ത് ചുമരിൽ മനോഹരമായ നടരാജശിൽപ്പം കൊത്തിയിരിക്കുന്നു. ശിൽപ്പത്തിന് താഴെയായി ഇരുവശങ്ങളിലായി ഗണപതിയും നന്ദിയും. അർദ്ധനാരീശ്വര, ഹരിഹര ശിൽപ്പങ്ങളും കാണാം.

ഒന്നാമത്തെ ഗുഹ കഴിഞ്ഞ് ഏതാനും പടവുകൾ കയറിയാൽ രണ്ടാമത്തെ ഗുഹയായി. വിഷ്ണു ക്ഷേത്രമാണിത്. ഒന്നാമത്തെ ഗുഹയുടെ അതേ ഘടന തന്നെയാണിതിനും. വരാന്തയിലേക്ക് കയറുമ്പോളുള്ള പ്ലാറ്റ്ഫോമിന് താഴെ വലിയ വയറുള്ള കുള്ളന്മാരുടെ ശിൽപ്പങ്ങൾ. തൂണുകളുടെ മുകൾ ഭാഗത്ത് വ്യാളീ രൂപങ്ങൾ കൊത്തിയിരിക്കുന്നു. പാലാഴിമഥനത്തിന്റെ വിവിധ രംഗങ്ങൾ

ശില്പങ്ങളിൽ പുനർജനിക്കുന്നത് ആശ്ചര്യത്തോടെ നോക്കി കാണാം. ചുവരുകളിൽ വരാഹം, വിഷ്ണു, നാഗം എന്നിവയുമുണ്ട്. മേൽക്കൂരയുടെ അടിയിൽ ഗരുഢന്റെ പുറത്തിരിക്കുന്ന വിഷ്ണുവും, ഗന്ധർവ ദമ്പതിമാരെയും കാണാം. ശിൽപ്പങ്ങൾ മിക്കവയും എട്ടാം നൂറ്റാണ്ടിലെ എല്ലോറ എലിഫൻടാ ഗുഹകളിലെ ശില്പങ്ങളുമായി സാമ്യത പുലർത്തുന്നുവെന്ന് വിദഗ്ധർ പറയുന്നു.

മൂന്നാമത്തെ ഗുഹ പ്രായേണ വലുതും ശിൽപ്പസമൃദ്ധവുമാണ്. എ. ഡി 578 ൽ കൃതിവർമൻ ഒന്നാമന്റെ ഭരണ കാലത്ത് സഹോദരനായ മംഗളേശ്വരൻ പണികഴിപ്പിച്ചതാണിത്. തൂണുകളൊക്കെ ശില്പവൈവിധ്യം കൊണ്ട് സവിശേഷമാണ്. മേൽക്കൂരയിൽ കാണാം ഐരാവതത്തിന്റെ പുറത്തിരിക്കുന്ന ഇന്ദ്രൻ, അരയന്നത്തിന്റെ മുകളിലിരിക്കുന്ന ബ്രഹ്മാവ്, കാളപ്പുറത്തിരിക്കുന്ന ശിവൻ എന്നീ ശിൽപ്പങ്ങളും. വരാന്തയുടെ ഇടത് ഭാഗത്ത് ചുമരിൽ ചുരുണ്ടുകിടക്കുന്ന പാമ്പിന്റെ പുറത്തിരിക്കുന്ന വിഷ്ണു ശിൽപ്പവും കാണാം. വിഷ്ണു വാഹനമായ ഗരുഢ ശിൽപ്പത്തിന് ചാരെ രാജകീയ ദമ്പതികൾ നൃത്തമാസ്വദിക്കുന്നതുൾപ്പടെ അതിമനോഹരമായ പെയിന്റിങ്ങുകളും ഈ ഗുഹയുടെ പ്രത്യേകതയാണ്. വിഷ്ണു ക്ഷേത്രമാണെങ്കിലും ഗർഭഗൃഹത്തിൽ വിഷ്ണു വിഗ്രഹം കാണാനില്ല. ഈ ഗുഹയുടെ മുന്നിലെ ചത്വരം വളരെ വിശാലമാണ്. ചുറ്റുമുള്ള കാഴ്ചകൾ ചേതോഹരവും. നാലാമത്തെ ഗുഹ ഏറ്റവും ചെറുതും അപൂർണ്ണവുമാണ്.

ജൈനക്ഷേത്രമാണിത്. വരാന്തയുടെ ചുമരുകളിൽ തപശ്ചര്യയിലുള്ള ബാഹുബലിയുടെയും, പാർശ്വനാഥന്റെയും ശിൽപ്പങ്ങൾ കാണാം. ഉള്ളിൽ തീർത്ഥങ്കരൻമാരുടെ ശില്പങ്ങളാണുള്ളത്.

» സ്വർണ്ണ ശിലകളിൽ തീർത്ത ബദാമി ഗുഹാക്ഷേത്ര സൗന്ദര്യം

» ബദാമി കുന്നുകളിൽ നിന്നുള്ള നഗര ദൃശ്യം. ഒപ്പം അഗസ്ത്യ തടാകവും.

ഗുഹാക്ഷേത്രങ്ങളുള്ള മലയിൽനിന്നും എതിർ ദിശയിൽ കാണുന്ന കാഴ്ച ഹൃദയഹാരിയാണെന്ന് പറയാതെ വയ്യ. അവിടെയും അത്യാകർഷകങ്ങളായ മലകളുണ്ട്. അതിന് മുകളിൽ ചെറിയ ക്ഷേത്രങ്ങളും. ഈ രണ്ട് മലനിരകൾക്കുമിടയിൽ വ്യാപിച്ചുകിടക്കുകയാണ് ശുദ്ധ നീലനിറത്തിൽ അഗസ്ത്യതടാകം. തടാകക്കരയിൽ രൂപലാവണ്യത്തോടെ ഭൂതനാഥ ക്ഷേത്രവും.

ഈ മലമുകളിലെ ശിവാലയങ്ങൾ ഭാഗികമായി തകർന്നുപോയവയാണെന്ന് പറയുന്നു. ഇവയിലൊന്നിലായിരുന്നു കീർത്തനത്തിൽ പറയുന്ന വാതാപിയിലെ ഗണപതിയുടെ സ്ഥാനം.

ഗുഹാക്ഷേത്ര മലകളിൽനിന്നുള്ള ബദാമി നഗരകാഴ്ച അതിവിശേഷം തന്നെ. വെയിലിന്റെ വെള്ളിവെളിച്ചത്തിൽ വെട്ടി തിളങ്ങുന്ന ബദാമി. അംബരചുംബികളായ കെട്ടിടങ്ങളൊന്നുമില്ല. എല്ലാം രണ്ടോ മൂന്നോ നിലയിൽ പണിത കോൺക്രീറ്റ് കൂടാരങ്ങൾ. ഇടയിൽ വീതികുറഞ്ഞ റോഡുകളും. ബദാമി കുന്നുകളിൽ സന്ദർശകരുടെ വൻ തിരക്കാണ്. യൂണിഫോമിലുള്ള സ്കൂൾ കുട്ടികളുടെ കൂട്ടങ്ങളും ഒഴുകിയെത്തുന്നു. സർഗാത്മകമായ ഒരു ഭൂതകാലത്തിന്റെ ശേഷിപ്പുകളുടെ ഓർമ്മയിൽ ബദാമി കുന്നുകളിറങ്ങുമ്പോൾ മനസ്സ് കല്ലിൽ കൊത്തിയ ശില്പ സഞ്ചയങ്ങളിൽത്തന്നെയായിരുന്നു.

പട്ടടക്കൽ

ഭാരതീയ ക്ഷേത്ര വാസ്തുകലാ ചരിതത്തിലെ മോഹിതമായ നാമം. ശിൽപ്പ കലാശാസ്ത്രത്തിന്റെ സാക്ഷാൽ സർവ്വകലാശാല. ലോക പൈതൃക പദവിയുള്ള ക്ഷേത്ര സമുച്ചയം.

അതാണ് മാലപ്രഭാ നദീതീരത്തെ പട്ടടക്കൽ. ബദാമിയിൽനിന്നും 22 കിലോ മീറ്റർ യാത്ര ചെയ്താൽ ഇവിടെയെത്താം. ഇൻഡോ ആര്യൻ ദ്രാവിഡ സംസ്ക്കാരത്തിന്റെ അവശേഷിപ്പുകൾ അതി മനോഹരങ്ങളായ ക്ഷേത്രങ്ങളായി നമ്മെ വിസ്മയഭരിതരാക്കുന്ന ഇടമാണിത്. ഏഴാം നൂറ്റാണ്ടിനും എട്ടാം നൂറ്റാണ്ടിനുമിടയിലാണ് ഇവ പണിതിരിക്കുന്നത്.

ചാലൂക്യ രാജാക്കന്മാർ ഓരോ യുദ്ധം ജയിച്ചു വരുമ്പോഴും അതിന്റെ ഓർമ്മക്കായി പണിത സ്മാരക മന്ദിരങ്ങളാണിവ. ക്ഷേത്രസമുച്ചയവും ചുറ്റുമുള്ള മൈതാനവും പുൽത്തകിടിയുമൊക്കെ ഭംഗിയായി സംരക്ഷിച്ചിരിക്കുന്നു.

ഞങ്ങൾ സന്ദർശിച്ച ക്ഷേത്ര സമുച്ചയത്തിൽ ശില്പ സമ്പന്നമായ പത്ത് ക്ഷേത്രങ്ങളാണുള്ളത്. ഉയരത്തിലുള്ള പ്ലാറ്റഫോമിന് മുകളിലാണ് മിക്ക ക്ഷേത്രങ്ങളും പണിതിരിക്കുന്നത്. പ്രാദേശികമായി സുലഭമായ വലിയ ചുവന്ന കല്ലുകൾ ചേർത്തുവെച്ചാണ് നിർമ്മാണം. വിരൂപാക്ഷ, കഡ സിദ്ദേശ്വര, ജംബുലിംഗ, ഗലഗനാഥ, ചന്ദ്രശേഖര, സംഗമേശ്വര, കാശി വിശ്വേശ്വര, മല്ലികാർജ്ജുന, പമ്പാനാഥ ക്ഷേത്രങ്ങളും, ജൈന നാരായണ ക്ഷേത്രവും ഉൾപ്പെടുന്നതാണീ ക്ഷേത്രനഗരി.

ഓരോ ക്ഷേത്രവും മികവാർന്ന കൊത്തുപണികളാൽ നമ്മുടെ ശ്രദ്ധയെ പിടിച്ചുനിർത്തും. മുഖ മണ്ഡപങ്ങൾ ഉള്ളവയും ഇല്ലാത്തവയും ഇക്കൂട്ടത്തിലുണ്ട്. മല്ലികാർജ്ജുന ക്ഷേത്രത്തിനും കാശി വിശ്വനാഥ ക്ഷേത്രത്തിനുമിടയിൽ കാണുന്ന ത്രിശൂല സ്തംഭം ശിലാ ലിഖിതങ്ങളാൽ സമ്പന്നമത്രെ. ക്ഷേത്രങ്ങളുടെ ശിൽപ്പ വൈവിധ്യം നമ്മെ ആശ്ചര്യപ്പെടുത്തും. ശിൽപ്പ നിർമ്മിതിയിലെ വൈദഗ്ദ്ധ്യവും കാൽപനികതയും വിവരണാതീതമെന്നു വേണം പറയാൻ.

ക്ഷേത്രങ്ങളിൽ ഏറ്റവും വലുത് വിരൂപാക്ഷ ക്ഷേത്രമാണ്. ഇവിടെ ഇപ്പോഴും പൂജാകർമ്മങ്ങൾ നടക്കുന്നു. മറ്റുള്ളവയെ അപേക്ഷിച്ച് കൂടുതൽ ശിൽപ്പങ്ങൾ ഇവിടെയാണുള്ളത്. ആഭരണങ്ങളുടെയും മറ്റും സൂക്ഷ്മമായ കൊത്തുപണികൾ നമ്മുടെ ശ്രദ്ധ പിടിച്ചുപറ്റും. മുകൾ ഭാഗത്തുള്ള ഗോപുരത്തിൽ നിറയെ മനോഹരമായ ശിൽപ്പങ്ങൾ കാണാം. ജീവസ്സുറ്റ ശിൽപ്പങ്ങൾ. സ്വാഭാവികമായ അംഗ ചലനങ്ങളുടെയും, വശ്യതയും കൃത്യതയുമാർന്ന ഭാവസങ്കലനങ്ങളുടെയും അപൂർവ ചാരുത നാം നോക്കി നിന്ന് പോകും. ഗജേന്ദ്ര മോക്ഷവും, ഹിരണ്യകശിപുവും, നാട്യശിവനും, നന്ദി സഹിത അർദ്ധനാരീശ്വരനും, മഹിഷാസുര മർദ്ദിനിയും, ഗുരുകുലവും, കല്യാണസുന്ദരമൂർത്തിയും, കൃഷ്ണലീലയും, ഭീഷ്മ ശരശയ്യയും, അംഗലാവണ്യമാർന്ന സ്ത്രീ രൂപങ്ങളും, ഇതര ജീവ രൂപങ്ങളുമൊക്കെ നമ്മെ മായികമായൊരു കലാപ്രപഞ്ചത്തിലേക്ക് കൊണ്ടുപോകും.

» പട്ടടക്കൽ ...ശിലാശിൽപ കലയുടെ പാഠശാലകൾ

ഐഹോളെ

ചാലൂക്യ രാജാക്കന്മാരുടെ ആദ്യ തലസ്ഥാനം. ജൈന ബുദ്ധ ഹൈന്ദവ സംസ്കൃതികൾ സഹവസിച്ചിരുന്നുവെന്ന് പുരാവസ്തു ഗവേഷണങ്ങൾ കാണിച്ചുതന്ന മാലപ്രഭാ നദീ തീരത്തെ ചരിത്ര പ്രസിദ്ധമായ ഗ്രാമം.

ഭരണ സിരാകേന്ദ്രം ബദാമിയിലേക്ക് മാറിയപ്പോഴും സാംസ്കാരിക തലസ്ഥാനമായി ഐഹോളെ തിളങ്ങിനിന്നു. ബദാമിയിൽനിന്നും 10 കിലോ മീറ്റർ യാത്ര ചെയ്താൽ ഐഹോളെയിലെത്താം. ധാരാളം പുരാതന ക്ഷേത്ര സമുച്ചയങ്ങൾ ചിതറിക്കിടക്കുന്ന പ്രദേശം. 125 ൽ പരം ക്ഷേത്രങ്ങൾ ഇവിടെയുണ്ടെന്ന് പറയുന്നു. എല്ലാം ഏഴാം നൂറ്റാണ്ടിൽ പണിതാവയാണെന്ന് ഗവേഷകർ സാക്ഷ്യപ്പെടുത്തുന്നു... മരം കൊണ്ടും ഇഷ്ടിക കൊണ്ടും തീർത്ത ക്ഷേത്രങ്ങളുടെ അവശിഷ്ടങ്ങളും ഇവിടെ കണ്ടെത്തിയിട്ടുണ്ട്. ഇത് സൂചിപ്പിക്കുന്നത് ചാലൂക്യരുടെ ഉദയകാലത്തിന് മുൻപ് തന്നെ ഒരു ജനപദമെന്ന രീതിയിൽ ഇവിടം വികസിച്ചു കഴിഞ്ഞിരുന്നു എന്നാണ്.

മാലപ്രഭാ നദിക്കരയിൽ മഴുവിന്റെ രൂപത്തിലൊരു പാറയുണ്ടായിരുന്നുവെന്നും, പുഴയിലെ മറ്റൊരു പാറയിൽ കാണപ്പെട്ട കാൽപാദങ്ങൾ പരശുരാമന്റേതാണെന്നും വിശ്വസിക്കപ്പെടുന്നു.

പരശുരാമൻ തന്നെ അവഹേളിച്ച ക്ഷത്രിയരെ വധിച്ചതിന് ശേഷം മഴ കഴുകി പുഴ രക്താഭമായെന്നും അങ്ങനെയാണ് ഇവിടുത്തെ മണ്ണ് ചുവന്നതെന്നും ഐതിഹ്യം. എന്ത് തന്നെ ആയാലും ചുവപ്പ് രാശിയുള്ള ഇവിടുത്തെ പാറകൾ സവിശേഷമാണെന്നതിൽ സംശയമില്ല. എല്ലാതരം ക്ഷേത്ര മാതൃകകളും ഇവിടെ കാണാം. ഏകശിലാ നിർമ്മിതമായവ, ശിലകളിൽ കൊത്തി സംയോജിപ്പിച്ചവ, മഹാഭാരത രാമായണ കഥാസന്ദർഭങ്ങൾ ചിത്രീകരിച്ചവ അങ്ങനെ എല്ലാം.

നിരവധി ക്ഷേത്ര സമുച്ചയങ്ങൾ ഇവിടെയുണ്ട്. ദുർഗ്ഗ ഗുഡി ക്ഷേത്ര സമുച്ചയത്തിലാണ് ഞങ്ങൾ പോയത്. ദുർഗ്ഗാരാധനാ ക്ഷേത്രമായത് കൊണ്ടല്ല, കോട്ടയ്ക്കടുത്തുള്ള ക്ഷേത്രം (ദുർഗഢഗുഡി) എന്ന പ്രയോഗത്തിൽ നിന്നുമാണ് ദുർഗ്ഗാ ക്ഷേത്രമെന്ന് പിൽക്കാലത്ത് അറിയപ്പെട്ടത്. ശില്പ ലാവണ്യത്തിന്റെ ഒരു പ്രതീകമാണീ ക്ഷേത്രം. അർദ്ധ വൃത്താകൃതിയിലുള്ള ശ്രീകോവിലും, പൂമുഖ സ്തംഭങ്ങളിലെ ശിൽപ്പ വേലകളും അത്യാകർഷകങ്ങളത്രെ.

ഘടനകൊണ്ടും ശൈലികൊണ്ടും ശിൽപ്പവേലകൊണ്ടും വ്യത്യസ്തമായ ആറ് ക്ഷേത്രങ്ങൾ കൂടി ഇതേ പ്രാങ്കണത്തിലുണ്ട്. കൂടാതെ ഒരു പുരാവസ്തു മ്യൂസിയവും. ബദാമിചാലൂക്യ (543 -757 CE), രാഷ്ട്രകൂട (757-950 CE), ചാലൂക്യ (950 -1250 CE) കാലത്തെ ശൈവ വൈഷ്ണവ ജൈന ശിൽപ്പങ്ങളും, ലിഖിതങ്ങളും മ്യൂസിയത്തിൽ കാണാം.

കാലഗതിക്കനുസരിച്ച് ക്ഷേത്രനിർമ്മാണ ശൈലിയിൽ വലിയ മാറ്റങ്ങൾ സംഭവിച്ചിട്ടുണ്ട്. ഇഷ്ടികയും, ചുണ്ണാമ്പും, മരവുമൊക്കെ ഉപയോഗിച്ചായിരുന്നു പ്രാചീന ഇന്ത്യയിൽ ക്ഷേത്രങ്ങൾ പണിതത്.

പിന്നീടാണ് കല്ലിന്റെ ശാസ്ത്രവും കലയുടെ മർമ്മവുമറിഞ്ഞ് ശിലകളിൽ നിർമ്മാണങ്ങൾ നടന്നത്. ഗുഹാക്ഷേത്രങ്ങളൊക്കെ തുടർന്നാണ് വന്നത്. ഈ പരിണാമത്തിന്റെ പ്രാഥമിക പാഠങ്ങൾ പഠിക്കാനും മനസ്സിലാക്കാനും ഏറ്റവും അനുയോജ്യം ഐഹോളെ ആണെന്നതിൽ തർക്കമില്ല. ക്ഷേത്ര നിർമ്മാണ കലയുടെ അടിസ്ഥാന പാഠങ്ങൾ ഇവിടെനിന്ന് തുടങ്ങണം.

ഇരുപത്തിഒന്നാം നൂറ്റാണ്ടിൽ ഐഹോളെ ഉത്തരകർണാടകത്തിലെ അറിയപ്പെടാത്തൊരു കൊച്ചു ഗ്രാമമാകാം. പക്ഷേ അഞ്ചാം നൂറ്റാണ്ടിൽ ഐഹോളെ പ്രബലമായ ചാലൂക്യ രാജവംശത്തിന്റെ കൊടിവെച്ച തലസ്ഥാനമായിരുന്നു. ഉന്നത കലാകാരന്മാരുടെ വിഹാരഭൂമി. ക്ഷേത്രകലയുടെ വികാസ പരിണാമങ്ങൾ അരങ്ങേറിയ ചരിത്രഭൂമി.

» ഐഹോളെ ക്ഷേത്രങ്ങൾ

ബദാമി, പട്ടടക്കൽ, ഐഹോളെ കാഴ്ചകൾ പിന്നിലേക്ക് മറയുമ്പോൾ കലയും, സംഗീതവും, വാണിഭവും തുടിച്ചുനിന്ന പഴയ പ്രതാപകാലം മനസ്സിൽ നിറയുകയായിരുന്നു.

പന്ത്രണ്ട് പേരടങ്ങിയ ചെറിയ സംഘം വലിയൊരു ചരിത്രത്തിന്റെ അവശേഷിപ്പുകളിലൂടെ നാല് നാൾ നടന്ന് നീങ്ങിയപ്പോൾ സ്വന്തമാക്കിയത് ചരിത്രവും കടങ്കഥകളും ഇഴചേരുന്ന ഭൂതകാലം. ഒപ്പം കാലത്തിന് തോൽപ്പിക്കാൻ കഴിയാത്തതായി ചിലതുണ്ടെന്ന ബോധ്യവും, മനുഷ്യൻ സൃഷ്ടിക്കുന്ന സംസ്കാരങ്ങളെ മനുഷ്യൻ തന്നെ തകർക്കുന്ന ചരിത്ര വൈരുദ്ധ്യം നിലനിന്നിരുന്നു എന്ന തിരിച്ചറിവും.

2020 ഫെബ്രുവരി

www.ingramcontent.com/pod-product-compliance
Lightning Source LLC
LaVergne TN
LVHW101405051026
849519LV00005BC/1665
9789390535491